पुस्तकाचे लेखक अँड्रो लिंकलेटर यांनी ही सत्यकथा अतिशय सहज, सोप्या आणि हळुवार शब्दांमध्ये वाचकांसमोर आणली आहे. हे पुस्तक वाचल्यानंतर वाचक अंतर्मुख होऊन जातो. डोनाल्ड पामेला आणि त्यांच्या पिढीमधील इतर अनेक जणांनी महायुद्धकाळात आणि युद्धसमाप्तीनंतर काय काय आणि किती व कसे सहन केले असावे, याचा वाचक नकळतपणे विचार करू लागतो.

– डेली टेलिग्राफ

एखादी कथा कशी कथन करावी, हेही कौशल्य आहे आणि लिंकलेटरने अतिशय कौशल्याने आणि संवेदनशीलतेने ही कथा लिहिली आहे.

– स्पेक्टॅटर

आपल्या स्नेहीजनांना पुस्तके भेट द्या

'द कोड ऑफ लव्ह' या इंग्रजी पुस्तकाचा मराठी अनुवाद

प्रेमाची परिभाषा

प्रेम, विरह, वेड आणि युद्ध यांची एक अतिशय हृदयस्पर्शी कहाणी.

लेखक
अँड्रो लिंकलेटर

अनुवाद
मेघना जोशी

मेहता पब्लिशिंग हाऊस

Please contact us at **Mehta Publishing House,** Pune 411030.
© +91 020-24476924 / 24460313 / Mob. No. 9545000513
Email : production@mehtapublishinghouse.com
Website : www.mehtapublishinghouse.com

- *या पुस्तकातील लेखकाची मते, घटना, वर्णने ही त्या लेखकाची असून त्याच्याशी प्रकाशक सहमत असतीलच असे नाही.*

THE CODE OF LOVE by ANDRO LINKLATER

First Published by Weidenfeld & Nicolson London,
Translated into Marathi Language by Meghana Joshi

प्रेमाची परिभाषा / अनुवादित सत्यकथा

अनुवाद : मेघना जोशी

Email : author@mehtapublishinghouse.com

मराठी अनुवादाचे व प्रकाशनाचे हक्क मेहता पब्लिशिंग हाऊस, पुणे.

प्रकाशक : सुनील अनिल मेहता, मेहता पब्लिशिंग हाऊस,
१९४१, सदाशिव पेठ, माडीवाले कॉलनी, पुणे – ४११०३०.

मुद्रक : ट्रिनिटी ॲकॅडमी फॉर कॉर्पोरेट ट्रेनिंग लिमिटेड

मुखपृष्ठ : चंद्रमोहन कुलकर्णी

प्रथमावृत्ती : जून, २०१३

किंमत : ₹ ३००

P Book ISBN : 9788184984828

लेखकाची टिप्पणी

जेव्हा 'कोड ऑफ लव्ह'चे हस्तलिखित प्रकाशनासाठी देण्यात आले, त्या वेळेस पामेला जवळजवळ मृत्युशय्येवरच होती. मी जेव्हा तिला पहिल्यांदा तीन वर्षांपूर्वी भेटलो, तेव्हा माझ्या डोक्यात पामेलाची प्रतिमा काही वेगळीच होती. माझ्या डोळ्यांसमोर पामेला म्हणजे एक अगदी अशक्त आणि म्हातारपणामुळे वाकलेली अशी स्त्री होती, कारण त्या वेळी ती ऐंशी वर्षांची होती आणि कॅन्सरने आजारी होती. पण तिला प्रत्यक्षात पाहिल्यावर मला आश्चर्यच वाटले. कारण माझ्या कल्पनेतल्या पामेलापेक्षा प्रत्यक्षामधली पामेला खूप वेगळी होती. ती एखाद्या अप्सरेसारखी किंवा प्रणयकथेतील नायिकेप्रमाणे सुंदर होती. खूप सुंदर, विनोदी, एकदम स्टाइलिश. त्याचबरोबर ती चंचल आणि मोहक होती. या पुस्तकाचे काम करत असताना तिच्याशी माझ्या भेटी सतत होत असत आणि तेव्हा आमच्यामधली मैत्री जसजशी वाढत गेली तसतसे तिच्यामधले हे सगळे गुण मला फार भावत गेले. तिच्यामधल्या अनेक गुणांपैकी एक गुण मला सर्वांत जास्त आवडायचा आणि तो म्हणजे, तिची जबरदस्त इच्छाशक्ती.

तिला झालेला कॅन्सर आता एवढा बळावला होता की, तिला काही गिळणे-देखील कठीण व्हायला लागले होते. तिच्या वेदना १९९९च्या शेवटी वाढल्या आणि ती विलक्षण रोडावली. पण त्या परिस्थितीमध्येदेखील मी जेव्हा जेव्हा तिला भेटत असे, तेव्हा तेव्हा ती मला अगदी आत्मविश्वासाने सांगायची की, तुझे पुस्तक पूर्ण होऊन छापून येत नाही तोपर्यंत काही मी मरणार नाहीये. त्या वेळी ती तिची निरर्थक आणि वेडी आशा आहे, असे मला वाटायचे. ती आजारी माणसांकरता खास बांधलेल्या आश्रमामध्ये अर्थात– हॉस्पिटलमध्ये राहत होती. आश्चर्याची गोष्ट अशी की, तिथे ती पटकन बरी होऊन तिथून बाहेरही आली. आमचा प्रकाशक पुस्तक लवकरात लवकर प्रसिद्ध व्हावे म्हणून भराभर काम उरकत होता, कारण मला फेब्रुवारी दोन हजारमध्ये पामेलाच्या त्र्याऐंशीव्या वाढदिवसाच्या दिवशी हे पुस्तक तिच्या हातामध्ये द्यायचे होते. ती तिचा आनंद फक्त कुजबुजून व्यक्त करू शकत होती, पण मला तिच्या चेहऱ्यावरचा दिलासा आणि समाधान स्पष्ट दिसत होते. काही दिवसांनंतर ती पुन्हा हॉस्पिटलमध्ये दाखल झाली आणि आता या

वेळेला मात्र ती बरी होऊन बाहेर पडेल, असे काही वाटत नव्हते.

प्रकाशनाच्या दिवशी टनब्रीज वेल्स येथील एका पुस्तकाच्या दुकानामध्ये समारंभ आयोजित करण्यात आला होता. तीसुद्धा टनब्रीज वेल्समध्येच राहत होती. जेव्हा मी तिच्याविषयी बोलण्याकरता म्हणून उठलो, तेव्हा अचानक दार उघडले गेले आणि मला आश्चर्य वाटले... कारण माझ्यासमोर पामेला होती! ब्लँकेटमध्ये लपेटलेली आणि व्हीलचेअरवर बसलेली पामेला. तिच्या मागून एक आया तिची व्हीलचेअर ढकलत होती. पुढच्या वीस मिनिटांमध्ये मी समोर बसलेल्या जवळपास शंभरएक लोकांना तिच्या आयुष्याची कथा ऐकवली. मला जाणीव होती की, पामेला माझ्यापुढेच पाच फुटांवर बसली होती. तिचे निळे डोळे माझ्यावर स्थिर झाले होते. त्यामध्ये खूप खोली होती. तिचा चेहरा हाडाच्या सापळ्याप्रमाणे अतिशय बारीक झाला होता– इतका की, जणू ती आता मरणार आहे. पण तिने तिची अखेरची ताकद पणाला लावली होती; अखेरचा श्वास जणू माझे शब्द ऐकण्यासाठी रोखून धरला होता. प्रत्यक्ष मृत्यूलाही तिने काही क्षणांकरता रोखून धरले होते.

जेव्हा मी माझे बोलणे संपवले, तेव्हा प्रेक्षकांमधून प्रश्न येण्यास सुरुवात झाली. कोणी तरी मला विचारले की, हे पुस्तक तिने वाचले आहे का? त्यावर तिची काळजी घेणाऱ्या मागच्या बाईने सांगितले की, ते तिने पामेलाला मोठ्याने वाचून दाखवले आहे. दुसऱ्या एकाने विचारले की, याबद्दल पामेलाला काय वाटते? त्या बाईने पुन्हा सांगितले की, मी ज्या वेळेला वाचन करायची, त्या वेळेला पामेलाच्या डोळ्यांमधून सतत अश्रू वाहत होते आणि ती हेच सतत म्हणत होती की, या पुस्तकामध्ये तिच्याबद्दल आणि डोनाल्डबद्दल लिहिलेले अगदी तंतोतंत बरोबर आहे. तिच्या ढासळलेल्या प्रकृतीचा आणि तिच्या आजारपणाचा काडीमात्र विचार न करता त्या माणसाने पुन्हा विचारले की, पामेला स्वत: हे सांगेल का? आम्हाला तिच्या तोंडून हे ऐकायचे आहे. तेव्हा तिथे सर्वत्र शांतता पसरली. त्या शांततेमध्येच ती अत्यंत क्षीण आवाजामध्ये एवढेच म्हणाली, "मला वाटते की, आता जगण्यासारखे काही उरले नाही, तेव्हा आता मी मला मृत्यूच्या स्वाधीन करावे."

त्यानंतर सहाच दिवसांनी फक्त एका आणि एकाच माणसाच्या प्रेमाने घडलेले तिचे आयुष्य पूर्ण झाले आणि ती अनंतामध्ये विलीन झाली.

प्रस्तावना

ज्यावर तू निर्भर राहू शकतेस, ते सत्य मी सांगितले.
कित्येक वादळांमध्येसुद्धा ते शाश्वत आणि चिरंतन राहिले.
पण या वादळांचा सामना करता करता
आपल्याच प्रिय व्यक्तीच्या नावात शेवटी ते गुंतून गेले.

इदगर ॲलन पो, 'ईन इनिग्मा'

पामेला हिल दि. २२ मार्च २००० ला स्वर्गवासी झाली. म्हणजे, ती आयुष्यात पहिल्यांदा ज्या दिवशी प्रेमात पडली, त्या दिवसापासून एकसष्ट वर्षांनी तिने या जगाचा निरोप घेतला. तिच्या उत्कट प्रेमाचा साक्षात्कार तिला एका नृत्य समारंभाच्या वेळेस आला आणि त्या क्षणापासून ती प्रेमाच्या या विलक्षण अनुभूतीतून कधीच बाहेर आली नाही. आनंद, दुःख, नैराश्य, चैतन्य अशा कित्येक रूपांमधून तिने प्रेमाचा अनुभव घेतला होता. अर्थात, हे प्रेम तिला काही सहजासहजी मिळाले नाही. तिने आपल्या आयुष्यामध्ये फक्त एकाच माणसावर नितांत प्रेम केले आणि तिच्या या एकनिष्ठेनेच त्या एकमेव बंधनाला एक खोली आणि उत्कटता प्राप्त करून दिली.

तो रॉयल एअरफोर्समध्ये एक तरुण पायलट होता आणि नुकतीच त्याला विमान चालवण्याची परवानगी मिळाली होती. मार्च १९३९ मध्ये तो पामेलाला भेटला. त्या वेळेपासूनच त्यांच्या डोक्यावर युद्धाचे सावट होते. अर्थात, त्यात नवीन काही नव्हते. सर्व जगच या युद्धापायी पूर्णपणे नियंत्रणाच्या पलीकडे गेले होते आणि अशा जगामध्ये जगणे, हेच त्या संपूर्ण पिढीचे प्राक्तन होते. इतर प्रेमी युगुलांप्रमाणे त्यांनीही याकडे काणाडोळा केला होता. जणू काही त्यांचे निस्सीम प्रेम भविष्याला एका सुरक्षित ठिकाणी नेऊन ठेवणार होते. त्यांच्यामध्ये खास असे काही तरी वेगळे होते, पण हा वेगळेपणा तसा सहजासहजी कळून येण्यातला नव्हता. युद्धाचा भडका उडाला आणि या युद्धाने त्यांना परस्परांपासून वेगळे केले. तरीही तेव्हाही विशेष असे काहीच घडले नाही. विशेष तेव्हा घडायला सुरुवात झाली, जेव्हा युद्ध संपले आणि शांतता पसरून ते परत एकत्र

आले. त्यांचे युद्धानंतर एकमेकांना परत भेटणे हेच एवढे वेगळे होते की, नंतरच्या या पिढीमध्ये अशा प्रकारचा वेगळेपणा सापडणे केवळ अशक्य होते. याचे कारण हेच की, नंतरच्या पिढीला सर्व कसे झटपट व्हायला हवे असते. वाट पाहण्याइतका वेळ त्यांच्याकडे नसतो, कारण ही पिढी अतिशय उतावीळ आहे. हाच पामेला आणि डोनाल्ड यांच्या नात्याचा वेगळेपणा होता. त्यामुळे प्रेमातील हा वेगळेपणा नंतरच्या पिढीतील लोकांना समजणेही अशक्य होते. कितीही, काहीही असले आणि त्यासाठी कितीही का किंमत मोजायला लागली, तरी विश्वास आणि श्रद्धा ढळू द्यायची नाही, ह्यातच त्यांचा वेगळेपणा होता...

दि. ७ डिसेंबर १९४१ या दिवशीच्या संध्याकाळी फ्लाइट लेफ्टनंट डोनाल्ड हिलने आपली डायरी लिहायला सुरुवात केली. त्याची हाँगकाँगला नियुक्ती करण्यात आली आणि त्याच्या डायरीमधील सुरुवातीच्या शब्दांमध्येच त्याने स्पष्ट केले की, त्याला त्या क्षणापासून सर्व घटनांची नोंद का ठेवावीशी वाटली. तो लिहितो, 'जपानबरोबरच्या युद्धाविषयी खूप लिहिले गेले.' पुढे अत्यंत सावधपणे तो म्हणतो, 'कोणी हा विचार केला नसेल की, नक्की काय घडले असेल.'

दूर कुठे तरी उत्तर प्रशांत महासागरामध्ये इंपीरियल जॅपनीज नेव्हीचा ॲडमिरल नागुमो आपले सागरी दल, त्याचप्रमाणे हवाईदलाच्या शक्तिनिशी हवाई बेटांवर कूच करत होता. त्याच्या हवाई सेनेला त्याच्याकडून संदेश गेले होते. 'युद्धाचा तो क्षण अगदी जवळ येऊन ठेपला आहे. साम्राज्याच्या अस्तित्वाचा प्रश्न ऐरणीवर आला आहे. त्यामुळे सर्वांनी सज्ज राहून जे काही करता येईल, ते करणे गरजेचे आहे.' हा संदेश सर्वत्र पोहोचवला गेला आणि सर्वांनी उत्स्फूर्तपणे त्याला प्रतिसाद दिला. पुढच्या सात तासांमध्येच १४० जपानी बॉंबर्स आणि ४३ फायटर्स अमेरिकेच्या पर्ल हार्बरवर हल्ला करण्याकरता येणार होती. एका आठवड्यामध्येच अतिपूर्वेकडील बहुतेक सर्वच देश युद्धाच्या खाईत लोटले जाणार होते.

डायरीमधील पहिल्याच ओळीमधून डायरी लिहिणाऱ्याची दूरदृष्टी दिसून येत होती. लंडन, वॉशिंग्टन, त्याचप्रमाणे बर्लिन आणि मॉस्कोमधील युद्धतज्ज्ञ युद्धाच्या प्रत्येक लहानात लहान घटनेवर अगदी बारीक लक्ष ठेवून होते; विशेष करून जपानच्या सर्व हालचालींवर ही मंडळी डोळ्यांत तेल घालून लक्ष ठेवून होती. सर्व जणांनी एकमताने निष्कर्ष काढला होता की, जपान खूप भांडखोरपणा करत असला तरी सध्या तरी युद्ध सुरू करायचे नाही.

डोनाल्ड मुळातच स्वभावाने खूप शांत आणि शिस्तबद्ध होता. त्याचे जवळजवळ सगळे आयुष्य स्वतःचा नैसर्गिक स्वभाव लपवून ठेवण्यात आणि तो जो कोणी आहे त्यापेक्षा काही तरी वेगळा मुखवटा घालून जगण्यामध्येच गेले. आयुष्यभर

त्याने स्वत:च्या भावना, महत्त्वाकांक्षा दडपूनच ठेवल्या. त्याने त्याच्या इच्छा आकांक्षांना कायमच मुरड घातली आणि जे-जे ज्या-ज्या वेळी त्याच्या पुढ्यात आले, ते त्याने निमूटपणे स्वीकारले. त्याच्या लहानपणापासूनच्या आयुष्यावरच दु:खाची सावली सतत होती. त्याच्या भावनांचा सतत कोंडमाराच होत गेला. त्याने मोठेपणीच्या आयुष्यामध्येसुद्धा स्वत:ची जबाबदारी ओळखून आणि इच्छा नसतानादेखील अकाउंटंटची नोकरी स्वीकारली. पण त्याच्यामध्ये एक जबरदस्त इच्छाशक्ती होती आणि ती त्याने कायम टिकवली, त्या दृष्टीने प्रयत्न केले. त्यामुळे तो चारचौघांपेक्षा नक्कीच वेगळा होता.

अगदी दैवयोगाने त्याला विमान चालवण्याचा अनुभव पहिल्यांदा मिळत होता आणि त्यामुळे तो खूपच आनंदी होता. आकाशामध्ये उडताना त्याला स्वातंत्र्याची जी जाणीव झाली होती, ती दुसऱ्या कशामधूनही झाली नव्हती. तरीही आपण प्रेमामध्ये पडलो आहोत, हा साक्षात्कार जेव्हा त्याला झाला; त्या वेळेसचा हळुवारपणे उडण्याचा जो अनुभव होता, त्याला तोड नव्हती. यापूर्वी अनुभवलेल्या जीवघेण्या एकटेपणाच्या पार्श्वभूमीवर नंतरचा हा अनुभव खरोखरच खूपच सुंदर होता. त्या अनोख्या अनुभवाने तो अक्षरश: सुखाच्या लहरींवर तरंगत होता. पण प्रेमात पडणे, हे त्याच्यासाठी सहज सुलभ नव्हते. पामेलाशी ओळख झाल्यानंतर अवघ्या तीन महिन्यांनी त्याची रवानगी अतिपूर्वेकडे करण्यात आली. नोकरीनिमित्तचा हा प्रवास संपून तो परत आल्यानंतर ते दोघे लगेचच लग्न करणार होते. जर जपानने युद्ध सुरू केले नसते, तर तो १९४२ च्या उन्हाळ्यामध्येच हाँगकाँगहून येणे अपेक्षित होते. त्या काळामध्ये पामेला आणि त्याच्या झालेल्या ताटातुटीमुळे त्याला अगदी उद्विग्न केले होते आणि त्याच्या या स्वभावाचा त्यालाच राग येत होता. रॉयल एअरफोर्सने त्याला सर्वांत प्रथम सिंगापूरला रवाना केले; पण तिथे कसल्या तरी वाईट कामामध्ये त्याला गुंतवले गेले आणि त्याला तिथून हाँगकाँगला पाठवण्यात आले. तो आणि पामेला एकमेकांना परत भेटेपर्यंत त्याने आपल्या भावनांवर काबू ठेवला.

युद्धाविषयीच्या गप्पांना आता ऊत आला होता. कोणत्याही किरकोळ कारणाने त्याचे घरी परत येणे लांबणीवर पडण्याची शक्यता होती. कदाचित त्याला त्याचे आयुष्यदेखील पणाला लावावे लागणार होते. वयाच्या अठ्ठाविसाव्या वर्षी त्याच्याकडे पाच लढाऊ विमानांचे नेतृत्व सोपवण्यात आले. वसाहतीच्या संरक्षणाकरता असलेली लढाऊ विमाने होती. युद्धामध्ये खरे तर तुमचे हवाईदल जितके सक्षम असेल तितकी युद्धामध्ये विजयाची शक्यता जास्त असते. लष्करी तर्काप्रमाणे त्याची विमानेच शत्रूचे पहिले लक्ष्य ठरणार होती. त्याच्या ऐन उमेदीच्या या काळामध्ये मृत्यूचा विचार खरोखरच भयानक होता. पण त्याचे सर्व लक्ष त्याच्या

कामाभोवती केंद्रित झाले होते आणि तो मृत्यूला आता बेधडक सामोरा जायला तयार झाला होता. एकूण लष्करामधील पुष्कळ लोकांपैकी तो एक असा होता की, ज्याला आपल्या आयुष्यामध्ये जे काही घडत होते, त्याच्या नोंदी एका डायरीमध्ये करणे आवश्यक वाटत होते. जर आयुष्याचे पुढे दिसत असलेले सोनेरी दिवस जगायला तो या जगात राहिलाच नाही आणि जर त्या सोनेरी क्षणांची चव घेण्याआधीच मृत्यूने त्याच्यावर घाला घातला असता, तर त्या वेळी या डायरीने फार मोलाची कामगिरी बजावली असती. या डायरीनेच त्याच्याबाबतीत काय झाले, हे त्याच्या प्रेयसीला सांगितले असते.

शनिवारी ६ डिसेंबरला सकाळी तो एका फेअरवेल पार्टीसाठी आला होता. त्याच्या एका निवृत्त होणाऱ्या अधिकाऱ्यासाठी ही पार्टी आयोजित केली होती. विमानतळाच्या संरक्षणासाठी लढाऊ विमानांची तुकडी पाठवण्यासंबंधीचा निर्णय सतत लांबणीवर टाकला जात होता, हा त्या वेळेस तिथल्या गप्पांचा विषय होता. त्याचप्रमाणे त्यांच्या जवळ असलेली समुद्रावर उतरून समुद्रावरूनच उड्डाण करणारी दोन छोटी वॉलरस विमाने अर्थात सीप्लेन्स आणि विल्डबीस्ट नावाचे तीन पाणतीर अर्थात टोर्पेडो, बॉंबर्स याचे संरक्षण करणे, हाही विषय गप्पांमध्ये होता. ब्रिटनने केवळ आपल्या साम्राज्याची ताकद दाखवण्याकरता काही विमाने लष्करामध्ये ठेवली होती. त्यामध्ये प्रदर्शनाचा भागच जास्त होता. ज्यांनी कोणी दुसऱ्या प्रकारच्या युद्धनौका पाहिल्या नव्हत्या, त्यांना हे दृश्य फारच विलोभनीय वाटत होते. वॉलरस जणू काही धुराच्या पडद्यामधून एकदम उसळी मारून वर येत होते. अंदाजे पन्नास फुटांवरून खाली पाण्यामध्ये सोडलेले पाणतीर– हे सगळे पाहणे खरंच खूप चित्तथरारक होते. नव्या दमाचे वैमानिक जे ताशी तीनशे मैलांच्या प्रचंड वेगाने विमाने उडवायचे, त्यांच्याकरता वॉलरस म्हणजे किरकोळ बाब होती. विल्डबीस्ट हे सुरुवातीच्या काळामधले विमान होते. त्या विमानाचे कॉकपिट बंदिस्त नसून उघडे होते आणि त्याचा सर्वांत जास्त वेग होता ताशी १५६ मैल. टोर्पेडोमध्ये गोळीबार करण्याकरता ज्या फायरिंग रिंगा असतात, त्या काढून टाकण्यात आल्या होत्या. या विमानांमध्ये पाचशे पौंडांचे दोन बॉंब वाहून नेण्याची क्षमता असली, तरी ही विमाने फक्त टेहळणीकरता वापरण्यात यायची. एक वर्षापूर्वीच हवाई मंत्रालयाने यांना निरुपयोगी म्हणून घोषित केले होते, पण अजूनही त्याला पर्यायी काही आलेले नव्हते. त्याच वेळी असेही कानावर येत होते की, जुन्या बॉंबर्सचे संरक्षण करण्याकरता काही योद्ध्यांना पाठवण्यात येणार आहे. फ्रँक हेनेसी नावाच्या एका ऑस्ट्रेलियन पायलटची यासाठी नेमणूक करण्यात आली होती. डिसेंबरच्या सुरुवातीपर्यंत कोणाचाच विश्वास नव्हता की, जादा सैनिकांची तुकडी येईल. लंडनमधील

हवाईदलाने एक नवी पाचशे यार्डांची धावपट्टी तयार करण्याकरता हिरवा झेंडा दाखवला होता आणि सोमवारी ९ डिसेंबर या दिवशी हे काम सुरू करायचे होते.

त्या दिवशी, म्हणजेच शनिवारी संध्याकाळी डोनाल्ड हिल आणि एक नवे कमांडिंग अधिकारी विंग कमांडर सुलिव्हन हे काय करावे लागेल याची पूर्ण माहिती घेऊन आले. आता अस्तित्वामध्ये असलेल्या धावपट्टीवर मुद्दाम शत्रूला अवघड ठरावे यासाठी अडथळे घातलेले होते, ते काढावे लागणार होते; तसेच हाँगकाँग डिफेन्स फोर्सच्या स्वयंसेवकांनासुद्धा सावध करणे आवश्यक होते आणि त्या साईटवर कंत्राटदार नेमावे लागणार होते.

त्या जागेच्या पाहणीकरता दोन अधिकाऱ्यांची नेमणूक करण्यात आली होती. त्यातला एक होता सुलिव्हन. सुलिव्हन धिप्पाड होता. त्याचे केस लालसर रंगाचे होते आणि त्याला जिंजर या टोपणनावाने ओळखले जाई. दुसरा होता काळ्या केसांचा आणि धनुष्याकृती भुवया असणारा हिल. दोघांच्याही दिसण्यात, वागण्यात जमीन-अस्मानाचा फरक होता. सुलिव्हन हा त्याच्या नावाप्रमाणे आणि शरीरयष्टीला साजेश्या स्वभावाचा होता. तो प्रचंड उत्साही, जोशपूर्ण आणि तेवढाच शीघ्रकोपीही होता. तो एखाद्या कामाच्या मागे लागला की, अक्षरश: इरेला पेटायचा आणि त्याच्याबरोबरीच्या लोकांनासुद्धा ते काम करण्याकरता प्रोत्साहन द्यायचा. हिलला सॅमी या नावाने ओळखले जाई. त्याच्या दुसऱ्या नावामधूनच एका मोठ्या माणसामध्ये असलेली ताकद व्यक्त होत असे. त्याच्या चेहऱ्यावरून त्याच्या मनामध्ये काय चाललंय, हे शक्यतो कळायचे नाही. तो एक स्वाभाविक आणि सहज असा खेळाडू होता. तो टेनिस खूप छान खेळायचा आणि त्याचबरोबर नृत्यदेखील खूप छान करायचा. स्त्रिया त्याच्या एकंदर आकर्षक व्यक्तिमत्त्वावर भुरळून जात असत. त्याच्याबरोबरीचे लोक त्याला एक धोरणी पुरुष आणि एक खंदा वीर म्हणून ओळखायचे. तो थोडासा अलिप्त वाटायचा, पण खूप जबाबदार होता. तर, अशा या दोन अधिकाऱ्यांमध्ये सर्वच बाबतीत कमालीची तफावत होती; पण तरीही ह्या दोघांनी एकत्र येऊन सर्व अडचणी सोडवल्या.

लगेचच दुपारच्या वेळेस त्यांनी आपले काम संपवले आणि शनिवार-रविवार आला. रॉयल एअरफोर्सचे काही जण हॅपी व्हॅलीच्या रेसट्रॅकवर गेले होते. काही जण रगर मॅच, फुटबॉल खेळायला गेले होते; त्याचप्रमाणे काही जण पोहण्याकरता गेले होते, तर काही जण समुद्रामध्ये पर्यटनाकरता गेले होते. नाताळची तयारी- देखील धूमधडाक्यामध्ये चालू होती. खरेदी, पार्ट्या यांना अगदी उधाण आले होते. हाँगकाँगमधील वसाहतींमधील प्रमुख रेस्टॉरंट्स, हॉटेल्स, बॉलरूम्स नाताळमधील नृत्य आणि पार्ट्यांसाठी खच्चून भरली होती.

हे सगळे कार्यक्रम फारच आकर्षक असायचे, पण वसाहतींचे खरे ऐश्वर्य नजरेस भरायचे ते पेनीन्स्युला हॉटेलच्या रोझ रूम आणि रूफ गार्डनमधील उत्कृष्ट अशा भरगच्च कार्यक्रमांच्या रेलचेलीमुळे. त्या वेळी तिथे नृत्याचे समारंभदेखील व्हायचे.

'ती संध्याकाळ अगदी वसाहतीमधील तरुण लोकांच्या पार्टीला साजेशीच होती. सर्वत्र भरभरून प्रणयचेष्टा चाललेल्या होत्या. सुंदर तरुणी आणि रुबाबदार गणवेशामधील तरुण त्या पार्टीमध्ये सर्वत्र दिसत होते. तरुण पुरुष आणि स्त्रिया यांचे एकमेकांच्या मागे लागणे चालू होते.' त्या पार्टीचे वर्णन एमिली हॅन नावाच्या एका अमेरिकन रहिवाशाने केले आहे. 'मला तर सगळे अगदी बालिश आणि पोरकट वाटत होते... आम्ही उखाण्याचा खेळ खेळत होतो. एका छोट्याशा आणि अगदी मजेशीर बारमध्ये बसून फिदीफिदी हसत आमचे दारू पिणे चालू होते.'

वांचायच्या वेश्यावस्तीमध्ये बऱ्याच बारबाला मांड्यांच्या लांबीचे आखूड आणि मादक कपडे घालून पुरुषांचे मनोरंजन करायच्या. तिथे असलेल्या सहा हजार सैनिकांपैकी खूप जण मात्र लैंगिक सुखापेक्षा दारू पिणे पसंत करायचे. नॅटेन रोडवरील बारमध्ये कायम गर्दी असायची.

या घडीला वसाहतींना कोणताही धोका नसला, तरीसुद्धा धोक्याचा विचार करूनच डोनाल्ड हिलने तशी खबरदारी अगोदरच घेऊन ठेवली होती. रविवारी सकाळीच तो दोनपैकी एका विल्डबीस्टमध्ये बसला. त्याच्यामध्ये स्वत:बरोबर पाचशे पौंडांचे दोन बॉंब घेतले आणि टेहळणी करणाऱ्या विमानामध्ये बसला. त्याला पाहायचे होते की, वसाहतीच्या कुठल्या भागाला शत्रू लक्ष्य करू शकतात.

स्वच्छ सूर्यप्रकाशामध्ये सर्व वातावरण इतके सुंदर आणि शांत वाटत होते की, एवढ्या सुंदर भूमीवर युद्धासारखे भयंकर सावट येईल, अशी कल्पनाही कोणी करू शकत नव्हता. रस्त्यावर खूप गर्दी होती. पाण्यामधून बोट जात असताना निळसर पाण्यामध्ये मागे धुराचे वलय निर्माण होत होते. गावाबाहेर सर्वत्र हिरव्या आणि लाल रंगाची सुंदर शेते जणू नक्षीकाम केल्याप्रमाणे भासत होती. तीन हजार फुटांवरून हाँगकाँगचे तीनही भाग अगदी वेगळे भासायचे. चीनच्या मुख्य भूमीकडे धुक्यामध्ये हरवून गेलेल्या न्यू टेरिटरीचा हा भाग होता आणि याच बाजूने लष्करी हल्ला होण्याची शक्यता जास्त होती. त्याच्या खाली काऊलूनचा सरळसोट भूभाग पसरलेला होता. पाण्याच्या काठावर विटांनी बांधलेली कोठारे आणि गोदामे होती. अरुंद किनाऱ्याला लागून दाट रस्त्यांचा समूह होता आणि शेवटी बाहेरच्या बाजूला वेडीवाकडी इतस्तत: पसरलेली उपनगरे आणि त्या पलीकडे उंच टेकड्या. त्या उंच टेकड्यांवरती उच्चभ्रू

लोकांची लाल विटांची घरे होती. काही अंतरावरच किनाऱ्यावर हाँगकाँगची भूमी पसरली होती. इथे विखुरलेल्या टेकड्यांची शिखरे आणि व्हिक्टोरिया हे वसाहतीच्या राजधानीचे ठिकाण दक्षिणेकडे वसलेले होते.

मागच्या महिन्यामध्ये गव्हर्नर सर मार्क यंग आणि वसाहतीच्या लष्कराचा जनरल मेजर जनरल सी. एम. मॅल्टबे या दोघांना डोनाल्ड येथे घेऊन आला आणि त्या प्रदेशाचे संरक्षण करणे कसे गरजेचे आहे, हे त्याने पटवून दिले होते. जपानी पायलटच्या भूमिकेतून त्यांना दाखवले होते की, जपानी कसा हल्ला करू शकतात. उरलेली दोन विल्डबीस्ट मोकळ्या मैदानावर एकामागोमाग एक अशा लावण्यात आली होती आणि काऊलूनच्या उपसागरामध्ये दोन मोठ्या वॉलरस एकमेकांशेजारी तरंगत होत्या. जेव्हा त्याचे विमान उतरले, तेव्हा त्याने दोन बॉंबर्सना हवाई तळाच्या दोन विरुद्ध बाजूला जाण्याचे आदेश दिले. त्याने त्याचे विमान टेनिस कोर्टाजवळ झाडांखाली आणि सर्वांच्या दृष्टीआड उभे केले. समुद्रामधील नौकांबाबत काहीच करता येत नव्हते. नंतर त्याने अजूनही एक काळजी घेतली होती.

ती डायरी म्हणजे त्याचे गुपित होते. पहिल्या महायुद्धाच्या वेळी गुप्तहेर यंत्रणेच्या तावडीत दोन्ही बाजूंचे सैनिक सापडल्यानंतर काही नियतकालिके स्वत:जवळ बाळगत असत, कारण ही नियतकालिके माहितीचा महत्त्वाचा स्रोत होती. लंडनमधील युद्धासंबंधीच्या खात्याने आपल्या सैनिकांनी अशा संबंधीची कागदपत्रे बाळगल्यास तो गुन्हा ठरवला होता. त्यांच्या सैनिकांना आपल्या रोजच्या कार्यक्रमासंबंधीची लिखित माहिती ठेवण्याचा अधिकार नव्हता. पण याविषयी बऱ्याच लोकांना माहिती नव्हती, त्यामुळे तो नियम नकळतपणे धाब्यावर बसवला गेला होता. अगदी वरिष्ठ अधिकाऱ्यांपासून ते फ्लाईट लेफ्टनंटपर्यंत सगळे जण डायरी ठेवायचे आणि काही घटना डायरीमध्ये बंदिस्त करून त्या लपवण्याचा प्रयत्न करायचे.

डोनाल्ड हिलचा दृष्टिकोन मात्र वेगळा होता. त्याच्या बाबतींत जे काही घडेल, त्याच्या तो नोंदी ठेवायचा; पण ते अशा प्रकारे की, कोणत्याही शत्रूने कधीही त्याची डायरी वाचली, तरी त्यात काय मजकूर लिहिला आहे, हे त्याला कधीच कळणे शक्य होणार नाही. आपल्या खऱ्या भावना दडवून ठेवायच्या, ही त्याच्या स्वभावाची एक खासियत होती आणि त्यामुळेच काही घटना-गोष्टी लपवण्याकरता त्याने सांकेतिक भाषेची मदत घेतली होती. अगदी सुरुवातीला त्याने आपली गुपिते लिहिण्याकरता शॉर्टहँडचा वापर केला होता. पण काही महिन्यांनंतर डायरीतील मजकूर वाचला जाण्याची भीती त्याला वाटायला लागली; तेव्हा त्याने त्यावर सांकेतिक शब्दांचे वेष्टन चढवले आणि त्यातील मजकुराभोवती गूढ वलय

निर्माण केले. असे संकेतांचे थर त्याच्या मजकुरावर देत-देत त्याने तो इतका गुंतागुंतीचा बनवला की, तो वाचणे केवळ अशक्य होते. त्यामुळे तो मजकूर वाचणे तर दूरच राहिले, पण कोणी ती डायरी आहे ह्यावरदेखील विश्वास ठेवला नसता. त्याला फक्त एकट्यालाच ती वाचणे शक्य होते. त्यामुळे त्याच्या बाबतीत बऱ्याच गोष्टी अतर्क्यच राहिल्या. शेवटी तर असे वाटत होते की, ही सांकेतिक भाषा उकलण्याकरता त्यालाही दुसरा कोणी तरी माणूस लागेल. त्याने त्याचे शेवटचे सांकेतिक शब्द हे तिच्या नावाभोवतीच गुंफले होते. त्याने तो सोडून अजून बाकीच्या कोणासाठी ही डायरी लिहिली असेल, तर ती होती फक्त आणि फक्त पामेला.

ज्या वेळेस बाकीचे अधिकारी झोपायला जात असत, तेव्हा तो एकटा जागा राहायचा आणि खूप वेळ त्याच्या वहीमध्ये खूप काही लिहीत बसायचा. दैवयोगाने ७ डिसेंबरला ड्युटीवरील अधिकारी म्हणून जबाबदारी घेण्याची त्याची रात्र होती. जो कोणी रात्री ड्युटीवर असेल, त्याने काही महत्त्वाचे काम असले तर वसाहतीच्या हवाईदलाशी संपर्क साधायचा, असे आदेश होते. ड्युटीच्या अखेरच्या दिवशी त्याने प्रश्न विचारला होता की, त्याला झोप मिळणार आहे की नाही?

त्या वेळेला पहाट होण्याच्या थोडेसे अगोदर चपराशाने त्याला येऊन उठवले. कर्नलचा सचिव फ्रँकलिन जिमसनचा फोन आला होता. डोनाल्डने रूक्ष आणि कोरड्या आवाजामधील त्याने दिलेला संदेश ऐकला आणि फोन खाली ठेवला. दि. ८ डिसेंबरच्या दिवशी सकाळीच अगदी लवकर टोकियो रेडिओवरून दक्षिण-पूर्व आशियामध्ये जाहीर केले होते, ते अगदीच दुर्लक्षित करण्याजोगे नव्हते. 'मला या वेळी हवामानाचा अंदाज वर्तवू देत. पश्चिमेकडून येणारे वारे स्वच्छ आहेत.' पण डोनाल्ड हा काही एकटाच त्याचा मजकूर सांकेतिक भाषेमध्ये लिहीत नसे. पर्ल हार्बरवर हल्ला सुरू झाला होता आणि आता टोकियोमधून संदेश येत होते की, जपानने पश्चिमेकडील आणखी एका शत्रूवर हल्ला चढवावा आणि तो शत्रू होता ब्रिटन.

या घटनेने बाकीचे सर्व अधिकारीसुद्धा एकदम जागे झाले, तरीही या बातमीवर लगेच प्रतिक्रिया देण्याची त्यांनी घाई केली नव्हती. इतके दिवस शांततेच्या छत्रछायेखाली ब्रिटिश साम्राज्याने राज्य केले होते आणि आता युद्धामध्ये प्रत्यक्ष उतरून स्वत:च्या अस्तित्वाकरता लढा देण्याची वेळ आली होती. सकाळी ८ वाजता हवाईदलामधील काही जण हवाई तळावर हिंडत होते आणि बाकीचे काही मात्र अजूनही त्यांचा नाश्ता करत बसले होते. त्या वेळेस काही तरी अनिष्ट घडल्याचा मोठा आवाज सर्वांना ऐकू आला. हा आवाज उत्तर दिशेच्या बाजूने येत होता. कोणी तरी मूर्खासारखे विधान केले की, हा आवाज फायटर विमानांच्या तुकडीचा असावा.

डोनाल्डने जिथे विल्डबिस्ट उभे केले होते, त्या दिशेने धाव घेतली; पण आता त्या जुन्या विमानाचे काहीही करायचे तरी त्याला खूप उशीर झाला होता. तीस जपानी झीरो फायटर्स आणि त्यांच्याबरोबर नऊ बॉंबर्स जवळजवळ छताएवढ्या उंचीवर घिरट्या घालत होती. बॉंबर्स काऊलूनला गेले, तर फायटर्सने मात्र जे जमिनीवर दिसेल त्याला लक्ष्य बनवले होते.

हॉंगकॉंगचे युद्ध अशा प्रकारे सुरू झाले होते. ते फार काळपर्यंत टिकणारही नव्हते, पण त्याचे दूरगामी परिणाम डोनाल्डच्या उभ्या आयुष्यावर कायमचे झाले. त्याला प्रत्यक्ष युद्धानंतर युद्धकैद्यांच्या छावणीमध्ये नेण्यात आले. त्यानंतर हा माणूस सर्वच बाबतींत कायमचा आणि पूर्णपणे बदलून गेला. युद्धापूर्वीचा आणि युद्धानंतरचा डोनाल्ड यामध्ये एक महत्त्वाचा दुवा होता– तो म्हणजे, त्याची डायरी आणि त्याचे पामेलावरचे प्रेम. या दोन्ही गोष्टी मरेपर्यंत त्याच्याजवळ होत्या. पण त्याच्या डायरीचे रहस्य मात्र त्याच्या मृत्यूनंतरही काही वर्षे तसेच होते आणि हे पुस्तक लिहिण्याचे हेच एकमेव कारण आहे.

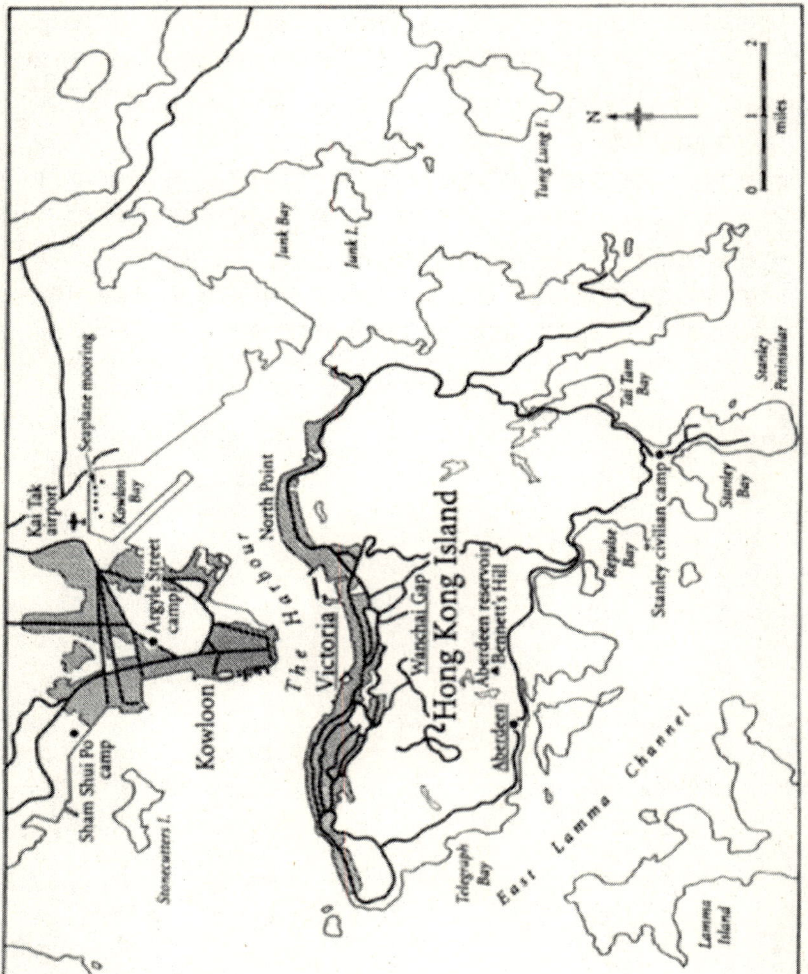
Kai Tak airport
Seaplane mooring
Kowloon Bay
Argyle Street camp
Kowloon
Sham Shui Po camp
Stonecutters I.
The Harbour
North Point
Victoria
Wanchai Gap
Hong Kong Island
Aberdeen reservoir
Bennett's Hill
Aberdeen
Telegraph Bay
East Lamma Channel
Lamma Island
Repulse Bay
Stanley civilian camp
Stanley Bay
Tai Tam Bay
Stanley Peninsular
Junk Bay
Junk I.
Tung Lung I.
N
0
1
2
miles

अनुक्रमणिका

रहस्य / १

पहिले प्रेम / १७

हाँगकाँगचे युद्ध / ५१

युद्धकैदी / ७९

लपवलेले सत्य / १०६

बुलबुल पक्ष्याचे गीत / १२५

अंधारामध्ये प्रवेश / १४६

सहजीवन / १६३

ताटातूट आणि समेट / १८३

डोनाल्डच्या डायरीचा रहस्यभेद / २१८

डोनाल्ड हिलची डायरी / २२४

समारोप / २४९

रहस्य

> सर्व प्रबळ इच्छाशक्ती एका विशिष्ट केंद्राभोवती एकवटल्या आहेत. हे केंद्र म्हणजे एक ध्यास आहे अतर्क्य गोष्टींना प्रकट करण्याचा ध्यास. सत्याचा आभास निर्माण केला जातोय. काहीतरी संदेश द्यायचाय पण तोही अनाकलनीय आहे गुंतागुंतीचा आहे. जे दिसतंय ते खरं नाहीये एक निव्वळ आभास आहे. सत्याभोवती जणू एक झालरीचा पडदाच लावलेला आहे. मांडलेला या देखाव्यामध्ये विलक्षण कल्पकता होती. पण त्या देखाव्याला आंतर्बाहय जाणण्याकरता चिन्हांच्या आणि प्रतिकांच्या खोल खोल गर्तेत उडी मारावी लागणार होती कारण त्या चिन्हांचे प्रतिकांचे अर्थ खूप खोल खोल होते.

रिचर्ड पॉवर्स,
द गोल्ड बग व्हेरीएशन्स

सरे विद्यापीठामधील आपल्या अरुंद आणि छोट्याशा ऑफिसमध्ये डॉ. फिलिप अ‍ॅस्टन बसले होते. आपला संगणक त्यांनी बंद केला आणि त्यांना सकाळीच आलेला तपकिरी रंगाचा एक लांब लिफाफा त्यांनी उघडला. त्या लिफाफ्यामध्ये साधारणत: वीस पानी फोटो कॉपीज होत्या. पहिले पान एका वहीचे कव्हर होते. त्यावर मोठ्या आणि ठळक अक्षरांमध्ये लिहिले होते, 'रसेलचा गणिती तक्ता.' त्यांमधील बारा पानांवर अतिशय नेटकेपणाने संख्यांचे काही स्तंभ आखले होते आणि या स्तंभांकडे डॉ. अ‍ॅस्टन यांचे लक्ष वेधले गेले. या स्तंभाचे जुन्या पद्धतीच्या घातांकाच्या तक्त्याशी खूपच साम्य होते. फरक एवढाच होता की, त्यांना कोणताही विशिष्ट आकृतिबंध नव्हता. दुसऱ्या पानावर तपशीलवार सूचना होत्या. गुणाकार करण्यासाठी तयार कोष्टक म्हणून या संख्यांचा कसा वापर करायचा, ह्याविषयी या पानावर माहिती होती. उदाहरणार्थ– ८३ ला २६ने गुणण्यासाठी वेगवेगळ्या स्तंभांमधील संख्या कशा जुळवायच्या, की उत्तर २११८ येईल, या संबंधीची माहिती वाचकांना दिली होती.

यावर विश्वास ठेवणे कठीण होते, पण हे खरे मात्र वाटत होते. फिलिप ॲस्टन यांनी ती गणितं तपासली. त्यातला एक अंक चुकीचा होता. तो कदाचित चुकला असावा. एखाद्या शाळकरी मुलाच्या हातात केवळ एक कागद आणि पेन्सील देऊन त्याला जरी सोडवायला सांगितले असते, तरी त्याने ८३ × २६ याचे उत्तर २१५८ असे काढले असते. गणित आणि संगणकीय शास्त्र या विभागामधील ज्येष्ठ अध्यापक असलेल्या डॉ. ॲस्टननी वेगवेगळ्या मार्गांनी वहीमधील त्या अंकांची वजाबाकी करून पाहिली. त्यामध्ये ज्या संख्या होत्या, त्या गणिती तक्त्यांसारख्या भासत असल्या तरी त्या तशा मात्र नव्हत्या.

पानांचा तो गठ्ठा अगदी योगायोगाने त्यांच्याकडे आला होता. त्याचे असे झाले होते की, काही दिवसांपूर्वी ते काही महत्त्वाचे टिपण काढत बसले होते. त्या वेळेस विभागाच्या सचिवाने त्यांना फोन केला, ''इथे कोणी तरी फोनवर आहे आणि त्यांना कोणत्या तरी गणितज्ञाशी बोलायचे आहे'' ती म्हणाली, ''तुम्ही बोलाल का त्यांच्याशी?'' त्या वेळेला तिथे आसपास कोणी नव्हते, त्यामुळे त्यांनी तो फोन घेतला.

पलीकडून येणारा आवाज काहीसा उतावीळ आणि जोरकस वाटत होता. त्या आवाजामध्ये लष्करामधील खाक्या होता. फोन करणाऱ्या व्यक्तीचे नाव होते कर्नल इयान क्वेईल. तो 'सोल्जर्स सेलर्स ॲण्ड एअरमन्स फॅमिलीज असोसिएशन्स'मधील होता. रॉयल एअर फोर्सचा फ्लाइट लेफ्टनंट डोनाल्ड हिल ह्याने लिहिलेली एक वही त्याच्याजवळ होती.

हाँगकाँगच्या पाडावानंतर १९४१ मध्ये डोनाल्ड हिलला जपानी लोकांनी कैद केले होते. त्या वहीमध्ये संख्यांची मांडणी अशा प्रकारे केली होती की, सहज अंदाज करता येईल असे त्यांचे एक तयार कोष्टक होते. कर्नल क्वेईलने त्या वहीबद्दल माहिती दिली.

''...आणि म्हणून त्यासाठी आम्हाला एका गणितज्ञाची गरज आहे.'' तो म्हणाला. उच्च दर्जाच्या आणि अत्यंत हुशार अशा एका गणितज्ञाला केवळ गुणाकाराचे रकाने आणि स्तंभ तपासायला लावणे म्हणजे लष्करातील जनरलला खेळण्यांतल्या सैनिकांची एक पेटी देऊन त्याला हे खरे जवान आहेत का याची खात्री करायला सांगण्यासारखे होते. पण याविषयी अनभिज्ञ आहोत, असे कर्नल क्वेईल मोठ्या सोईस्करपणे भासवत होता. ''तुम्ही हे वाचून आम्हाला सांगू शकाल का, की हे नक्की काय आहे?''

फिलिप ॲस्टन हे आंतरराष्ट्रीय कीर्तिचे गणितज्ञ होते. विभाजनाचा सिद्धांत आणि केऑस पृथक्करण यासारख्या अतिशय क्लिष्ट विषयांमध्ये केलेल्या संशोधनाबद्दल त्यांना जगभर प्रसिद्धी मिळाली होती. त्यांच्यासारख्या योग्यतेच्या माणसाला कदाचित

हा स्वत:चा अपमान वाटला असता; पण तसे न होता उलट त्यांच्याही डोक्यात चक्रे फिरायला लागली. या तक्त्यांविषयी त्यांनी बऱ्याच जणांकडून ऐकले होते आणि त्यामुळेच त्यांना हे रहस्य जाणून घेण्याची उत्कंठा वाटू लागली होती. हे तक्ते 'इंपीरियल वॉर म्युझियम' तसेच 'रॉयल एअर फोर्स म्युझियम' इथेही पाठवण्यात आले होते; पण तिथेही त्यावर एक-दोन वेळा नजर फिरवून ते तक्ते परत पाठवले गेले. यामध्ये डॉ. ॲस्टन यांचे लक्ष एका गोष्टीने वेधले गेले आणि ते म्हणजे क्वेईलने सांगितलेली गोष्ट.

याबाबतींत एक वेगळीच शक्यता कर्नलनी व्यक्त केली होती आणि ती म्हणजे, ही वही खरं तर एक डायरी अर्थात एक रोजनिशी होती. डोनाल्ड हिल १९८५ मध्ये हे जग सोडून गेला. तेव्हा त्याने त्याच्या पत्नीला आणि मुलांना सांगितले होते की, या डायरीतील संख्यांचे स्तंभ सांकेतिक आहेत. हाँगकाँगमध्ये वसाहतींसाठी लढताना आणि नंतर युद्धकैदी म्हणून त्याला आलेले अनुभव या सांकेतिक भाषेतील स्तंभांमध्ये दडलेले आहेत. त्या वेळेस त्याच्या बाबतीत काय काय घडले, हे जवळजवळ अर्धे शतक एक रहस्यच राहिले होते. हिल त्याच्या युद्धामधील अनुभवांविषयी अगदी क्वचितच बोलत असे. आता मात्र हिलच्या कुटुंबाला त्या डायरीमध्ये काय रहस्य दडले आहे, हे शोधून काढायचे होते. क्वेईल पुढे म्हणाला, ''आणि जर का ही सांकेतिक लिपी असेल, तर आम्हाला खात्री आहे की, तुम्ही त्याची उकल कराल.''

खरं तर फिलिप ॲस्टन यांच्या मागे बरेच व्याप होते. आधीच रोजच्या शिकवण्याचाच इतका पसारा होता की, त्यांना संशोधनासाठीसुद्धा वेळ कमी पडत होता. इतर संशोधकांप्रमाणेच त्यांना हे पक्के ठाऊक होते की, स्वत:ची प्रतिष्ठा आणि नावलौकिक टिकवायचा असेल, तर त्यांचे शोधनिबंध प्रसिद्ध होणे गरजेचे होते. तरीसुद्धा त्यांचे कुतूहल त्यांना स्वस्थ बसू देईना. खूप वर्षांपूर्वी काय घडले असावे, या कल्पनेने त्यांनाही पछाडून टाकले. त्यांनी असाही विचार केला की, जर का एका कैद्याने लिहिलेली सांकेतिक लिपी ही जर कागदावर पेन्सिलीने खरडलेले काही तरी वरवरचेच असेल, तर ते रहस्य उकलणे सहज शक्य आहे. जपानी कैदेमधील आयुष्य कशा प्रकारचे असेल, यासंबंधी डॉ. ॲस्टन यांना कल्पना येणे कधीच शक्य नव्हते. हिलकडे त्या वेळेस संगणक नव्हता, की कॅलक्युलेटर नव्हता. आणि तो ज्या दबावाखाली, उपासमारीत आणि ज्या हलाखीत दिवस काढत होता; तसल्या प्रतिकूल परिस्थितीत त्याने जे काही लिहिलेले होते, ते फारसे गुंतागुंतीचे नसणार. त्यामुळे त्या रहस्याचा भेद करायला फारसा वेळ लागणार नाही. अगदी एक आठवडादेखील पुरेसा होईल, अशी डॉ. ॲस्टन यांची धारणा होती. या कामासाठी एक आठवडा काढणे त्यांना काही जड नव्हते. ''मला ती प्रत

पाठवून द्या,'' ते म्हणाले, ''म्हणजे पाहू या काय करता येतेय ते.''

आता त्यांच्या पुढ्यामध्ये एक वही होती आणि त्या वहीबरोबरच क्वेईलने डोनाल्ड हिलबद्दलचेही काही तपशील पाठवले होते. डोनाल्ड हाँगकाँगमध्ये युद्धाच्या छावणीत युद्धकैदी म्हणून साडेतीन वर्षे होता. युद्ध संपल्यानंतर त्याला एमबीईचा दर्जा प्रदान करण्यात आला होता. त्यानंतर स्क्वाड्रन लीडर म्हणून त्याने रॉयल एअरफोर्स सोडले. डोनाल्ड क्वेइलला डोनाल्ड हिल धोरणी वगैरे मुळीच वाटत नव्हता, पण त्याचा धोरणीपणा त्या कात्रणातून मात्र ठळकपणे जाणवत होता. जसजसा ते त्या तक्त्यांचा अभ्यास करत होते तसतसे त्यांचे विचार परत तिथेच माघारी येत होते. संख्यांनी बनलेल्या त्या रकान्यांचा थेट संबंध युद्ध छावणीमध्ये असलेल्या त्या माणसाशी होता. ॲस्टनना एक गोष्ट प्रकर्षाने जाणवली आणि ती म्हणजे– त्यांच्यात असलेला नेटकेपणा, व्यवस्थितपणा व त्याबरोबर चुकीच्या पद्धतीने त्यांची मुद्दाम केलेली मांडणी आणि सहजासहजी भेदता येणार नाही असे रहस्य. त्या रकान्यांमध्ये केवळ घटनांचा तपशीलच नव्हता, तर डोनाल्ड हिल नावाच्या माणसाचे संपूर्ण व्यक्तिमत्त्वही त्यात व्यापलेले होते. बऱ्याच लोकांना संख्या पाहिल्या की, थोडीशी भीती वाटते. काही जण त्यामध्ये इतके अडकून राहतात की, त्यांचा हेतू काय आहे, हेच ते विसरून जातात आणि त्यांना बुद्धी थिजून गेल्याची भावना होते, आणि काहीवेळा ती बुद्धी काम करेनाशी होते. पण डॉ. ॲस्टनचे मात्र या आकड्यांनी लक्ष वेधून घेतले होते. अगदी लहानपणीदेखील संख्यांच्या वेगवेगळ्या आकृतिबंधांशी डॉ. ॲस्टन खेळत बसायचे. जसजसे वय वाढत गेले तसतसे गणिताचे हे विश्व त्यांना अतिशय अद्‌भुत वाटू लागले. दृश्य, स्पर्श आणि गंध यांच्या जाणिवेपेक्षाही हे विश्व अद्‌भुत होते.

त्रिकोण, आयत यांसारख्या सर्वसाधारण केवळ भौमितिक आकारांपुरते डॉ. ॲस्टन यांचे गणिताविषयीचे आकर्षण मर्यादित नव्हते; तर विस्तृत हिमनग, वाळवंटामधील लाटांप्रमाणे भासणाऱ्या वाळूच्या टेकड्या आणि नागमोडी आकाराची आकाशगंगा यांच्यामध्येसुद्धा ते गणितातील रचना शोधत. वॉरविक विद्यापीठामधील गणिताचे प्राचार्य इयान स्टेवर्ट यांच्या मते, आयुष्यसुद्धा या विशिष्ट गणिती प्रकारामध्ये बांधलेले आहे. त्यांनी आपल्या 'लाइफस् अदर सिक्रेट्स' या पुस्तकामध्ये लिहिलेले आहे की, डी. एन. ए. च्या मॉलेक्युलर स्कॅफॉल्डिंगमध्येसुद्धा गणित असते. अगदी अख्ख्या वैश्विक सजीव सृष्टीमधील दीर्घकालीन उत्क्रांतवादी प्रेरक शक्तीमध्येसुद्धा गणिती रचना सामावलेली आहे. त्याचप्रमाणे मोराच्या सुंदर, झुपकेदार पिसाऱ्यामध्ये, फुलपाखरांच्या भपकेदार पंखांमध्ये, समुद्रामधील शंख- शिंपल्यांमध्ये, मुंग्यांच्या वारुळातसुद्धा गणितीय रचना असतात. इतकेच काय, पण मानवी गर्भाची वाढ होत असताना पेशींची जी विभागणी होऊन हात, पाय आणि इतर अवयव तयार होतात;

त्यामध्येदेखील गणिताची शिस्तबद्ध अशी चौकट असते. तसेच झ या फांद्या किंवा नद्या यांमध्येही गणितीय रचना पाहायला मिळतात.

लहानपणी डॉ. ॲस्टन यांच्यावर झालेल्या संस्कारांमुळे त्यांचा देव विश्वास होता आणि हा विश्वास प्लायमाऊथ ब्रेथ्रेन यांच्या श्रद्धेवर शय होता. त्यांनी बायबलचे शब्दश: स्पष्टीकरण दिले होते आणि त्यामुळे ग मूलतत्त्ववादी विचारसरणी ही शास्त्रज्ञांच्या तात्त्विक आणि चौकस दृष्टि पूर्णपणे वेगळी होती. डॉ. ॲस्टन जसजसे मोठे होत गेले तसतसे त विचारधारा आणि वैज्ञानिक दृष्टिकोन याची सांगड घालायचा प्रयत्न कर नसते, तरच नवल होते. निसर्गातील प्रत्येक गोष्टीमध्ये गणिताप्रमाणेच क्लिष्टता आणि सौंदर्य दडले आहे की, त्या गोष्टीची सांगड घालणे फव विधात्यालाच शक्य आहे, असा ठाम विश्वास त्यांना होता. ही सर्व रचना आणि निरर्थक नक्कीच नाही, हे त्यांनी केव्हाच जाहीरपणे मान्य करून टाकले गणिती स्पष्टीकरणानुसार विधात्याचे अस्तित्व हे मानवी विचारांच्या आणि कल्पने पलीकडले आहे. रविवारखेरीज आठवड्याचे सर्व दिवस ते अभ्यासात व्यग्र असायचे. गिंझबर्ग-लँड्यूसारख्या गुंतागुंतीच्या समीकरणातून सीमेट्री आणि केऑससारखी अवघड गणिते सोडवण्यामध्ये त्यांचा सर्व आठवडा जात असे. पण रविवार मात्र त्यांनी खास पियानोसाठी राखून ठेवला होता. दर रविवारी ते गिल्डफोर्ड बाप्टिस्ट चर्चमध्ये पियानो वाजवायला जात असत. त्यांच्या मते, प्रत्येक कृतीचे कार्य सारखेच असते.

त्यांच्या समोरील कागदावर आकडे होते. कसल्याशा आंतरिक प्रेरणेने ते त्यांचा आकृतिबंध अभ्यासू लागले. प्रत्येक पानावर जाळीसारख्या छोट्या-छोट्या चौकटी होत्या. त्या चौकटींचे तेवीस आडवे स्तंभ होते आणि सत्तेचाळीस उभ्या ओळी होत्या. प्रत्येक चौकटींमध्ये चार अंक गिचमिडीमध्ये बसवले होते. त्यांच्या असे लक्षात आले की, पहिल्या दोन पानांवर एक ते सव्वीसपर्यंतचे अंक होते आणि प्रत्येक अंकाच्या कोणत्या तरी एका बाजूला एक ठिपका दिला होता. त्यानंतरच्या पानांवर वेगवेगळ्या अंकांचा गट वापरला होता. ते दहापासून पस्तीसपर्यंतचे आकडे होते. त्याला संशय आला की, हा गट दोन अंकी आहे, कारण ते या स्तंभामध्ये चपखल बसले होते. यामध्ये महत्त्वाची आणि लक्षात येणारी एक गोष्ट होती. ती म्हणजे, डोनाल्ड हिलने यामध्ये सव्वीसपेक्षा जास्त वेगवेगळे आकडे वापरले नव्हते. अशा प्रकारे एक परिचित आकार तयार झाला. डायरीमधून एखादा अर्थ वेचून काढायचा झाल्यास कोणत्या तरी एखाद्या ठिकाणी ते आकडे शब्दांमधून व्यक्त करता आलेले असते आणि ते शब्द वर्णमालेमधील सव्वीस अक्षरांमधूनच साकारले असते. हा एखादा योगायोग तर खरोखरच नसतो.

ल आणखी एक वैशिष्ट्य म्हणजे, यामधील बारीक-सारीक तपशील. तज्ज्ञाच्या दृष्टीने हा नक्कीच रंजक प्रकार होता. अंक त्यांच्या जागेवर समीकरणही नीट वाचता येत नव्हते आणि नंतरची आकडेमोड तर समजणे कठीण होते. त्यामध्ये तंतोतंतपणाचा अभाव होता. खरं तर हे सगळे अगदी ट होते, तरीही हे काम ॲस्टनसाठी खूपच रंजक आणि आनंददायी होते. मधील आकडे संगणकावर घेण्याचा सोपा उपाय होता. तो म्हणजे, वहीची पाने जिटल स्कॅनरवर घ्यायची आणि संगणक वाचू शकेल अशा प्रकारे त्यांना मुद्रित करायचे. पण त्यामध्ये पुन्हा एक धोका होता. तो म्हणजे, स्कॅनरचे ऑप्टिकल रेकग्निशन सॉफ्टवेअर हे करताना छोट्या-छोट्या चुका करण्याची शक्यता होती. जसे– तीनच्या ऐवजी पाच किंवा एकच्या ऐवजी सात. शेवटी कितीही, काहीही झाले तरीसुद्धा मानवी डोळे आणि मानवी मेंदू हा कोणत्याही सिलिकॉन चिपपेक्षा जास्तच विश्वासू असणार आणि म्हणूनच त्यांनी प्रत्येक आकडा एकापाठोपाठ एक स्वत: टाईप करण्याचे ठरवले. हे म्हणजे, एखाद्या सुताराने कामाला सुरुवात करण्यापूर्वी पटाशीने लाकडाच्या कडा तासून घेऊन मग कामाला सुरुवात करण्यासारखे होते. सुरुवातीपासूनच हे काम करताना एक प्रकारचा आनंद आणि समाधान वाटत होते.

उंच आणि खूपच सडपातळ अशा फिलिप ॲस्टन यांना आकड्यांमध्ये असलेल्या सामर्थ्याची कल्पना होती. त्यांच्या विषयाशी संबंधित नसेल, अशा सांकेतिक शब्दांचे आणि पर्यायाने भाषेचे त्यांना फारसे ज्ञान नव्हते. पण एकदा एखाद्या विषयाशी त्यांचे नाते जुळले की, त्यांचा अभ्यास सुरू होत असे; मग मात्र त्यामधील सखोल माहिती मिळवण्याचा ते अथक प्रयत्न करत असत. त्या विषयामधील सर्व बौद्धिक आव्हानांना ते सामोरे जात असत. 'एलिमेंटरी क्रिप्ट ॲनालिसिस : ए मॅथेमॅटिकल ॲप्रोच' हे पुस्तक म्हणजे त्यांचा मार्गदर्शक होते. हे पुस्तक अब्राहम सिंकोव नावाच्या एका महान क्रिप्ट ॲनालिसिस तज्ज्ञाने लिहिले होते. सिंकोवने पेंटागॉनचा मोठा क्रिप्टोग्राफिक विभाग १९२९ मध्ये सुरू करण्यास मोठा हातभार लावला होता. हा विभाग म्हणजेच सध्याची नॅशनल सिक्युरिटी एजन्सी– सांकेतिक लिपी व शब्द यांची उकल करणारी जगातली सर्वांत मोठी संस्था होय. गणितामध्ये सिंकोव अत्यंत निष्णात असल्या कारणाने न्यूयॉर्क विद्यापीठाकडून त्यांची अमेरिकेच्या अगदी मध्यवर्ती लष्करी यंत्रणेमध्ये नियुक्ती झाली होती. पण असे असले, तरी त्याचा बौद्धिक दृष्टिकोन मात्र तसाच होता आणि अगदी योगायोगाने त्याला कामही असेच मिळाले होते. ते म्हणजे, डोनाल्ड हिल्सची विमाने नष्ट करणाऱ्या जपानी हवाईदलाच्या सांकेतिक शब्दांची उकल करायचे काम. या कामासाठी त्याला बढती देऊन कर्नलचा हुद्दा देण्यात आला होता. त्याचबरोबर त्याला 'लेजियन ऑफ

मेरिट'चा बहुमानदेखील मिळाला होता. युद्धानंतर चार वर्षे झाली तरी आजसुद्धा लष्करी खाक्यामध्ये त्याला कोणी सॅल्युट केला, तर तो आपला हात हलवून 'गुड मॉर्निंग' असेच म्हणायचा. तर, अशा या अब्राहम सिंकोवचे पुस्तक पुढचे काही आठवडे डॉ. ॲस्टन यांना त्यांच्या विषयामधील गुंता सोडवण्यासाठी मार्गदर्शक म्हणून उपयोगी पडले.

गुप्तता किंवा रहस्य जपणे, हे कोणत्याही सांकेतिक लिपीचे महत्त्वाचे उद्दिष्ट असते. यात महत्त्वाचा शब्द आहे तो 'क्रिप्ट'. हा शब्द ग्रीक भाषेतील आहे. याचा अर्थ आहे लपवणे किंवा भूमिगत होणे. म्हणूनच एखाद्या प्रांतामधील प्रमुख चर्चच्या आतमध्ये एक छोटे ख्रिस्ती देऊळ असते, त्यालाही क्रिप्ट म्हणतात. सांकेतिक शब्दांचा अभ्यास म्हणजे 'क्रिप्टोलॉजी'; तर ज्यामध्ये काही तरी अर्थ दडलेला आहे, असे सांकेतिक शब्द किंवा सायफर किंवा काही तरी अर्थ आहेत असे शब्द तयार करणे म्हणजे 'क्रिप्टोग्राफी' आणि गुप्त संदेश किंवा रहस्यभेद करणे म्हणजे 'क्रिप्टोॲनालिसिस'. अगदी सुरुवातीपासूनच यांसारख्या सांकेतिक भाषेमधील रहस्याचा भेद करण्यासाठी गणितज्ञांनी महत्त्वाची भूमिका बजावली आहे. सायफर या शब्दाचा सरळ अर्थ आहे शून्य. गणितामधील पायाभूत संकल्पना म्हणजे शून्य. कोड आणि 'सायफर' यामध्ये खूप फरक आहे. विखुरलेले शब्द किंवा वाक्य यांच्या जागी त्यांचे प्रतीक म्हणून कोड वापरले जातात. अशा प्रकारे प्रथम फळीकडून संदेश पाठवण्याकरता पहिल्या महायुद्धामध्ये अमेरिकन लष्करी तुकड्या सांकेतिक लिपींची पुस्तके संदर्भ म्हणून वापरत असत. यामध्ये कोणत्याही सामान्य घटना सांगण्यासाठी याचा उपयोग होत असे. जसे– बंदुकीसाठी दारूगोळ्याची गरज आहे, या वाक्यासाठी सांकेतिक लिपीमध्ये YB असा कोड होता. त्याचप्रमाणे 'शत्रूचा मशिनगनने जोरदार हल्ला,' यासाठी सांकेतिक अक्षरे होती AF. इतिहासामध्ये सर्वांत अधिक वापरला जाणारा सांकेतिक शब्द म्हणजे ASCII अर्थात 'अमेरिकन स्टँडर्ड कोड फॉर इन्फॉर्मेशन इंटरचेंज.' बऱ्याच लोकांना ही कल्पनादेखील नाहीये की, ते या सांकेतिक शब्दाचा उपयोग करतात. बहुतेक सर्व संगणकांमध्ये हा सांकेतिक शब्द सॉफ्टवेअरचा भाग आहे. सर्वसाधारणपणे सांकेतिक शब्दासाठी प्रत्येक कॅरेक्टरची जागा अशा पद्धतीने बदलली जाते की, की-बोर्डवरील प्रत्येक चिन्हाला सात I किंवा सात O यांच्या मालिकांमध्ये कुठले तरी जुळणारे चिन्ह असते. अशा प्रकारे छोट्या लिपीतील a अक्षर बनते II0000I आणि मोठ्या लिपीतील A अक्षर बनते I00000I.

पण सायफर थोडेसे वेगळे आहे. जेव्हा ते मूळ संदेशामधील अक्षरे बदलते, तेव्हा गोपनीय बटणाच्या नियमानुसारच ही अक्षरे बदलली जातात. अगदी सोपे उदाहरण घ्यायचे झाल्यास ज्यूलियस सीझरचे सायफर. शाळकरी मुलांच्या कित्येक

पिढ्या हेच सायफर वापरत आल्या आहेत. यामध्ये a हे अक्षर सायफरमध्ये बदलायचे झाल्यास d, तर b हे अक्षर e आणि याप्रमाणे पुढेही हाच नियम. थोडक्यात, हा नियम असा आहे की, प्रत्येक अक्षर हे वर्णमालेतील पुढच्या तीन अक्षरांनी पुढे जाते. यामध्ये तोटा असा आहे की, शाळेमध्ये मुले वर्षानुवर्षे हेच शिकली आहेत आणि ही अक्षरांची बटणे सहज ओळखता येण्यासारखी असतात.

"थोडक्यात, तुम्हाला तो आकृतिबंध समजून घ्यायचा आहे आणि तो एकदा का समजला की, तुम्हाला सगळा उलगडा होईल." डॉ. ॲस्टननी स्पष्ट केले. "मला वाटते की, यामुळेच बऱ्याच गणितज्ञांनी क्रिप्टोग्राफीमध्ये रस दाखवला असावा. दोन्ही शाखा एकमेकांशी अगदी सुसंगत आहेत."

सायफरमधील आकृतिबंधाचे उत्तम उदाहरण म्हणजे e हे अक्षर. हे अक्षर सीझर सायफरच्या रहस्याचा सहज सुगावा देते. इंग्रजीमध्ये हे अक्षर बाकीच्या अक्षरांच्या तुलनेने जास्त वेळा वापरले जाते. अशा तऱ्हेने बदललेल्या संदेशामध्ये इंग्रजी अक्षर h हे दुसऱ्या कोणत्याही अक्षरापेक्षा जास्त वेळा वापरले गेले, तर आपण हे सहजपणे गृहीत धरू शकतो की, मूळ संदेशामध्ये h हे अक्षर e या अक्षरासाठी वापरले आहे किंवा क्रिप्टोॲनालिस्टची बदललेली माहिती, अर्थात प्लेन टेक्स्ट. खरं तर अक्षरांची पुनरावृत्ती ज्या वेगाने इंग्रजीमध्ये झाली आहे, ती अगदी कमालीची सुसंगत आणि स्थिर आहे. कोणत्याही लांबलचक लिखाणामध्ये सारखी-सारखी वापरली जाणारी पाच अक्षरे म्हणजे e, t, a, o, n. आणि वारंवार येणाऱ्या बाकीच्या अक्षरांचासुद्धा त्याच पद्धतीने अंदाज लावता येऊ शकतो.

हा तोटा लक्षात घेऊन अनुभवी क्रिप्टोग्राफर त्या शब्दाचे तिथे असणारे अस्तित्व लपवू शकतात आणि त्यासाठी जास्तीत जास्त गुंतागुंत केली जाते. या गुंतागुंतीच्या प्रक्रियेमध्ये पहिले अक्षर h हे l मध्ये बदलू शकते, त्यानंतरचे j मध्ये आणि त्यानंतरचे तिसरे k मध्ये. हे क्रिप्टोग्राफर मूळ प्लेन टेक्स्टमध्ये e या शब्दाचा वापर टाळायचा प्रयत्न करतात. याचे अतिशय सुंदर उदाहरण म्हणजे अर्नेस्ट व्हिन्सेंट राईट यांनी त्यांच्या 'गॅड्सबी' या पुस्तकामध्ये एका कथेचा सारांश लिहिला आहे, ज्यामध्ये त्याने कुठेही हे अक्षर वापरलेले नाही. तो उतारा खालीलप्रमाणे आहे–

'It is a story about a small town. It is not a gossipy yarn; nor is it a dry, monotonous account, full of such customary "fill-ins" as "romantic moon light casting murky shadows down a long, winding country road." No. It is an account of up-and-doing activity; a vivid portrayal of Youth as it is today;

and a practical discarding of that worn-out notio that "a child don't know anything."

वरील परिच्छेद वाचला तर आपल्या लक्षात येते की, येथे कुठेही he the, then असे शब्द दिसत नाहीत की, ज्यामध्ये e हा शब्द आला आहे हे सहज शक्य आहे, हे सिद्ध करण्यासाठी त्याने ५०,००० शब्दांची गोष्ट e न वापरता लिहिली आहे.

सरते शेवटी क्रिप्टोॲनालिस्टला सर्वांत अवघड आणि आव्हानात्मक गो कोणती; तर ती म्हणजे, मूळ अर्थाच्या भोवती सांकेतिक लिपीचे असलेले जाड आवरण. हे आवरण एखाद्या कासवाच्या पाठीवर असलेल्या जाड कवचाप्रमाणे असते. मऊ कातडी असलेल्या एखाद्या प्राण्याला जसे संरक्षण द्यावे त्याप्रमाणे रहस्यालादेखील सुरक्षित राहण्यासाठी बाहेरून संरक्षण देण्यासारखे आहे. आणि सांकेतिक शब्दांची निर्मितीच मुळी बाहेरील चोर आणि लुटारूंपासून गुप्त माहितीचे संरक्षण व्हावे, यासाठी असते. डोनाल्ड हिलची सांकेतिक चिन्हे ही जरी ओढूनताणून आणल्यासारखी भासत असली, तरीसुद्धा त्यात एक विशिष्ट प्रकारचे साम्य होते. याचे मुख्य कारण हेच होते की, जर का त्याची डायरी शत्रूला यदाकदाचित सापडली असती, तर त्यामुळे त्याच्या आयुष्याला फार मोठा धोका पोहोचला असता.

डेव्हिड कान्ह आपल्या 'द कोडब्रेकर' या पुस्तकात लिहितो, 'क्रिप्टॉलॉजी ही एक संरक्षक भिंत आहे. आधुनिक मानवाच्या संदेशांना लाभलेले ते संरक्षण आहे. ज्याप्रमाणे समुद्री कासवांना कठीण कवच लाभलेले असते किंवा समुद्रामधील स्क्विड नावाच्या एका प्राण्याला ज्याप्रमाणे शाईची पिशवी असते, ज्यामुळे तो शत्रूपासून स्वत:चे संरक्षण करून घेतो किंवा सरड्यासाठी त्याचे आवरण असते; यामागे स्वसंरक्षण हाच उद्देश असतो. हा निसर्गाचा नियमच आहे. देशाच्या नागरिकांच्या संरक्षणाकरताही हे अतिशय गरजेचे आहे. काही संदेशांकरता सांकेतिक लिपी असते. माणसामध्ये हे संरक्षण करण्याचे काम करते ती त्याच्यामध्ये असलेली बुद्धिमत्ता. या बुद्धिमत्तेची काळापरत्वे उत्क्रांती झाली. ज्ञान ही फार मोठी शक्ती आहे.' डेव्हिड पुढे असेही म्हणतो की, सांकेतिक शब्द बनवणारा आणि त्याची उकल करणारा ह्या दोघांमध्ये तीव्र संघर्ष असतो. तो संघर्ष किंवा ते युद्ध हे शिकारी आणि भक्ष्य यांच्यामधील युद्धाप्रमाणेच असते. काळाच्या ओघामध्ये यातही आपल्याला उत्क्रांती झालेली पाहायला मिळते. त्याचप्रमाणे क्रिप्टोलॉजीसुद्धा माणसाच्या ज्ञानाचे भांडार असते आणि यामध्ये काळानुरूप बदल होत असतात.

डोनाल्ड हिलने आपले हे रहस्य अतिशय काळजीपूर्वक दडवून ठेवले होते.

ज्या प[illegible]मकारकतेने त्याने ते रहस्य जपून ठेवले होते, त्यावरून त्या रहस्याचे [illegible]कती होते, हे लक्षात येते. इंपीरियल वॉर म्युझियम तसेच राफ (रॉयल मह[illegible]र्स) म्युझियममध्ये 'रसेलचा गणिती तक्ता' या शब्दांनी बऱ्याच शंका [illegible]ल्या जात होत्या. ज्यांनी या वहीचा अभ्यास केला होता, त्यांना अनेक प्रश्न [illegible]ले होते. त्यामुळे त्या सर्वांना आता असेच वाटत होते की, याचा अभ्यास करण्यात आणि या रहस्याची उकल करण्यात काही अर्थ नाही. सांकेतिक लिपीची उकल करणाऱ्यांच्या परिभाषेमध्ये ही डायरी सांकेतिक लिपीचा एक उत्कृष्ट नमुना होता, ज्यामध्ये सांकेतिक संदेशांचे अस्तित्वच दडलेले होते. सत्य हे होते की, त्याने त्याच्या डायरीमधील संदेश हा केवळ सांकेतिक लिपीमध्ये रूपांतरित केला नव्हता; तर त्याची अशीही रचना केली होती की, ज्यामुळे त्यातील सांकेतिक शब्द हे गणिती तक्त्यांप्रमाणे भासतील. कारण तो शेवटी त्याच्या आयुष्याचा प्रश्न होता. त्या डायरीतील त्याने लिहिलेल्या गोष्टी जर का बाहेर फुटल्या असत्या, तर त्याच्या जीविताला मोठा धोका होता.

डॉ. फिलिप ॲस्टन यांच्यापुढे मोठा यक्षप्रश्न हा होता की, सुरुवात कुठून करायची? शेवटी त्यांनी असे ठरवले की, हे शोधून काढायचे की डोनाल्ड हिलने काही सांकेतिक शब्दांऐवजी दुसरे कुठले पर्यायी शब्द वापरले आहेत का किंवा एका शब्दाऐवजी दुसरा शब्द किंवा एखाद्या विशिष्ट आकड्याऐवजी दुसरा कोणता पर्यायी अंक वापरला आहे का? अशा प्रकारे काही गुप्त सिद्धांत किंवा सूत्रे वापरली आहेत का? त्यांनी अगदी त्याच्या मुळाशी जायचे ठरवले, म्हणजे अगदी सुरुवातीपासून. लहान मुलांची एखादी गोष्ट गुप्त ठेवायची अगदी सोप्पी पद्धत म्हणजे, वर्णमालेतील प्रत्येक अक्षराला एक क्रमांक ठरवायचा, जसे a=1, b=2 आणि असे करता-करता सर्वांत शेवटी काय येईल– तर z=26. संगणकासाठी असा प्रोग्राम लिहिणे सोपे आहे. त्यामुळे त्याला अंकांचे अक्षरांमध्ये रूपांतर करणे सोपे होते; म्हणजे a च्या ऐवजी 1 आणि b च्या ऐवजी 2.

हे खरं तर इतके प्राथमिक अवस्थेमधील होते ना की, त्यामुळे वैताग आला असता; पण अवघड आव्हान पेलायला कुठून तरी सुरुवात करायला हवी होती. संगणक एका सेकंदाला दहा लाख बिट्स एवढ्या माहितीवर प्रक्रिया करतो, क्रमाने आकडे लावतो, त्या आकड्यांना नंतर गणिती परिभाषेत मोजतो आणि त्यांच्यात असलेला संबंध अनेक शक्यता गृहीत धरून मोजतो. त्यातही ज्या वेगाने तो वाचतो त्यापेक्षा जास्त वेगाने या क्रिया करतो. पण या मशिनच्या पलीकडे आहे ते आधुनिक विद्यापीठामधील गणित आणि कम्प्युटिंग विभाग. हा विभाग एका बळकट हातोडीप्रमाणे आहे आणि डोनाल्ड हिलच्या सांकेतिक भाषेला आणि त्याच्या रहस्याला एखाद्या शेंगदाण्याचे टरफल फोडून त्यातून दाणा बाहेर काढावा त्याप्रमाणे त्या रहस्याला

छेद द्यायला हा विभाग समर्थ आहे. तो दिवस होता दि. ३ फेब्रुवारी १९९६. त्यांनी खिडकीतून बाहेर नजर टाकली. हिवाळ्याचे दिवस होते आणि थंडीमधील तो लहान दिवस मावळत होता. हळूहळू तिन्हीसांजा होत होत्या. कामाला सुरुवात करण्याची वेळ झाली होती.

कर्नल क्वेईलने डोनाल्डच्या डायरीतील रहस्य शोधण्याकरता कोणत्या तरी माणसाला शोधून काढले आहे, ही बातमी ऐकल्यानंतर पामेला हिलमध्ये एक प्रकारचा उत्साह संचारला आणि तिच्या आशा पुन्हा एकदा पल्लवित झाल्या. त्यांच्या लग्नानंतरच्या इतक्या वर्षांत एक गोष्ट कळून चुकली होती की, डोनाल्डच्या डायरीमध्ये जे आकडे आहेत, ते केवळ आकडे नसून ते सांकेतिक शब्द आहेत; ज्यामध्ये डोनाल्डच्या आयुष्यातील काही तरी रहस्य दडलेले आहे. आज डोनाल्डला स्वर्गवासी होऊन दहा वर्षांहून अधिक कालावधी लोटला होता; पण डायरीमध्ये दडलेले डोनाल्डचे रहस्य तिला स्वस्थ बसू देत नव्हते. ते जाणून घेणे, ही तिच्या लेखी अतिशय महत्त्वाची गोष्ट बनली होती. डायरीच्या रहस्याविषयी तिच्या मनामध्ये असणाऱ्या या कमालीच्या उत्सुकतेपोटी कोणत्या तरी तज्ज्ञ व्यक्तीचा शोध घ्यायची तिच्यामध्ये तीव्र इच्छा निर्माण झाली होती. तिचा भूतकाळ आणि तिचे तरुणपणापासूनचे पुढचे सगळे आयुष्य हे डोनाल्ड हिलच्या आयुष्याशी जोडले गेले होते. तिच्या विशीतील सुरुवातीच्या काळात ती त्याला पहिल्यांदा भेटली आणि त्यानंतर असा एकही दिवस तिच्या आयुष्यामध्ये आला नाही की, ज्या दिवशी तिने त्याचा विचार केला नाही. तिचे मन आणि तिच्या जाणिवा पूर्णपणे त्याच्या विचारांनी व्यापून गेल्या होत्या. तिचे मन त्याच्या विचारांनी पूर्णपणे ढवळून निघाले होते. त्याने डायरीमध्ये जो कालावधी नमूद केला होता, त्यामध्ये त्याने असे खूप काही अनुभवले होते की, त्यामुळे त्याच्या आणि पामेलाच्या नातेसंबंधांवर कमालीचा परिणाम झाला होता. पण असे असूनही त्याच्या बाबतीत नेमके काय घडले होते, हे तो तिला कधीच सांगू शकला नाही.

त्याबरोबरच बऱ्याच अपेक्षांच्या ओझ्याखाली ती दबलेली होती आणि त्यामुळे तिच्या मनावर चिंतेचे सावट सतत होते. त्या रहस्यामुळे तिच्या आयुष्यावर एवढा परिणाम झाला होता की, अशा परिणामाची कल्पना तिने कदाचित केलीच नसावी. आयुष्यामध्ये ज्या माणसावर तिने अतोनात प्रेम केले, त्या माणसाने दडवून ठेवलेली कित्येक रहस्ये तिला या डायरीमुळे कळणार होती. तिने त्याच्या ज्या वर्तनाला कधीही माफ केले नसते, अशा त्याच्या वागण्यामागचे रहस्यही या डायरीमुळे उकलले जाणार होते. ज्याप्रमाणे पझल्सचे अनेक तुकडे जोडताना एक कुठला तरी तुकडा जर पालथा पडला असेल, तर ते पझल पूर्ण होऊ शकत नाही; त्याचप्रमाणे तिच्या आयुष्याच्या

अनेक तुकड्यांपैकी हा एक तुकडा असा होता की, तो सुलटा केल्याशिवाय त्याच्या आयुष्याचे कोडे खऱ्या अर्थाने उकलणार नव्हते. दडलेल्या त्या तुकड्यावरील प्रतिमेमुळे तिची स्वत:विषयीची प्रतिमादेखील बदलू शकणार होती.

आज ती एकोणऐंशी वर्षांची होती– एखाद्या मातीच्या भांड्याप्रमाणे तकलादू झाली होती, अगदी पिकल्या पानाप्रमाणे होती. पण आजही नेटकेपणाने कापलेले तिचे लाटांसारखे केस आणि त्याखाली असलेले तिचे गहिरे निळे डोळे तिच्या तरुणपणातील सौंदर्याची साक्ष देत होते. जवळजवळ अर्ध्या शतकापूर्वी ती आणि डोनाल्ड एकमेकांच्या प्रेमात प्रथम पडले होते. त्याने १९८५ मध्ये या जगाचा निरोप घेतला. पण त्यानंतरही दररोज ती त्याचाच विचार करत असे. कित्येक रात्री ती त्याला आपल्या स्वप्नामध्ये पाहायची. जेव्हा ती तिच्या आयुष्याकडे मागे वळून पाहत असे, तेव्हा आपले सगळे आयुष्यच त्यांच्या नातेसंबंधांवर उभे असल्याचे तिला जाणवत असे. ते आयुष्य संपूर्णपणे सुखी किंवा आनंदी मुळीच नव्हते. वसंत ऋतूतील त्या नात्याला झालेली सुरुवात ते हिवाळ्यामध्ये त्या नात्याला गेलेला छेद– असे हे नातेसंबंध संपूर्णपणे वेढल्यासारखे होते. त्यांनी एकमेकांवर अतोनात प्रेम केले, कित्येक वेळा ते भांडलेसुद्धा. रागाच्या भरात तसेच आनंदाच्या भरात, जे काही एकमेकांना सांगण्यासारखे होते, तेही त्यांनी सांगितले. त्यांना खूप वेळा आपल्या वागण्याचा पश्चात्तापही होत असे आणि दोघांनीही खूप प्रेम केले होते, त्यामुळे एकमेकांना सतत माफही केले होते. दोघांमध्ये एकमेकांबद्दल कमालीचा समजूतदारपणा होता आणि तो इतक्या उंचीवर पोहोचला होता की, एकमेकांना समजून घेण्यासाठी त्यांना शब्दाची गरजच भासत नसे. त्यांच्यातील ह्या दृढ नातेसंबंधाचा शेवट त्याच्या मृत्यूनेच झाला.

त्यांच्यामधील नात्याची वीण इतकी घट्ट होती, तरीही त्या नात्यामध्ये एक गूढ कायम राहिले आणि ते गूढ म्हणजे, डोनाल्डच्या आयुष्यातील रहस्य. तो हाँगकाँगला असताना त्याच्या बाबतीत नक्की काय घडले होते, हे रहस्य अजूनही त्याच्यापुरतेच सीमित होते. हा काही केवळ युद्धाचा किंवा जपानी कैद्यांच्या छावणीचा अनुभव नव्हता. तुरुंगामध्ये असताना कैद्यांना सामान्यपणे कोणत्या परिस्थितींना सामोरे जावे लागते, हे कित्येक ऐतिहासिक घटनांमधून किंवा जुन्या आठवणींमधून सांगितले गेले आहे. त्यातही महत्त्वाचे हे होते की, या सर्व अनुभवाचा डोनाल्डच्या संपूर्ण व्यक्तिमत्त्वावर विलक्षण परिणाम झाला होता. त्याचे करावयाचे स्पष्टीकरण त्याच्या मनामध्ये दबून गेले होते आणि तो ते खुलेपणाने सांगू शकला नव्हता. म्हणूनच त्या डायरीमध्ये काय लिहिले आहे, हे जाणून घेणे तिच्यासाठी फार महत्त्वाचे होते; मग त्याचे परिणाम काहीही होवोत. त्याच्या मृत्यूपूर्वी बाकीची सर्व रहस्ये त्याने तिला विश्वासात घेऊन सांगितली होती. पण हेच असे रहस्य होते की,

जे त्याने तिला सांगितले नव्हते. हे शेवटचे रहस्य होते. डायरीतील त्या आकड्यांच्या खाली काही अक्षरे दडली होती, जी तो तिला जिवंत असताना सांगू शकला असता. जोपर्यंत ती अक्षरे काही सांगत नव्हती तोपर्यंत त्यांची गोष्ट पूर्ण होणार नव्हती. त्याच्या मृत्यूनंतर ती सतत कोणाच्या तरी शोधात होती, जो या डायरीतील रहस्य शोधू शकेल. हा शोधाचा प्रयत्न आता अधिकाधिक वैफल्यग्रस्त होत होता. कित्येक मित्रमंडळींना ती भेटली, कित्येक ओळखीच्यांचे सल्ले तिने घेतले, किती तरी निरनिराळ्या संस्थांकडे तिने ती डायरी पाठवली की, जेणेकरून या रहस्याचा भेद होईल. त्यांतील काही लोकांनी आकड्यांचे ते घनदाट जंगल पाहिल्यानंतरच काढता पाय घेतला होता; तर काही जण असा विचार करत होते की, भूतकाळातील घटनांना हात घालण्यात आता खरंच काही अर्थ आहे का? तर काही लोक तिला दर्शवू देत नव्हते; पण त्यांच्या मनामध्ये येत होते की, ही बाई खरंच भ्रमिष्टासारखी करत आहे. कारण हे आकडे गुणाकारांच्या तक्त्यांखेरीज दुसरे काहीही नाहीत. पण ते काय आहे, हे जाणून घेण्याची तिची प्रबळ इच्छा होती, त्याचे कोणालाही कौतुक नव्हते.

मात्र, पामेलामध्ये एक जबरदस्त आत्मविश्वास व दुराग्रह होता आणि तो तिच्या असामान्य सौंदर्यामुळे तिच्यामध्ये आला होता. या आत्मविश्वासामुळेच लोकांच्या टीकांकडे तिने कधीच लक्ष दिले नाही. उलट, जे तिला पटेल आणि योग्य वाटेल, तेच ती करत असे; मग अगदी कोणीही तज्ज्ञ माणूस का सांगेना, तिला त्याची पर्वा नसे. तिला अगदी पक्की खात्री होती की, आज ना उद्या कोणी ना कोणी तरी तिला नक्की भेटेल– जो तिच्या नवऱ्याच्या या मुखवट्याचा भेद करू शकेल. तिच्या या आग्रहानेच तिला कर्नल क्वेईलपर्यंत पोहोचवले. तिला जेव्हा हे समजले की, क्वेईलने डॉ. ॲस्टन यांना शोधले आहे; तेव्हा तिला अतिशय आनंद झाला की, शेवटी योग्य माणूस शोधण्यामध्ये आपल्याला यश मिळाले. अर्थात, याचे तिला आश्चर्य मात्र वाटले नव्हते; कारण तिला विश्वास होता की, कधी ना कधी हे होणारच होते आणि खरोखरच आजपर्यंत तिने जे सांगितले, ते तत्काळ करणारे पुरुष तिला भेटले होते.

"खरंच हा प्रचंड आत्मविश्वास माझ्यामध्ये असता तर?" पामेलाची मोठी मुलगी जोहाना एकदा म्हणाली होती. "ती कोणतीही वाट्टेल ती गोष्ट सांगेल आणि त्या वेळेस त्यांचे परिणाम काय होतील याचा ती विचार करणार नाही. लोकांना ती आपल्याभोवती नाचायला भाग पाडते आणि त्यांनाही ते आवडते." ज्या वेळेस हे पुस्तक लिहिले जात होते, तेव्हा पामेलाला कर्करोगाच्या उपचाराकरता दवाखान्यामध्ये हलवण्यात आले होते. आजारातून थोडेसे बरे वाटू लागल्यानंतर ती एका वॉर्डमध्ये होती. तिथे दिवसाचा रितेपणा भरून काढण्यासाठी मोठ्या आवाजात टी.व्ही.

लावलेला असे आणि असाध्य रोगाने जर्जर रुग्ण तो पाहत असत. काही रुग्णांमध्ये कमालीची खिन्नता आणि औदासीन्य आलेले होते, तर काही लोकांवर मानसिक आघात झाले होते. पामेलाने अगोदरच स्पष्ट केले होते की, तिच्यावर करण्यात येणाऱ्या उपचारांचा परिणाम काहीही होवो; या आजाराला अत्यंत धैर्याने आणि खंबीरपणे सामोरे जायचे. दिवसागणिक तिने तिचे कपड्याचे कपाट मोकळे करायला सुरुवात केली होती आणि शक्य तेवढे कपडे बॅगेमध्ये भरून ठेवले होते. त्यामध्ये सिल्कचा स्कार्फ, एक सुंदर ब्लाऊज, फायर इंजिनासारख्या लाल रंगाचा सूट, सोनेरी ब्रोच– या अशा वस्तू होत्या की, ज्यामुळे दररोज सकाळी तिला लोकांपुढे छान कपडे घालून प्रसन्नपणे जाता येईल.

"त्यांच्यापैकी बरेच जण खरोखर मूर्ख आणि ठार वेडे आहेत," ती तिच्या बरोबरीच्या रुग्णांबद्दल म्हणाली. तिचा आवाज टी.व्ही.च्या आवाजामध्ये किंचित दबून जायचा. "पण त्यांना तरी दोष देण्यात काय अर्थ आहे? या अशा वातावरणामध्ये कोणीही वेडे होईल."

दवाखान्यातील प्रचलित पद्धतीविषयी तिचा असलेला प्रखर विरोध दर्शवण्यासाठी तिने एक गोष्ट केली आणि ती म्हणजे, तिने दवाखान्यामधील जेवण घेण्यास स्पष्टपणे नकार दिला. मातीने अन् चिखलाने भरलेले मटणाचे तुकडे आणि भात त्याच्या जोडीला शिळ्या ब्रेडवर संत्रे किसून आणि चीज घालून केलेले सँडविचेस हे सगळे तिच्या प्रकृतीला नक्कीच चांगले नव्हते. तिची प्रकृती दिवसागणिक अधिकाधिक खालावत चालली होती आणि तिची अशी अवस्था तिच्या कुटुंबियांना अस्वस्थ करत होती. तिच्या या उपोषणाच्या निर्णयामुळे सिस्टर मार्गारिटाही अस्वस्थ झाली आणि ती हॉस्पिटलमधील पामेलाच्या विंगमध्ये आली. शिजवलेल्या मांसाने भरलेली ताटली तिने पाहिली आणि तिने पामेलाला लगेचच बोलावणे धाडले.

उंच आणि थोडीशी कडक असलेली सिस्टर मार्गारिटा एक अतिशय चांगली नर्स होती. तिच्या रुग्णांना ती अशी उपाशी राहायची परवानगी देणे कधीच शक्य नव्हते. तिने घातलेले नियम रुग्णांनी जर मोडले, तर ते तिला बिलकूल सहन होणारेही नव्हते. ती तिच्या नियमांबाबत अतिशय काटेकोर होती. या परिस्थितीत खरे पाहिले, तर पामेलाने कोणताही विरोध न करता तिचे ऐकून जेवण घ्यायला हवे होते. त्या दोघींमध्ये काय बोलाचाली झाल्या, ही गोष्ट गुलदस्त्यातच राहिली. जेव्हा त्या दोघी कॉरिडॉरमध्ये आल्या, तेव्हा सर्वांनी पाहिले की, त्या दोघींत काय झाले होते. एकमेकींच्या गळ्यात गळा घालून त्या चालल्या होत्या. जेव्हा मार्गारिटाने आपल्या या महाकठीण रुग्णाकडे पाहिले, तेव्हा पामेला तारस्वरांमध्ये धून गुणगुणत होती. जॉर्ज गटरी या गायकाची १९४७ मधील 'ब्लेस अँड ब्राइड' या सुरेल कार्यक्रमामधील ती धून होती. हा संगीताचा कार्यक्रम त्या वेळी इतका अप्रतिम

झाला होता की, सभागृहामध्ये टाळ्यांचा प्रचंड कडकडाट झाला होता. इतका की, त्यामुळे कार्यक्रम काही वेळ खंडित झाला होता. पामेला गात होती, 'ला बेले मॉग्युरित सो ब्युटिफुल टू सी, ला बेले मॉग्युरित पिकिंग ग्रेप्स विथ मी.' पंधरा दिवसांनंतर पामेला बरी झाली म्हणून तिला औपचारिकपणे घरी सोडण्यात आले. खरं तर अनौपचारिकपणे. कारण तिला तिथे ठेवून घेणे योग्य नव्हते; उलट ते संकटाला आमंत्रण दिल्यासारखे होते. खरं तर ते तिच्या आनंदी जीवन जगण्याच्या वृत्तीला मिळालेले एक बक्षीस होते.

तिच्या फ्लॅटमध्ये तिने डोनाल्डचे एक चित्र ठेवले होते. डोनाल्डबरोबर तिथे असणाऱ्या एका सहकारी कैद्याने त्याची सुटका होण्याच्या थोडे दिवस आधी ते रेखाटले होते. त्यामध्ये त्याने त्याची रॉयल एअर फोर्सची टोपी घातलेली होती. पण त्यात त्याने दाट काळी दाढी वाढवलेली होती आणि त्याचा चेहरा अगदी भकास दिसत होता. त्याच्या बाबतीत तिथे नक्की काय झाले, हे समजण्यासाठी याव्यतिरिक्त आणखी दुसरा कोणताही पुरावा नव्हता. त्या चित्रामध्ये तो डोळे खाली करून पाहत होता. असं वाटत होते की, जणू काही त्या चित्रकारापासून त्याला त्याच्या डोळ्यांमधले भाव लपवायचे होते. युद्धावरून परत आल्यानंतर डायरीखेरीज ही अजून एक गोष्ट त्याने आपल्याबरोबर आणली होती. ते चित्रही त्याच्या डायरीप्रमाणेच कोणतेही गुपित उकलण्यास असमर्थ होते.

त्याची आठवण म्हणून जपून ठेवलेल्या अशा दुसऱ्या कोणत्याही फारशा वस्तू तिच्याजवळ नव्हत्या. लग्नानंतरची त्यांची काही वर्षे गडबडीची गेली होती. त्या वर्षांमध्येच त्यापैकी काही गोष्टी नाहीशा झाल्या होत्या आणि त्यापैकी बऱ्याच गोष्टी त्याच्या मृत्यूपर्यंत नष्ट झाल्या होत्या. त्यामधील एक गोष्ट तेवढी उरली होती; आणि ती म्हणजे, त्यांच्या लग्नाचे फोटोग्राफ्स. ते फोटो कातड्याच्या एका फ्रेममध्ये लावून भिंतीजवळील एका कपाटावर ठेवलेले होते. त्यांची काही पत्रे एका फाटक्या जाड लिफाफ्यामध्ये अतिशय काळजीपूर्वकपणे जपून ठेवली होती. त्याचप्रमाणे फर्निचरचे काही तुकडे ठेवले होते. या सर्वांव्यतिरिक्त तिने मनामध्ये जतन करून ठेवलेल्या त्याच्या आठवणी तिच्या सोबतीला होत्या. एवढी वर्षे त्याच्याबरोबर एकत्र आयुष्य घालवल्यानंतर या सर्व गोष्टी तिच्या लेखी कमीच होत्या.

वरवर पाहता, तिचे अस्तित्व हे खूपच बंधनामध्ये होते. बाकीच्या आधुनिक स्त्रियांपेक्षा तिचे आयुष्य वेगळे होते. बाकीच्या आधुनिक स्त्रिया केवळ त्यांच्या व्यवसायाचा विचार करत. संपूर्ण जगाची सफर करून यावी, असे विचार त्यांच्या मनामध्ये त्यांच्या व्यवसायापुढे येत नसत. पामेलाचे जवळजवळ सर्व आयुष्य टनब्रिज वेल्ससारख्या अतिशय सुरक्षित आणि सुखी वातावरणामध्ये गेले होते. तिच्या आयुष्याचा काही भाग तिने बाहेरील देशामध्ये एकदाच घालवला; पण तिथून

घरी परत कधी येऊ, असे तिला होऊन गेले होते. लग्नापूर्वी ती काम करत असे, पण लग्नानंतर मात्र ती फक्त एक आई होती आणि एक बायको होती. तेच तिचे करिअर बनून गेले होते.

डोनाल्डने तिला तसेच ठेवले होते. यापेक्षा वेगळे काही असू शकते, याचा विचार त्यांच्यापैकी कोणीही कधी केला नव्हता. त्या दृष्टीने पाहिले, तर युद्धानंतरच्या काळामधली जशी मध्यमवर्गीय इंग्लिश कुटुंबे असायची, तसेच त्यांचेही एक मध्यमवर्गीय कुटुंब वाटायचे. तिला कधी कधी असे वाटे की, हे जसे वाटते तसेच ते असावे.

आयुष्याचे वर्णन करण्याकरता काही विशिष्ट फॉर्म्युला नसतो, असा ती विचार करायची. त्याची व्याप्ती सहज दिसण्यासारखी आहे. इकडे गेले, ते पाहिले, हे मिळवले, ते केले; पण या सगळ्यामध्ये जगण्याची ओढच कुठे तरी निसटून गेल्यासारखी झाली. त्या ओढीचे, तीव्रतेचे काय उरले होते; तर फक्त ती डायरी... तिच्या अदृश्य इतिहासाच्या खोल गाभ्यामधून आलेली ती डायरी.

सांकेतिक लिपीच्या गूढ आवरणाखाली ते रहस्य अगदी सुरक्षितपणे दडून बसले होते. त्यांच्या आयुष्याला ज्या ठिकाणी वेगळे वळण मिळणार होते, त्या क्षणापासूनच ते रहस्य जणू काही काळाच्या वेष्टनाने झाकले गेले होते. त्याला ज्या काही यातना भोगाव्या लागल्या होत्या, त्या एखाद्या जखमेप्रमाणे भळभळत राहिल्या आणि त्यानंतरची वर्षे त्यांचे प्रेम जणू काही त्यातून येणाऱ्या रक्ताने सतत माखून निघत होते. त्यांच्या संपूर्ण वैवाहिक आयुष्यामध्ये तो अनुभव बंदिस्त केल्याप्रमाणे होता. अतिशय आग्रहीपणे तो ते गूढ लपवण्याचा प्रयत्न करत असे, त्यावरून त्या कटू अनुभवाची तीव्रता किती असेल याचा ती अंदाज करू शकत होती. ते रहस्य ब्लूबियर्डच्या खोलीप्रमाणे होते. त्याच्या आयुष्याचा तो एकच असा भाग होता की, जिथे तिला प्रवेश करायला मनाई होती.

तिच्या आरामखुर्चीमध्ये ती शांतपणे बसली होती. फेब्रुवारी महिन्यामधला तो प्रकाश तिच्या खोलीमध्ये सर्वत्र पसरला होता. तिच्या मनामध्ये विचारांचे काहूर उठले होते. डोनाल्डच्या रहस्याचा भेद करायला फिलिप ॲस्टनना अजून किती वेळ लागणार होता, कोणास ठाऊक! पण ते काहीही करून त्या रहस्याचा उलगडा करणार याची मात्र तिला पुरेपूर खात्री होती आणि त्यांना नाही जमले तर दुसरे कोणी तरी या रहस्याचा भेद नक्की करणार. त्यांच्या या प्रयत्नामधून कोणते रहस्य बाहेर येणार होते? –या प्रश्नाचा ती विचार करत होती; तेव्हाच तिला समजले की, त्याचे या कामासाठीचे प्रयत्नही किती मोलाचे आहेत! पामेलासाठी ही डायरी म्हणजे केवळ रहस्याची उकल करण्यापुरतीच मर्यादित नव्हती, तर त्यातून त्या संपूर्ण गूढ भासणाऱ्या माणसालाच तिला भेदून काढायचे होते.

पहिले प्रेम

समाजसंस्थेसारखे अन्य मोठे काही नसते,
एकाकी अस्तित्व असे जणू अर्थशून्यच असते
भुकेपुढे सर्वच वाटे एक सजा
मग राजा असो वा प्रजा–
एकमेकांवर प्रेम कराल,
तरच जगण्याला अर्थ द्याल.

डब्लू. एच. ऑडेन
१ सप्टेंबर, १९३९

दि. ३१ मार्च, १९३९ रोजी पामेला आणि डोनाल्ड एकमेकांना प्रथम भेटले. तो दिवस होता शुक्रवार. तिच्या आणि त्याच्या भेटीची ती दुपार तिला विसरणे कधीच शक्य नव्हते. त्या दिवशी जे काही घडले, ते तिच्या संपूर्ण आयुष्यावर एक वेगळाच आणि कधीही न पुसता येण्याजोगा ठसा उमटवून गेले. त्यामुळे ती तारीख, तो दिवस ती जर विसरली असती, तरच नवल होते.

हे सगळे जुळवण्यामागे एक व्यक्ती होती आणि ती म्हणजे डेरी मॅककॉनेल. डेरी हा जन्माने आयरिश होता आणि तो आयरिश लोकांप्रमाणेच अतिशय रेखीव आणि देखणा होता. तो एक हाडाचा पायलट होता. त्याचा जन्मच जणू काही फक्त आकाशात भरारी मारण्यासाठी झाला होता. त्याने क्रॅनवेल येथे पायलटचे प्रशिक्षण घेतले होते आणि आता तो रॉयल एअर फोर्समध्ये फ्लाइंग ऑफिसर म्हणून रुजू झाला होता. डेरी मॅककॉनेलचा विश्‍वास असा माणूस अगदी सहज संपादन करू शके की, ज्याला आयुष्याची योग्य दिशा सापडली आहे आणि आयुष्याचे ध्येय त्याने निश्‍चित केले आहे. तो एक लढाऊ पायलट होता हे खरं, पण तरीसुद्धा त्याची नियुक्ती रॉयल एअर फोर्स गॉसपोर्ट येथे कोस्टल कमांडवर झाली होती. तिथे त्यांना टॉर्पेडो बॉम्बिंग अर्थात पाण्यात राहून शस्त्रांचा मारा कसा करायचा याचे, तसेच पाणबुडी- विरोधी हल्ला कसा करायचा याचे प्रशिक्षण देण्यात आले होते. त्याचे आई-वडील केंटमधील टनब्रिज वेल्स येथे राहत होते. तिथेच तो पामेला

किराज नावाच्या सौंदर्यवतीला एका नृत्य समारंभामध्ये भेटला आणि लगेचच पामेलाच्या अनेक चाहत्यांच्या यादीमध्ये तोही जाऊन बसला. फक्त या चाहत्यांनाच तिला पार्टीला किंवा पबमध्ये घेऊन जाण्याचा अधिकार होता. हा अधिकार अगदी पैसेवाल्या लोकांनादेखील नव्हता. या चाहत्यांनी तिला सेव्हॉयला आणि नृत्य समारंभामध्ये नेले होते. तिला कुठे घेऊन गेले होते हे तितकेसे महत्त्वाचे नव्हते, पण तिच्याबरोबर नृत्य करणे आणि आनंदाने आपला वेळ घालवणे, एवढेच त्यांच्यासाठी जास्त महत्त्वाचे होते. तिलाही ते आवडत होते, कारण तिथे ती सर्वांचा आकर्षणबिंदू बनत असे. तिच्यामध्ये असलेला आत्मविश्वास, तिच्यामधील अलौकिक नजाकत आणि तिचा खळाळता उत्साह हा लोकांच्या कौतुकाचा विषय होता. आपल्यामध्ये असलेले हे गुण लोकांपुढे, खास करून तिच्या चाहत्यांसमोर सादर करणे तिलासुद्धा खूप आवडत होते. या दोन्ही प्रकारच्या तिच्या चाहत्यांची संख्या बरीच मोठी असल्यामुळे तिला चोखंदळ असणे अगदीच गरजेचे होते.

ती त्या वेळी अगदी तरुण होती, म्हणजे फक्त तेवीस वर्षांची होती. त्या वेळचा एक नावाजलेला फोटोग्राफर होता, त्याचे नाव होते अँगस मॅकबीन. त्याने तिचा ब्लॅक अँड व्हाईट फोटो काढला होता. काळ्या आणि पांढऱ्या रंगसंगतीच्या पार्श्वभूमीवर तिचा थोडासा निस्तेज आणि गंभीर चेहरा उठून दिसत होता. तिचे मोठे मोठे, टपोरे डोळे भलतेच परिणामकारक वाटत होते. हा फोटो म्हणजे मॅकबीनचा ट्रेडमार्क होता. ह्या फोटोमध्ये तिचे काळेभोर, घनदाट केस तिच्या खांद्यावर रुळत होते. या घनदाट केसांमुळे तिचा संपूर्ण लुक एखाद्या अतिशय सडपातळ मॉडेलसारखा दिसत होता. अर्थात जे दिसत होते, ते अगदी सगळे खरे नव्हते. प्रत्यक्षामध्ये तिचे केस तांबूस पिंगट रंगाचे होते आणि तिचे डोळेसुद्धा राखाडी निळ्या रंगाचे होते. तिची छबी कायम आत्मविश्वासू आणि आव्हानात्मक होती. पण कॅमेरा कधीच खोटे बोलत नाही, त्यामुळे जशी तिला कॅमेराने टिपली होती, तशीच ती सुंदर होती.

ती जेव्हा सतरा वर्षांची होती, तेव्हा ती फ्रान्समध्ये ऑ पेअर म्हणून काम करत असे. ऑ पेअर म्हणजे एखाद्या कुटुंबामध्ये राहून त्यातील मुलांची काळजी घेणारी आणि कुटुंबामधील कामे करणारी. ह्या स्त्रियांना कुटुंबामधील सदस्यांसारखी वागणूक दिली जाते आणि त्यांना त्यांच्या कामाचा मोबदला मिळतो. तर ती जेव्हा फ्रान्समध्ये हे काम करत होती, त्या वेळी तिला रस्त्यावर कोणी तरी हेरले आणि मॉडेलिंगचे एक कॉन्ट्रॅक्ट तिला मिळाले. मॉडेलिंग हे क्षेत्र व्यवसाय म्हणून तिला नवीन होते. आणि खरं तर त्या वेळी या क्षेत्राकडे करिअर म्हणून क्वचितच पाहिले जात होते. अगदी १९२० पर्यंत हे क्षेत्र व्यावसायिक नव्हते. तोपर्यंत बऱ्याच नवीन स्टाइल्स अद्याप येत होत्या. ड्रेसमेकर्स नवनवीन आणि आधुनिक फॅशन्स बाजारामध्ये आणत होते. जेव्हा 'व्होग'सारख्या मासिकांमध्ये स्केचेस किंवा चित्रांऐवजी फोटोग्राफ्स

झळकू लागले, तेव्हा फॅशन जगतामध्ये खऱ्या अर्थाने बदल घडू लागला. वर्थ, मॉलिनक्स आणि आणखी बरीच फॅशन हाऊसेस नवीन मोसमामध्ये कोणती उत्पादने बाजारात आणणार आहेत याची माहिती या फोटोग्राफ्समधून दिली जात असे. आणि कपड्याच्या या सर्व उत्पादनांच्या जाहिरातीसाठी मॅकबीन आणि एडवर्ड स्टेचेनसारखे नावाजलेले फोटोग्राफर्स सुंदर चेहऱ्यांच्या शोधामध्ये सतत असत. अगदी योगायोगाने पहिल्या महायुद्धानंतर सिंप्सन्स व सेल्फरिजेससारखी कापडाची कित्येक वस्त्रदालने उघडली गेली आणि त्यांनी वस्त्रांच्या दुनियेमध्ये स्वत:ची अशी खास प्रतिमा निर्माण केली. ही वस्त्रदालने, त्याचप्रमाणे कापडाच्या वेगवेगळ्या कंपन्या आपल्या ग्राहकांना आकर्षित करण्यासाठी सुंदर पुतळे भाड्याने घेऊ लागले.

त्या वेळच्या पहिल्या-पहिल्या मॉडेल्समधली एक होती, ती म्हणजे ल्यूसी क्लेटन. तिने लंडनमध्ये फॅशन स्कूल नुकतेच उघडले होते. त्यामध्ये ती लोकांना या उद्योगाचे प्रशिक्षण देत असे. पामेला ज्या वेळेला १९३६ मध्ये लंडनला परतली, त्या वेळेस तिने या स्कूलमधील सहा महिन्यांचा कोर्स केला. कपडे आकर्षकपणे कसे घालायचे आणि त्यामध्ये आकर्षकपणे व आत्मविश्वासाने कसे वावरायचे, हे या कोर्समध्ये ती शिकली. तसेच मेकअप कसा करायचा याचे पण शिक्षण यामध्ये मिळाले. त्या वेळेस फाउंडेशन आणि रूझ होते, पण आयब्रोज नव्हत्या. मस्करा म्हणून मुली काळा रंग पातळ करून त्यामध्ये थुंकी मिसळत आणि एका लांब ब्रशने ते लावले जाई. मॅगी रॉऊल्फ, निकोल फॉही किंवा आयझी मियाकी यांच्यासारख्या नामवंत फॅशन डिझायनर्ससाठी ती कॅटवॉक करत असे.

तो काळ होता १९३० मधला. टनब्रिज वेल्समध्ये त्या वेळेस मॉडेलिंग या क्षेत्राकडे पाहण्याचा दृष्टिकोन अगदी वेगळा होता. तो अगदी पारंपरिक होता. त्याचबरोबर लोकांच्या आवडीसुद्धा अगदी जुन्या पद्धतीच्या होत्या. या क्षेत्राला जनमानसामध्ये अजून स्थान मिळायचे होते. याच काळात रिचर्ड कॉब हा इतिहास-तज्ज्ञ होऊन गेला. त्याच्या मते, त्या वेळच्या फॅशन जगताचा आवाका हा हिवाळ्यासाठी वापरले जाणारे लोकरीचे कोट, लोकरीचे इतर कपडे आणि उन्हाळ्यासाठी एडवर्ड फॅशनचे पिवळ्या रंगसंगतीमधील टसरचे जाड कपडे; त्याबरोबर हिरव्या रंगाची छत्री एवढ्यापुरताच मर्यादित होता. तो म्हणायचा की, ते कपडे असे होते की, ते गावामध्ये कधी तरी फुरसतीच्या वेळी बसून शिवलेले आणि कधी तरी मनोरंजनाच्या वेळी घालण्यासाठी वापरले जात असत. त्यामध्ये फारसा व्यवस्थितपणा आणि नीटनेटकेपणा नव्हता. ते कपडे अजिबात स्टायलिश नसायचे. जुन्या - पुराण्या फॅशनचे ते शिवलेले असत. त्या वेळेस नाटक-सिनेमामधील नायिका, कोरसमध्ये असणाऱ्या मुली यांच्यासारखेच मॉडेल्सनासुद्धा कमी समजले जाई. त्यांना टनब्रिजमध्ये असभ्य समजले जात असे आणि असल्या असभ्यपणाला

टनब्रिजमध्ये अजिबात थारा नव्हता.

या कारणामुळेच किराज कुटुंबामध्ये मॉडेलिंग हे करिअर म्हणून स्वीकारले जाण्याचा प्रश्नच उद्‌भवत नव्हता. पामेलाचे वडील स्कॉटिश अँड युनियन नॅशनल इन्श्युरन्स कंपनीमध्ये जनरल मॅनेजरच्या हुद्द्यावर होते. त्यांच्या कुटुंबाला समाजामध्ये प्रतिष्ठा होती. त्यांची मुलेदेखील चांगल्या नामवंत शाळेमध्ये शिकत होती. त्या शाळेमध्ये केवळ प्रतिष्ठित आणि उच्चभ्रू कुटुंबामधील मुले शिकत असत. त्यामुळे या शाळेतून बाहेर पडल्यानंतर ही मुलेदेखील सभ्य समजली जाणार होती. वडलांप्रमाणेच त्यांनादेखील समाजामध्ये मानमरातब मिळणार होता. किराज कुटुंब क्वीन्स रोडवर, एका टेकडीजवळ राहायचे. घरदेखील अगदी त्यांच्या प्रतिष्ठेला साजेसे होते. त्यांच्या घरामध्ये त्यांना सांभाळण्याकरता सेंटर नावाची एक नोकराणी, तिच्याबरोबर अजून एक नोकराणी, क्विन्सी नावाच्या एक आजी आणि एडिथ नावाचा त्यांच्या घरामध्येच राहणारा त्यांचा स्वयंपाकी हे सगळे जण होते. दर रविवारी भाजलेले पदार्थ खायचे, असा जणू त्यांच्या घरामध्ये अलिखित नियम होता. सर्व जण तो नियम अगदी न चुकता पाळत असत. घरामध्ये सर्व गोष्टी कशा अगदी पद्धतशीर आणि शिस्तीमध्ये होत असत. मध्यमवर्गीय समाजामधील ऋजुता मात्र पूर्णपणे निष्कलंक नक्कीच नव्हती.

''आमचे कुटुंब प्रतिष्ठित असले तरी घरातले लोक मात्र जरासे विक्षिप्त आणि तऱ्हेवाईक होते.'' पामेलाची लहान बहीण ब्रिजीट म्हणाली होती, ''माझे वडील हेन्री किराज हे अतिशय बुद्धिमान आणि करारी होते. डी. एच. लॉरेन्स हे प्रसिद्ध लेखक लहानपणी ज्या शाळेमध्ये शिकले होते, त्याच शाळेमध्ये माझ्या वडलांचे शिक्षण झाले होते. मुलींमध्ये ते फ्लर्ट म्हणून प्रसिद्ध होते. पण माझी आई मार्जोरी मात्र जहांबाज होती. ती खमकी होती म्हणून बाबांचे निभावून गेले. ती कायम त्यांच्या आसपास असायची. माझ्या आईचे तोंड म्हणजे तोफखाना होता. तिची जीभ एखाद्या लवंगी मिरचीसारखी जहाल होती. ती स्पष्टवक्तेपणाचा एक उत्कृष्ट नमुना होती.''

हेन्रीला चांगलेच ठाऊक होते की, आईचे हे गुण त्यांच्या मुलींमध्येही अगदी तंतोतंत उतरले आहेत. स्पष्टवक्तेपणाचा वारसा त्या आपल्या आईकडून घेऊन आल्या होत्या. त्यामुळे हेन्री त्यांना कोणालाही अगदी प्रखरपणे विरोध कधीच करू शकत नसे. जेव्हा पामेलाने घरामध्ये जाहीर करून टाकले की, तिला मॉडेल बनायचे आहे; तेव्हा त्याने स्वतःच्या मनाची समजूत घातली की जाऊ देत, मॉडेल व्हायचं म्हणतेय ना, अभिनेत्री तर होत नाहीये ना; मग करू देत स्वतःच्या मनासारखे. आणि त्याने तिला मुकाट्याने ल्यूसी क्लेटनची फी भरण्यासाठी पैसे काढून दिले आणि जेव्हा ब्रिजीटने जाहीर केले की, तिला अभिनेत्री होण्याची इच्छा आहे; तेव्हा परत त्याने स्वतःची समजूत घातली की जाऊ देत, कोरस गर्ल म्हणून तर जात

नाहीये ना आणि तिलाही ओल्ड विकमध्ये प्रशिक्षणाची फी भरण्याकरता कोणतीही तक्रार न करता पैसे काढून दिले.

दिखावा करण्याची या कुटुंबाला भारी हौस होती आणि कदाचित ती आनुवंशिक असावी. मि. हेन्री पुष्कळ वेळा पार्लरमध्ये पियानो वाजवत बसायचे आणि गिल्बर्ट व सुलिवन यांची गाणी मिसेस किराज गात असत. त्यांच्या गाण्यांचा बराच संग्रह त्यांच्याकडे होता. त्यांमधील त्यांची आवडती धून म्हणजे 'शाळेमध्ये जाणाऱ्या गोंडस मुली आम्ही' या आशयाचे एक गाणे. तिच्या मुलीसुद्धा तिच्या सुरात सूर मिसळून गात असत. ह्या गाण्यानंतर पॉप्युलर होम साँग बुकमध्ये असलेले 'बागेमध्ये ये गं सखे' या आशयाचे एक सुंदर गाणे त्या म्हणायच्या. काही वेळा गावामध्ये असलेल्या एका सभागृहामध्ये त्या अगदी संध्याकाळी होणाऱ्या गाण्याच्या मैफलीमध्ये गाणी सादर करत असत. अशा मैफलींमध्ये तरुण मुले प्रणयगीते किंवा काही वेळा काही उडत्या चालीची गाणी म्हणत असत. एका स्थानिक वृत्तपत्राने १९३० मध्ये ब्रिजीट किराज हिच्या शाळेमधील 'मिडसमर नाइट्स ड्रीम'मधील सादरीकरणाबद्दल 'तडका परफॉर्मन्स' असा उल्लेख करून तिची प्रशंसा केली होती. त्यानंतर लगेचच थोड्या दिवसांनी मिसेस किराज यांच्या 'सेंट बॅर्नाबस पॅरिश हॉल'मध्ये सादर केलेल्या अविस्मरणीय मैफलीची खूप प्रशंसा केली. यामध्ये काही मजेदार संगीतिका, एक स्कॉच नृत्य आणि मि. एल्फिक यांनी सादर केलेली 'ओल्ड बार्टी', 'द स्किपर ऑफ द मारी जेन' ही दोन गाणी होती. समीक्षकांनी या दोन गाण्यांची तोंड भरून स्तुती केली. 'झंझावाती गीते' या शब्दामध्ये त्यांनी या कार्यक्रमाचे कौतुक केले. शेजाऱ्या-पाजाऱ्यांमध्ये किराज कुटुंबाविषयी फारसे चांगले मत नव्हते. आहे त्यापेक्षा आपण कोणी तरी जास्त आणि वेगळे आहोत, असे दाखविण्यात हे कुटुंब पटाईत आहे, असे त्यांच्याविषयी सर्वसामान्य मत होते.

काहीही असले तरी किराज कुटुंब एक अस्सल टनब्रिज वेल्स कुटुंब होते– अगदी भक्कम आणि खंबीर कुटुंब, कधीही न वाकणारे. त्यामुळे पामेलाने आपल्या स्वभावाला अनुसरूनच आपल्या लहानपणीच्या आनंदी आठवणी रेखाटल्या आहेत. चार भावंडांमधली ती दुसरी. ती ज्या संस्कारांमध्ये वाढली, ते अस्सल बायकी होते. तिच्यापेक्षा मोठा होता तिचा भाऊ पीटर. मोठा म्हणजे तिच्यापेक्षा केवळ तेरा महिन्यांनी मोठा. तो केंब्रिजला गेला होता आणि तिथून नंतर तो ब्रह्मदेशात गेला. त्याच्यामागे तीन बहिणी होत्या. पामेला, तिच्या खालोखाल ब्रिजीट. ब्रिजीट ही पामेलापेक्षा दोन वर्षांनी लहान आणि त्यानंतर सात वर्षांनी लहान शीला. क्विन्सी आजी आणि सेंटर नावाची एक सुंदर बाई या दोघी त्यांच्या आयांप्रमाणेच त्यांच्यावर प्रेम करायच्या आणि त्यांची काळजी घ्यायच्या. सख्ख्या आईने कधी दिली नाही एवढी माया त्यांनी या भावंडांना दिली. कधी कधी त्यांचे वडील त्यांना 'अप्सरा' असे

चेष्टेने संबोधायचे. नेहमी असते तसेच या बहिणींच्या बाबतीतही होते. प्रत्येकीमध्ये काही तरी एक वैशिष्ट्य होते. पामेला सुंदर होती, तर ब्रिजीट अतिशय हुशार होती. तिसरी बहीण शीला ही अतिशय समंजस आणि समजूतदार होती. जरी प्रत्येकीमध्ये वेगवेगळे गुण असले, तरीही त्यांना हॅमिल्टन हाऊस येथील शाळेमध्येच घालण्यात आले होते.

शाळा घरापासून जवळच होती. पाच मिनिटांच्या अंतरावर रस्त्याच्या खालच्या बाजूस होती. तरीपण त्या बहिणी बोर्डिंगमध्येच राहत होत्या. कारण बोर्डिंगमध्ये राहणे हे मुलींसाठी अगदीच कॉमन होते. ती शाळा मिस फर्ग्युसन आणि मिस बॉडी या दोन लेस्बियन्स चालवत होत्या. फग्ज आणि बॉड या टोपणनावांनी त्या ओळखल्या जात. त्या अगदी कडव्या होत्या. एखाद्या मुलाचे आई-वडील व्यभिचारी आहेत किंवा कोणते तरी अनैतिक काम करत आहेत, असा त्यांना संशय जरी आला, तरी त्या मुलाला शाळेमधून कमी केले जाई आणि त्यांच्या सेक्स लाईफविषयी गलिच्छ विचार करणाऱ्यांनासुद्धा त्या थारा देत नसत. अगदी प्राथमिक पुस्तकांपेक्षा थोडे वेगळे आणि जास्त काही शिकवले तरी त्याला कोणी आक्षेप घेत नसे. अवांतर बरेच विषय त्यांच्या शिक्षणामध्ये समाविष्ट केलेले असत. जसे हॉकीमधील ऑफसाईडचे नियम काय किंवा झंझावाती टेनिसपटू सुझन लेंगलेनच्या फोरहँड ड्राइव्हविषयीची चर्चा किंवा अगदी पुढे भविष्यामध्ये त्या मुली एखाद्या तरुण मुलाशी लग्न करून संसार थाटणार आहेत आणि त्या मुलाच्या मदतीने त्या पुढे समाजासाठी नवीन पिढी निर्माण करणार आहेत– इथपर्यंत सर्व काही चर्चा त्या आपल्या शिक्षणामध्ये समाविष्ट करत.

महायुद्धापूर्वीचे कुटुंब हे समाजाची छोटी प्रतिकृती होते. ते आपापल्या कोशामध्येच स्वतंत्रपणे जगत असे. पारंपरिक विचारांचा पगडा असलेले आणि नोकर-चाकर यांच्याकडून मस्का मारून घेणे, हे त्या काळातल्या कुटुंबाचे वैशिष्ट्य होते. घरातील वयाने ज्येष्ठ पुरुष हा कुटुंबाचा प्रमुख असे. त्यानंतर वय, लिंग आणि पैसा यानुसार प्रत्येक व्यक्तीचा कुटुंबातील दर्जा ठरत असे. कुटुंबामधील वयाने सर्वांत लहान मोलकरणीचासुद्धा यामध्ये समावेश होत असे. त्यामुळे साहजिकच कुटुंबाची मूल्ये, म्हणजे प्रामुख्याने कौटुंबिक स्तर, मालमत्ता, सुखसोई या सर्वांमध्ये अस्सल शहरीपणाचा बाज होता. ह्या प्रकारच्या मूल्यांचे टनब्रिज वेल्समध्ये विशेषत्वाने जतन होई. टनब्रिज वेल्सला या मूल्यांचा आणि संस्कारांचा जाज्वल्य अभिमान होता. टनब्रिज वेल्स हे सात टेकड्यांवर वसलेले एक जुने टुमदार शहर होते. अठराव्या शतकापासून या शहराने उत्कर्ष पाहिला होता. या शहराचा उत्कर्ष होण्यामागचे आणखी एक कारण म्हणजे, या शहराला मिळणारे पाणी. हा विशेष कौतुकाचा विषय होता. ह्या पाण्यामध्ये लोह मिसळलेले असल्याने हे पाणी आरोग्याच्या दृष्टीने

अतिशय चांगले होते. अतिशय स्वच्छ, शुद्ध, आरोग्याला उत्तम अशा पाण्याचे वरदान या शहराला मिळाले होते. हे शहर लंडनमधील लोकांसाठी फॅशनेबल स्पा म्हणून उदयाला आले होते.

या शहराचे वैशिष्ट्य म्हणजे स्वत:च्या अस्तित्वाकरता याला कधीच कोणते प्रयत्न करावे लागले नव्हते. ब्राइटन आणि बाथ या शहरांसारखे असभ्य आणि वाममार्ग, त्याचप्रमाणे औद्योगिक क्रांतीबरोबर आलेली असभ्यता, चंगळवाद यापासून हे सुसंस्कृत शहर कायमच चार हात दूर राहिले होते. त्याचबरोबर शेतकऱ्यांच्या जोखमीच्या आयुष्यापासूनही लांब होते. अशा प्रकारच्या आयुष्य पणाला लावणाऱ्या गोंधळापासून या शहराने स्वत:ला कायम दूर ठेवले होते आणि त्यामुळे या शहराच्या अस्तित्वाला कोणतीही गोष्ट धक्का लावू शकत नव्हती. लष्करामधील अनेक निवृत्त अधिकाऱ्यांना टनब्रिज वेल्सचे विलक्षण आकर्षण होते. हे शहर म्हणजे त्यांच्या निवृत्तीच्या काळासाठी उत्तम जागा होती. हे शहर लंडनपासून केवळ एका तासाच्या अंतरावर होते, पण तरीही एका छोटेखानी गावासारखे ते शांत होते. इथे राहणाऱ्या प्रत्येकाला आपले स्थान ठाऊक होते. एका अधिकृत पुस्तिकेमध्ये या शहराचे वर्णन करताना म्हटले आहे की, 'हे गाव पर्यटकांनी कधीही गजबजलेले नसते किंवा या शहरामधील रस्त्यांवर कधीही असंस्कृतपणा किंवा अश्लीलपणा कुठेही दिसणार नाही. या गावातील बहुतेक लोक सुखवस्तू कुटुंबातील आणि खाऊन-पिऊन सुखी होते. येथे खास संस्कृती आणि सभ्यता आपोआपच निर्माण झाली होती.' बाहेरच्या जगातील लोकांना हे ठिकाण म्हणजे दिलासा आणि मानसन्मान देणारे वाटत असे. काही जणांच्या मनामध्ये येथे राहणाऱ्या लोकांविषयी थोडीशी असूयादेखील होती. मग या असूयेपोटी काही जण त्यांना अल्पसंतुष्ट आहेत, असा शेरा मारून मोकळे होत.

किराज कुटुंबातील दोन मुलींभोवती प्रसिद्धीचे जे वलय किंवा ग्लॅमर होते, ते या वातावरणाशी अजिबात मिळते-जुळते नव्हते. रिचर्ड कॉब हा एक बुद्धिमान माणूस त्यांच्या सतत पुढे पुढे करत असे. बुद्धिमान असूनही हा माणूस अतिशय भेकड आणि कातडीबचावू होता. पण अगदी युद्ध सुरू होईपर्यंत त्यांच्यापैकी कोणाशीही बोलायचे मात्र धाडस या पठ्ठ्याने काही केले नव्हते. पामेला पहिल्यांदा कॅटवॉकसाठी रँपवर उतरली. त्यानंतर ब्रिजीटसुद्धा अभिनेत्री होण्यासाठीचे प्रशिक्षण घेऊ लागली. ती जेव्हा नुकतीच ओल्ड विकमध्ये ट्रेनिंग घेत होती, तेव्हाच तिच्या मोठ्या बहिणीला अर्थात पामेलाला ब्रिटिश सेलानीज कंपनीकडून मॉडेलिंगचे एक खूप मोठे कॉन्ट्रॅक्ट मिळाले. या कंपनीचे नाव खरं तर फारच सौम्य आणि सभ्य वाटत होते आणि पुरुषांना ह्या नावातून या कंपनीच्या ब्रँडविषयी कदाचित कळले नसते; पण स्त्रियांना मात्र या ब्रँडविषयी पुरती कल्पना होती. टनब्रिजमध्ये राहणाऱ्या

कोणत्याही सभ्य म्हणवणाऱ्या कुटुंबाने आपल्या मुलींना याकरता कधीच परवानगी दिली नसती. ब्रिटिश सेलानीज कंपनीच्या उत्पादनांच्या नावाचे पहिले शब्दच प्रक्षोभक होते. कारण ते दर्शवत होते की, 'टनब्रिज वेल्सचे नागरिक त्रस्त.'

पामेला जरी तिचे काम अगदी इमानेइतबारे करत असली तरीसुद्धा या कामासाठी ती काही फारशी योग्य होती, असे म्हणता येणार नाही. तिची उंची पाच फूट नऊ इंच होती. म्हणजे जेवढी उंची आवश्यक आहे तेवढी तिने जेमतेम गाठली होती. आणि तिची फिगरसुद्धा थोडीशी जास्तच होती. तिच्या अधिकृत मॉडेल शीटवर तिची मापे होती– ३५-२५-३७. अर्थात छाती ३५, कंबर २५ आणि नितंब ३७. तेव्हा असलेला टिपीकल मुलासारखा लुक १९२० मध्ये अगदी पूर्णपणे गेलेला नव्हता. त्यामुळे मॉडेल्सची छाती सर्वसाधारणपणे सपाट असणे अपेक्षित असायचे किंवा मग त्यांची वक्षस्थळे घट्ट बांधलेली तरी हवीत. वक्षस्थळांची उभारी आणि त्यामध्ये असलेली घळीही दिसता कामा नये. अर्थात या प्रकारच्या अटी या अंतर्वस्त्रांसाठी लागू नव्हत्या आणि या अंतर्वस्त्रांचे उत्पादन ब्रिटिश सेलानीज कंपनी करत होती. यासाठी जाहिरातीमध्ये एका अतिशय मादक मुलीचे चित्र रेखाटले होते. 'कुरियर'मध्ये आलेली ती जाहिरात स्त्रियांच्या अंतर्वस्त्रांची होती, जरा जास्तच उत्तेजक होती. त्यामुळे एक वाचक चिडला आणि त्याने त्या दैनिकाला त्याचे मत कळवले होते की, या अशा प्रकारच्या भडक आणि चेतवणाऱ्या जाहिराती तुम्ही दाखवता, मग या अशा जाहिरातींमुळे लोकांच्या कामभावना चेतवल्या जातात. त्या रागामध्ये त्याने खाली स्वत:चे नाव लिहिताना लिहिले होते की, 'टनब्रिज वेल्सचा एक त्रस्त नागरिक'. टनब्रिजमधल्या लोकांनी बाहेर कुठे तरी ही ब्रा आणि पँटीजची जाहिरात झळकलेली पाहिली असती, तर त्यामध्ये असलेल्या अनैतिकतेला त्यांनी एक विनोदाचा भाग समजला असता, विसरता येणारा विनोद. पण ह्या जाहिरातीचा संबंध थेट टनब्रिज वेल्सशी होता. त्यामुळे मि. किराजना त्यात काही विनोदाचा भाग वाटला नाही.

''माझ्या वडलांना हे काही अजिबात रुचले नव्हते,'' पामेला ती आठवण सांगत होती. ''त्यांची मुलगी अत्यंत तोकड्या कपड्यांमध्ये वावरत आहे, हे त्यांच्याकरता खरोखरच खूप धक्कादायक होते. मला वाटते, यामध्ये माझ्या आईची भूमिका विशेष महत्त्वाची होती. तिनेच बाबांना समजावले की, यामध्ये मला कोणत्याही प्रकारचा धोका दिसत नाही आणि शेवटी कसेबसे ते राजी झाले. अर्थात, हे सर्व ज्या वेळेस प्रत्यक्षात घडले, त्या वेळेस ते फार काही सन्मानाचे ठरले, अशातलाही भाग नाही.''

मि. किराज राजी झाले खरे, पण ते काही फक्त त्यांच्या बायकोच्या समजावण्याने नव्हे, खरं कारण म्हणजे त्यांच्या मुलीमधल्या अफाट उत्साहापुढे ते काही बोलू

शकले नाहीत. शाळेतील प्रगतीमध्ये यथातथाच असलेली एक सुंदर आणि अगदी घरगुती मुलगी. टेनिस आणि नृत्य या तिच्या खास आवडी, अशी ही त्यांची मुलगी तिच्या स्वत:च्या इच्छा-आकांक्षाचे पंख लावून मोठी भरारी घेऊ पाहत होती. तिच्या स्वभावाचा हाच गुण आयुष्यभर तिच्या बरोबर राहिला. परंपरेनुसार तरुण मुलीने तिची जागा ओळखावी आणि आपल्या आईवडलांवर तिने पूर्णपणे अवलंबून राहावे. जोपर्यंत तिचा नवरा तिच्या आयुष्यामध्ये येत नाही तोपर्यंत आईवडलांनी तिची काळजी घ्यावी आणि नंतर नवऱ्याने तिला सांभाळावे. पण पामेलाचे मादक व भुरळ घालणारे सौंदर्य आणि तिला मिळणारी कमाई यामुळे तिला काही करण्याची मुभा मिळाली होती. सिलानीज कंपनीच्या ब्राज, पँटीज, आणि स्लिप्स यांच्या मॉडेलिंगसाठी ती देशभर फिरली. लंडनमधील सेल्फ्रीजेस, एडिनबर्गमधील जेनेर्स आणि मँचेस्टर येथील बिन्स या सर्व ठिकाणच्या कंपनीच्या ग्राहकांना तिने भेटी दिल्या. राजकुमारी मरिनाचे ज्या वेळेस केंटच्या सरदाराशी लग्न ठरले, त्या वेळेस ती 'सिम्प्सन इन पिकॅडिली' या दुकानामध्ये वधूचा पोशाख खरेदी करण्याकरता गेली होती, तेव्हा तिथे अंतर्वस्त्राचे मॉडेलिंग करण्याकरता पामेलाला तातडीने बोलावणे पाठवण्यात आले. तिच्या बरोबरीच्या बाकीच्या मुलींचे चाकोरीबद्ध आयुष्य सुरू होते. म्हणजे त्यांच्यापैकी काही जणी कुठल्याशा कंपनीमध्ये सेक्रेटरी म्हणून काम करत होत्या, तर काही जणी शाळेत शिक्षिका म्हणून नोकरी करत होत्या. त्या पार्श्वभूमीवर पामेलाचे करिअर खूपच ग्लॅमरस होते. ती अजूनही त्याच घरी राहत होती, अजूनही तेच मित्रमैत्रिणी होते; पण तरीही तिचे लहानसे जग हळूहळू व्यापक बनत होते.

एक सुंदर, तर एक विलक्षण बुद्धिमान अशा या दोन किराज बहिणी या कायमच एकमेकींच्या प्रतिस्पर्धी होत्या. त्यांच्यात ही स्पर्धा होत होती. पामेलालाच कायम झुकते माप देऊन दोघींमध्ये असलेल्या या स्पर्धेला पामेलाची आई खतपाणी घालत असे. त्यामुळे कोणत्याही बाबतींत लहान बहिणीचे विचार खोडून काढले जात असत. त्या जेव्हा स्ट्रॅटफोर्ड येथे रिचर्ड ३ ची उत्पादने बघायला गेल्या होत्या, तेव्हा त्यांना एकाच खोलीमध्ये राहावे लागले. त्या वेळेस जो सर्वांत उत्तम बिछाना होता, तो साहजिकच पामेलाला मिळाला. तिचे कपडे कसेही इकडे-तिकडे अस्ताव्यस्त पसरले होते. तिथे असणारी तरुणमंडळी तिच्या बहिणीवर लट्टू होती, ते कोणी पामेलाला खूश करण्यामध्ये रस दाखवत नव्हते. या तरुणांच्या या घोळक्यामध्ये वेगवेगळ्या प्रकारचे तरुण होते. गिनीज नावाचा एक देखणा, रुबाबदार तरुण होता. त्या भागामधील धर्माधिकाऱ्याचा तो मदतनीस होता. त्याचबरोबर एक पालीसारखा पांढराफटक दिसणारा रिकामटेकडा तरुण होता. त्याचे केस तेलकट होते आणि नाच करण्याची त्याची स्टाईल अगदी फालतू होती. डेरी मॅकर्कॉनेल नावाचा एक देखणा आणि रुबाबदार तरुण होता, तर रिचर्ड कॉबसारखा बुद्धिमान आणि थोडासा

लाजराबुजरा तरुणही यामध्ये होता. तो खरंच तर ब्रिजीटच्या मागे-मागे करायचा ते सुरुवातीला वेडपटपणाचे वाटायचे, पण नंतर तो ब्रिजीटवर खरं प्रेम करू लागला. तोपर्यंत पामेलाने बऱ्याच जणांबरोबर नाच केला आणि बऱ्याच जणांना आपल्याभोवती नाचवले होते; पण कोणाशी भावनिक जवळीक मात्र केली नव्हती.

"ती ना, एखाद्या आइस्क्रीमसारखी आहे," ब्रिजीट म्हणायची. "हे खरोखरच काही तरी वेगळे आहे. भरपूर तरुण तिच्यासाठी अक्षरश: रांगा लावून उभे होते. कित्येक जणांची तिच्याशी लग्न करायची इच्छा होती. वरवर पाहिले, तर ती या तरुणांची धडकन होती. वरून वरून खूपच गोड वाटायची ती; पण आतून मात्र ती तेवढीच थंड होती."

तिच्या या अशा स्वभावाचा तिला स्वत:लाच कधी कधी उलगडा होत नसे. ती गोंधळून जात असे. ती म्हणायची की, मला त्यांच्याबरोबर नाच करायला आवडतो, यात शंकाच नाही. पण त्यांच्यामधल्या एकासुद्धा तरुणाकडे मी कधी आकर्षित झाले नाही अजून. मला वाटते की, मी कितीही बिनधास्तपणाचा आव आणला, तरी आतून मात्र मी अजूनही लाजाळू आणि संकोचीच आहे.

ब्रिजीट आणि पामेला या दोन बहिणींची तुलना केली, तर ब्रिजीटपेक्षा पामेला स्वभावाने जास्त प्रेमळ होती. काहीही असले, तरी शेवटी दोघी सख्ख्या बहिणी होत्या. त्यामुळे त्यांच्यातील या प्रेमामुळेच त्यांचे परस्परांशी असलेले संबंध अतिशय आनंदी होते. त्या बहिणींमधील सगळ्यात लहान शीला हिला ब्रिजीट आणि पामेला या दोघींमध्ये पामेलाच जास्त जवळची वाटे. ती म्हणायची की, माझ्या कपड्यांविषयी असो, मुलांविषयी असो किंवा वाढत्या वयातल्या काही अडचणी असोत; ब्रिजीटपेक्षा पामेलाने तिला तिच्या अडचणी सोडवायला मदत केली होती. पामेलासारखी चांगली बहीण तिला होती, म्हणूनच तिच्या आयुष्याला योग्य वळण लागू शकले, असे शीलाचे मत होते.

ब्रिजीटला एक अपघात झाला होता. इस्त्रीच्या वायरचे शॉर्ट सर्किट झाले आणि ते तिच्या एकदम कपड्यावर आले. त्यामध्ये तिला खूपच दुखापत झाली. तिच्या शरीराचा उजवा भाग आगीमध्ये होरपळला. हा अपघात अक्षरश: तिच्या जीवावर बेतला होता. त्यानंतर जवळजवळ एक महिनाभर तिच्या जिवावरचा धोका टळला नव्हता. तिची मोठी प्लॅस्टिक सर्जरी झाली. रेन्सफोर्ड माऊलेम या सर्जनने अतिशय कौशल्याने तिची सर्जरी केली. त्यांनी तिच्या मांडीच्या त्वचेच्या पट्ट्या काढून त्या व्यवस्थित केल्या; नंतर तिच्या शरीराच्या जळलेल्या, चिघळणाऱ्या जखमेवर लावल्या आणि तिला एका जीवघेण्या अपघातातून वाचवले. पण या अपघातामुळे तिच्या करिअरमध्ये काही काळासाठी खंड पडला. तिच्या अभिनयाच्या उत्तुंग महत्त्वाकांक्षेला या अपघातामुळे खीळ बसली. कारण, या दुखण्यातून बरे

होण्यासाठी तिला पुष्कळ वेळ लागला. ती जेव्हा पूर्णपणे बरी झाली, त्या वेळेस आणखी एक मोठे दुर्दैव तिच्यापुढे मांडून ठेवले होते.

त्या वेळी 'द ब्लॅक बॉटम स्टॉम्प'च्या गीतांची जादू सर्वत्र होती. सर्व बँडमध्ये ह्या गीतांनी धमाल उडवून दिली होती. चार्ली चॅप्लिनच्या आगामी चित्रपटाचीसुद्धा सर्वत्र जोरदार चर्चा चालू होती. राजकारणातील घटनांचे लोण उसळले होते आणि ते एवढे प्रभावी होते की, त्याच्याकडे दुर्लक्ष होणे अशक्य होते. युरोपमध्ये घडणाऱ्या सर्व घटना या काही विशिष्ट कारणामुळे अतिशय महत्त्वाच्या ठरत होत्या. फ्रान्सबरोबरच्या करारांमधील गुंतागुंत, त्याचप्रमाणे झेकोस्लाव्हाकिया आणि पोलंड यांना दिलेली हमी– या सगळ्या गोष्टी एवढ्या गुंतागुंतीच्या होत्या की, त्या समजणे फारच अवघड होते. लष्करी हल्ल्याची भीती एवढी होती की, तरुणांनी आपणहून त्याला प्रतिसाद दिला होता. काही जण रॉयल नेव्हीमध्ये काम करायला सरसावले होते, काही जण आर्मीमध्ये दाखल झाले होते आणि थोडे जण का होईना रॉयल एअरफोर्समध्ये गेले होते. रॉयल एअरफोर्स ही सर्वांत अलीकडची आणि नवी सेवा होती. त्यामुळे ती सेवा म्हणावी तेवढी अद्ययावत नव्हती. पण जे कोणी लष्करामध्ये जाण्याचा विचार करत होते, त्यांच्यासाठी आकाशातले युद्ध म्हणजे एकमेव संधी होती की, जिथे एक माणूस त्याच्या प्रतिस्पर्ध्यापुढे उभा राहू शकत असे. दुसरा फायदा म्हणजे, आर्मीसारखी अति-शिस्त तिथे नव्हती. नेव्हीमध्येही तुम्हाला जग ओळखत नसते किंवा तुम्ही निनावी असल्याप्रमाणे असता. पण हा प्रकार एअरफोर्समध्ये नव्हता; कारण फ्लाइंग ऑफिसरला पुरेसे स्वातंत्र्य होते; त्याचप्रमाणे स्वत:ला सिद्ध करण्याच्या संधीदेखील होत्या.

प्रत्यक्ष युद्ध सुरू होण्याच्या बराच काळ आधी पामेलाच्या पिढीमधील तरुणांमध्ये एक नवीन ट्रेंड आला होता. ते राखाडी निळ्या रंगाचा पेहेराव घालत असत. त्यावर छातीवर, हृदयाच्या वर पांढऱ्या रंगाचे पंख लावलेले असायचे. आपण पायलट आहोत, असे दाखविण्यासाठी ते होते. त्यांना पायलट व्हावेच लागे. त्या वेळी किती तरी तज्ज्ञांनी सांगण्याचा खूप प्रयत्न केला होता की, जहाजाचे खलाशी, स्टेशन कमांडर्स आणि कारागीरदेखील तेवढेच महत्त्वाचे असतात. पण नागरिक आणि खास करून महिलावर्गामध्ये एकच हिरो होता आणि तो म्हणजे पायलट. त्या काळामध्ये पायलटची इतकी क्रेझ होती.

डेरी मॅककॉनेलमध्ये एक हिरोचे सर्व गुण होते. मृत्यूशी सतत झुंज देता-देता तोही अगदी थंड झाला होता. सर्व गोष्टी तो अगदी सहजपणे घेत असे. कुठल्याही गंभीर आणि जीवघेण्या संकटाविषयी बोलतानादेखील हा माणूस अगदी विनोद असल्यासारखा बोले. 'पतंग काटला जाणार होता', असे तो जेव्हा म्हणे; तेव्हा त्याचा अर्थ असा असे की, विमानांची टक्कर होताना तो मरता-मरता वाचला. 'डेझी

खुडणे' म्हणजे अगदी खालच्या बाजूने विमान नेणे. जेव्हा तो म्हणे की, मी लँडिंग किट वाकवले, तेव्हा त्याचा अर्थ कोसळणाऱ्या विमानामधून ज्या ठिणग्या उडत होत्या, त्यांना दाबून त्याने विमान वळवून विशिष्ट दिशेला नेले. त्याच्या लेखी कोणतीही गोष्ट गंभीर नव्हती, अगदी मृत्यूसारखी गोष्टसुद्धा तो अगदी सहज घेत असे. आकाशामध्ये किती तरी वेळ शंभर-शंभर मैल विहार करणे आणि गरुड पक्ष्याप्रमाणे आकाशात भरारी मारून खाली पसरलेले जग पाहणे, हिरव्या-हिरव्या शेतातून, नांगरलेल्या जमिनीमधून बाहेर पडलेले आणि धुळीच्या अस्तराखाली लपेटलेल्या केंटमधील रस्त्यांना न्याहाळणे, रात्रीच्या वेळी चांदीच्या रंगाच्या सापाप्रमाणे भासणाऱ्या आगगाडीच्या रुळांना समांतरपणे विहार करणे, विमान एका बाजूला झुकवून साईड स्लिप करून निळ्या पर्वतांमधून भरारी घेणे, मध्येच पर्वताप्रमाणे भासणाऱ्या पावसाळी ढगांमधून जाणे– खरंच.... काय अन् किती सांगावे! त्याच्यासाठी एक विलक्षण अनुभव असायचा तो. एक थोडीशी कुतूहलाची गोष्ट म्हणजे पायलट लोकांमध्येदेखील सेक्स अपील असतो.

गॉसपोर्ट या छोट्या विमानतळातर्फे १९३९च्या वसंत ऋतूमध्ये एका नृत्य समारंभाचे आयोजन करण्यात आले होते. रॉयल एअरफोर्सच्या स्थापनेला एकवीस वर्षे पूर्ण झाली, त्यानिमित्त हा कार्यक्रम होता. हा समारंभ मोठा आणि दणक्यात साजरा होणार होता. त्यामध्ये डेरीने त्याला माहीत असणाऱ्या सर्वांत सुंदर, मोहक मुलीला आमंत्रण दिले होते. तो ३१ मार्चला येऊन तिला घेऊन जाणार होता. नंतर तिला गोसपोर्टला फिरवणार होता. पण ब्रिजीट तर आताच घरी परतली होती आणि बहिणींमधील स्पर्धा, त्याचप्रमाणे बहिणीविषयी वाटणारे प्रेम यामुळे पामेला तिला घराबाहेर पडण्यास अजिबात परवानगी देणार नव्हती. त्यामुळे ब्रिजीटला एखाद्या देवाप्रमाणे भासणाऱ्या देखण्या पायलटसोबत रात्र काढायची परवानगी नक्कीच मिळणार नव्हती. त्यासाठी तिला पाठराखीण सोबत न्यावीच लागणार होती.

"ठीक आहे, हरकत नाही," डेरी म्हणाला, "मी ब्रिजीटलाही भेटेन."

सरकारने १९३७ च्या उन्हाळ्यामध्ये जाहीर आवाहन केले होते की, वाईटात वाईट परिणामांनासुद्धा तयार राहा. अगदी शेवटच्या घडीला महत्त्वाच्या गोष्टींचे अग्रक्रम ठरवले गेले होते. ते कितीही अवघड असले, तरी ते यशस्वीपणे पार पाडणे जरुरीचे होते. युरोपच्या उंबरठ्यावर युद्ध येऊन ठेपले होते. त्यामुळे आपल्या देशाचे संरक्षण ही सर्वांत महत्त्वाची गोष्ट होती. लष्कर तैनात करणे गरजेचे होते आणि याची सुरुवात एअरफोर्सपासून होणार होती. त्यामुळे पायलट म्हणजे फक्त तरुणींसाठीच देवासमान नव्हेत, तर तमाम जनतेच्या दृष्टीनेदेखील देवासमान होते. त्या वर्षी शस्त्रास्त्रे तैनात करण्याचे काम सुरू झाले होते. दोन हजारांपेक्षा अधिक लढाऊ विमानांच्या बांधणीचे काम युद्धपातळीवर हाती घेण्यात आले होते. दक्षिण

आणि पूर्वेच्या किनारपट्ट्यांवर रडार स्टेशनची मालिकाच बांधली जात होती. पायलटसाठी प्रशिक्षणाचेसुद्धा भरगच्च वेळापत्रक तयार झाले होते. त्यामध्ये अजून एक आकर्षक योजना आखली होती. ती म्हणजे, एअरफोर्ससाठी आता नेहमीच्या बारा वर्षांऐवजी ते चार वर्षांचा करार करू शकत होते. मग १९४२मध्ये असा अंदाज केला गेला की, ब्रिटनचे एअरफोर्स हे इतके तयारीचे झाले होते की, जर्मनीच्या सैन्याला ते नक्कीच नामोहरम करू शकेल. त्यामुळे जर्मनांचा ब्रिटनच्या एअरफोर्सपुढे टिकाव लागणे अवघड होते.

असे असले तरी यात पूर्णपणे मात्र तथ्य नव्हते. कदाचित या वल्गना होत्या. अलेक्झांडर कॅडोगन नावाच्या एका परकीय वकिलातीमधील अधिकाऱ्याने १९३७च्या सुरुवातीला लिहिलेल्या आपल्या डायरीमध्ये नमूद केले आहे की, 'आम्ही काही खूप चांगली कामगिरी करू, अशातला भाग नाहीये. मला अजिबात कळत नाहीये की इथे काय, मेडला काय किंवा अतिपूर्वेकडे काय– आम्ही आमचे संरक्षण कसे करू शकू? हे सगळे अतिशय खिन्न करणारे आहे.' दुसऱ्या शब्दांत सांगायचे झाले तर १९४२मध्ये हाँगकाँगचे संरक्षण करणेसुद्धा शक्य झाले नसते. जपानी सैन्याने अगोदरच मांचुरिया आणि उत्तर चीन हे प्रदेश जिंकले होते. आता ते दक्षिणेच्या दिशेने कूच करत होते. वसाहतींच्या संरक्षणासाठी एअरफोर्स नव्हते, त्यामुळे वसाहतींचे भवितव्य धोक्यात आले होते.

अल्प काळाकरता भरती झालेल्या पायलटांमध्ये एक उंचापुरा आणि शांत असा तरुण होता. तो वेस्ट कंट्रीचा अर्थात दक्षिण-पश्चिम इंग्लंडचा होता. त्याचे नाव पायलटच्या यादीत १९३७ मध्ये समाविष्ट झाले. त्याला स्कॉटिश हायलँड्सच्या टोकाला असलेल्या पर्थ इथे पाठविण्यात आले. तिथे त्याला टायगर मॉथ हे दोन आसनी विमान उडवण्याचे प्रशिक्षण देण्यात आले. जेव्हा त्यामध्ये त्याने प्रावीण्य मिळवले, तेव्हा त्याला विल्टशायर येथे लढाऊ विमानांच्या तुकडीवर पुढील प्रशिक्षणासाठी पाठविण्यात आले. तिथे त्यापेक्षा शक्तिशाली अशा ॲनसन्स आणि हर्ट्स विमाने उडविण्याचे प्रशिक्षण त्याला देण्यात आले. या शक्तिशाली विमानांच्या रॉल्स रॉइस् नावाच्या इंजिनांची क्षमता होती एक हजार अश्वशक्ती. दिवसांमागून दिवस जात होते आणि हा तरुण एकेक कौशल्य आत्मसात करत होता. त्याने लँडिंगचा सराव केला आणि त्यानंतर साईड स्लिप या कौशल्याकडे तो वळला. त्यानंतर स्पिन्स एरोबॅटिक्स आणि सरते शेवटी रात्रीच्या वेळी विमान उडवणे, अर्थातच नाईट फ्लाइंग. दि. ११ सप्टेंबर १९३७ मध्ये त्याला पायलट्स विंग बहाल करण्यात आली. डोनाल्ड हिल हे त्या हरहुन्नरी पायलटचे नाव. हा दिवस त्याच्या तरुणपणामधील सर्वांत महत्त्वाचा दिवस होता.

''पायलट्स विंग स्वीकारणे, हा माझ्या आयुष्यामधील अतिशय रोमांचकारी

क्षण होता,'' आपल्या मुलासाठी रेकॉर्ड केलेल्या एका वक्तव्यामध्ये त्याने आपली आठवण ताजी करताना म्हटले आहे. ''मी तो क्षण कधीच विसरू शकणार नाही.''

हा क्षण त्याच्यासाठी अविस्मरणीय का ठरला, त्याला कारणही तसेच होते. जेव्हा तो अगदी सुरुवातीला रॉयल एअरफोर्समध्ये लंडन येथे भरतीची प्रक्रिया चालू झाली होती, तिथे पहिल्यांदा गेला होता, तेव्हा तिथे तो एक शिकाऊ हिशेब तपासनीस अर्थात अकाउंटंट म्हणून रुजू झाला होता. त्या वेळेला तो आपल्या आईसमवेत स्विस कॉटेज येथे एका फ्लॅटमध्ये राहत असे. पहिल्या दोन परीक्षा उत्तीर्ण झाल्यावर त्याला एक प्रकारची खिन्नता जाणवू लागली; कारण कितीही परीक्षा दिल्या तरीही शेवटी त्याला हिशेब तपासा, त्या हिशेबांच्या वहीमध्ये डोके घालून बसा आणि कर-विवरणपत्रके भरत बसा– हीच कामे करावी लागणार होती.

''मी काही जन्मभर हिशेबांची कामे करायला जन्माला आलेलो नव्हतो.'' त्याने कबूल केले. ''खरं तर मला नाही वाटत की, मी जन्मभर हे हिशेबाचे वगैरे काम करू शकलो असतो. अगदी प्रांजळपणे कबूल करायचे, तर हे काम माझ्यावर लादल्यासारखे मी करत होतो. हे काम करण्यात मी खरंच अजिबात समाधानी नव्हतो.''

आणि हे काम त्याच्यावर लादणारी व्यक्ती दुसरी कोणी नव्हती, तर त्याची आईच होती. पायलट होण्याचा आनंद दोन कारणांमुळे डोनाल्डला झाला होता. पहिले म्हणजे, हिशेबाच्या किचकट कामामधून त्याची सुटका झाली होती आणि आईची पण आता त्याच्यामागे काही भुणभुण नव्हती. त्याला अजून एक गोष्ट कळली होती. आकाशामध्ये असताना त्याची स्वत:ची एक शैली होती. त्याला ज्या गोष्टीचा शोध लागला होता, ती वस्तुस्थिती होती. डेरी मॅककॉनेलप्रमाणे तो काही अगदी प्रतिभाशाली पायलट मुळीच नव्हता. त्याचा प्रशिक्षक त्याला श्रेणी देताना सर्वसाधारण अशी कायम देत असे. जेव्हा त्याने त्याचे टायगर मॉथचे प्रशिक्षण पूर्ण केले, तेव्हा त्याच्या रिपोर्टमध्ये लिहिले होते की, तो अतिशय शांत आणि कष्टाळू स्वभावाचा आहे. आपले काम अधिकाधिक कसे अचूक होईल याकडे त्याचे लक्ष असते. पण तरीही फ्लाइंगकरता जो आवेश, जी जिगर लागते; ती अजून यायला हवी. असे असले तरी त्याच्यामध्ये एका व्यायामपटूप्रमाणे धैर्य आणि चपळता हे गुण होते. सर्वांत महत्त्वाचे म्हणजे, आकाशाला गवसणी घालण्याची त्याची इच्छा अत्यंत प्रबळ होती. थोडक्यात सांगायचे म्हणजे, या नव्याने मिळालेल्या अद्‌भुत स्वातंत्र्याचा आनंद त्याच्या दृष्टीने खरोखरच अत्यंत मोलाचा होता. मिळालेल्या या स्वातंत्र्यामुळे त्याच्यामध्ये एक प्रकारचा आत्मविश्वास जागा झाला होता. त्याच्या विचारांमध्ये एक मोकळेपणा आला होता.

लढाऊ विमानांच्या तुकडीवरील त्याचे प्रशिक्षण १९३८ च्या जानेवारी महिन्यामध्ये

पूर्ण झाले आणि त्यानंतर विल्टशायर येथे त्याची बदली करण्यात आली. तो गॉसपोर्टला कोस्ट आर्टिलियरी को-ऑपरेशन युनिट येथे रुजू झाला. तो युनिट कोस्टल कमांडचाच एक भाग होता आणि जमिनीवरील सैनिकांची टेहळणी करण्यासाठी विमाने पाठविण्याचे काम या युनिटमार्फत होत असे. ह्या सैनिकांचे प्रामुख्याने खाडीमध्ये लक्ष्य करणे, हे उद्दिष्ट होते. ह्या कामामध्ये अचूकता अतिशय आवश्यक होती. हे काम डोनाल्डच्या स्वभावाला अगदी साजेसे होते. त्याच्या पहिल्या उड्डाणाच्या वेळेस त्याची आणि मॅककॉनेलची भेट झाली, तीसुद्धा अगदी पट्कन आणि अनपेक्षितपणे. डोनाल्ड हा साधा पायलट ऑफिसर होता. त्यात तो शॉर्ट सर्व्हिस कमिशनमध्ये होता, तर डेरी हा कायमस्वरूपी नोकरीमध्ये होता. तो डोनाल्डपेक्षा वरच्या श्रेणीचा अधिकारी होता. डेरी हा अतिशय मोकळा आणि एकदम बोलका होता; तर डोनाल्ड त्याच्या अगदी विरुद्ध म्हणजे अबोल, शांत आणि भिडस्त स्वभावाचा होता. पण पूर्णपणे विरुद्ध स्वभावाचे हे दोघेही थोड्याच दिवसांमध्ये एकमेकांचे अगदी जवळचे मित्र बनले. रॉयल एअरफोर्सच्या एकविसाव्या वर्धापनदिनानिमित्त १९१९ च्या मार्च महिन्यामध्ये एक डान्सपार्टी ठेवली होती. त्यामध्ये ब्रिजीट किराजला घेऊन येण्यासाठी त्याला कोणाची तरी मदत लागणार होती आणि साहजिकच या कामाकरता त्याचा सगळ्यात जवळचा मित्र डोनाल्ड याच्याशिवाय त्याच्या नजरेसमोर दुसरे कोणीही आले नाही. जेव्हा त्याने डोनाल्डला हे सांगितले, तेव्हा डोनाल्डने काही उत्सुकता दाखवली नाही. ते पाहून त्याला नवल वाटले. मुलींचा विषय काढूनही डोनाल्ड अजिबात उतावळा झाला नाही.

''त्या वेळेस मी मुलींच्या बाबतीत फारसा उत्सुक नसायचो,'' डोनाल्डने अतिशय संकोचीपणे हे नंतर कधी तरी सांगितले. आईच्या सततच्या दडपणामुळे या असल्या गोष्टींकडे पाहण्याची किंवा त्याबाबत विचार करण्याची त्याला आतापर्यंत कधी संधीच मिळाली नव्हती. अकाउंटंट म्हणून तो अनुभवी असेलही, पण मुलींच्या बाबतीतील त्याचा अनुभव मात्र यथातथाच होता.

''हे बघ, तुला मुलीशिवाय पार्टीला येता येणार नाही. तुझ्याबरोबर मुलगी पाहिजेच.'' डेरीने त्याला जवळजवळ खडसावलेच, ''त्यामुळे तुला मुलगी शोधलीच पाहिजे आणि तशी मुलगी आहे.''

डेरीचे हे विधान कुठेही चूक नव्हते, त्यामुळे ते खोडून काढण्याचा प्रश्नच नव्हता. त्यात महाशयांनी अशीही अट घातली की, ती मुलगी सुंदरच असली पाहिजे; कारण त्या मुलीची बहीण अतिशय सुंदर आहे. आता अशी परिस्थिती आपल्या मित्रानेच निर्माण केल्यामुळे डोनाल्डला विरोध करणे शक्यच नव्हते. त्यामुळे डोनाल्डपुढे फारसा पर्यायच नव्हता. ब्रिजीटला आणण्यासाठी दोन आसनी विमान डेरीकडे होते. पण प्रश्न असा होता की, ब्रिजीट पामेलाशिवाय येऊच शकत

नव्हती, त्यामुळे या दोन मुलींना घेऊन येण्यासाठी मोठ्या कारची व्यवस्था करणे भाग होते. डेरीच्या या शांत मित्राने तेरा पाऊंडचे असे एक वाहन घेतले होते की, त्यामध्ये दोन मुलींना घेऊन येणे नक्कीच शक्य होते आणि मुलींनासुद्धा त्याच्यात बसायला नक्की आवडले असते.

बेंटली कंपनीच्या गाडीच्या आकाराची एक मोठी कार '२ टनब्रिज'मधील क्वीन्स रस्त्यावरील या घरापुढे ३१ मार्चला दुपारी येऊन थांबली. तिच्या तीन लिटरच्या मोठ्या इंजिनामधून कोणताही कर्णकर्कश आवाज येत नव्हता, तरीही ती दुर्लक्ष करण्याजोगी मात्र अजिबात नव्हती. तिला जाळीचे मोठे क्रोम रेडिएटर होते. चंदेरी रंगाचे फुगीर हेडलाइट्स होते. त्या गाडीचे रनिंग बोर्ड एवढे रुंद होते की, त्यावर एक मेंढी आरामात बसू शकेल. तिचे वजन दोन टनांपेक्षा जास्त होते. व्हिटलॉक नावाच्या कंपनीने ही कार बनवली होती. पण त्यावर झालेल्या खर्चापायी त्या कंपनीला काहीच फायदा झाला नव्हता, त्यामुळे कंपनी दिवाळखोरीमध्ये गेली असती; पण बाकीच्या काही शे-सव्वाशे मोठ्या कारच्या मॉडेल्समुळे ती कंपनी सावरली. अतिशय देखण्या आणि आकर्षक अशा या कारच्या मॉडेल्सपुढे ऑस्टिन आणि मॉरिस कंपनीच्या कारची मॉडेल्सही फिकी पडत होती; परंतु दुर्दैवाने गाडीच्या मालकाकडे अजूनही गाडी चालवण्याचा परवाना नव्हता, त्यामुळे डोनाल्डची गाडी डेरीच चालवत होता. फक्त शेवटचे शंभर यार्ड अंतर डोनाल्डने गाडी चालवली.

पामेलाने खिडकीतून बाहेर पाहिले. डेरीला प्रवासी आसनावरून उतरलेले तिने पाहिले. त्याच्यामागून ड्रायव्हर येत होता. उंचापुरा आणि काळे केस असणाऱ्या त्या तरुणाने रॉयल एअरफोर्सचा निळ्या रंगाचा गणवेश घातला होता. जेव्हा पामेलाने घराचे दार उघडले, तेव्हा तिने पाहिले, तो डेरीच्या बाजूला उभा होता.

"हा डोनाल्ड," डेरीने ओळख करून दिली, "डोनाल्ड हिल."

नंतर तिला कळले की, त्याच्या गणवेशावर पांढऱ्या रंगाचे पंख होते.

मुलींच्या आईला त्यांना पारखायचे होते म्हणून त्यांना आतमध्ये बोलावण्यात आले, कारण हेच तरुण तिच्या मुलींची काळजी घेणार होते. पामेलाची उत्सुकताही वाढली होती. ते दोघे आत आल्यामुळे तिलाही त्यांना नीटपणे पाहता आले. तिची उत्सुकता तिलाही पूर्ण करता आली. तिला डेरी आवडला; पण त्याच्यामध्ये काही खास किंवा नवीन आहे, असे मात्र तिला जाणवले नाही. त्याचा मित्र मात्र काही तरी खास होता. तिच्या कल्पनाविश्वामध्ये स्थान मिळवायला तो नक्कीच योग्य होता. एकदम ऐटबाज कार, थेट काळजाचा ठाव घेणारे त्याचे पायलटचे पंख, खांद्याची रुंद ठेवण– या सगळ्यामुळे ती त्याच्याकडे नकळतपणे आकर्षित झाली. त्याचा शांत, अविचल आणि धीरोदात्त स्वभाव तिला खूपच आवडला होता. गाडी चालवताना तो किती काळजी घेतो; हे जेव्हा त्याने सांगितले, तेव्हा पामेलालाच

नव्हे तर तिच्या आईलादेखील त्याच्या स्वभावाची खात्री पटली. त्याचे उच्चार खास डेव्हनच्या शैलीचे होते त्यामुळे थोडेसे गावरान वाटत असले, तरी त्यामध्ये एक प्रकारचा सच्चेपणा होता.

त्यांना लगेचच कळून चुकले की, गाडी चालवण्याविषयी जे काही कळले होते, ते सर्व मूर्खपणाचे होते. डोनाल्डने रस्त्याच्या शेवटपर्यंत गाडी सावकाश चालवली आणि त्यानंतर त्यांनी अदलाबदल केली. डेरीने गाडी चालवण्यास सुरुवात केली आणि डोनाल्ड मागे ब्रिजीटशेजारी बसला. ''तो दहा मिनिटांपेक्षा जास्त नाही चालवणार,'' स्टिअरिंग व्हील हातात घेत डेरी म्हणाला.

पामेलाने त्याच्या सस्मित चेहऱ्याकडे पाहिले. एखाद्या छोट्या मुलाने काही मिळवले की, त्याच्या चेहऱ्यावर जसे हसू उमटेल तसेच हसू होते ते. गॉसपोर्टला जाणारा रस्ता वळणा-वळणाचा होता. दक्षिण इंग्लंडमधील हा भाग म्हणजे साऊथ डाऊनची मागची बाजू. या रस्त्यावरून त्यांना इंग्लिश खाडीचे विलोभनीय दर्शन होत होते. समुद्रात सामावण्याआधी निळ्याभोर आकाशामध्ये मिसळून गेल्याप्रमाणे भासणारी इंग्लिश खाडी. त्यांच्या चौघांच्या गप्पा चांगल्याच रंगल्या होत्या. मित्रपरिवार, चित्रपट आणि विमानोड्डाण हे त्यांच्या गप्पांचे विषय होते. गॉसपोर्टचा छोटासा विमानतळ तोफखान्याच्या व्यवस्थापनासाठी व त्याचप्रमाणे टोर्पेडो बॉंबिंगसाठी प्रसिद्ध होता. इथे पायलटना आपल्या शस्त्रांच्या पहिल्या वापरासाठी यावे लागे. इथे ते पाण्यावर पृष्ठभागालगत येऊन शस्त्रे चालवत असत. अतिशय सावकाशपणे विहार करणाऱ्या पक्ष्यांवरसुद्धा ते कशी मात करत असत, हे विनोदातून ते सांगत होते. म्हणजे, त्यांना तंतोतंतपणा आणि अचूकता येण्यासाठी त्यांचा वेग कसा सावकाश ठेवावा लागतो. खरं तर ज्या गोष्टी ते विनोदाने सांगत होते, ते प्रत्यक्षात मात्र जीवघेणे होते.

पंधरा दिवसांपूर्वीच हिटलरने मध्य युरोपियन देशांमधील अजून एक भाग ताब्यात घेतला होता आणि त्या प्रांतातील प्रत्येक वर्तमानपत्रामधून त्याने त्याची वचने कशी मोडली आहेत, याविषयी बातम्या येत होत्या. जर्मनांनी सारलँडवर १९३६ मध्ये कब्जा केला होता. मार्च १९३८ मध्ये त्यांनी ऑस्ट्रिया जिंकले आणि सर्वांना खात्री देण्याचा प्रयत्न केला होता की, ही त्यांची अखेरची चढाई होती आणि यानंतर त्यांची युद्धाची गरज पूर्ण झाली होती. पण नंतर सप्टेंबर १९३८ मध्ये स्युडेटनलँड येथेही काही हालचाली सुरू झाल्या होत्या. आठवड्यापासून तिथे खंदक खणण्याचे काम जोमाने सुरू होते. गॅसमास्कच्या उपयोगांचीसुद्धा वेगवेगळी प्रात्यक्षिके चालू होती. गॅसमास्क म्हणजे विषारी वायूंपासून संरक्षण होण्यासाठी असणारा मास्क. यावरून एक निश्चित होते– ते म्हणजे, कुठल्याही क्षणी बॉंबच्या हल्ल्याला सुरुवात होणार होती. माननीय पंतप्रधान त्या वेळेस म्युनिचला गेले होते

आणि हिटलरने अतिशय गंभीर आणि कळकळीचे वचन दिले होते की, 'मला युरोपमध्ये जे-जे प्रांत काबीज करायचे होते, त्यांतील हा शेवटचा प्रांत आहे.' जेव्हा नेव्हिल चेंबरलेन हातात एक करारनामा हलवत परत आले, तेव्हा सर्वांनी सुटकेचा नि:श्वास टाकला होता. तो करारनामा होता 'आपली शांतता.' आता हिटलरच्या सैन्याने आणखीन एक छोटे राष्ट्र काबीज केले होते. प्रत्येक भाग हा विस्कटल्यासारखा झाला होता आणि प्रत्येक जण दुभंगलेल्या जगामध्ये जगत होता. जगामध्ये शांतता दिसत असली, तरी ती वादळापूर्वीची होती. भविष्यामधील संभाव्य हिंसेचे लोळ त्या शांततेत जाणवत होते. युद्ध निश्चितपणे होणार होते. ते अटळ होते आणि कोणीही काहीही करू शकणार नव्हते.

डाऊन्सच्या शिखरावर डोनाल्डने डेरीला थांबायला सांगितले आणि त्याने स्पष्ट सांगून टाकले की, आता यापुढे गाडी तो चालविणार. ब्रिजीटला आठवले की, व्हाईटलॉकचे स्टिअरिंग किती डुगडुगीत असतात. पण पामेलाला त्याला गाडी चालवताना पाहणे खूपच आवडत होते. अरुंद पट्ट्याप्रमाणे भासणाऱ्या त्या डांबरी रस्त्याच्या मानाने ती गाडी खूपच मोठी होती. पण समोरून येणारे कोणतेही वाहन त्यांच्या गाडीचे बॉनेट पाहून पार रस्त्याच्या कडेच्या हिरवळीवर गाडी नेऊन त्यांना जागा करून देत होते. डोनाल्डचा आत्मविश्वास वाखाणण्यासारखाच होता. गॉसपोर्टला येण्याच्या बराच वेळ आधीपासूनच पामेलाच्या मनात विचार यायला लागले की, खरंच तिच्या बहिणीपेक्षा डोनाल्डने आपला पार्टनर व्हावे.

दोन्ही मुलींना फ्रेश होण्यासाठी आणि कपडे बदलण्यासाठी एका हॉटेलमध्ये सोडण्यात आले. पामेलाला गडद निळ्या रंगाचा स्ट्रॅपलेस ड्रेस होता. मागून लो कट आणि कंबरेला व्ही शेप असलेला टॉप आणि खाली तितकाच आकर्षक स्कर्ट. हा ड्रेस खरंच इतका सुंदर होता ना, की कोणत्याही मुलीचे रूप या ड्रेसने नक्कीच खुलून दिसले असते आणि पामेलाला माहीत होते की, ती या ड्रेसमध्ये विलक्षण सुंदर दिसायची– सुंदर म्हणजे अगदी खतरनाक दिसत असे! पण प्रश्न असा होता की, त्यालाही तसे वाटेल का?

डोनाल्ड या दोघी जणींना जेव्हा हॉटेलमध्ये नेण्यासाठी आला, त्या वेळेस अर्थातच डेरीसुद्धा त्याच्याबरोबर होता. पण ती रात्र अतिशय महत्त्वाची होती. आपल्या आयुष्याच्या वळणावरून चालताना अनेक सत्त्वपरीक्षा देण्याचे प्रसंग येतात, त्यांपैकीच एक. डोनाल्ड इव्हिनिंग ड्रेसमध्ये होता. त्याने काळ्या रंगाचा टाय, एअरफोर्सचे निळे जाकिट घातले होते. गणवेशामध्ये खांद्यावर एक प्रकारचा धातूचा बिल्ला असतो, तो त्याच्या खांद्यांवर होता. त्याच्या कोटाच्या पुढील बाजूस छातीवर असलेली घडी काळ्या सॅटीनच्या कापडाची होती आणि त्याने इव्हिनिंग ट्राऊझर परिधान केली होती. नेहमीप्रमाणे त्यांनी पहिले नृत्य आपापल्या जोडीदारांसोबत

केले आणि नंतर जोडीदार बदलले.

"तुला नृत्य आवडते?" डोनाल्डने पामेलाला विचारले.

"मला खूप आवडते नृत्य." पामेला अगदी उत्साहाने म्हणाली.

त्याने तिच्याकडे पाहत मंद स्मित केले. "मलासुद्धा नृत्य विलक्षण आवडते."

सहा फूट दोन इंच उंच डोनाल्ड तिच्यासमोर उभा राहिला. पण त्यात काही वावगे दिसत नव्हते. त्याने कमालीचे सुंदर नृत्य केले. जणू काही त्याच्या बाहूमध्ये आपण तरंगत आहोत, असे तिला वाटत होते. आता सांगताना तिला स्वत:चेच हसू येत होते; पण तिने सांगितले की, खरंच त्या वेळी तिला तसेच काहीसे सुखावह वाटत होते. त्यांनी नृत्याचे वेगवेगळे प्रकार केले. त्यांनी फॉक्सट्रॉट हा नृत्यप्रकार केला. त्यानंतर वॉल्स, चार्ल्सटन असे एकामागून एक नृत्यांचे प्रकार त्यांनी केले. ते दोघे एकमेकांना अनुरूप जोडीदार आहेत, असे त्या दोघांनाही मनापासून वाटत होते.

"ते सर्व खरोखरच एखाद्या स्वप्नासारखे सुंदर होते." ती म्हणाली, "मी स्वत:ला सांगत होते की, हे स्वप्नच आहे; कारण इतके सुंदर प्रत्यक्ष आयुष्यामध्ये कधी घडत नाही."

यात उगाच खोटे बोलण्यात किंवा काही लपविण्यात काही अर्थ नव्हता. जे घडत होते ते इतके सुंदर होते आणि उत्कंठावर्धक होते की, ते आजूबाजूच्या सर्वांनासुद्धा जाणवल्याशिवाय राहिले नाही. "ते असे काही होते की, ते माझ्या आठवणींमध्ये आजही जिवंत असल्याप्रमाणे भासते!" साठ वर्षांनंतर ब्रिजीट सांगत होती. "मला आठवतंय... पामेला तिच्या इव्हिनिंग ड्रेसमध्ये होती. तिने गडद निळ्या रंगाचा मऊ कापडाचा सुंदर ड्रेस परिधान केला होता. ती आणि डोनाल्ड एकमेकांच्या खूप जवळ होते. ते दोघे एकमेकांना बिलगूनच चालत होते. ते असे काही होते की, ते मी कधीच विसरू शकत नाही. आणि नंतर ते दोघे तिथून अचानक कुठे तरी निघून गेले."

फॉक्सट्रॉट खूपच जोशपूर्ण झाला. वॉल्स पण खूप सुंदर झाला. त्यांचे हात आणि डोळेच इतके काही सांगत होते की, दुसऱ्या कशाची गरजच नव्हती. शब्दांवाचून भावना एकमेकांपर्यंत कधीच पोहोचल्या होत्या. जर ते आणखी खूप वेळपर्यंत असेच नृत्य करत राहिले असते, तर ते काहीच स्पष्ट करू शकले नसते. त्यानंतर मध्ये बुफेसाठी थोडीशी विश्रांती होती. त्यामुळे तिथे मात्र शब्दांची गरज होती. पामेला तिच्या जिभेवरील सॅलड खात-खातच जोराने हसत होती आणि काही मार्मिक बोलत होती की; जेणेकरून त्याला समजेल की, त्याच्या सहवासामध्ये ती किती आनंदी होती. थोड्या वेळाने बँड पुन्हा वाजू लागला आणि या वेळी तो जलद गतीने वाजत होता. बँडच्या तालावर ते एकमेकांच्या बाहूमध्येच गिरक्या घेऊ

लागले आणि थोड्या वेळातच त्यांच्यामध्ये गोड गुपिताची देवाणघेवाण झाली. तो तिला घेऊन रात्रीच्या अंधारात एकांतात घेऊन गेला आणि त्याने तिचे चुंबन घेतले... तिचे उरलेले अर्धवट शब्द तिच्या ओठांतच विरून गेले.

त्यानंतर राष्ट्रगीत वाजवण्यात आले. शेवटचे नर्तक निघून गेले होते. ब्रिजीट आणि डेरी दोघे तिथेच पुढच्या बाजूस बसले होते, तेव्हा पामेला आणि डोनाल्ड अंधारातून आले आणि वर येऊन मागील बाजूस बसले.

त्यानंतर दुसरा दिवस एक एप्रिल होता. हॉटेलमध्ये या दोन बहिणींना नेण्यासाठी डोनाल्ड आणि डेरी हे दोन तरुण आले. मध्यरात्री त्यांनी अगदी नाइलाजाने या दोघींना हॉटेलमध्ये सोडले होते. ते तिथे पोहोचले, तेव्हा गेटकीपरने त्यांना सांगितले की, किराज बहिणी अगोदरच निघून गेल्या आहेत. जिन्याच्या कठड्यांच्या गजावर रेलून त्या खालचे संभाषण ऐकत होत्या. त्यांचे गोंधळून गेलेले आवाज स्पष्टपणे त्यांच्या कानांवर पडत होते. तो गेटकीपर खरंच सांगतोय का? त्या आपल्याला भेटणार होत्या. त्यांनी दोघींनी काही निरोप दिला आहे का? इतक्यात त्या दोघी पळत खाली आल्या आणि जोरात ओरडल्या, "एप्रिल फूल!" पामेलाने डोनाल्डच्या चेहऱ्यावरील भाव निरखले आणि ते भाव ती खरोखरच नंतर कधीच विसरू शकली नाही. ते भाव होते एक दिलासा मिळाल्याचे. त्याला खरोखरच तिची खूप काळजी होती आणि ती त्याच्या चेहऱ्यावरून लपत नव्हती.

टनब्रिज वेल्सला '२, क्वीन्स रोड' येथे त्या दोघी बहिणींना सुरक्षितपणे त्यांच्या घरी नेऊन सोडल्यानंतर रात्री जेवायच्या वेळेस डोनाल्डला मध्यमवर्गीय कुटुंबातील काही रूढींना सामोरे जावे लागले. मि. किराज यांचा 'सर' असा उल्लेख करायचा, जेवताना बरोबर तो काटा उचलायचा, रॉयल एअरफोर्स हे किती लायक आणि पात्र आहे याचा किराजबाईंना विश्वास द्यायचा, मद्याची बाटली उजवीकडून डावीकडे द्यायची– यांसारख्या पारंपरिक रूढी सांभाळताना त्याच्या शरीराचा अणू-रेणू फक्त एकाच गोष्टीवर केंद्रित होता आणि तो म्हणजे, टेबलक्लॉथच्या खाली त्याच्या हाताला घट्ट पकडलेल्या तिच्या हाताच्या गरम स्पर्शाकडे. स्वत:ची गुणवत्ता सिद्ध करण्याची ही रूढी होती. त्याला त्यात नापास होऊन चालणारच नव्हते. यामध्ये हा भाग थोडासा अवघड होता की, तो जसा आहे असे भासत होता तसा तो नव्हता.

पामेलाला मात्र खूप काळजी लागली होती. येणारे अडथळे तिला जाणवत होते. पण त्याचबरोबर कौतुकाने ती त्याला निरखतही होती. कारण शेवटची मद्याची बाटली येईपर्यंत तो अगदी सरावल्यासारखा ती उजवीकडून डावीकडे देत होता.

"हे सगळे खरोखरच हास्यास्पद आणि अनाकलनीय होते," ती म्हणाली. "पण त्या काळी या सर्व गोष्टींना फार महत्त्व होते. त्याने जर मद्याची बाटली

चुकीच्या पद्धतीने दिली असती, तर काही तरी अघटित घडले असते.''

त्याने ती बाटली त्याच्या डाव्या बाजूस अतिशय सराईताप्रमाणे सरकवली. अशा प्रकारे त्याने ती बाटली सरकवली की, जणू काही त्याला त्याची सवय आहे. त्याला जणू काही सुचवायचे होते की, मी करू शकणार नाही अशी कोणतीच गोष्ट नाही.

जेव्हा दारापाशी ती आणि तो जाताना भेटले, तेव्हा तो तिला शांतपणे म्हणाला, ''तुला मी फोन करू शकतो?''

''होय.'' ती पुटपुटली, ''प्लीज... फोन कर मला'' असे म्हणून ती नेहमीसारखीच गोड हसली.

त्याने तिचे हलकेच चुंबन घेतले. त्यांच्या आसपास नोकराणी होत्या, आई-वडील होते आणि तिच्या बहिणीदेखील होत्या. त्यामुळे त्याने तिचे अगदी पटकन आणि हलकेसे चुंबन घेतले अन् तो निघून गेला. तो खाली रस्त्यावर जाईपर्यंत पामेला त्याला पाहत राहिली आणि नंतर वर धावत आली. तिच्या खोलीत गेली आणि तिने स्वत:ला बिछान्यामध्ये झोकून दिले. तिच्या डोळ्यांमधून अश्रू वाहत होते. त्याच्याकडे पाहून केलेले ते हसू निरर्थक होते. ती एखाद्या शाळेतील लहान मुलीप्रमाणे वेड्यासारखी त्याला न्याहाळत होती. तिचे ते टेबलाखाली त्याच्या हातात हात गुंफणे खरोखर चुकीचे ठरले असते. ती विचार करत होती, त्याने आपल्यासाठी एवढे केले आणि आपण त्याचा आदर राखण्याकरता काय केले? आपण काहीच संयम दाखवला नाही, की काही निग्रह दाखवला नाही. त्याच्यासाठी काहीच केले नाही, असे तिला सारखे वाटत होते.

दुसऱ्या दिवशी तिच्या घरातील काळा बेकलाईट टेलिफोन दिवसभर हॉलमधील टेबलवर शांतपणे पडून होता, तो वाजलाच नाही. पण त्या दिवशी रविवार होता आणि बहुतेक रॉयल एअरफोर्समध्ये रविवारच्या दिवशी कोणतेही क्षुल्लक फालतू फोन करण्यास परवानगी नसावी. पण दुसऱ्या दिवशी म्हणजे सोमवारीदेखील त्याचा फोन आला नाही, त्यामुळे नक्कीच दुसरे काही तरी कारण असावे. नंतर अख्खा आठवडा त्याने फोन केलाच नाही. खरं तर त्याची चूक नव्हती. त्याने जे काही केले होते, ते स्वत:चा सुसंस्कृतपणा सिद्ध करण्यासाठी. उलट, तीच खूप बिनधास्त होती आणि त्यामुळे तिच्याकडून थोडी असभ्य अधीरता दर्शवली गेली होती. आता त्याला दुसरी कोणी तरी भेटेल.... त्याच्यासारख्या देखण्या आणि उमद्या माणसाला काय, किती तरी जणी भेटतील! तिच्या मनात विचार येत होते.

एक आठवडा उलटून गेला, पण त्या पार्टीच्या आठवणी आणखीच उजळ होऊ लागल्या. त्या पार्टीच्या वेळेस तिने घातलेला तो निळ्या रंगाचा ड्रेस त्याच्या काहीशा गबाळ्या वाटणाऱ्या जॅकेटबरोबर अगदी शोभून दिसत होता. बेभान होऊन

दोघांनी केलेले नृत्य आणि त्यानंतर एकांतात त्याने तिचे घेतलेले चुंबन... हॉटेलवर तो आला असता तिने आणि तिच्या बहिणीने त्यांची केलेली गंमत आणि त्यानंतर त्याच्या चेहऱ्यावरील भाव... हे सगळे क्षण इतके सुंदर होते की, यापूर्वी इतके सुंदर क्षण तिने कधीच अनुभवले नव्हते. पण आता सगळेच संपले होते. आणि यासाठी ती स्वत:लाच दोषी समजत होती. ती त्याच्या फोनची वाट दररोज पाहायची आणि दिवस गेला की, त्यांचे नाते संपल्याचे तिची जाणीव अधिकच तीव्र व्हायची. दुसरा आठवडाही गेला आणि तिने त्याच्याबरोबर अनुभवलेले गोड क्षण आणि तिचे हे आताचे विरहाचे दिवस यांमधील अंतर अधिकच वाढत होते. तिचे दु:ख आणि निराशा आणखीनच वाढत होती.

....आणि एप्रिलच्या मध्यावर एक दिवस तो काळा फोन खणखणला.

पलीकडील आवाज थोडासा दबका आणि बिचकत येत होता, ''पामेला किराज आहे का?''

फोन तिनेच उचलला होता. तो आवाज ऐकून तिचा श्वास क्षणभर थांबला. जणू काही एखाद्या कोळ्याच्या जाळ्यामध्ये मासा अडकता-अडकता निसटून गेला आणि नंतर अचानक त्याच्या जाळ्याला हिसका बसला अन् तो मासा परत त्याच्या जाळ्यात अडकला! त्याला घाबरवण्याचा तिचा इरादा नव्हता. ''अरेच्या! तू होय,'' जणू काही ती त्याला विसरली होती. जणू काही मनामध्ये असंख्य वेगळे विचार होते आणि त्यात कुठेही त्याचे विचार नव्हते. ''मला तुझ्याबरोबर नृत्य करताना खूपच मजा आली...'' तिचा आवाज थोडासा औपचारिक, तिरकस वरवरचा होता. त्याला खात्री वाटत नव्हती. त्याने विचार केला होता की, त्याने तिला जेव्हा विचारले की, मी तुला फोन करू का; तेव्हा कदाचित तिने औपचारिकपणे त्याला 'हो' म्हटले असावे. ''मला माहीत नाही, मी तुला फोन केलेला खरंच तुला आवडले आहे की नाही!'' आणि मध्यंतरीचा काळ खूप गडबडीचा गेला आणि त्यामुळे सगळं आयुष्यच खूप कटकटीचे झाले होते. तिला त्याने दिलेले कारण काही पटले नाही. हा अंदाज तिने अगोदरही बांधला होता. जागतिक स्थिती बिकट झालेली होती. युद्धाच्या तयारीची जणू स्पर्धाच लागलेली होती आणि या स्पर्धेत आपल्या पायलटच्या प्रशिक्षणाचा कालावधी वाढवला होता. उड्डाणाच्या वेळाही वाढवल्या होत्या. पण या सर्व जागतिक घडामोडींचा विचार करण्याच्या मन:स्थितीत ती नव्हती. ती फक्त एवढाच विचार करत होती की, याला ती जबाबदार आहे.

''मला वाटले की, तुला दुसरी कोणी तरी भेटली असेल.'' ती एकदम उसळून म्हणाली.

''मी तसा नाहीये....'' तो म्हणाला. अशा काही प्रतिसादाची तिने खरंच अपेक्षाच केली नव्हती. तिचा विश्वास बसला; कारण तिला खरोखरच विश्वास

ठेवावासा वाटला आणि तिला कुठे तरी जाणवले की, तो खरंच मनापासून सांगतो आहे.

त्याच्या बाजूने मात्र गोष्टी थोड्याशा गुंतागुंतीच्या होत्या. त्याला खरं तर या पंधरा दिवसांमध्ये कोणतेही विमान चालवण्याचे काम नव्हते आणि तिला भेटण्यापासून त्याला कोणीही अडवू शकणार नव्हते. फक्त एकच गोष्ट होती, जी त्याला अडवत होती– आणि ती म्हणजे, त्याचा संशय. त्या सुंदर संध्याकाळच्या आठवणींनी तिच्याइतकीच त्यालासुद्धा मोहिनी घातली होती. त्याच्या मुलाला या सर्व आठवणी तो चाळीस वर्षांनंतर सांगत होता की, सर्व घडले ते ब्रिजीटच्या स्वभावामुळे. आम्ही पहिल्यांदा नृत्य केले, पण नंतर मी तिच्या नादालाच लागलो नाही. कारण ती फारच तिखट जिभेची आणि चढेल होती.

''नंतर काय झालंय, हे कळण्यापूर्वीच मी पामेलासोबत नृत्य करू लागलो,'' तो सांगू लागला. ''जेव्हा मी तिला पाहिले, तेव्हाच मला कळून चुकले की, पामेलासारखी सुंदर स्त्री माझ्या उभ्या आयुष्यात पाहिली नव्हती. तिचे डोळे खूप सुंदर आणि तेजस्वी होते... आणि मी जणू त्यामध्ये बुडून गेलो होतो!'' मग तो हसला, ''डेरीने भरपूर चेष्टा करायला सुरुवात केली; कारण त्याला सगळे काही समजले होते.'' मग थोडा वेळ तो गप्प झाला, पण त्याला अजून बरेच काही सांगायचे होते. ''आम्ही दोघांनी बराच वेळ नृत्य केले. ती अतिशय सुंदर आणि निपुण नर्तिका होती. आम्ही नृत्यामध्ये रात्रभर दंग झालो होतो. आणि हीच आमच्या प्रेमाची सुरुवात होती.''

एक गोष्ट त्याने पामेलाला आणि त्याच्या मुलालासुद्धा सांगितली नव्हती की, पार्टीनंतर पंधरा दिवसांनी त्याला फ्लाइंग ऑफिसरच्या पदावर बढती होण्यासाठी एक अतिशय कठीण परीक्षा द्यावी लागणार होती. त्याला खात्रीच होती की, जर त्याने पामेलाला पुन्हा पाहिले, तर त्याचे अभ्यासामध्ये लक्ष लागणार नव्हते. त्यामुळे तिच्यापासून सावधपणे दूर राहणेच इष्ट होते.

तो तिला म्हणाला की, या आठवड्यात त्याच्या रजा शिल्लक आहेत आणि शनिवार-रविवारी तो तिला न्यायला येणार आहे. मग ते कुठे तरी लाँग ड्राइव्हला गेले असते. कुठे जायचे, हे तितकेसे महत्त्वाचे नव्हते.

तो तिला भेटायला आला, तेव्हा सुंदर फुले घेऊनच. पुढील काही आठवडे तिने त्याची काटकसर करण्याची वृत्ती पाहिली आणि त्याचे तिला कौतुक वाटत होते. युद्ध तोंडावर आलेले असताना एका पायलटचा पगार महिन्याला सतरा पाउंड होता. त्यातून एकदा कारचे रिपेअरिंग आणि पेट्रोल यावरचा खर्च झाला की, नंतर उरलेल्या शिलकीमध्ये उधळपट्टी करणे त्याला परवडणारेच नव्हते.

सुंदर वसंत ऋतूमध्ये एकमेकांच्या सहवासात ते आपले क्षण घालवत होते.

कुठे जात होते हे तितकेसे महत्त्वाचे नव्हते, तर त्या वेळी एकमेकांचा सहवास त्यांना गरजेचा होता. जवळजवळ सर्व शनिवार-रविवार ते एकमेकांच्या सहवासामध्ये घालवायचे. कधी व्हिटलॉकमध्ये एका बाकावर एकमेकांना बिलगून बसायचे. गावाबाहेर फिरायला जायचे, तर कधी समुद्रकिनारी, तर कधी एपिंगच्या जंगलात झाडाखाली थंड सावलीमध्ये बसायचे. कधी स्वच्छ सूर्यप्रकाशामध्ये न्यू फॉरेस्टमध्ये ते भटकंती करत असत. इंग्लंडच्या आग्नेय दिशेस १९३९ मध्ये अतिशय सुंदर वसंत ऋतू होता आणि त्या स्वच्छ सूर्यप्रकाशात फिरण्याचा अनुभवही त्यांनी त्या वेळी घेतला. मे महिन्याच्या सुरुवातीलाच कुंपणांवरील लहान झाडांना फुलांचा बहर आला होता. सफरचंदे आणि चेरींनी फळांच्या बागा बहरून गेल्या. पांढऱ्या फुलांची जागा हिरव्या-हिरव्या पानांनी घेतली. उन्हाळ्यातील उष्णतेमुळे विषुववृत्तीय झाडे वाढतात त्या वेगाने वेली वाढल्या होत्या आणि त्यामुळे जंगलाप्रमाणे घनदाट बनल्या होत्या.

छोट्या अरुंद रस्त्यावरून ते किती तरी वेळ भटकत राहायचे. त्या रस्त्यावर इतकी धूळ उधळलेली होती की, ती उंच आसमंतात जाऊन भिडल्याप्रमाणे भासत होती. मध्येच एखाद्या चहाच्या टपरीपाशी ते थांबायचे. तिथे एक बोर्ड होता. त्यावर जाहिरात लिहिलेली होती, 'येथे मलईचा चहा मिळेल.' कधी तरी दोघे जण मस्त मूडमध्ये असले, तर पिकॅडिली सर्कस येथील क्रिटेरियन रेस्टॉरंटमध्ये उच्च प्रतीच्या, उंची अमेरिकन हायबॉल्समध्ये आठवड्याभरासाठी पैसे घालवत असत. हायबॉल्स ही एक उच्च प्रकारची दारू होती. तिथे जेवण घेण्याचा मात्र प्रश्नच उद्भवत नसे. कारण त्याच रस्त्यावरून थोडे खाली गेले की, तिथे स्ट्रँड नावाचा रस्ता होता. त्या रस्त्यावर लियॉन कॉर्नर हाऊसमध्ये ते थ्री कोर्स मिल घेत असत. थ्री कोर्स मिल म्हणजे ब्रिटिश संस्कृतीमध्ये तीन टप्प्यांमध्ये घेतले जाणारे जेवण. यात प्रथम स्टार्टर्स, त्यानंतर मुख्य जेवण आणि त्यानंतर शेवटी डेझर्ट्स. तर, असे या जेवणाचे स्वरूप असे. हे जेवण निपी नावाची एक खास वेट्रेस सर्व्ह करायला येत असे. या रुचकर जेवणानंतर अमेरिकन हायबॉलदेखील दिली जात असे.

त्यांनी एकमेकांचे हात हातात धरले आणि चुंबन घेतले. आपण खरंच कोण आहोत आणि आपण दोघे एकमेकांकडे कसे काय एवढे आकर्षित झालो, हे जाणून घेण्याचा ते प्रयत्न करत होते. त्याच्या शांत स्वभावाने तिला मोहिनी घातली होती. सव्वीस वर्षे वयाचा डोनाल्ड रॉयल एअरफोर्समधील त्याच्या बऱ्याचशा सहकाऱ्यांपेक्षा वयाने मोठा होता. त्यामुळे बाकीच्या सर्वांचे वागणे अगदी लहान मुलांप्रमाणे अल्लड होते आणि त्या पार्श्वभूमीवर तो अतिशय गंभीर, भिडस्त आणि परिपक्व होता. त्याने या क्षेत्रामध्ये जरासे उशिराच पदार्पण केले होते. पण त्याच्या गंभीर स्वभावामागे आणि परिपक्वतेमागे तसे कारणही होते.

त्याचे कुटुंब दक्षिण सिडमाऊथजवळ असलेल्या डेव्हॉनच्या दक्षिणेकडून आलेले होते. तिथे त्यांच्या अनेक पिढ्या शेतीव्यवसायामध्येच होत्या. त्याचे वडील सॅम्युअल हिल यांनी शेत खरेदी केले होते. त्याचप्रमाणे त्यांची एक मोठी डेअरी होती. तिथून 'लाइम बे'चे मोहक दर्शन होत असे. लाइम बे हा इंग्लिश खाडीच्या आसपासचा इंग्लंडच्या नैर्ऋत्येला असलेला एक प्रदेश आहे. ते त्यांच्या भागातील दुधाच्या अनेक मोठ्या व्यापाऱ्यांपैकी एक होते. त्यांना तीन मुले होती आणि डोनाल्ड हा त्यांतील दोन नंबरचा मुलगा होता. त्याला मोठी बहीण होती. तिला लाडाने सगळे बिली म्हणायचे. त्याच्या धाकट्या भावाचे नाव राल्फ असे होते. शाळेमध्ये असताना डोनाल्डने वरचा नंबर कधीही सोडला नव्हता. अभ्यासामध्ये तो हुशार आणि प्रामाणिक होता. ब्रॅनकोंब या गावातील शाळेत तो शिकत होता आणि गणितामध्ये त्याची बुद्धिमत्ता असामान्य होती. शाळेत असताना त्याने गणित या विषयामधील सर्व बक्षिसे पटकावली होती. त्याची आई माऊड हिला आपल्या मुलाच्या प्रखर बुद्धिमत्तेविषयी सार्थ अभिमान होता. तिच्या लेखी त्याने मिळवलेली बक्षिसे म्हणजे त्याच्या बुद्धिमत्तेचा सर्वांत मोठा पुरावा होता. म्हणूनच ती तिथून बाहेर पडण्याकरता अधीर होती. तिचा आग्रह होता की, ते शेत विकावे म्हणजे मिळालेल्या पैशामधून ती तिच्या मुलाला उत्तम शिक्षण देऊ शकेल. सॅम्युअल हिल यांनी त्यांचे हे अतिशय लाडके शेत अगदी अनिच्छेनेच १९२४ मध्ये विकले आणि ते कुटुंब हॉनिटॉन येथे नव्या मोठ्या घरामध्ये राहायला आले. अकरा वर्षांच्या डोनाल्डला माऊंट रॅडफोर्ड येथे पाठवण्यात आले. ही एक्सेटर शहरामधील एक प्रतिष्ठित प्रिपरेटरी शाळा होती. उत्तम आणि दर्जेदार शिक्षणाकरता तिचा नावलौकिक होता. परंतु तिथे जाऊन त्याला जेमतेम एक वर्ष झाले असेल नसेल तोच एक दिवस त्याचे वडील सशाची शिकार करण्याकरता म्हणून बाहेर पडले, ते जिवंत परतलेच नाहीत.

''ते तिथे झुडुपांच्या कुंपणामध्ये अडकले. तिथून सुटका करून घेताना घसरले आणि... आणि त्या झटापटीमध्ये अचानक त्यांच्या हातातल्या बंदुकीतून गोळी सुटली.'' डोनाल्डने नंतर आपल्या मुलाला हा किस्सा सांगितला. ''मला एवढं माहीत नाही, पण माझ्या मनात खोलवर कुठे तरी एवढी पक्की खात्री होती की, तो अपघात नव्हता. मला वाटते की, त्यांनी स्वतःला गोळी मारून घेतली असावी. त्या वेळी त्यांचे वय केवळ सत्तेचाळीस वर्षांचे होते आणि बंदूक चालवण्यात त्यांची हातोटी होती. एवढ्या कुशल नेमबाजाकडून अशी किरकोळ चूक होणेच शक्य नाही. माझ्या आईवडलांमध्ये तीव्र मतभेद झाले असण्याची दाट शक्यता आहे. पण मला खात्रीने मात्र सांगता नाही येत, कारण मला नक्की काय झाले, हे माहीत नाही.''

डोनाल्डचा संशय रास्तही होता. अपघाती मृत्यूची चौकशी करणाऱ्या अधिकाऱ्याने जरी तो अपघात आहे असा दाखला दिला असला तरी, त्याचाही कोणता सबळ पुरावा नव्हता. त्यांना मिळालेले पुरावे आणि त्यांनी दिलेला दाखला यामध्ये मोठी तफावत होती. सॅम्युअल यांचे मृत शरीर एका झऱ्यामध्ये पडलेले होते. त्यांनी गोळ्या झाडलेली बंदूक त्यांच्या अंगाखाली होती. गोळी अगदी जवळून त्यांच्या उजव्या कानशिलावर लागली होती. गोळीमुळे त्यांच्या कानशिलावरील केस जळाले होते व ती थेट त्यांच्या कवटीच्या वरच्या भागाला चाटून गेली होती. त्यांच्या मृत्यूनंतर सर्व कुटुंबाला न्यायालयाकडून सहानुभूती मिळाली. त्यांच्या अंत्यसंस्कारासाठी खूप लोक जमले होते. जमलेल्या लोकांच्या गर्दीमुळे हॉनिटनमधील सेंट मायकेल चर्च अक्षरश: भरून गेले होते. जेव्हा मृत्यूच्या कारणाचा निकाल दिला गेला, त्या वेळी त्या निर्णयावरही बरीच उलटसुलट चर्चा चालली होती. सर्वांचे असेच म्हणणे पडले की, सॅम्युअल हिल यांचा आपल्या जमिनीवर अतिशय जीव होता. ती जेव्हा त्यांना विकावी लागली, तेव्हा त्यांना अतिशय वेदना झाल्या. त्यानंतर त्यांना वैफल्य आणि निराशा यांनी इतके ग्रासले की, त्या निराशेच्या भरात त्यांनी बंदुकीची नळी डोक्यावर रोखून घेऊन गोळ्या झाडून आत्महत्या केली.

साहजिकच या सगळ्याचा डोनाल्डच्या शैक्षणिक प्रगतीवर मोठा परिणाम झाला. वयाच्या सोळाव्या वर्षी त्याला हॉनिटॉनमधील स्थानिक सार्वजनिक शाळेमध्ये जावे लागले. पण परमेश्वरकृपेने तो जेव्हा अठरा वर्षांचा झाला, तेव्हा त्याच्या आईने– माऊडने त्याच्या भवितव्याबाबत नवी महत्त्वाकांक्षा निश्चित केली. सॅम्युअलने आपल्या मुलांच्या शिक्षणाकरता एका विश्वस्त निधीमध्ये बरीच रक्कम ठेवली होती आणि ती रक्कम तिला स्वत:चे घर घेण्याकरता पुरेशी होती. तिने तिची मुलगी बिली हिला १९३२ मध्ये बाहेरगावी आपल्या नातेवाइकाकडे पाठवले. आपला दुसरा मुलगा राल्फ याला ससेक्स या गावी एका पब्लिक स्कूलमध्ये टाकले आणि डोनाल्डला ती आपल्यासोबत लंडनला घेऊन गेली. मात्र, तिथून हलण्याची त्याची मनापासून इच्छा नव्हती. डेव्हेन येथील त्याच्या बालपणीच्या आठवणी अतिशय रम्य आणि स्वच्छंदी होत्या. शेजारच्या फळबागेतून सफरचंद चोरणे आणि निरतिशय प्रेम असलेल्या आपल्या वडलांबरोबर सतत राहणे– या आणि अशा किती तरी सुंदर आठवणी होत्या.

''माझे वडील काही खूप कडक आणि शिस्तीचे वगैरे अजिबात नव्हते,'' आपल्या वडलांबद्दल त्याच्या आठवणी तो सांगत होता. ''ते मारू शकत होते, पण त्यांनी मला कधीसुद्धा मारले नाही. ते खूप प्रेमळ होते.'' त्याने हे कबूल केले की, त्याची आई मात्र थोडीशी वेगळी होती. तिचे कुटुंबावर वर्चस्व होते. कुटुंबातील कोणीही तिला विरोध करायचे धाडस करत नसे. त्यातल्या त्यात वडीलच काय ते

थोडाफार विरोध करायचे; परंतु कुटुंबातल्या इतरांप्रमाणेच तिने जे ठरवले, ते त्यांनीही स्वीकारले.

त्याने एकदा पामेलाला सांगितले, ''माझ्या कल्पनेप्रमाणे मी शेतकरी व्हावे अशीच वडलांची इच्छा होती. पण माझी आई मात्र जबरदस्त महत्त्वाकांक्षी होती. तिच्या डोक्यात वेगळ्याच कल्पना होत्या.''

त्याला अंकगणिताची दैवी देणगी मिळाली असल्याने तिने क्लिमन्स मिडगेली या एका अकाउंटंटच्या फर्ममध्ये त्याच्या नोकरीकरता बोलणी करून ठेवली होती. त्यानुसार जर का देशाला पायलटची गरज अचानक उद्‌भवली नसती, तर तो कदाचित त्या फर्ममध्येच राहिला असता. कुटुंबातील थोरला मुलगा या नात्याने त्याला वडलांच्या मृत्यूनंतर कुटुंबप्रमुखाची भूमिका स्वीकारावी लागली. दुसऱ्यावर कायम वर्चस्व गाजवण्याच्या आपल्या आईच्या स्वभावाशी जुळवून घेताना तो स्वत:च्या इच्छा-आकांक्षा दाबून ठेवायला शिकला. वडलांच्या मृत्यूविषयी वेगवेगळ्या अफवा पसरलेल्या होत्या. मनामध्ये भावनांचे काहूर माजले होते; पण यामध्ये गुंतून राहणे योग्य नाही, हे या अफवांनीच त्याला शिकवले. त्याच्या आयुष्याला कधी तरी सुंदर प्रणयाची झालर असेल, अशी त्याने कधी कल्पनाही केली नव्हती. आता मात्र एक सुंदर स्त्री त्याच्यावर प्रेम करत होती आणि तोदेखील तिच्यावर प्रेम करत होता. तीच सुंदर स्त्री आपल्या तीव्र अशा प्रेमभावना त्याच्या समोर व्यक्त करत होती. त्यापूर्वी या भावनांविषयी तो पूर्णपणे अनभिज्ञ होता.

पुढील काही आठवड्यांतच त्यांना कळून चुकले की, आपण एकमेकांच्या प्रेमात पडलो आहोत. प्रश्नही पडला की, ही असंभाव्य गोष्ट कशी काय घडली? त्यांचे स्वभाव एकमेकांच्या अगदी विरुद्ध होते. पामेला ही एका असामान्य कुटुंबामध्ये जन्मलेली, सुरक्षित वातावरणात वाढलेली, चंचल स्वभावाची आणि थोडीशी शीघ्रकोपी होती. त्याउलट सततची चिंता आणि अस्थैर्य यामुळे डोनाल्डच्या स्वभावामध्ये गंभीरता व परिपक्वता आपोआपच वृद्धिंगत झाली होती. अवघ्या एकाच वसंत ऋतूच्या कालावधीत ते दोघे परस्परांकडून बऱ्याच काही गोष्टी शिकले. तिच्यात प्रगल्भता आली, तर त्याच्यामध्ये थोडासा अवखळपणा आला.

एका शनिवारी ते एपिंगच्या जंगलातून मोटारीतून फिरत होते. एकाएकी कसली तरी प्रेरणा मिळाल्यासारखी जंगलातील पायवाटेवर गाडी जोराने वळली आणि गाडीने उसळी खाल्ली व एका हिरव्या विरळ सावलीत घुसली. त्याचा एक हात स्टिअरिंग व्हीलवर व दुसरा हात तिच्या कंबरेभोवती वेढलेला होता. त्यामुळे त्याला समोर असलेला झाडाचा बुंधा दिसला नाही. त्यावर असलेला व्हिटलॉकचा मार्ग दाखवणारा दिशादर्शक फलक काड्‌कन आवाज करून तुटला. तरुणपणीचा डोनाल्ड असता, तर तो त्याच्या निष्काळजीपणामुळे फारच खजील झाला असता;

पण आता मात्र त्याला ते आठवल्याने हसू येत होते. ती मोठी कारसुद्धा आता त्याच्याच वयाची झाली होती. काही दिवसांपूर्वी जेव्हा तो पार्किंगमधून गाडी मागे घेत होता, तेव्हा पामेलाच्या नजरेला नजर देण्यासाठी त्याने शेजारी बसलेल्या पामेलाकडे पाहिले. पण एक पुसटसा कटाक्ष पुरेसा नव्हता; तो तिच्यावरची खिळलेली नजर दूर करू शकला नाही. खरं तर गाडी मागे घेताना मागे पाहणे अपेक्षित होते, तसे न झाल्याने गाडीच्या मागच्या भागास पोहोचा आला. ते दोघे एकत्र असल्यामुळे त्यांच्या लेखी ती गोष्ट मामुली होती.

उन्हाळ्याच्या वाढत्या दाहकतेबरोबर न टाळता येणाऱ्या युद्धाचा वणवा पेटला आणि त्या परिस्थितीत परस्परांबरोबरचे अल्पसे एकत्र क्षणही त्यांना दुर्मीळ व्हायला लागले. एकमेकांना भेटण्याच्या वेळा पाळणेही अवघड होऊ लागले. पामेलाचा रागाने अगदी तिळपापड झाला. हीच वेळ बरी त्यांना सापडली पायलट्सना बोलावून घ्यायला! डोनाल्डनेसुद्धा तीव्र नापसंती दर्शवली की साठे तपासणे, कसल्या तरी नोंदी करणे– ही असली कंटाळवाणी कामे करून घेण्यासाठी यांना काय मीच सापडलो का?

त्याचे वैफल्य जबरदस्त होते, पण ते काही बुद्धिवादाला धरून नव्हते. त्याच्या मनात विचार आला की, पामेला आता तोकडे आणि अर्धनग्न कपडे घालून मॉडेलिंग करणार आणि सगळ्यांच्या नजरा तिच्यावर खिळणार... अनोळखी लोकांच्या नजरेपुढे ती अशी उभी राहणार– या विचाराने मत्सराने त्याचा जळफळाट झाला आणि याहीपेक्षा जास्त क्लेषाची गोष्ट म्हणजे, आपल्या प्रेयसीने चरितार्थासाठी देहप्रदर्शन करावे, हे त्याच्या मनाला पटत नव्हते. मोठेपणीच्या आयुष्यामध्ये तिला प्रथम जाणीव झाली की, आपल्या इच्छा ह्या आपल्यापेक्षा जास्त प्रबळ असतात. जसे एखाद्या अभिनेत्रीने उतावीळपणे काम सोडावे तसे तिने आपला मॉडेलिंगचा करार फाडून टाकला आणि बरमोंडसे या युथ होस्टेलमध्ये अगदी नाइलाजास्तव तिने स्वयंपाकाचे काम स्वीकारले.

"मी एवढी कशी त्याच्यावर प्रेम करत होते?'' भूतकाळातील आठवणींना उजाळा देत तिने एक दीर्घ उसासा टाकला. "मला मॉडेलिंग अतिशय आवडायचे आणि त्यामुळे मी स्वतंत्र व मुक्त आयुष्य जगत होते. डोनाल्ड सोडून दुसऱ्या कोणाचीही मला मॉडेलिंग बंद करायला सांगण्याची हिंमतच नव्हती.''

खूप शांतपणे गतस्मृतींचे आत्मचिंतन केल्यावर तिला जाणवले की, त्यांचे दोघांचे स्वभाव हे परस्परविरोधी असूनही एकमेकांना मात्र अनुरूप आहेत. ती अतिशय हळवी व भावनाप्रधान होती आणि त्याविरुद्ध तो अतिशय धीरोदात्त होता. जेव्हा तिला त्याच्या शांत स्वभावातून आत्मविश्वास मिळत होता त्याच वेळेस त्यालाही स्वत:च्या भावना तिच्यासमोर व्यक्त करणे शक्य होत होते. एरवी

कदाचित त्या भावना तशाच अव्यक्त राहिल्या असत्या. तिच्यामध्ये त्याच्या लेखी काही तरी असे विशेष होते, जे वाऱ्याच्या अनपेक्षित येणाऱ्या झुळकीप्रमाणे त्याच्या मनावर हळुवार फुंकर घालून गेले.

बऱ्याच वर्षांनंतर त्याने तिला पत्र लिहिले आणि त्यात त्याने उन्हाळ्यामध्ये एकत्र घालवलेल्या प्रसंगाविषयीच्या आठवणींना उजाळा दिला होता. त्या पत्रातून प्रत्येक लहानात लहान प्रसंगसुद्धा त्या सोनेरी मखमली क्षणांच्या आठवणींनी उजळून निघाला होता... 'त्या संध्याकाळी तू खूप प्यायली होतीस आणि लहान मुलीसारखी फिदीफिदी हसत होतीस. दुसऱ्या दिवशी सकाळी-सकाळी आपण एका उपाहारगृहामध्ये कॉफी घेतली. तिथे मी माझी हॅट विसरलो. शिकारी कुत्र्यांनी तिचा चावून चोथा केला होता. लंडनमधील शेवटचे ते काही दिवस मला अगदी काल-परवा घडल्यासारखे आठवतात.'

पामेलाच्या अगदी विरुद्ध स्वभावाचा असा हा माणूस हिच्या प्रेमात कसा काय पडला, याचे इतरांना आश्चर्य वाटायचे. तिची धाकटी बहीण शीला ही अतिशय समजूतदार अन् समंजस होती आणि त्यामुळे तिच्या शब्दाला किराज कुटुंबामध्ये वजन होते, म्हणून पामेलादेखील तिचे मत जाणून घेण्याकरता उत्सुक होती. तिची प्रतिक्रियादेखील अनुकूल होती. आजही त्याने निर्माण केलेली स्वत:ची छाप तिच्या लक्षात होती.

"तो उंच आणि देखणा होता. कदाचित त्यामुळेसुद्धा त्याची एकदम छाप पडली असावी," ती म्हणते. "पण मला त्याच्यातले काय आवडले... तर त्याची तीव्र आकलनशक्ती. त्याच्या भिडस्त स्वभावामुळे काही वेळा त्याची ही तीव्र आकलनशक्ती समजून येत नसे. तरीसुद्धा डोनाल्ड हा एक विलक्षण बुद्धिमान माणूस होता."

एकदा त्यांनी कबूल करून टाकले की, त्यांनी त्याचा आपल्या कुटुंबातील एक सदस्य म्हणून स्वीकार केला आहे. दर शनिवार, रविवार तो त्यांच्याबरोबर राहायचा, बागेतील टेनिस कोर्टवर टेनिस खेळायचा, शनिवारी रात्री पामेलाला घेऊन नृत्य करायला जायचा आणि दुसऱ्या दिवशी गॉसपोर्टवरून उड्डाण करून टनब्रिज वेल्सला वळसा घालून त्याचे विमान जायला निघे, तेव्हा जोपर्यंत घरातील कोणी मुलगी बाहेर येऊन हात हलवून त्याला निरोप देत नाही तोपर्यंत त्याचे विमान अगदी खालून, घराच्या छपराच्या अगदी जवळून घिरट्या घालत राहायचे.

घरातील अजून एक भाऊ असल्याप्रमाणे त्याला या कुटुंबात मान मिळालाही असता; पण त्या दोघांमधल्या अव्यक्त नात्यामुळे तो भाऊ होऊ शकत नव्हता, हीच मोठी समस्या होती. जोपर्यंत ते एकमेकांना भेटले नव्हते तोपर्यंत दोघांपैकी कोणालाही असा कोणताही जोडीदार मिळाला नव्हता की, जो त्यांचे शरीर उद्दीपित

करू शकेल. आता त्यांची चुंबने अधिक दीर्घ आणि उत्कट व्हायला लागली होती. एका खूप गरम जुलै महिन्यामध्ये त्यांची शरीरेही गरम होत होती. त्याच्या हाताची बोटे तिचे उरोज, मांड्यांवरून फिरू लागली होती. रात्रीच्या अंधारामध्ये दोन शरीरे एकमेकांच्या जवळ आली होती. दिवसागणिक त्यांची कामभावना जास्तच तीव्र होत चालली होती आणि वादळाप्रमाणे एकमेकांच्या मनामध्ये घोंघावत होती.

एका अशाच संध्याकाळी ते दोघे जण नृत्याकरता विंडसर येथे गेले. नृत्याचा कार्यक्रम झाल्यानंतर ते एकमेकांकरता इतके अधीर झाले होते की, ते एकमेकांपासून दूरही जाऊ शकत नव्हते, पण स्वत:ची इच्छादेखील पूर्ण करू शकत नव्हते. मनाची अशी विचित्र अवस्था झाली होती. त्यांनी एकमेकांच्या ओठांमध्ये ओठ गुंफून इतका वेळ चुंबने घेतली की, नंतर ओठ हुळहुळायला लागले होते. त्या रम्य वेळी एकमेकांचे हात घट्ट धरून ते फिरत होते... जणू काही त्यामुळे त्यांच्यामधील त्या मीलनाच्या अनिवार इच्छेपासून ते थोडा तरी संयम राखू शकतील. एका तासासाठी ते या प्रणयाच्या स्थितीमधून बाहेर आले, कारण ते एका कॅफेमधील रुक्ष वातावरणामध्ये आले होते. तिथे त्यांनी मग भरून चहा घेतला. प्लेटमध्ये असलेली अंडी आणि डुकराचे मांस यामध्ये त्यांची आंतरिक इच्छा दाबून टाकली. तेथील वातावरणामुळे त्यांना वास्तवतेची जाणीव झाली आणि एकमेकांकडे पाहून ते असे हसले की, जणू काही ते एखाद्या कठीण दिव्य परीक्षेत उत्तीर्ण झाले आहेत. पण जेव्हा ते कॅफेच्या बाहेर पडले; तेव्हा सूर्य नुकताच क्षितिजावर आला होता आणि त्यांच्या शरीरातील कामवासना पुन्हा उद्दीपित झाली.

पण आता बिछान्यामध्ये झोकून देऊन प्रणयक्रीडा करणे किंवा नुसते पडूनसुद्धा प्रणय करणे केवळ अशक्य होते. तो काळ १९३९ चा होता आणि जवळजवळ सर्व मुली लग्नाच्या वेळेपर्यंत कुमारिका असायच्या. त्यातल्या त्यात टनब्रिज वेल्समधल्या मुली तर लग्नाच्या आधी कोणत्याही पुरुषाबरोबर शारीरिक संबंध ठेवणे शक्यच नव्हते.

''मी गरोदर राहीन, या विचारानेच जाम घाबरत असे.'' पामेलाला आठवले. ''त्या काळी माझ्यासाठी काय किंवा डोनाल्डसाठी काय किंवा माझ्या आई-वडलांसाठी काय, ही गोष्ट भयानक होती. असं झालं असतं, तर ती फार मोठी आपत्तीच ठरली असती.''

जरी पुरुषांसाठी याचे परिणाम फार गंभीर नसले, तरी त्यांनासुद्धा सर्वसामान्य तत्त्वे पाळावीच लागत. एखाद्या अधिकाऱ्यामुळे एखाद्या अविवाहित मुलीला जर दिवस गेले, तर त्याला त्याच्या नोकरीचा राजीनामा द्यावा लागत असे. सभ्य माणसाने जर असे वर्तन केले, तर त्याची प्रतिष्ठा धुळीला मिळत असे आणि तो सर्वांच्या लेखी अतिशय नालायक व असभ्य ठरत असे. लैंगिकतेविषयी आज जशी

खुलेआम चर्चा केली जाते, तशी त्या काळी नव्हती. याविषयी फक्त वैद्यकीय पेशामध्ये किंवा एखाद्या बारमध्ये लैंगिकतेवर विनोद होत असत. तरुण आणि स्मार्ट मुले आपली प्रतिष्ठा कायम ठेवून तारुण्याचा जोश वाढविण्याकरता क्राफ्ट एबिंग आणि फ्रॉईड या लैंगिक विषयामधील तज्ज्ञांची पुस्तके वाचत.

''मला आठवतंय की, जेव्हा एका आजींनी सांगितले की, कुमारी फर्ग्युसन आणि कुमारी बॉडी या दोघी लेस्बियन्स आहेत; तेव्हा ते ऐकून मला ओशाळल्यासारखे झाले होते.'' पामेला सांगत होती. ''मला त्या वेळी तिने खुलासा करेपर्यंत लेस्बियन्स म्हणजे काय असते, हेदेखील माहीत नव्हते. खरंच खूप निरागस होते मी!''

जरी वासनेवरील ताबा ही गोष्ट स्पष्ट करता येण्यासारखी नसली, तरी तो स्वसंयमाचा एक महत्त्वाचा भाग होता. पहिल्या महायुद्धाने सर्व नियमांची अक्षरश: कत्तल केली होती आणि त्यामुळे १९२० च्या सुमारास समाजातील लैंगिक समतोल ढळलेला होता. तरीसुद्धा समाजात रूढ असलेले त्याविषयीचे नियम पुन्हा प्रस्थापित होत होते. त्या नियमांच्या प्रभावामुळे संपूर्ण पाश्चिमात्य जगतामध्ये जाझचे पर्व हळूहळू मागे पडत होते. हॉलिवुडमध्ये सेन्सॉर बोर्डाने स्त्रियांचे नग्नतेचे प्रदर्शन करण्यावर बंदी आणली. इतकेच नाही, तर बेडरूममधील स्त्रीचे झोपलेले चित्र रेखाटायलाही बंदी घातली. फोटोमध्ये तिचा एक पाय तरी जमिनीवर ठेवलेला असला पाहिजे, म्हणजे तिने पूर्ण बिछान्यावर असता कामा नये. सामाजिक हिताकरता व्यक्तिगत वर्तनावर बरीच बंधने घातली गेली होती. नव्याने उदयाला आलेल्या फॅसिस्ट आणि साम्यवादी देशांमध्ये तर या गोष्टींबाबत प्रचंड दबाव होता. तो जुन्या राष्ट्रांपेक्षा व प्रजासत्ताक देशांपेक्षाही जास्त होता.

त्यांनी जे-जे चित्रपट पाहिले होते, त्यांतसुद्धा व्यक्तिवर्तनाविषयीचाच संदेश दिलेला होता. *'द ड्रम'* या चित्रपटामध्ये रॉजर लिव्हसी नावाचा एक अतिशय छळवणूक झालेला ब्रिटिश कर्नल ऑफिसर किल्ल्यामधील सुरक्षित जीवन सोडून बाहेर पडतो. त्याला माहीत असते की, जर का तो किल्ल्याच्या बाहेर पडला तर क्रूर खानाकडून मारला जाणार आहे. तरीसुद्धा तो बलिदान करायला तयार होतो, कारण त्याचे बलिदान हे इतरांना स्फूर्ती देणारे असते आणि त्याचप्रमाणे ह्या बलिदानामुळे संपूर्ण साम्राज्यही वाचणार असते. अमेरिकेमध्ये जिमी कॅगने *'पब्लिक एनिमी'*मध्ये एका दोषी खुन्याची भूमिका केली होती. त्यामध्ये जेव्हा त्याला गॅस चेंबरमध्ये मारण्याकरता घेऊन जातात, तेव्हा तो भ्याडपणाचे ढोंग करतो. गुन्हेगारीकडे वळू पाहणाऱ्या मुलांना त्याचा तिरस्कार वाटून ती अशा गुन्हेगारीपासून परावृत्त होण्यास नक्कीच मदत झाली असती.

जुन्या रूढींना पुनर्स्थापित करण्याकरता फॅशनने त्या रूढी प्रतिबिंबित केल्या.

स्त्रियांनी १९२० मध्ये सरळसोट आकाराचे कपडे घालणे पूर्णपणे सोडून दिले. कपडा मऊ आणि अंगालगतचा, क्रेपचा, चकचकीत कापडाचा, रेशमी असे. कपड्यांची लांबी पोटरीपर्यंत असे. शरीराचा आकार स्पष्ट दिसावा म्हणून ड्रेसला तिरका कट मारलेला असे. कमरेला चुण्या आणि त्यावर बेल्ट असा पोशाख असे. जर पोशाखाला पुरुषी लुक द्यायचा असेल, तर फेडोरा स्टाईलची तिरपी आणि कडा असलेली हॅट घालायची. पुरुषांचे कपडे मात्र जुन्यापुराण्या पद्धतीचे होते. त्यांचे सूट जाड्याभरड्या विविधरंगी लोकरीचे, प्रामुख्याने केसाळ लोकरीचे असायचे आणि त्यावर रंगीबेरंगी स्वेटर्स असायचे. त्याला सैलसर गाठी बांधलेल्या असत. पायांत गडद तपकिरी रंगाचे बूट असायचे. अशा प्रकारे स्त्री आणि पुरुषांचे समाजातील स्थान हे त्यांच्या पेहरावातून व्यक्त होत असे.

एकमेकांशी जुळवून घेण्यामध्येसुद्धा डोनाल्ड आणि पामेलावर काही अव्यक्त बंधने होती. त्यानंतरच्या पिढ्या जेव्हा कधी कधी मागे १९३० च्या काळामधील पिढ्यांकडे डोकावून पाहत, तेव्हा त्यांना त्यांच्या निष्पापपणाविषयी आणि प्रामाणिकपणाविषयी असूया वाटे. पण हे सर्व काही क्षणांसाठी असायचे; नंतर मात्र लैंगिकता आणि पोशाख, हॉलिवुड आणि टनब्रिज वेल्सचे एकंदर आविर्भाव आणि त्याच मूल्यांचा त्यांच्यावर परत पगडा बसत असे.

उन्हाळा संपण्यापूर्वी ही गोष्ट स्पष्ट होती की, एक तर हे लग्न झालेच पाहिजे, नाही तर रूढी-परंपरांना छेद द्यायचा. एका रविवारी तो जेव्हा क्वीन्स रोडवर नाश्ता घेत होता, तेव्हा पामेलाच्या आईने त्याला अतिशय स्पष्टपणे त्याच्या इराद्याविषयी विचारले. पामेला आणि तो दोघे असताना ते त्यांच्या लग्नाविषयी उडत-उडत बोलले होते, पण आता निश्चित उत्तर देण्याची वेळ आली होती. त्याला आठवतंय, त्या वेळेस तो किती चिंताग्रस्त आणि घाबरलेला होता. या नाजूक विषयावर चर्चा करण्याच्या कल्पनेनेच त्याची बोबडी वळली होती. "आमची दोघांचीही लग्न करायची इच्छा आहे," तिने पारंपरिक पद्धतीने त्याला लगेच उलट प्रश्न विचारला, "तुमची मिळकत काय आहे?" आणि त्याला एकदम घसरून धपकन खाली पडल्यासारखे वाटले. त्याचा पगार महिन्याला सतरा पाऊंड एवढाच होता. त्यातून तो जेमतेम त्याच्या खानावळीचे आणि व्हिटलॉकचे बिल देऊ शकत होता. पण त्याला काळजी करायची काही गरज नव्हती. त्याच्या आयुष्यात पहिल्यांदाच श्रीमती किराज यांची थोरली मुलगी त्याच्या प्रेमात पडली होती. आपल्या मुलीला हा योग्य नाही, असे तिला वाटत होते, त्यामुळे तिचे मन वळवण्यात खूप वेळ गेला. तिचे मन वळवण्यासाठी त्याने त्याची सर्वांत प्रिय गोष्ट अर्थात टेनिसही सोडून दिले.

ते साऊथ डाऊनवर फिरायला गेलेले असताना त्याने तिला विचारले, "तू माझ्याशी लग्न करशील का?" तिच्या दृष्टीने हे खरं तर आश्चर्य नव्हते, पण तरी सुद्धा त्याला

होकार देण्यापूर्वी तिच्या डोळ्यांमध्ये आनंदाश्रू आले. नंतरच्या शनिवार- रविवारी नेहमीपेक्षा जास्त जलद वेगाने गाडी चालवत तो पामेलाला घेऊन लंडनला गेला आणि तिथे 'गिव्हज' या टेलरिंग आणि दागिन्यांच्या लष्कराच्या दुकानापाशी थांबला. त्याने तिला बाहेर थांबायला सांगितले आणि तो आतमध्ये गेला थोड्या वेळाने तो एक छोटी डबी हातात घेऊन आला. क्रिटेरियन हॉटेलमध्ये एका कोपऱ्यातील टेबलापाशी बसून त्याने तिला अंगठी दाखवली. अर्धवर्तुळाकार हिरेजडित आणि मध्यभागी हिरा असलेली सोन्यात मढवलेली ती अंगठी फारच सुंदर होती. त्याच्यासारख्या नव्यानेच बढती मिळालेल्या हवाई अधिकाऱ्याच्या दृष्टीने खरे तर ती अंगठी खूप महागडी होती. पण 'गिव्हज' या लष्करी दुकानाला माहीत होते की, एखादा ऑफिसर कर्ज काढून काही अशी वस्तू घेणार नाही. त्या अंगठीची रक्कम त्याच्या खात्यावर मांडून ठेवण्यात आली. पुढे अशा काही घटना घडल्या की, युद्ध संपेपर्यंत ते बिल दिलेच गेले नाही.

पामेला आणि डोनाल्ड यांचा वाङ्‌निश्चय पार पडला आणि त्या जोडप्याने तो आठवडा खूप आनंदामध्ये घालवला. तिच्या कुटुंबीयांनी, तसेच त्याच्या आईने उभयतांना आशीर्वाद दिला. मित्रमंडळी आणि नातेवाइकांकडून त्या दोघांवर अभिनंदनाचा वर्षाव झाला. शरद ऋतूमध्ये लग्न करायचे ठरले. परस्परांमधील नाते दृढ होण्यासाठी तिनेसुद्धा त्याच्यासाठी एक सोन्याची अंगठी विकत घेतली आणि त्याच्या छोट्याशा बोटामध्ये सरकवली. नंतर अचानकपणे त्याला पंधरा दिवसांची रजा मिळाली.

ही खरं तर आनंदाची बातमी असायला हवी होती. पण त्याच्या चेहऱ्यावरील भावावरून तिने ताडले की, काही तरी वाईट बातमी आहे. ही रजा युद्धावर जाण्यापूर्वीची होती. कारण जुलै महिन्यापासून सिंगापूर येथे त्याची नेमणूक झाली होती. तिच्या सर्व आनंदावर विरजण पडले होते आणि आता जगातली कोणतीही गोष्ट तिचा गेलेला तो आनंद परत आणू शकत नव्हती. निराशेच्या भरात तिने त्याला घट्ट मिठी मारली– जणू काही त्यामुळे त्याचे जाणे रद्द होणार होते.

त्याने तिला वचन दिले, "काहीही झाले तरी आपले लग्न होणारच आहे. पुढच्या वर्षी तू सिंगापूरला येशील आणि आपण तिथेच लग्न करू या."

हे सगळे तो तिला दिलासा मिळावा म्हणून बोलत होता. त्याच्या रजेतले शेवटचे काही दिवस त्यांनी लंडनमध्ये एकत्र घालवले. त्या वेळी खरं तर अश्रूंचा बांध फुटून तिला रडू कोसळणार होते. पण तिने स्वतःला सावरले. त्याने तिला त्यांच्या लग्नानंतरच्या भावी आयुष्याचे बेत सांगितले. तिनेही त्याला दुजोरा दिला. त्यांना लग्न अगदी थाटामाटात करायचे होते आणि मधुचंद्रही अगदी थाटात साजरा करायचा होता. पण सर्वांत महत्त्वाची गोष्ट म्हणजे, लग्नानंतरची पहिली रात्र त्यांना सॅव्हाय हॉटेलमध्ये घालवायची होती. हे तिचे स्वप्न होते आणि ते तिने बरीच वर्षे उराशी बाळगले होते.

तो तिला शेवटचे भेटण्यासाठी बारा जुलैला बरमोंडसे युथ क्लबला गेला. तिथेच ती नोकरी करायची. त्या इमारतीच्या सर्वांत वरच्या मजल्यावरील एक खोली त्यांना एकांतवासाकरता सापडली. एका शेवटच्या मिठीमध्ये सगळी चुंबने आणि त्यांच्या अव्यक्त इच्छा दडपल्या गेल्या. नंतर मोठ्या प्रयासाने त्याने तिला दूर सारले आणि जिन्यावरून तो खाली गेला. पुढच्या दाराच्या बाहेरच्या बाजूने त्याने वर पाहिले, तेव्हा ती अश्रुपूर्ण डोळ्यांनी हात हलवून त्याला निरोप देत होती. त्यानेही तिला हात हलवून निरोप दिला आणि तो रस्त्यावर गेला. एका पोलिसाने त्याचा व्हिटलॉकचा तारीख उलटून गेलेला परवाना पाहिला आणि तो आपल्या वहीमध्ये त्याची नोंद करायला लागला.

''मला माफ करा,'' डोनाल्ड म्हणाला, ''मला परदेशामध्ये जाण्याची आज्ञा मिळालेली आहे, आणि जाण्यापूर्वी मी माझ्या प्रेयसीचा निरोप घेण्यासाठी आलो होतो.''

पोलिसाने त्याच्याकडे पाहिले. त्या तरुण पायलटचे डोळे अश्रूंनी लाल झालेले बघून त्याचेही हृदय भरून आले असावे. त्याने त्याची वही बाजूला सारली. ''मला माहीत नाही की, तुम्ही कधी परत याल; पण तुम्हाला माझ्याकडून शुभेच्छा.''

बाल्कनीमधून पामेला पाहत होती. तिचा प्रियकर काळ्या रंगाच्या गाडीमध्ये बसला आणि गाडी सुरू झाली. खिडकीतून एक हात तिच्या दिशेने तिला निरोप देत होता. ती गाडी कोपऱ्यावर वळून नाहीशी झाली... तो निघून गेला.

हाँगकाँगचे युद्ध

अर्धवट निद्रेतच तिच्या मनाने प्रेम कबूल करून टाकले
रात्रीच्या वेळी तिचे अस्फुट शब्द ओठांतच विरून गेले
बोचणाऱ्या थंडीमध्ये जणू काही सर्व जगच ढवळून गेले
बर्फाने गोठलेल्या वातावरणातही उमलल्या वेली आणि फुले

–रॉबर्ट ग्रेव्हज

पार्कर हिटच्या 'मॅन्युअल फॉर द सोल्युशन ऑफ मिलिटरी सायफर्स' या पुस्तकातील सुरुवातीच्या वाक्यामध्ये सांकेतिक शब्दांची उकल करण्यासाठी आवश्यक असणारे चार गुण दिले आहेत. ते म्हणजे– 'चिकाटी, काळजीपूर्वक पद्धतीने केलेले विश्लेषण, अंत:प्रेरणा आणि नशीब.' फिलिप ॲस्टनच्या बाबतीत बोलायचे झाले, तर त्याच्यामध्ये पहिल्या तीन गुणांची कमतरता नव्हती; पण शेवटचा घटक साहजिकच नशीब हे मात्र त्याच्याजवळ नव्हते.

या संकेतांमध्ये सगळ्यात मोठी उणीव होती, ती म्हणजे - ज्या माणसापर्यंत संदेश पोहोचवायचा आहे, त्याला तो वाचण्याकरता एका गुरुकिल्लीची गरज होती. सांकेतिकलिपिची उकल करणाऱ्या तज्ज्ञ व्यक्तीला दोन पातळ्यांवर मदत होऊ शकते– संदेश सांकेतिक शब्दांमध्ये टाकणे आणि नंतर त्याचे स्पष्टीकरण करणे. दुसऱ्या महायुद्धाच्या वेळी जर्मन नौदलाने वापरलेल्या काही सांकेतिक शब्दांची उकल करण्यासाठी केंब्रिजच्या बाहेर असलेल्या ब्लेचले पार्कच्या काही सांकेतिक भाषातज्ज्ञांनी ह्या प्रकारच्या तंत्रज्ञानाचा वापर केला होता. त्यांच्याकडे रहस्यभेद करणारी सुसज्ज यंत्रणा होती आणि सतत बदलणाऱ्या सांकेतिक शब्दांची उकल करणारी अद्ययावत यंत्रणा होती. एका अतिशय निर्णायक क्षणी मोडकळीस आलेल्या यू बोटींमधून त्यांना सांकेतिक लिपींची पुस्तके मिळाली. पण फिलिप ॲस्टनचे दुर्दैव तिथेही आड आले. ते असे की, सांकेतिक भाषेमध्ये लिहिणारा व रसेलचा गणिती तक्ता वाचणारा नियोजित वाचक ही एकच व्यक्ती होती आणि आपल्याबरोबरच ते रहस्य घेऊन तो मरून गेला. जर त्याला डोनाल्ड हिल्सच्या मनात शिरण्याचा मार्ग शोधायचा असेल तर त्याला फक्त चिकाटी, मीमांसा आणि स्वयंप्रेरणा या तीन

गोष्टींवर पूर्णपणे अवलंबून राहावे लागणार होते. गणितातील अंकांमध्ये दडलेले सौंदर्य फिलिप ॲस्टन जाणत होता आणि त्यामधील एकसंध तर्कशास्त्राने त्याला खरोखर खूप समाधान मिळायचे. त्याच्या कळकट आणि उदासवाण्या वाटणाऱ्या ऑफिसमध्ये थोडीफार सजावट केली होती. राखाडी रंगाच्या लिनोलियमच्या फरशा होत्या. भिंतींना फिकट पिवळा रंग होता. टेबलावर त्याच्या बायकोचा आणि दोन मुलांचा फोटो लावला होते. संगणकाच्या वरच्या बाजूला असलेल्या शेल्फमध्ये ओळीने पुस्तके ठेवली होती. त्यांत 'केऑस आणि फ्रॅक्टल्स', 'कॉम्प्लेक्स ॲनालिसिस अँड ॲप्लिकेशन्स' यांसारखी पुस्तके होती. वयाच्या छत्तिसाव्या वर्षी त्याला फुफ्फुसाचा जुनाट आजार झाला होता. त्याच्या पगारावर त्याला त्याच्या तरुण कुटंबाचा उदरनिर्वाह करायचा होता. त्यामुळे त्याच्या आरोग्याविषयी काय किंवा त्याच्या पैशाविषयी काय त्याला कुटुंबाकडून सूट मिळाली असावी. आणि गणित हा असा विषय होता की, ज्यामुळे त्याला खूप मन:शांती मिळे; अगदी एखाद्या धर्मगुरूला ईश्वरसेवेतून मिळावी, तशी.

डोनाल्ड हिलच्या सांकेतिक भाषेची उकल करताना त्याने पहिल्यांदा हे पाहिले की, डोनाल्डने वापरलेले आकडे फक्त अक्षरांऐवजी वापरले आहेत का. इंग्रजीतील *e, t, a, o, n* या शब्दांची पुनरावृत्ती जर माहीत असेल, तर त्या अक्षरांचे पर्यायी सांकेतिक शब्द शोधणे सोपे होते. त्याने एक जलद असा संगणक प्रोग्राम बनवला. पहिल्या पानावर जे अंक होते, त्यांची यादी त्याला या प्रोग्राममुळे करता येणार होती. त्यांतले सर्वांत वरचे पाच अंक होते– ५, २०, १, १४, १५. ती यादी दुर्दैवाने अगदी एकसारखी वाटत होती. वर्णमालेमधील *e* हे पाचवे अक्षर असते, *t* हे विसावे, तर *a* हे पहिले अक्षर असते. अगदी साधे, शाळेतील मुलांसारखे म्हणजे *1=a, 2=b* असे पर्याय डोनाल्डसारखा माणूस वापरणे शक्य आहे का? ती की वापरून त्याने त्याच्या कम्प्युटरमध्ये एक प्रोग्राम बनवला. डायरीच्या पहिल्या पानावरील अंकांसाठी पर्यायी शब्दांचा वापर करण्यासाठी त्याने तो तयार केला होता.

अक्षरांमध्ये ते अंक बदलून कम्प्युटरच्या स्क्रीनवर येण्यासाठी काही सेकंदांचा कालावधी जावा लागला. अक्षरांचा अनुक्रम *e, t, a, o, n* अगदी खात्रीने असाच होता. जवळपास अगदी समान गुणधर्म होते. अगदी पहिल्या प्रयत्नामध्ये त्याला डोनाल्ड हिल्सच्या सांकेतिक शब्दांनी अगदी झटकल्याप्रमाणे केले होते आणि त्यामुळे तो वैतागला होता.

आता त्याने त्या अक्षरांचा अर्थ लावायचा प्रयत्न केला. ती अक्षरे त्याच्या स्क्रीनवर लहानशा कप्प्यांमध्ये गुंतली गेली. अगदी योगायोगाने त्या अक्षरांपासून शब्द झाले असते. बहुविध प्रकारांचा या अंकांमध्ये अंतर्भाव असतो, पण अक्षरांचे

तसे नसते. अक्षरे ही एकाच प्रकारची असतात आणि त्यांच्यामध्ये शब्द व अर्थ असतो. जर का शब्द नेहमीच्या पद्धतीने, अर्थात डावीकडून उजवीकडे वाचण्यास सुरुवात करूनही अर्थबोध झाला नाही, तर वाचकाला उलट्या पद्धतीने वाचायचा प्रयत्न करावा लागला असता; तसाही अर्थ लागला नाही तर उभे, आडवे किंवा तिरके शब्द जोडून वाचण्याचा प्रयत्न करावा लागेल. हे एखाद्या शब्दकोड्याप्रमाणे होते. त्या वेड्यावाकड्या शब्दरचनेचा अर्थ लावायचा प्रयत्न करतानाच ते आपसूक सरळ व व्यवस्थितपणे मांडले गेले असते आणि नंतर ते सहजपणे वाचणे शक्य झाले असते. मग त्यांचा अर्थही लावता आला असता. पण इथे तसे नव्हते. ही मांडणी भलतीच वेगळी होती. वरील अक्षरांच्या मांडणींचे निकष याला लावणे शक्यच नव्हते. तरीसुद्धा फिलिप ऑस्टननी संगणकाच्या पडद्यावरील त्या मांडणीचा अभ्यास केला आणि त्यानंतर डायरीच्या पहिल्या पानाच्या प्रिंट्सचा अभ्यास केला. त्यात कुठे शब्द दिसलेच नाहीत. जेव्हा त्यांनी त्यांचा संगणक बंद केला, तेव्हा कुठे त्यांना तरी समाधानाची जाणीव झाली. एका गणितज्ञाच्या दृष्टीने हे एक अतिशय आव्हानात्मक आणि मोलाचे काम होते.

हे प्राथमिक स्तरावरील, वरवरचे पर्यायी सांकेतिक अंक होते. त्याच्या आतमध्ये डोनाल्ड हिलने जाणीवपूर्वक दुसरे अंक घातले होते. खरा प्रश्न तिथेच होता की, त्यांचा अर्थ कसा लावायचा? संगणकाच्या राखाडी रंगाच्या पडद्यामधून त्याला काही मागमूसही लागत नव्हता. मग फिलिपने संगणकाचा नाद सोडून देऊन परत डायरीवर आपले लक्ष केंद्रित करायचे ठरवले. त्या डायरीचा व्यवस्थितपणा अगदी वाखाणण्यासारखा होता. अंकांची एकामागून एक अचूक आडवी ओळ केलेली होती आणि संपूर्ण पानांची रुंदी त्या आडव्या ओळीने व्यापली होती. ती ओळ मध्येच अर्ध्या इंचाच्या स्तंभांनी तोडली होती आणि त्यामध्ये १०८१ छोटे- छोटे कप्पे तयार केले होते. प्रत्येक कप्प्यामध्ये चार छोटे अंक होते.

पहिल्या पानाचा अभ्यास केल्यानंतर त्याचे लक्ष पेन्सीलने केलेल्या कसल्याशा खुणांकडे गेले. या खुणा म्हणजे चौकोन होते. काही अंकांच्या भोवती पेन्सिलीने चौकोन केले होते. त्याने त्या ओळी मोजल्या, तेव्हा त्याच्या लक्षात आले की, चौतीस या अंकाभोवती चौकोन होता. त्याने गृहीत धरल्याप्रमाणे दुसरा चौकोन अडुसष्ट या आकड्याभोवती होता आणि त्यानंतर १०२ व १३६ वर होता. म्हणजे ३४ च्या गुणाकारामध्ये असलेल्या आकड्यांभोवती हा चौकोन होता. नंतर त्याच्या असे लक्षात आले की, समासामध्ये खोडून टाकलेला एक बाण होता आणि हा बाण उजवीकडे असणाऱ्या '३४०' या नंबरला दर्शवत होता.

फिलिप ऑस्टननी एक दीर्घ श्वास घेतला आणि सगळ्या शक्यता विचारात घेतल्या. '३४०' हा अंक काही तरी वेगळेच दर्शवत असावा. पण ३४ या अंकाचा

योगायोग सहजासहजी दुर्लक्ष करण्यासारखा नव्हता. अतिशय सावधपणे त्याने स्वत:लाच आशा दाखविली की, डोनाल्डने ३४ च्या पुढे शून्य फसवण्याकरता घातले असावे. त्याने असाही विचार केला की, तो दाखवलेला बाण असे दर्शवत असणार की, ते अंक डावीकडून उजवीकडे वाचावेत. पण ३४ या अंकावर काही तरी मर्यादा होती. आत पुढे काय? काही तरी अजून मागमूस लावण्यासाठी त्याने कयास केला की, पहिल्या ओळीच्या खाली एक नवीन ओळ असावी. तो पुन्हा त्याच्या संगणकाच्या पडद्यावर असलेल्या अंकांच्या मूळ पानाकडे वळला आणि अंकांचे ते जंजाळ त्याने नव्या आणि व्यवस्थित आकारामध्ये पुन्हा मांडायला सुरुवात केली. प्रत्येक ओळीमध्ये त्याने चौतीस अक्षरांची मांडणी केली. अशा तऱ्हेने जेव्हा ती मांडणी व्यवस्थितपणे केली गेली, तेव्हा त्याला खूप काही गवसल्याची जाणीव झाली आणि त्याने आनंदाची एक आरोळी मारली. आता पझल्सप्रमाणे इकडे-तिकडे विखुरलेले तुकडे एकत्र आल्यासारखे वाटत होते.

तेहेतिसाव्या ओळीच्या शेवटी चार शून्य असलेला एक चौकोन होता. तो बहुधा एका विभागाचा शेवट दर्शवण्याकरता दिला असावा. त्याने अजून एक ब्लॉक तयार केला. त्यामध्ये प्रत्येक ओळीमध्ये चौतीस अंक होते आणि त्याने ही काळजी घेतली की, तेहेतिसाव्या ओळीच्या शेवटी ०००० असेल. आता त्याची जवळजवळ खात्री पटली होती की, डोनाल्डच्या डायरीची मांडणी याच पद्धतीने झाली असणार. स्वत:ची खात्री पटण्यासाठी की काय, अजून एक गोष्ट त्याच्या लक्षात आली की, पहिल्या पानावरील समासात त्याला दुसरा एक पुसटसा बाण दिसला. तो बाण या वेळेला त्याच्या बाजूला असलेला '३३०' हा आकडा दर्शवत होता.

आता त्याच्याकडे ब्लॉकची एक रचना तयार झाली होती. ती म्हणजे, एका ओळीमध्ये ३४ अंक आणि एका ब्लॉकमध्ये तेहतीस ओळी होत्या. एकदा त्याची याबाबत खात्री पटली की, मग डोनाल्डच्या डायरीतील रहस्याचा भेद आपसूकच होणार होता. त्या अंकांचे शब्दांमध्ये रूपांतर करण्यासाठी आता तो प्रोग्राम परत चालू करावा लागणार होता. पुन्हा एकदा संगणकाच्या पडद्यावर एक जादुई बदल होणार होता. फिलिपनी परत एकदा शब्दांची ती मांडणी नजरेखालून घालायला सुरुवात केली. त्याला आता आशा निर्माण झाली होती की, ते शब्द बोलू लागतील आणि वाक्य बनून त्याला काही तरी सांगू लागतील. जेव्हा त्याने स्क्रीनचा परत बारीक अभ्यास केला, तेव्हा त्याची उत्सुकता काहीशी कोमेजली. डायरीने स्वत:चे गुपित तसेच ठेवले होते. रचना बदलली होती, पण अजूनही ते शब्द निरर्थकच होते. हे एका आठवड्यापेक्षासुद्धा जास्त दिवसांचे काम होते.

या रहस्याचा भेद करण्याच्या कामाची कमीत कमी तिसरी पायरी का होईना, गाठली होती. त्याबद्दल मात्र फिलिपना अगदीच खात्री होती. स्क्रीनवर इकडे-तिकडे

विखुरलेल्या अक्षरांमध्येच कुठे तरी त्या डायरीची मूळ संहिता दडलेली होती. आता काही महत्त्वाची सूत्रे वापरून डोनाल्डने सर्व सरमिसळ केली होती. फिलिप ॲस्टनचे काम होते त्यांची परत त्यांच्या मूळ वाक्यांमध्ये मांडणी करणे. त्या अक्षरांची उकल करण्यासाठी ती महत्त्वाची सूत्रे शोधून काढणे.

हे क्लिष्ट काम खूप तास चालले होते, कारण कोणत्याही एका सुट्ट्या अक्षरामधून कोणताही धागादोरा हाती लागत नव्हता. मग त्याने दोन-दोन अक्षरांच्या जोड्या केल्या आणि काही गवसते का, हे पाहायला सुरुवात केली. याला डायग्राफ अर्थात आराखडा असे म्हणतात. शेकडो वर्षांच्या संशोधनातून असे सिद्ध झाले आहे की *h* ह्या अक्षराची *t* आणि *e* या दोन अक्षरांशी जोडी जमते. *the* पासून *she, that* ह्यांसारखी सर्वनामे आणि *through, here* यांसारखी शब्दयोगी अव्यये तयार होतात. म्हणजे यामध्ये *th* आणि *he* यांसारख्या डायग्राफ्सचा पुन: पुन्हा वापर होत असतो. फिलिपने याच अक्षरांच्या वेगवेगळ्या प्रकारांनी जोड्या जुळवून पाहिल्या. त्यांना पुढे - मागे, वर - खाली असे सर्व मार्गांनी जुळवून पाहिले. जेव्हा यातूनही काही बोध होईना, तेव्हा त्याने नेहमीपेक्षा थोड्या वेगळ्या पद्धतीने त्यांना जुळवून पाहिले. अक्षरांच्या ब्लॉकमध्ये असलेल्या प्रत्येक *t* च्या मधील अक्षरे त्याने मोजली. त्याचप्रमाणे त्याने *h* चे पण तसेच करून पाहिले. त्यातून काही तरी वेगळ्या मांडणीचा बोध होतोय का, हे त्याने पाहिले. हाही प्रयत्न जेव्हा फसला, तेव्हा त्याने एका ब्लॉकमध्ये असलेल्या *t* ची जागा आणि *h* ची जागा यांची सांगड घालायचा प्रयत्न केला. फेब्रुवारी महिन्याचे शेवटचे आठवडे आणि मार्च महिन्याचे पहिले आठवडे त्याने प्रॉग्राम्सवर प्रॉग्राम्स लिहून काढले. इलेक्ट्रॉनिक माध्यमाचा वापर करून त्याने ती गुंतागुंतीची आणि अस्ताव्यस्त मांडणी कशी दृश्य स्वरूपात आणायची, याकरता हे सगळे दिवस काम केले. पण जितका प्रयत्न होत होता तितके ते कोडे हातातून निसटत होते. कधी कधी त्याने स्वाभाविक वाटणाऱ्या जोड्या मोडून नेहमीपेक्षा वेगळ्या पद्धतीने जोड्या जुळवण्याचा प्रयत्न केला.

त्याच्या नकळतपणे त्या डायरीने त्याच्या मनाचा केव्हाच ताबा घेतला होता. त्याने खरे तर ठरवले होते की, हे काम शक्यतो घरी न्यायचे नाही. त्याची बायको लिंडा हिला १९९६ च्या उन्हाळ्यामध्ये फिलिपच्या मौनावरून अंदाज आला की, आपला नवरा कुठल्या तरी सायफरच्या प्रश्नामध्ये परत अडकलेला दिसतोय.

'अगदी सुरुवातीला ही केवळ एक करमणूक होती,' तिच्या लक्षात आले. 'मला आठवतंय, त्याने मला या डायरीविषयी सांगितले होते. हे एक अतिशय मनोरंजक आव्हान त्याने स्वत:पुढे ठेवले होते. ते सुरुवातीला अगदी काही खूप महत्त्वाचे वाटत नव्हते; पण जसजसा तो त्या रहस्यावर काम करू लागला तसतसे त्याला त्याचे एक प्रकारे व्यसनच लागल्यासारखे झाले आणि तो झपाटल्याप्रमाणे

त्याच्या मागे लागला.’

खरे सांगायचे झाले, तर कोणतेही रहस्य त्याचा भेद करू इच्छिणाऱ्या माणसाभोवती एक जाळे टाकते. एका गुंतागुंतीच्या जगामध्ये वावरत असल्याची भावना त्याच्यामध्ये निर्माण होते. जेव्हा मन थोडेसे चमत्कारिक आणि अतर्क्य असते, तेव्हा ते कसल्या तरी प्रेरणेने मांडणीचे आकलन करण्याचा प्रयत्न करते. मानसशास्त्राच्या संकल्पनेमध्ये मनाच्या या अवस्थेला ‘गेस्टॉल्ट पर्सेप्शन’ अर्थात ‘समाकृती संवेदन’ असे म्हणतात. मनाची ही रचना होण्यामागे जी प्रबळ इच्छा असते, ती एवढी खोलवर रुजलेली असते की, न्युरोसायकॉलॉजिस्ट्स या इच्छेला सहज आणि स्वाभाविक आहे, असे मानतात. जी कोणी व्यक्ती अशा रहस्यांचा भेद करते ती व्यक्ती, लोक त्यांच्या दैनंदिन आयुष्यामध्ये विशेष अशा ज्या गोष्टी करतात त्याचे विशेषत्वाने वर्णन करण्यामध्ये स्वत:ला गुंतवून घेते. पण या प्रकारात या ना त्या कारणाने जर अपयश आले, तर त्यामध्ये धोका असतो. एखाद्या विशिष्ट रचनेमागील रहस्य उकलण्यामध्ये सतत आलेल्या अपयशामुळे असे वाटायला लागते की, मेंदू निकामी होतोय की काय किंवा सगळ्या जगालाच जणू काही वेड लागले आहे. गूढ, रहस्यमय गोष्टींचा भेद करणाऱ्या तज्ज्ञाला माहीत असते की, वरवर अर्थहीन दिसणाऱ्या शब्दांमध्येदेखील अर्थ दडलेला असतो. असे तज्ज्ञ प्रामुख्याने अपयशामुळे खचून जाण्याची शक्यता असते. अमेरिकन सिग्नल्स इंटेलिजन्स सर्व्हिसचे प्रमुख विल्यम फ्रिडमन यांनी एका जपानी रहस्याचा भेद केला होता; पण हे करत असताना डिसेंबर १९४० मध्ये त्यांना इतका प्रचंड मानसिक थकवा आला की, ते जवळजवळ चार महिने हॉस्पिटलमध्ये होते. त्यानंतर ते परत कधीही तितक्या तीव्रतेने काम करू शकले नाहीत. ब्लेचले पार्क येथे रहस्यभेद करणाऱ्या सर्व तज्ज्ञांचे परीक्षण करण्यात आले. जे नेहमी या प्रकारचे काम करत असत, ते कामामधून बाहेर पडण्याआधीच मानसिकदृष्ट्या पूर्णपणे खचून जात असत. त्या कामामधून बाहेर आल्यानंतरही त्यांच्या मनामध्ये सतत त्याच विषयावरील विचार घोळत असत.

फिलिप ॲस्टन यांची निराशा दिवसेंदिवस वाढत होती. ज्या माणसाने नकळतपणे त्यांना हे काम लावून दिले होते, त्या माणसाविषयी ते अधिकाधिक विचार करू लागले. त्याने त्याचा संदेश लपवून ठेवण्याकरता खूप काळजी घेतली होती. युद्धकैद्यांच्या छावणीमध्ये कुणाचे तरी त्याने सरळ-सरळ सोंग आणले होते. पण या सोंगापेक्षाही महत्त्वाचा होता तो त्याचा संदेश. डोनाल्डच्या रहस्याचा भेद करण्याच्या कामातील त्याने रहस्याची रचलेली ही तिसरी पायरी होती आणि तीच खूप नैराश्य देणारी होती. हे कुठल्या अकुशल किंवा ऐऱ्यागैऱ्या माणसाचे काम नव्हते, तर ते एका अशा माणसाचे काम होते, जो विलक्षण बुद्धिमान असेल आणि

ती बुद्धिमत्ता त्याने त्याचे रहस्य लपवून ठेवण्यासाठी वापरलेली होती.

एखादा प्राणघातक हल्ला होईपर्यंत व्यक्तीला हे सांगणे कठीण असते की, त्याची किंवा तिची त्याविरोधात काय प्रतिक्रिया असेल. या प्रतिक्रिया कुठे तरी खोलवर दडवून ठेवलेल्या असतात आणि त्या सामान्य परिस्थितीमध्ये बाहेर येत नाहीत. अगदी युद्धामध्येसुद्धा, की जिथे हिंसा हाच नियम असतो, तिथे सहभागी असणारे लोक या गोष्टीला तयार असतात. तिथेसुद्धा जेव्हा पहिला हल्ला होतो, तेव्हा अचानक उद्भवणारी परिस्थिती माणसाच्या विचारांची खोली सांगून जाते. जपान्यांनी १९४१ च्या डिसेंबर महिन्यामध्ये केलेला भीषण हल्ला हा डोनाल्ड हिलसाठी, त्याचप्रमाणे हाँगकाँगमधील दुसऱ्या कोणत्याही व्यक्तीसाठीदेखील त्यांच्यातील दृष्टिकोनांना प्रकट करण्यासाठी होता. कारण हे गुण किंवा दृष्टिकोन लपवून ठेवणे शक्य नसते.

ज्या वेळेस त्याने जड अंत:करणाने पामेलाला निरोप दिला होता, तेव्हा तिच्यापासून दूर होण्याच्या दु:खाच्या वेदना त्याच्यासाठी एवढ्या होत्या की, तो जणू काही निराशेच्या खोल गर्तेमध्ये गेला होता. सिंगापूरला तो एका सैन्यवाहू जहाजातून जात असताना एका साध्या, भाबड्या तरुण वैमानिकाबरोबर एका केबिनमध्ये राहत होता, तेव्हा त्याच्या उदास चेहऱ्याकडे पाहून त्याने त्याची थट्टा करण्याचा प्रयत्न केला. ते त्याला सहन झाले नाही आणि त्याने केबिनच्या पलीकडे तो जिथे उभा होता तिथे अचानक उडी टाकली. नंतर त्याने त्याला बजावले की, 'जास्त शहाणपणा करू नकोस, एकही शब्द न बोलता इथून ताबडतोब चालता हो.' गॉसपोर्टमधील ते दिवस आणि विशेष करून पामेला सोबत घालवलेले ते काही महिने, हे त्याच्या आयुष्यातले इतके सुंदर दिवस होते की, त्याने यापूर्वी तसे कधीही अनुभवले नव्हते. त्या दिवसांची तुलना अगदी लहानपणीच्या सोनेरी क्षणांशीदेखील होणार नव्हती, इतके रम्य दिवस होते ते. सरते शेवटी तो म्हणायचा, "ते दिवस माझ्या आयुष्यामधील सर्वांत सुंदर दिवस होते आणि मी खूप सुखी होतो."

जाण्यापूर्वी व्हिटलॉकमध्ये त्याने काही खरेदी केली होती, ती मागची बरीच बिले चुकती करण्यासाठी तो तिथे गेला. त्या वेळेला कित्येक सुखावह गोष्टींच्या आठवणी त्याच्या मनात दाटून आल्या. पामेलाचा फोटो, तिने दिलेली अंगठी, सिगारेटची केस– या सर्व सर्व गोष्टी त्याला आठवल्या. त्याचे लढाऊ जहाज बिस्केच्या उपसागरातून तांबड्या समुद्रामध्ये आले आणि नंतर हिंदी महासागरामध्ये आले. तो त्याच्या कामाला वैतागलेला होता. समुद्रामध्ये अव्याहत प्रवास केल्यामुळे त्याला थकवा आला होता आणि त्याबरोबर त्याचे मनही निराश होते.

तो जेव्हा सिंगापूरमध्ये आला, तेव्हा त्याला जाणीव झाली की, तो किती

बदलला आहे. पामेलाला भेटण्यापूर्वी तो कोणत्याही मुलीच्या बाबतीत एवढा भावुक झाला नव्हता. पण पामेलाच्या बाबतीत तो स्वत: धीर धरूच शकत नव्हता. त्यांच्यातली ही ओढ दोन्ही बाजूंनी सारखीच होती. त्याची शरीरयष्टी मुळातच खूप आकर्षक होती. तो उंच होता, दिसायला देखणा होता आणि अतिशय जोरकस व जराही न थकता नृत्य करणारा होता. त्या कारणाने जास्त करून लग्न झालेल्या बायका त्याच्याकडे आकृष्ट होत असत. त्याच्यामध्ये विषयासक्ती अगदी ओतप्रोत भरली होती. इतकी की, बाहेर येण्याची जणू काही ती वाटच पाहत होती. त्याच्या अनेक चाहत्या स्त्रियांपैकी राफेल हॉटेलमधील बॉलरूममध्ये त्याची नृत्यामधील नेहमीची एक जोडीदारीण होती. पस्तीस वर्षांची ती स्त्री एका नौदल अधिकाऱ्याची बायको होती. त्याला बिचाऱ्याला समुद्रावर रात्रीच्या गस्तीचे काम दिले गेले होते.

त्याच्यामध्ये स्वाभिमान नव्हता. ''माझ्या सिंगापूरमधील आठवणी काही फारशा चांगल्या नाहीत,'' कित्येक वर्षांनंतर आपल्या मुलाला हा किस्सा सांगताना तो म्हणाला. पामेलापासून वेगळे झाल्यानंतर तिच्या विरहवेदनेला तो पूर्णपणे झटकून टाकू शकत नव्हता. तिच्या अनुपस्थितीमध्ये केवळ शारीरिक संबंध ठेवण्याची संधी तो पाहत होता. ''मला नृत्य मनापासून आवडायचे आणि ही बाईदेखील नृत्याची वेडी होती. तिचा नवरा रोज रात्री कामावर असे.'' त्याने थोडेसे शरमेने सांगितले. टेपरेकॉर्डरवर एक अस्वस्थ अशी शांतता जाणवली. थोडा वेळ थांबून नंतर तो म्हणाला, ''मला वाटते की, मी जरा खोडकर तरुण होतो.''

सिंगापूरमधील परदेशातून आलेल्या सर्व लोकांच्या समुदायामध्ये त्यांचे प्रेमसंबंध लपून राहू शकले नाहीत. त्यांच्या प्रेमप्रकरणाच्या अफवांना उधाण आले होते. जेव्हा सॉमरसेट मॉम हा प्रसिद्ध लेखक १९३० मध्ये तिथे वास्तव्यास आला होता, तेव्हा त्यालादेखील त्याच्या काही लघुकथांसाठी विषय मिळाले आणि त्याने ते विषय जसेच्या तसे आपल्या कथांमध्ये उतरवले. डोनाल्डचे प्रेमप्रकरण सर्वत्र पसरले. ते त्याच्या वरिष्ठांपर्यंतही पोहोचले. तो आता मलाया येथील युद्धभूमीवर जपान्यांना रोखण्याच्या कामी वारंवार जायला लागला होता. जेव्हा जेव्हा तो परत येत असे, तेव्हा त्याच्या प्रेमसंबंधांच्या चर्चांना उधाण येत असे, कदाचित या प्रेमप्रकरणापायी त्याचे करिअरदेखील बरबाद झाले असते; पण तसे झाले नाही. कारण तो आता फक्त एक पायलट म्हणून ओळखला जात नसे, तर तो आता पहिल्या श्रेणीचा एक अधिकारीदेखील होता. त्याच्या कौशल्याची गणनादेखील आता वरच्या श्रेणीमध्ये व्हायला लागली होती. त्याला बढती मिळाली होती आणि तो आता फ्लाइंग लेफ्टनंट होता. जून १९४१ मध्ये त्याची हाँगकाँग येथे बदली झाली होती.

तो जेव्हा हाँगकाँगला गेला, तेव्हा त्या नौदल अधिकाऱ्याची बायकोही तिथे आली. त्याला अक्षरश: वैताग आला. तिथे येऊन तिने आणाभाका, शपथा घेण्यास

सुरुवात केली की, मी तुला कधीही सोडणार नाही. त्याने त्या वेळेस मात्र तिला सर्व वस्तुस्थिती सांगून टाकली की, त्याने त्याचे सर्व आयुष्य पामेला किराज नावाच्या मुलीसमवेत काढायचे ठरवले आहे. ''त्यावर तिने रडून गोंधळ केला,'' तो म्हणाला. ''पण पामेलाचे आणि माझे लग्न ठरले होते आणि मी त्या निर्णयाशी ठाम होतो.''

हे प्रकरण संपल्यानंतरही त्याने विवाहित स्त्रियांशी संबंध ठेवणे सोडले नाही आणि दुसऱ्या एका विवाहित स्त्रीबरोबर त्याचे लफडे सुरू झाले. ती एका हाँगकाँग पोलीस अधिकाऱ्याची बायको होती. ती चिनी होती. तिचे नाव होते फू लिंग. फ्लॉरी असे तिला छोटेसे नाव दिले होते. ती एका पाश्चिमात्य विचारांचा प्रभाव असलेल्या कुटुंबामधील होती. तीसुद्धा तिशीमधीलच होती आणि तिलाही नृत्याची आवड होती. त्यांच्यामधील हे नातेसंबंध अतिशय दृढ होते आणि त्याबाबत नंतर कित्येक वर्षे त्याला अपराध्यासारखे वाटत होते. जपानी सैनिकांच्या हल्ल्यापूर्वीचे हाँगकाँगमधील शेवटचे काही महिने खूप आनंदात आणि शांततेमध्ये गेले. तिचे अनुपम सौंदर्य, सुसंस्कृत वर्तन आणि नृत्यामधील तिची निपुणता या सर्व गोष्टींमुळे तो तिच्याकडे आकृष्ट झाला होता. जेव्हा युद्ध सुरू झाले, तेव्हा तिचे आणखी काही गुण त्याला कळले. ते म्हणजे तिचे शौर्य, असामान्य बुद्धिमत्ता आणि तिचे चिरंतन उत्कट प्रेम. तिच्याविषयी जबरदस्त आकर्षण असूनदेखील कुठे तरी आतमध्ये दडलेले त्याचे दु:ख मात्र तो काही विसरू शकत नव्हता. डिसेंबर १९४१ ला युद्ध सुरू झाले, त्याआधी सहा महिने जेव्हा त्याने मागे वळून पाहिले; तेव्हा त्याने स्वत:शीच मान्य केले की, तो सुखी नव्हता. त्याच्या डायरीची सुरुवातच दाखवत होती की, त्या नातेसंबंधांमध्ये तो सुखी आहे असे तो भासवत असावा; पण प्रत्यक्षात मात्र त्याचे मन उदासच होते.

सोमवार, आठ डिसेंबरच्या पहाटेमुळे त्याचे हे सगळे विचार वाऱ्याच्या झोताप्रमाणे उडून गेले. त्या दिवशी पहाटे काइ ताकच्या विमानतळावर शत्रूने हल्ला केला. त्या क्षणापर्यंत हाँगकाँग हे एका साम्राज्याच्या टेहळणीसाठीचा नाका होते आणि त्याने जगातला तिसरा हिस्सा व्यापलेला होता आणि जगातल्या एकूण लोकसंख्येपैकी एक-चतुर्थांश लोकसंख्या तिथे होती. हाँगकाँगचा बचाव करण्याचा एकच मार्ग होता– तो म्हणजे, जपानसारख्या महाभयंकर आणि बलाढ्य शत्रूच्या चिथावण्यांना पुरून उरणे. लंडनमधील इंपीरियल डिफेन्स कमिटी ही सर्वोच्च सैनिकी स्तरावर होती. लष्करी तज्ज्ञांना पटले होते की, ही कॉलनी जपानच्या खूप जवळ वसलेली असल्यामुळे तिचे रक्षण करणे, ही खरोखरच अवघड गोष्ट होती. त्यामुळे जपानच्या बाबतींत ब्रिटिशांचे धोरण होते की, जपानबरोबरचे वैर उगाच वाढवायचे नाही. विन्स्टन चर्चिल यांनी १९४० मध्ये लिहिले, 'जर का जपानने आमच्याशी युद्ध सुरू केले, तर हाँगकाँगच्या स्वतंत्र राहण्याच्या शक्यता खूपच

कमी आहेत. त्यामुळे जे काही आमचे नुकसान होईल, ते आणखी वाढवून घेणे हे नक्कीच शहाणपणाचे नाही. तिथे सैन्य वाढवण्यापेक्षा ते कमी करणे आवश्यक आहे. या अशा बिकट परिस्थितीमध्ये आपल्याकडे असणारी उपलब्ध साधने वाया घालवता कामा नयेत.'

तरीसुद्धा ब्रिटिश साम्राज्याने देशाबाहेर केलेल्या ज्या नेमणुका होत्या, त्यांमध्ये या सर्व नोकरदारांचे देशाबाहेरील आवडते ठिकाण प्रामुख्याने हाँगकाँगच होते. तिथले हवामान जवळजवळ उष्ण कटिबंधाप्रमाणेच होते. उन्हाळ्यामध्ये अतिशय उष्ण असायचे आणि हिवाळ्यात चांगल्यापैकी थंड असायचे. हाँगकाँग हे त्या वेळी व्यापारी केंद्र नव्हते, तर ते युद्धानंतर व्यापारी केंद्र म्हणून उदयाला आले. पण असे असले, तरी या वसाहतीमध्ये सर्व सोई-सुविधांनी युक्त अशी दोन अतिशय आलिशान हॉटेल्स होती. त्याचबरोबर इतरही अनेक उत्तम रेस्टॉरंट्स होती. लष्करी तळाच्या जवळच मस्त पब्ज, समुद्रकिनारे, कुंटणखाने, नृत्याचे हॉल्स... सगळे काही अगदी मुबलक प्रमाणात होते. पर्यटकांना तिथे काय पाहायला मिळेल यासंबंधी १९३० च्या प्रवासी डायरीमध्ये असे नमूद केलेले आहे की, 'सनसनाटी आणि विलक्षण, रंगांची मुक्तपणे उधळण झालेली आणि चित्तथरारक ब्रिटिश वसाहत म्हणजे हाँगकाँग. इथे पूर्वेकडील सुंदर संस्कृती आणि पाश्चिमात्य अद्ययावत सोई-सुविधा यांचा सुरेख मिलाफ होता.'

हाँगकाँग हे ब्रिटिश साम्राज्याचे बलस्थान होते. इथला गव्हर्नर कायमस्वरूपी ब्रिटिश होता. त्याचप्रमाणे त्याच्या कार्यकारी समितीमधील पुष्कळ सभासददेखील ब्रिटिश होते. पण त्यांच्यामध्येसुद्धा वेगवेगळे वंश होते. हे वेगवेगळ्या वंशांचे विविध लोक एकमेकांशी स्पर्धा करत असत. व्यापारी जगतातील जॅर्डिन मॅथेसन आणि स्वायर यांच्यासारख्या प्रसिद्ध नावांबरोबरच त्या वसाहतींमध्ये सर्वांत श्रीमंत कुटुंबे ही चिनीसुद्धा होती आणि त्यांच्यापैकी पुष्कळ जण कार्यकारी समितीवर निवडून आलेले होते. तरीसुद्धा बलशाली राष्ट्रांच्या ताकदीची कल्पना त्यांच्या वसाहतींच्या रचनेवरून करणे सहज शक्य होते. काऊलूनमध्ये जास्तीत जास्त श्रीमंत चिनी लोकांची घरे समुद्रकिनाऱ्यावर होती. जपानी लोकांची घरे थोडी उंचावर होती, त्यानंतर भारतीय आणि त्यानंतर तमाम युरोपियनांची घरे होती. तिथे पोर्तुगीजांच्या घरांपासून सुरुवात होई आणि वसाहतीच्या शेवटी फ्रेंच लोकांची घरे होती. टेकडीच्या पायथ्याशी असलेला मे रोड हे महत्त्वाचे शेवटचे टोक होते आणि हाँगकाँगच्या इतिहासामध्ये याविषयी काही उपहासात्मक ओळी आहेत– 'मे रोडपासून स्वर्गापर्यंतची जागा त्या महान लोकांकरता राखीव होती, ज्यांनी ब्रिटनचे नाव उज्ज्वल केले.'

वेश्या, वारांगना, बारबाला यांचासुद्धा एक ठरावीक भाग होता. हासुद्धा वांशिकतेच्या भेदांवर आधारलेला होता. त्यांच्यामधील ज्या युरोपियन होत्या, त्या

टेकडीवर राहायच्या; तर बहुतांशी लिंडहर्ट्स येथे वास्तव्य करायच्या. हा सर्व भाग कुंटणखान्याची गल्ली म्हणूनच ओळखला जात असे. त्या भागाची मालकीण होती एथेल मॉरिसन. ही रशियन स्त्री गौर-गुलाबी वर्णाची, निळ्या डोळ्यांची होती. तिचे केस फिकट तपकिरी रंगाचे होते. तिचे नाव एथेल हे अतिशय उदात्त आणि तिच्या व्यवसायाशी पूर्णपणे विसंगत होते. ती या व्यवसायामधून इतकी श्रीमंत झाली होती की, तिला चर्चमध्ये आणि त्याचबरोबर रेसकोर्सवरदेखील मान होता. प्रशासनातील सचोटी आणि त्याचबरोबर सामाजिक दांभिकता, व्यापारी परवाना यामुळे हाँगकाँग हे तिथे राहणाऱ्या लोकांच्या दृष्टीने असामान्य असे ठिकाण होते. रहिवाशांच्या कायम स्मरणात राहणारे स्थळ होते. या सरहद्दीबाहेरच्या बाजूचा शेजारील सर्व भाग जपानी लोकांनी व्यापला होता. या भागाचे नाव होते क्वांगटुंग. जपानी लोकांनी हा भाग १९३८ पासून व्यापला होता. या प्रदेशावर असणारे त्यांचे वर्चस्व सिद्ध करणारा पुरावा म्हणजे त्यांच्या निर्वासितांचा वसाहतींमध्ये येत असलेला अखंड लोंढा. पण आतल्या बाजूला मेजवान्या तसेच पैसा कमावण्याचे इतर धंदेही अगदी जोरात चालू होते.

जेव्हा हे सगळे संपले, ते इतक्या अनपेक्षितपणे की, प्रत्येक जण आश्चर्यचकित झाला. साधारणपणे पंधरा दिवसांनंतर काइ ताकवर पहिले लढाऊ विमान कोसळले. साम्राज्याची ही दूरवर असणारी वसाहत नष्ट झाली आणि त्याबरोबर जगातील सर्वांत बलाढ्य साम्राज्याचे कित्येक वर्षे जपलेले गूढ वलय नष्ट झाले. आपल्याबरोबरीच्या आपल्या देशवासीयांना ही धक्कादायक बातमी सांगण्याकरता अमेरिकन पत्रकार एमिली हान हिने शेवटच्या शांततेच्या पार्टीच्या प्रसंगी लिहिले आहे, 'मला आठवते की, निम्मे-अधिक घोडेस्वार मेले असावेत. स्टॅन्ले या छावणीमध्ये डांबून ठेवलेल्या मुली एका ओळीत हातात एक वाडगा घेऊन भाताची पातळ पेज मिळण्याची वाट पाहत उभ्या होत्या. हे क्षुल्लक होते का? नक्कीच नव्हते. कधीकधी मला जाणवायचे की, कोणी तरी आपल्याला जोरात थोबाडीत मारत आहे.'

डोनाल्ड हिलचे लहानसे हवाईदल होते, त्याच्यावर सर्वांत पहिला परिणाम झाला. सकाळी आठ वाजता जपानी लढवय्ये आणि बॉंबफेकी विमाने उत्तरेकडून खालच्या बाजूने सरळ हवाई तळाकडे येत होती. जहाजे जिथे येतात ती ठिकाणे आणि इतर मोक्याच्या ठिकाणांवर हल्ला करण्यास त्यांनी सुरुवात केली. यांमध्ये तेलाचे साठे, वीजनिर्मिती केंद्र अशी महत्त्वाची ठिकाणे होती. झीरो फायटर विमानांनी हवाई तळाभोवताली अगदी खालून घिरट्या घालायला सुरुवात केली आणि मशिनगन्सचा मारा सुरू केला. काही मिनिटांतच क्षेपणास्त्राचा मारा करणारी तीन विल्डबिस्ट विमानांपैकी एकाला आग लागली आणि दुसऱ्याची बरीच मोडतोड झाली. त्यांच्या पलीकडे उपसागरामध्ये दोन सागरी विमाने होती. बुलेटच्या गोळ्या

पाण्यावर चाबूक मारल्याप्रमाणे पुन:पुन्हा आपटत होत्या. त्या गोळ्या वॉलरस जहाजांवर हल्ला करत होत्या. सागरी विमाने खडकांवर आपटली आणि बुडायला लागली. युद्धाचा पहिला धडा अशा प्रकारे गिरवला गेला. जपान काही चिथावण्या देत नव्हते, तर ब्रिटनचेच चिथावण्या देण्याचे काम चालू होते.

लढाऊ विमानांच्या हल्ल्यांनी थोडीशी विश्रांती घेतल्यानंतर हवाई कप्तानांचे लक्ष आगीच्या लोळामध्ये जळणाऱ्या विल्डबिस्ट विमानांकडे गेले. ही विमाने टेनिस कोर्टामध्ये उभी केली होती. या सगळ्या प्रकारामध्ये वॉलरसकडे लक्ष द्यायला कोणाला फुरसत नव्हती. त्या विमानांपैकी एक मात्र आगीपासून पूर्णपणे वाचले, तर दुसऱ्या एकाची मोडतोड झाली. या आगीमुळे अतोनात नुकसान झाले होते. त्याच्या आदल्या दिवशी डोनाल्डने आपले विमान आकाशात उंच नेले होते. त्यामध्ये त्याने दोन बॉंब ठेवले होते. ते विमान त्याने टेहळणी करणाऱ्या विमानाच्या दिशेने उंच नेले. युद्धाचा भडका उडणार आहे, असे गृहीत धरूनच त्याने ते बॉंब तिथे ठेवले होते. त्या जळणाऱ्या जहाजांच्या तीव्र उष्णतेने त्यांचा स्फोट होण्याची चांगलीच शक्यता होती.

हा धोका खरोखर इतका भयानक होता की, जिंजर सुलिव्हनने स्वयंसेवकांकडे ती आग विझवण्यासाठी मदत मागितली. तो एक विलक्षण विचित्र क्षण होता; कारण धोका तर उघड होता आणि त्याच्याशी सामना करण्यासाठी तो नवखा होता. जिंजर सुलिव्हनच्या चांगले स्मरणात होते की, मदतीसाठी उत्स्फूर्तपणे धावून येणारा डोनाल्ड हा पहिला स्वयंसेवक होता. संपूर्ण सकाळ त्यांनी आग विझवण्यामध्ये घालवली. आगीमधून निर्माण झालेली उष्णता इतकी भयानक होती की, आग विझवण्याकरता पाण्याची नळीसुद्धा पुरेशी नव्हती. आगीने हाहाकार माजवलेल्या ठिकाणी त्यांनी पाहिले की, पाचशे पौंडांच्या बॉंबचा स्फोट होऊन आसमंतात ठिणग्या चमकत आहेत. आश्चर्याची गोष्ट म्हणजे, त्या बॉंबचा स्फोट झालाच नाही; पण विमानाच्या धातूचे विविध भाग वितळून गेले आणि विमानाच्या ठिकऱ्या उडाल्या.

त्यानंतर दुपारी उशिरा वैमानिक अगदी हताशपणे पाहत होते की, जपानी सैनिकांनी हॉंगकॉंग बेटाच्या गोदीवर बॉंब टाकले होते. त्याचप्रमाणे हवाई तळापासून टेकड्यांच्या पलीकडे वसलेल्या काऊलूनमधील गजबजलेल्या चाळींवरसुद्धा बॉंब टाकले होते. पण अंधार पडायच्या सुमारास त्यांनी एक गोष्ट साध्य केली; ती म्हणजे मोडतोड झालेले विल्डबिस्ट विमान दुरुस्त केले.

त्या सर्व वैमानिकांनी एका वेगळ्या आणि एकाच प्रकारचा एक संघ तयार केला. प्रत्येकाने एक टोपणनाव घेतले. डोनाल्ड सॅम्युअल हिलचे नाव 'सॅमी' असे ठेवले. ज्येष्ठ फ्लाइंग ऑफिसर ग्रे याचे नाव 'डॉली' असे ठरवण्यात आले. हे नाव एका अभिनेत्रीच्या नावावरून ठेवले गेले. एक आयरिश वैमानिक बॉग याचे 'विंपी' असे नामकरण करण्यात आले. कंपनीची उभारणी ही पूर्णत: आयरिश कामगारांवर

होती, त्यांतला सर्वांत तरुण होता तो क्रॉसली. त्याला फक्त 'ज्युनिअर' अशी हाक मारत असत. नुकताच आलेला हेनेसी याला 'फ्रँक' असे नाव देण्यात आले. त्याला रॉयल एअरफोर्सची मिशा ठेवण्याची पद्धत आवडायची. त्याच्या तोंडामध्ये असभ्य भाषा होती. युद्धामधील अनुभवामुळे त्यांच्यापैकी सगळ्यांबद्दल ब्रिटनमध्ये बाकीच्यांना असूया वाटत असे.

आता त्यांनासुद्धा शत्रू निर्माण झाले होते आणि त्यांच्यापाशी अतिशय उपयोगी अशी दोन विमाने होती. खरं तर हे पुरेसे नव्हतेच. जपानी विमाने त्यांच्यापेक्षा खूप वरचढ होती. पण तारुण्यातील जोषाने डोनाल्ड आणि डॉली ग्रेने ठरवले की, त्यांना या कामासाठी जुनी मशिन्स वापरण्याची संधी देऊन पाहायची. त्यांच्याकडे रात्रीसाठीची कोणतीही साधने उपलब्ध नव्हती. त्यामध्येही अर्ध्या चंद्राच्या प्रकाशामध्ये हाँगकाँग आणि कँटॉन यांच्यामध्ये असलेले रेल्वेचे रूळ त्यांना स्पष्ट दिसत होते आणि हे रूळच त्यांना रस्ता दाखवण्याचे काम करत होते. ग्रे हा एक आडदांड, भक्कम आणि रॉयल एअरफोर्सच्या स्टाईलमध्ये दाट मिशा वाढवलेला माणूस होता. अन्य पायलटची एकेक श्रेणी ओलांडून वरच्या श्रेणीपर्यंत तो येऊन पोहोचला होता. डोनाल्डप्रमाणेच तो अन्य पायलटपेक्षा वयाने मोठा होता, त्यामुळे तो इतरांपासून थोडा लांबच राहत असे. बाकीच्यांबरोबर फक्त एकाच गोष्टीवर तो बोलू शकायचा– ते म्हणजे आकाशात विहार करण्याची आवड. कारण ही त्या सगळ्यांची एकच आवड होती. पाच वर्षांपूर्वी त्याने लंडनपासून सिडनीपर्यंत रेकॉर्डब्रेक उड्डाणामध्ये भाग घेतला होता.

त्या दोन विल्डबिस्टकडे पाहून त्यांनी एकच समान निष्कर्ष काढला. जपानी सैन्य हाँगकाँगवर हल्ला करणाऱ्या लोकांच्या मदतीकरता रेल्वे स्टेशनच्या आसपास एकत्र जमेल. त्यांच्यामध्ये ते पाचशे पौंडांचे फक्त चार बॉंब फेकू शकणार होते. तरीपण त्यांच्यावर प्रतिहल्ला करण्याची संधी घेणे तसे घातकच होते. या विषयावर त्यांच्यामध्ये आणि सुलिव्हनमध्ये खूप चर्चा व वादविवाद झाले. पण नुसते बसून बघत बसण्यापेक्षा काही तरी करणे हे महत्त्वाचे होते.

सुलिव्हनने त्यांना पाठिंबा दिला. पण हाँगकाँग फोर्सेसचा जनरल ऑफिसर कमांडिंग मेजर जनरल सी. एम. माल्टबे याच्याकडून सूचना मिळाल्याशिवाय त्यांना पुढील हालचाल करता येत नव्हती. माल्टबेला भीती होती की, अशा प्रकारे बॉंबची धाड घालणे म्हणजे हाँगकाँगमधील नागरिकांवर सूड उगवून त्यांचा रोष ओढवून घेण्यासारखे होते. त्यामुळे हे करण्याकरता माल्टबेने परवानगी देण्याचे साफ नाकारले. ती दोन बॉंबफेक विमाने काहीही न करता जमिनीवर नुसतीच उभी होती.

हाँगकाँगला अजिबात कोणतेही संरक्षण नव्हते, असे मुळीच नव्हते. सैनिकांच्या सहा तुकड्या सरहद्दीवर नेमलेल्या होत्या. साम्राज्याचा आवाका त्या सैनिकांच्या

तुकड्यांच्या रचनेवरून प्रतिबिंबित होत होता. या तुकड्यांमध्ये कॅनेडियन होते, पंजाबी होते, रजपूत होते; त्याचबरोबर स्कॉटिश आणि इंग्रजदेखील होते. एक हजार तोफखान्याचे लोक, ब्रिटिश व भारतीय आणि तीन हजार हाँगकाँग व्हॉलेंटियर्स डिफेन्स कॉर्पोरेशनचे लोक. हे सर्व जण सतरा वेगवेगळ्या देशांचे प्रतिनिधित्व करत होते. या लोकांच्या एवढ्या मोठ्या समुदायामध्ये खूपच सांस्कृतिक भिन्नता होती. सागरी दलामध्ये पहिल्या महायुद्धामधील दोन युद्धनौका होत्या आणि पाणतीर सोडून हल्ला करणाऱ्या सहा बोटींचा तांडा होता. तीन लढाऊ विमानांखेरीज वसाहतींचे सामर्थ्य पहिल्या दिवसाच्या शेवटपर्यंत अजूनही शाबूत होते.

बऱ्याच वर्षांपासून मुख्य भूमीला न्यू टेरिटरीपासून वेगळे करण्यासाठी एक संरक्षक फळी उभारण्याची कल्पना होती. दक्षिणेकडील सागरी किनाऱ्यावरील गिन ड्रिंकर्स बेपासून ते उत्तरेकडील टाइड कोव्हपर्यंत ही संरक्षक फळी उभारण्याची कल्पना होती. त्यामध्ये मशिनगनचा मारा करता येईल अशी भूमिगत गढी, खंदक, काटेरी तारा असणार होत्या. पण ही फक्त योजनाच होती आणि तिला प्रत्यक्षात उतरवण्याकरता आजपर्यंत प्रयत्न केले गेले नव्हते. तीन वर्षांनंतर ज्युबिली रिझर्विअरचा एक छोटासा भागच पूर्ण झाला होता. तरीसुद्धा कॉलनीच्या लष्कराला न्यू टेरिटरीमध्ये निदान एक आठवडा तरी शत्रूला थोपवणे गरजेचे होते आणि मगच पहिली तुकडी टेकड्यांमधील गावांमधून जाऊ शकणार होती. तिथे कमांडिंग फोर्सकडून त्यांना संरक्षण मिळण्याची शक्यता होती. लष्करी संरक्षणाची दुसरी तुकडी काऊलूनच्या गजबजलेल्या रस्त्यांवर तैनात करण्यात आली अन् शेवटी संरक्षण करण्यासाठी अरुंद सामुद्रधुनीपाशी आणि हाँगकाँग बेटावर थांबली. ब्रिटिश आणि अमेरिकन सैन्याला, त्याचप्रमाणे चीनच्या लष्कराला हल्ल्यापासून वाचवण्याकरता तिथे ते थांबले होते. या परिस्थितीमध्ये ते जपान्यांना उपसागरावर अजून तीन महिने रोखू शकले असते.

मंगळवारी जपानी सैन्याच्या तेविसाव्या तुकडीने जनरल सकाई ताकाशी याच्या नेतृत्वाखाली ग्रिन डिंकर्स सरहद्दीवर हल्ला चढवला. हल्ला करणाऱ्या तुकडीमध्ये अडतिसाव्या विभागाचा समावेश होता. त्या विभागामध्ये भूदलाच्या तीन पलटणी होत्या. त्यामध्ये ९००० लोक, ३००० तोफा आणि अन्य विभाग साह्याकरता तैनात होते. हाँगकाँगची तैनाती फौजदेखील बरीच सशक्त होती. त्यामध्ये १२००० लोकांचा समावेश होता. त्यात ५२०० सैनिकांचे भूदल, ७००० तोफा आणि अन्य सहायक सैन्य होते. पण यामध्ये बऱ्याच अंशी जिगर आणि प्रशिक्षण याची कमतरता होती. जपानी सैन्य ऑक्टोबर १९३९ पासून एकजुटीने लढा देत होते आणि त्यांना फक्त एकच गोष्ट ठाऊक होती. ती म्हणजे, यश मिळवायचे; जिंकायचे. ते अतिशय चिवटपणे आणि त्वेषाने लढा देत होते. त्यांना नौसेनेचा आणि हवाईदलाचा जबरदस्त पाठिंबा होता. त्यांच्यापाशी जवळजवळ सत्तावीस

हजार तुकड्या होत्या.

संरक्षकांमध्ये जवळजवळ सर्व तुकड्यांमध्ये ब्रिटिश भूदलामधील दोन बटालियन्स आणि भारतीय तोफखान्यामधील सैनिक यांनी वर्षानुवर्षे नोकरीत घालवली होती. नव्याने रुजू झालेल्या कॅनेडियन बटालियन्सना अगदी मूलभूत प्रशिक्षणापेक्षा थोडासा जास्त अनुभव होता आणि हाँगकाँग स्वयंसेवकांमधील सभासद हे अर्धवेळ म्हणून रुजू झालेले होते. त्यांच्यात अगदी तरुण मुलांपासून ते पंचावन्न वर्षांच्या व्यापाऱ्यांपर्यंत सर्व प्रकारचे लोक होते.

न्यू टेरिटरीवर जमिनीवरील हल्ल्यांना सुरुवात झाली आणि चोवीस तासांमध्ये हल्लेखोर गिन ड्रिंकर्स हद्द तोडून आत आले. आता काऊलूनला मोठा धोका निर्माण झाला होता. त्यामध्ये काही जुन्या लोकांकडून विरोध होत होता. त्यामध्ये बोअर वॉरमधील जे अनुभवी सैनिक होते, त्यांच्याकडून मोठा अडथळा होत होता. कारण त्यांना युद्धाचा अनुभव किती भयानक असतो याची कल्पना होती. भारतीय सैनिकांनी खऱ्याखुऱ्या युद्धाचा अनुभव वायव्य सरहद्दीवर घेतला होता. त्यांच्यापैकी बऱ्याच जणांना विशेष करून रात्रीच्या वेळेस भरपूर दारूगोळ्यासहित पुढे सरकत भीषण हल्ला करणाऱ्या जपानी सैनिकांनी अक्षरश: जेरीस आणले होते.

हल्ल्यांवर हल्ले होऊन मोठ्या प्रमाणावर पाडाव होत होते. मेनलँडमधील अनेक युनिटपैकी रॉयल एअरफोर्स हे पहिले युनिट होते, ज्याला बेटावरून माघार घेण्याचा आदेश दिला गेला होता. कोणी विचारही केला नव्हता की, त्याच्या जिंकण्याच्या विश्वासाला अशा तऱ्हेने तडा दिला जाईल. त्यांच्याजवळ अजूनही दोन विमाने होती आणि त्यांचा चांगला उपयोग करून घेता येणार होता. डोनाल्ड हिल आणि ग्रेसारखे खंदे वीर होते की, जे त्यांचा चांगल्या प्रकारे उपयोग करून घेऊ शकले असते. या वेळेस त्यांनी खूप समजावण्याचा प्रयत्न केला की, ते कँटॉनच्या जपानी रणभूमीवर हल्ला करण्याची संधी नक्कीच घेऊ शकले असते. सुलिव्हनने परत एकदा हल्ला करण्याची परवानगी मागून पाहिली. त्याने समजावण्याचा प्रयत्न केला की, जर त्यांनी आता जर हल्ला नाही केला, तर जपानी सैन्याची विमाने नॅशनॅलिस्ट चायनीज युद्धभूमीवर आक्रमण करतील आणि हा हल्ला केला, तर आपले दोन पायलटसुद्धा बंदी होणार नाहीत. माल्टबेला आता भयानक स्वप्ने पडू लागली होती. त्याला खात्री पटली होती की, आपला पराभव निश्चित आहे. त्यामुळे त्याने विमानांच्या उड्डाणाला परवानगी नाकारली. संभाव्य विजेत्यांना धैर्य देण्यासाठी आणि त्यांचे धैर्य वाढवण्याकरता काहीही प्रयत्न केले जात नव्हते.

युद्धाच्या भयंकर परिस्थितीमध्ये सापडलेल्या सर्व जणांचे भविष्य दिवसागणिक जवळजवळ अनिश्चित होत होते. कोणतीही हालचाल ही निर्णायक ठरणार होती. पण डोनाल्ड वर्षानुवर्षे याच कामामध्ये असल्याने त्याच्याजवळ परिस्थिती हाताळण्याचे

कौशल्य आले होते. मात्र, माल्टबेच्या या एका आज्ञेने त्याचे हात बांधल्यासारखे झाले होते. माल्टबेने त्याला त्याचे कौशल्य हाताळण्याकरता एक जरी संधी दिली असती, तरी शत्रुपक्षाच्या माऱ्यांना त्याने अगदी चोख उत्तर दिले असते. त्याने नकार दिल्यामुळे डोनाल्डला बंदी झाल्यासारखे वाटत होते.

युद्धामुळे जीवनाची शाश्वतीच तर संपून जाते. ग्रेचा मृत्यूही अतिशय बिकट अशा परिस्थितीमध्ये झाला. तो तसाही युद्धामध्ये मेलाच असता. त्याने धैर्य दाखवले, पण त्यामध्येही कुठे तरी काही तरी बोचरेपणा होता. त्यामुळे त्याला बिकट परिस्थितीशी सामना करावा लागला.

तो पहिला दिवस असा असेल की, ज्या दिवशी डोनाल्डने त्याची डायरी लिहिली नाही. विमानतळ रिकामे करणे वा सोडणे म्हणजे बरोबर असलेली युद्धाची सर्व यंत्रणा शत्रूच्या हाती लागण्यापेक्षा नष्ट करून टाकण्यासारखे होते. त्यांच्यापाशी उपयोगात येऊ शकतील अशी दोन विमाने होती. त्यातले एक अगदी चांगल्या स्थितीमधील होते आणि दुसरे अतिशय मेहनतीने डागडुजी करून चांगल्या स्थितीत आणलेले होते. ही दोन्ही विमाने आता मुद्दाम नष्ट करावी लागणार होती. त्याचप्रमाणे भरपूर कागद होते, तेसुद्धा जाळून टाकणे गरजेचे होते. लोकांना बेटाच्या पलीकडे पाठवणे गरजेचे होते. शेवटचे महत्त्वाचे काम होते ते म्हणजे, विमानतळाच्या पलीकडे असणारे सर्व अडथळे दूर करणे. शेवटी डोनाल्डनेही काही सहकाऱ्यांसमवेत काइ ताक सोडले. शस्त्रास्त्रे आणि दारूगोळा आपल्याबरोबर घेतला.

गोदीवर सर्व जण लढाऊ विमानांचा आणि जहाजांचा ताफा बनवण्याच्या कामावर एकत्र जमले होते. किटबॅग्ज आणि शस्त्रास्त्रे यांचे ओझे वाहून निर्वासितांची पहिली तुकडी वाकली होती. हे सर्व निर्वासित एच एम एस थ्रॅसियान, त्याचप्रमाणे बाकीच्या असंख्य बोटींबाहेर रांगा लावून उभे होते. वैमानिकांची एक तुकडी सपाट बुडाच्या होडीवर चढली. जशी ती बोट पाण्यामध्ये ढकलली गेली तशा ब्रिटिश तोफा उडू लागल्या आणि पट्कन युनियन जॅक उभारला गेला. नंतर तोफांचा मारा बंद करण्यात आला. पण यामध्ये युद्धामधील गोंधळ आणखीनच वाढला. शेवटी या गोंधळामुळे सर्वच काही गुंडाळले गेले. जेव्हा पराभव जवळ आला होता, तेव्हासुद्धा काहीही समजून येत नव्हते. रॉयल एअरफोर्सचे सर्व सुटे भाग बेटाच्या दक्षिणेला असलेल्या ॲबरडीन येथे पाठवण्यात आले होते. तिथे अपंग मुलांसाठी एक मोठी बिल्डिंग होती. तिचे नाव होते इंडस्ट्रियल स्कूल. ते सुटे भाग त्यांनी मागितले होते, त्यामुळे ते तिथे पाठवण्यात आले होते. तिथपर्यंत पोहोचण्यासाठी त्यांना निर्वासितांच्या लोंढ्यामधून वाट काढावी लागणार होती. अन्न आणि निवाऱ्याकरता निर्वासितांचा हा लोंढा तिथे जमला होता. तिथे सरतेशेवटी डोनाल्डला कशीबशी एक खाट मिळाली. तो इतका दमला होता की, काहीही करणे त्याला आता अशक्य

होते. तो खाटेवर पहुडला आणि पडल्या-पडल्या गाढ झोपी गेला.

अतिपूर्वेच्या दिशेने आलेली बातमी अतिशय वाईट होती. पर्ल हार्बरवर भयंकर प्रमाणात बॉंबवर्षाव झाले होते आणि अमेरिकेचे पॅसिफिक फ्लीट हे पूर्णपणे बेचिराख केले गेले होते. एच एम एस रिपल्स आणि एच एम एस प्रिन्स ऑफ वेल्स ही ब्रिटनची मुख्य लढाऊ जहाजे बुडाली होती. जपानी सैन्याच्या तुकड्या मलायावर आल्या होत्या आणि आता सिंगापूरच्या दिशेने कूच करत होत्या. त्यामुळे आता चित्र अगदी स्पष्ट दिसत होते की, हॉंगकॉंगही वाचवणे कठीण आहे. सर्व घटनांचा आढावा बी. बी. सी. घेत होते. 'मेनलॅंड आता जवळजवळ रिकामे झाले आहे,' बी. बी. सी.च्या निवेदकाने जाहीर केले. अकरा डिसेंबरची ही बातमी अगदी कोरड्या शब्दांमध्ये सांगितली गेली. 'हॉंगकॉंग पुन्हा एकदा त्याच जुन्या पद्धतीच्या वेढ्यामध्ये स्थिर होण्याचा प्रयत्न करत आहे.'

'जुन्या पद्धतीच्या' हे शब्द पामेलाच्या कानावर गेले आणि डोनाल्डचे काय झाले असेल, ही तिच्या मनात घर करून राहिलेली भीती अचानक नाहीशी झाली. ब्रिटन जुन्या पद्धतीच्या गोष्टींमध्ये कुशल होते. किल्ल्याचा प्रस्तर, दगडाच्या जाड आणि अभेद्य भिंती, वेढा उठेपर्यंत ओणवे होऊन बसणे– या सगळ्या क्लृप्त्या त्यांना छान अवगत होत्या. दुसऱ्या दिवशी म्हणजे बारा डिसेंबरला शुक्रवारी अगदी सकाळी सकाळी तिला एक तार आली. ती डोनाल्डने पाठवली होती. तिला त्याने आपली खुशाली कळवली होती. त्याने कळवले होते की, मी जिवंत आहे आणि सुखरूप आहे... मी तुझ्यावर खूप प्रेम करतो. तिने सुटकेचा नि:श्वास टाकला. बी. बी. सी. सतत स्पष्ट करत होते की, वेढ्यामध्ये हॉंगकॉंग स्थिर आहे.

या युद्धामध्येही एक प्रकारची शांतता होती. ही वादळापूर्वीची शांतता होती. जपानी सैन्याला यश तर मिळत होते, पण त्याबरोबर काही अडचणींचादेखील त्यांना सामना करावा लागत होता. बेटावर हल्ला करण्याअगोदर त्यांना सैन्याच्या तुकड्या परत एकदा कराव्या लागणार होत्या. मधल्या काळामध्ये वेढ्याच्या आतमधील दैनंदिन जीवन काही प्रमाणात स्थिर होते. बॅंकांची कामे चालू होती. पोस्टामध्ये तारा पाठवणे आणि इतरही कामे चालू होती. बेटावरील रेस्टॉरंट्समध्ये अजूनही युरोपियन डिशेस मिळत होत्या.

रॉयल एअरफोर्सच्या सैनिकांनी आपल्यासोबत जड मशिनगन्स आणल्या होत्या. त्या अगदी खालच्या बाजूने फिरून हल्ला करणाऱ्या बॉंबर्सकरता वापरण्यात येणार होत्या. सुरुवातीला या सैनिकांना विमानांमधून होणाऱ्या हल्ल्यांच्या प्रत्युत्तरासाठी तात्पुरते नेमण्यात आले होते. ॲबरडीन इंडस्ट्रियल स्कूलच्या छतावर हे सर्व जण तयारीमध्ये होते की, तिथून जवळच्या गोदींचे रक्षण करू शकतील. कारण जपानी सैनिकांचे मुख्य लक्ष्य या गोदी होत्या.

वेढा घातलेल्या सैनिकांमध्येच अनेक प्रकारच्या अफवा पसरू लागल्या. निश्चितपणे सांगितले जात होते की, चिआंग काइ शेकाइ नॅशनॅलिस्ट चायनीज लष्कर जपानी शत्रूच्या पिछाडीवरून हल्ला करण्याच्या बेतात होते. पण असेही बोलले जात होते की, जपानी लोकांना चिनी लोकांच्या सहकार्यामुळेच यश मिळत होते. नंतर बातमी आली की, हाँगकाँगवर विजय मिळवून आणि अमेरिकेचे पॅसिफिक फ्लीट हे पूर्णपणे बेचिराख करूनही जपानी लोकांना समाधान नव्हते म्हणून की काय, जपानने आता मलायावरदेखील हल्ला चढवला.

जपानी लोकांच्या होत असणाऱ्या भीषण हल्ल्यामुळे तरुण वैमानिकांना कळून चुकले होते की, आता सर्व जगच युद्धाच्या खाईमध्ये लोटले जात आहे आणि त्यातून काहीही निष्पन्न होऊ शकते. इंडस्ट्रियल स्कूलच्या गर्दीने भरलेल्या आवारामध्ये ते त्यांच्या युद्धामध्ये, भीषण दाहकतेमध्ये असलेल्या सहभागाविषयी चर्चा करत होते. त्यांनी अगदी शांतपणे हे सत्य स्वीकारले की, अगदी थोड्याच कालावधीमध्ये त्यांचाही सर्वनाश होणार आहे आणि हाँगकाँग हे युद्धाच्या या भीषण आगीमध्ये होरपळून होत्याचे नव्हते होणार आहे. पण निराशेच्या या गर्तेमध्येही आशेची एक ज्योत त्यांच्या मनामध्ये तेवत होती की, संस्कृतीचा कधीही ऱ्हास होणार नाही; ती यापुढेही अनादि कालापर्यंत जिवंत राहील. समोर उभ्या ठाकलेल्या कटू सत्याला सामोरे जाण्यापेक्षा हा विचार किती तरी दिलासा देणारा वाटत होता.

जवळपास तीनशे फुटांवर असणाऱ्या ॲबरडीन बंदराच्या पुढे एका छोट्याशा बेटावर माईकेल राईट हा तरुण आर्किटेक्ट होता. तो हाँगकाँग स्वयंसेवक संघामध्ये रुजू झाला होता. तोसुद्धा आपल्या सहकाऱ्यांबरोबर चर्चा करताना अशाच निर्णयाप्रत येऊन पोहोचला होता.

"हे जपानी लोक आता हाँगकाँग घेणार, याबद्दल आम्हाला कोणालाही तिळमात्र संशय नव्हता," तो म्हणाला. "आम्ही आता लवकरच एक तर पकडले जाणार होतो किंवा मारले जाणार होतो. यापेक्षा दुसरे काहीही घडणार नव्हते, याबाबत आमची पुरेपूर खात्री झाली होती."

हाँगकाँगच्या बेटावर उतरण्यासाठी काहीही प्रयत्न केले जात नव्हते; पण मेनलँडवरच्या युद्धामध्ये शांततेच्या काळामध्ये प्रशिक्षण घेणारे सैन्य आणि प्रत्यक्ष युद्धाच्या वेळेस भीषण हल्ल्यांना सामोरे जाणारे सैन्य यांच्यामधला फरक नजरेत भरत होता. बचाव व रक्षण करणाऱ्या सैनिकांनी जपानी सैनिकांचे कौशल्य पाहिले होते आणि त्यांना समजून चुकले होते की, ते एकटेदुकटेसुद्धा किती भयानक आहेत; किती परिणामकारकतेने छोट्या-मोठ्या तोफांनी हल्ला करत आहेत. त्यांच्यामध्ये असलेला समन्वय विलक्षण परिणामकारक होता. मेनलँडवर बचाव करणारे सैनिक तयारीनिशी आलेले नव्हते, त्याचप्रमाणे त्यांच्यामध्ये फाजील आत्मविश्वास होता.

बलाढ्य शत्रूशी सामना करण्याआधी त्यांच्याकडूनही तसाच परिणामकारक प्रतिसाद असणे अपेक्षित होते, पण तसे होत नव्हते.

जपानी सैन्याला मात्र त्यांच्या यशाविषयी विलक्षण आत्मविश्वास होता. तेरा डिसेंबरला त्यांनी तीन अधिकाऱ्यांना पलीकडच्या बाजूला पाठवले. युद्धबंदीच्या झेंड्याखाली हे अधिकारी आले आणि त्यांनी शरण येण्याचे आवाहन केले. पण ते आवाहन धुडकावून लावण्यात आले. मेनलँडवरील लाऊडस्पीकर्समधून ख्रिसमस कॅरॉल्स प्रक्षेपित करण्यात आले आणि त्या जोडीला काही नवे लोकप्रिय संगीतही प्रक्षेपित करण्यात आले. त्यामधूनदेखील हाच संदेश दिला जात होता की, आता युद्धबंदी करण्यासाठी आम्हाला शरण या. जर तुम्हाला तुमच्या कुटुंबासमवेत पुढील आयुष्य सुखाने व्यतीत करायचे असेल, तर आमच्यापुढे शरणागती पत्करा. पुढे काय वाढून ठेवले आहे, हे माहीत असूनदेखील शरणागती स्वीकारायला कोणीही तयार नव्हते. त्यामुळे या आवाहनाला कोणीही प्रतिसाद दिला नाही. त्यामुळे दुसऱ्या दिवशी जपानी सैन्याने बेटाच्या दोन्ही बाजूंनी प्रचंड बॉंबवर्षाव करण्यास सुरुवात केली. दक्षिणेकडे खुल्या समुद्रामध्ये गस्त घालण्यास सुरुवात केली. ॲबरडीन गावावर, त्याचप्रमाणे टेकड्यांच्या माथ्यावर त्यांनी तोफांचा भडिमार करण्यास सुरुवात केली. मेनलँडकडून उत्तरेकडील किनाऱ्यावरही बंदुकांच्या गोळ्यांचा भडिमार सुरू झाला.

बेटाची पूर्व-पश्चिम लांबी ही उंच-उंच टेकड्यांच्या रांगांनी व्यापलेली होती. या रांगांमधून एक मोठी खिंड गेलेली होती. तिचे नाव होते वाँग नेई चाँग खिंड. दक्षिण आणि उत्तर किनाऱ्याला जोडणारा बेटावरील मुख्य रस्ता याच खिंडीतून जात होता. त्याच्या पश्चिमेला बेटांवरील दोन महत्त्वाची गावे वसली होती. त्यांतील व्हिक्टोरिया हे गाव उत्तरेला, तर ॲबरडीन हे गाव दक्षिणेस होते. तिथे असणाऱ्या वस्त्यांचे पाण्याचे स्रोत हे पूर्वेकडे होते. त्यामुळे या खिंडीवर जो कोणी प्रभुत्व सांगे, तो सर्व बेटांवर स्वामित्व गाजवण्यास समर्थ होई. कॅनेडियन फोर्सेसचा कमांडर ब्रिगेडियर लॉसन याची मुख्य ठाणी इथेच होती.

जनरल माल्टबेसमोर सर्वांत महत्त्वाचा प्रश्न होता की, कोणत्या दिशेकडून हल्ला होईल, हे पाहणे. उत्तरेकडून हल्ला होणार, अशी त्याला दाट शक्यता वाटत होती. या ठिकाणी मेनलँडवरील विजयी जपानी सैन्य बेटापासून अंदाजे पाचशे यार्डांवर एकमेकांपासून वेगळे झाले होते; पण दक्षिण दिशेकडून मात्र जणू काही ते अचानक हल्ला करण्यासाठीच सज्ज आहे, असे जाणवत होते आणि ॲबरडीन बंदरावर तोफांचा भडिमार सुरू होता. त्या वेळी माल्टबेने एक महत्त्वाचा निर्णय घेतला. एकाच ठिकाणी फौजा एकत्रित ठेवण्यापेक्षा त्याने संपूर्ण बेटावर त्या तुरळकपणे विखुरल्या.

डोनाल्ड हिलच्या नेतृत्वाखाली असलेल्या रॉयल एअरफोर्सच्या तुकडीला

ॲबरडीनच्या अगदी वरच्या बाजूला असणाऱ्या टेकड्यांमध्ये जाण्यास सांगितले. माऊंट निकोल्सन आणि बेनेट हिल यांच्यामधील मैलभर पसरलेल्या भागामध्ये ही तुकडी गेली. या टेकड्यांच्या शिखरावरून वाँग नई चाँग खिंडीचा मोक्याचा प्रदेश अगदी सहजपणे दृष्टीस पडत होता. हा भाग जवळच्याच कॅनेडियन बटालियन्स विनीपेग ग्रेनेडियर्स यांच्या अमलाखाली होता. त्यांचा कमांडर होता मेजर बेली. मेजर बेली अतिशय समंजस आणि उत्साही होता. मोक्याच्या टेकड्यांवर मशिनगन्सचा मारा करता येण्याकरता भूमिगत मजबूत गढ्या बांधण्यात आल्या होत्या. पण मोठी अडचण ही होती की, ज्या लोकांना हवाई प्रशिक्षण देण्यात आले होते, हवेतून मारा करण्यामध्ये जे लोक कुशल होते; त्यांना जमिनीवरील लढाई करावी लागत होती. त्यांना खंदक खणावे लागत होते. डोनाल्डच्या कमांडिंग ऑफिसरने नंतर सांगितले की, 'हे काम त्यांच्यासाठी अगदीच नवखे होते.'

सोळा डिसेंबरला छोट्या होड्यांमधून आणि चिनी पद्धतीच्या गलबतांमधून छोट्या तुकडीकडून हल्ला झाला. हा हल्ला टेहळणीसाठी केला गेला. तो हल्ला परतवून लावण्यात आला आणि नवलाची गोष्ट म्हणजे, दुसऱ्या दिवशी हाँगकाँगचा गव्हर्नर सर मार्क यंग याला पुन्हा शरणागतीचे आणि युद्धबंदी करण्याचे आवाहन करण्यात आले. जपानी सैन्याचे गुप्तहेर खात्यांचे प्रतिनिधी, त्याचप्रमाणे सैनिकांच्या तुकड्या बेटांवर सर्वत्र पसरल्या होत्या. त्यांना चांगलेच माहीत होते की, सत्ताधाऱ्यांना जपानी सैन्याचे आवाहन स्वीकारण्यासाठीच नागरिक कौल देतील; कारण परिस्थिती काय आहे आणि परिणाम काय होणार आहेत, हे सर्वच जण जाणून होते. बलाढ्य जपान्यांबरोबर निभाव लागणे केवळ अशक्य आहे, हे त्यांना कळून चुकले होते. सर्व बाजूंनी दबाव येत असूनही तो मात्र त्याच्या निर्णयाशी ठाम होता आणि शरणागती स्वीकारण्यास तयार नव्हता. गव्हर्नरने हाँगकाँगच्या शरणागतीकरता कोणत्याही प्रकारची बोलणी करण्याकरता ठाम नकार दिला होता. त्याने स्पष्ट केले की, यासंबंधी कोणत्याही प्रकारची बोलणी करण्यासाठी तो अजूनही तयार नाही.

त्याच्या या निर्णयाचा परिणाम भीषण होणार, हे तर उघडच होते आणि त्याप्रमाणे जी अपेक्षा होती, तेच घडले. अठरा डिसेंबरला अपेक्षित युद्ध सुरू झाले. मेनलँडजवळच उत्तरेच्या बाजूला युद्धाचा भडका उडाला. तुरळकपणे विखुरलेल्या सैन्याला भेदून पूर्वेकडे आणि पश्चिमेकडे सर्वत्र जपानी सैन्य सर्वत्र पसरले. मुख्य तुकडीने आतमध्ये प्रवेश केला आणि थेट वाँग नेई चाँग खिंडीच्या दिशेने कूच केले. रॉयल एअरफोर्सचे मशिनगनर्स पर्वताच्या मध्यभागी शत्रूचा सामना करण्यासाठी सज्ज होते. अर्थात, ते पूर्वेकडून आणि उत्तरेकडून येणाऱ्या हल्ल्याचा सामना करत होते, पण पश्चिमेकडून येणाऱ्या हल्ल्याला मात्र ते उत्तर देऊ शकत नव्हते. त्याच वेळी दक्षिणेच्या किनाऱ्यावर असलेली तुकडी पर्वताच्या दिशेने वेगाने सरकत होती.

नंतर येणाऱ्या रॉयल फोर्सच्या सैनिकांमध्ये रॉयल मरिनचा मेजर रॉबर्ट गाईल होता. तो ॲबरडीनमध्ये नौदलाच्या जहाजबांधणीच्या तसेच दुरुस्तीच्या ठिकाणी होता. त्याला आता नौदलाच्या सैन्यासमवेत लष्कराचे सामर्थ्य वाढवण्याकरता खिंडीमध्ये पाठवण्यात आले होते. तो अतिशय बलवान, त्याचप्रमाणे शिस्तीचा भोक्ता असा माणूस होता. डोनाल्डचा कार्यभार घेण्याकरता त्याला नेमण्यात आले होते. तो आपल्या लष्कराची बाजू भक्कम करण्याचा कसोशीने प्रयत्न करत होता. हे काम करण्याचा काही फारसा फायदा होणार नाही आणि त्यातून काही फारसे साध्य होणार नाही, हे त्याला ठाऊक होते; पण त्याने त्याची फारशी दखल घेतली नाही. त्याच्या संपूर्ण तुकडीला त्यांचे काम काय आहे आणि ते कुठल्या जागेवर आहेत, हे माहीत होते. डोनाल्डमध्ये त्याला चांगले माणूसपण दिसले. लहान वय, त्याचप्रमाणे अननुभवी असला, तरी तो अनुभवी असल्याप्रमाणे गोष्टी हाताळत होता.

'कोणत्याही परिस्थितीला तो अतिशय शांतपणे आणि धीराने सामोरा जात होता.' रॉबर्ट गाईलने एका पत्रात डोनाल्डविषयी लिहिले आहे– 'त्याच्यामध्ये अफाट जोम आणि उत्साह होता. मला मदत करण्याचा आणि सर्वतोपरी सहकार्य देण्याचा तो प्रयत्न करत होता. खरं तर किती तरी मोलाच्या गोष्टी मी त्याच्याकडून घेतल्या. मी ज्या वेळेस छावणीच्या बाहेर जाई, त्या वेळेस छावणीची सर्व जबाबदारी अंगावर घेऊन ती समर्थपणे पेलणारी एकच विश्वासू व्यक्ती होती आणि ती म्हणजे डोनाल्ड. कधी कधी एखादी परिस्थिती मी हाताळू शकणार नाही असे मला जाणवले, तर मी सर्वस्वी डोनाल्डच्या निर्णयावर अवलंबून राहत असे.'

टेकड्यांमधून युद्धाचे आवाज जसजसे घुमायला लागले तसतसे स्थैर्य, शांतता लोप पावू लागली. जपानी युद्धकौशल्याच्या एकेक बातम्या येऊ लागल्या. जपानी लोकांनी शत्रू प्रदेश गुप्तपणे कसा व्यापला आहे, यावर त्यांत प्रामुख्याने भर देण्यात येत होता. रात्रीच्या मिट्ट काळोखामध्ये लपत-छपत ते पुढे जात होते. बंदुकधारी सैन्य आपापल्या जागांवर दबून शत्रुपक्षावर गोळीबार करण्यासाठी सज्ज झाले. ते लपण्याकरता झाडीत किंवा मोठ्या खडकांच्या मागे अगदी मोक्याच्या जागी लपून राहिले. तिथून त्यांना शत्रूला सहजपणे हेरता येऊन त्याच्यावर हल्ला करता येणार होता. जमिनीवर जिथे म्हणून लपायला जागा मिळेल तिथे ते सरपटत जाऊन लपत होते. असे लपत-छपतच ते काँक्रीटच्या मजबूत गढीपर्यंत येऊन पोहोचले. नंतर त्यांनी तोफांच्या आणि बंदुकांच्या गोळ्यांचा वर्षाव करण्यास सुरुवात केली. बचाव करणाऱ्या सैनिकांना मात्र या प्रकारच्या युद्धाची अजिबात कल्पना नव्हती. शत्रूने अचानकपणे घेतलेल्या या प्रकारच्या पवित्र्यामुळे विशेष करून कॅनेडियन सैन्य बावरून गेले.

अवघ्या चोवीस तासांच्या आत जपानी सैनिक खिंडीच्या एवढे जवळ आले होते की, जवळच असलेले कॅनेडियन लष्कर हे आपसूकपणेच युद्धामध्ये ओढले

गेले. त्यांच्यापुढे आता युद्ध करण्याशिवाय कोणताही पर्याय नव्हता. डोनाल्ड आणि रॉयल मरिन कमांडर आपापल्या जागेवर सज्ज होते. तोफांच्या आणि दारूगोळ्यांच्या आवाजांनी आसमंत रात्रभर दणाणून गेला होता. कोणीही झोपू शकले नव्हते. मध्यरात्रीच्या वेळेस कॅनेडियन सेक्शनमधील अतिशय दमलेला एक सार्जंट गढीमध्ये धडपडतच आला. युद्धाचा त्याचा हा पहिलाच अनुभव होता. अचानक झालेल्या हल्ल्यामुळे सर्वप्रथम तो गांगरून गेला होता. तो भयंकर हल्ला, त्यापाठोपाठ येणाऱ्या किंकाळ्या, छिन्नविच्छिन्न सर्वत्र पडलेली प्रेते– हे सगळे त्याच्यासाठी असह्य होते. तो बिचारा अक्षरश: रडायला लागला होता. त्याच्यापाठोपाठ नंतर दुसऱ्या सार्जंटचीही तीच अवस्था झाली. त्या हाल-अपेष्टांमध्ये आणखी भरीस भर म्हणून हवासुद्धा एकाएकी बदलली. हाडे गोठवणारे गार बोचरे वारे वाहायला लागले आणि पाऊस सुरू झाला. छोट्याशा ग्लासमधून त्यांना रमचा अखंड पुरवठा होत होता; त्यामुळेच दमलेल्या, भेदरलेल्या सैनिकांचे शारीरिक बळ वाढवायला मदत झाली.

सकाळच्या वेळेस वेढा घातलेल्या जपानी सैनिकांनी आता डॉकयार्डवर, तसेच खिंडीवर– दोन्हीकडे एकदम हल्ला चढवला होता. आता तिथे फक्त एक मुख्य कॅनेडियन तुकडी आणि रॉयल एअरफोर्सची डझनभर माणसे होती. युद्धनौकांवरून तोफांचा सतत भडिमार सुरू होता. मेनलँडवरील सैनिक त्यांना धड झोपू देत नव्हते. त्यांची रसदही बंद करण्यासाठी जपानी सैनिकांनी जोरदार प्रयत्न सुरू केले. दुसऱ्या दिवशीच्या रात्री सर्व जण रसद बंद झाल्यामुळे भुकेने अक्षरश: व्याकुळ झाले होते. कॅनेडियन कंपनीच्या कमांडरला आता कळून चुकले होते की, त्यांना जपानी सैनिकांनी पूर्णपणे वेढले होते. सैनिकांना पाच मैलांवर असणाऱ्या ॲबरडीनचा आश्रय घेण्यास सांगण्यात आले. ते तुकड्या-तुकड्यांनी अंधारातून वाट काढत पुढे चालले होते. जेव्हा ते तिथे पोहोचले, त्या वेळेस रात्रीच्या अंधाराची दुलई पांघरून सर्व गाव तात्पुरत्या बांधलेल्या एका इमारतीमध्ये झोपले होते. दुसऱ्या दिवशी सकाळी मात्र नव्या जोमाचे नवीन सैनिक तिथे येऊन धडकले.

आता सर्वत्र गोंधळाचे वातावरण होते. गोंधळाखेरीज काहीही नव्हते. अतिशय मोक्याची असलेली ती खिंड जपानी सैनिकांनी आपल्या ताब्यामध्ये घेतली होती. त्यांना पुढे सरकण्यास थोपवायला विरुद्ध बाजूने होणारा हल्ला असमर्थ होता. बेटावरचे सगळे भाग एकमेकांपासून विभक्त झाल्याप्रमाणे भासत होते. जपानी सैनिकांना विरोध करणाऱ्या सैनिकांचा प्रयत्न अपुरा पडत होता. त्यामुळे त्यांना जी वाईट स्वप्ने पडत होती, ती आता खरी होण्याची लक्षणे दिसत होती. युद्ध अटळच झाले होते आणि त्यांचा पराभवही अटळ होता; पण अजूनही असामान्य शौर्याची पराकाष्ठा केली जात होती.

खिंडीजवळील मुख्य छावणीपाशी जसे हल्लेखोर जमले तसा ब्रिगेडियर जॉन

लॉसन याने जनरल माल्टबेला एक छोटासाच पण अविस्मरणीय असा संदेश पाठवला– 'ते सर्व जण आमच्याभोवती जमले आहेत. मी आता एकटाच बाहेर पडणार आहे आणि गोळ्या चालवणार आहे.' त्यानंतर त्याच्याकडून बाकी काहीच कळले नाही; पण सहा दिवसांनंतर दफन करणाऱ्या लोकांना त्याचा मृतदेह सापडला. त्याच्या जवळ दोन मोकळी रिव्हॉल्व्हर्स पडली होती. त्याच्या जवळच थोडे पुढे शत्रुसैन्यातील आठ जणांची प्रेतेही मिळाली. माऊंट बटलरवरसुद्धा असाच प्रकार घडला. कॅनेडियन कंपनीचा सार्जंट मेजर जॉन ऑसबॉर्न यानेसुद्धा पुढ्यामध्ये असलेल्या संकटाचा सामना करण्याकरता हाच मार्ग अवलंबला होता. त्यामुळे कंपनीचे मनुष्यबळ दोनशेवरून अवघ्या तीसवर आले. त्याच्या जीवात जीव असेपर्यंत तो शौर्याने लढला आणि जपानी सैनिकांना मागे हटवण्यासाठी त्याने शर्थ केली. तब्बल आठ तासांच्या लढाईनंतर त्यामध्येच त्याचा अंत झाला. त्याच्याबरोबर जे पाच जण जिवंत राहिले, त्यांना जपानी सैनिकांनी पकडून ताब्यात घेतले. 'ज्या माणसाला आयुष्यात गोडवा काय असतो, त्याचप्रमाणे आयुष्याची दाहकता काय असते हे समजते आणि पुढ्यात जे काही येईल त्याचा सामना करण्यासाठी जो खंबीरपणे उभा राहतो; तोच खरा शूर माणूस.' पेरिकल्स ह्या प्राचीन ग्रीसमधील मुत्सद्दी राजकारण्याचे हे उद्‌गार आहेत. पेलोपोनेसियम या प्राचीन ग्रीक युद्धाच्या प्रसंगी बळी गेलेल्या अथेन्सच्या नागरिकांच्या अंत्यविधीच्या वेळी त्याने एक प्रभावी भाषण केले. त्यात त्याने हे उद्‌गार काढले होते की, जे ब्रिगेडियर जॉन लॉसन तसेच जॉन ऑसबॉर्न यांच्या शौर्याच्या बाबतीत लागू होतात.

युद्धामध्ये होत असलेल्या प्रचंड हिंसेबाबत प्रत्येक जण हक्काने आपापली मते व्यक्त करत होता. प्रसंग बाका होता. पुढे काय होणार याचा ते अंदाज करू शकत होते. प्रत्यक्ष हल्ल्याला सुरुवात झाली, शत्रूशी मुकाबला करायची वेळ आली आणि आपला मृत्यू साक्षात समोर दिसत असताना त्याचा मुकाबला करण्याची शक्ती त्यांच्यात येत होती; कदाचित त्यांच्या याच गुणाला त्यांचे धैर्य म्हणून ओळखले जात होते.

'जपानबरोबरच्या युद्धाबाबत बऱ्याच उलट-सुलट चर्चा होत होत्या. पण पुढे काय होणार याची कोणीच कल्पना करू शकत नव्हता.' डोनाल्डने आपल्या डायरीमध्ये लिहिले. नुकतीच पंधरा दिवसांपूर्वी डोनाल्डने डायरी लिहायला सुरुवात केली होती. त्याला स्वत:विषयी काही तरी वेगळे वाटत होते, तो प्रेमात पडलेला होता. तो एका शक्तिमान, अजिंक्य अशा लष्कराचा अधिकारी होता. जगातल्या सर्वांत सामर्थ्यशाली साम्राज्याचा तो नोकर होता. पेरिकल्सच्या व्याख्येनुसार त्याला माहीत होते की, आयुष्यात सुंदर असे काय आहे. थोड्याच दिवसांमध्ये जपानी लोकांनी हल्ला केला आणि युद्धाला सुरुवात झाल्यानंतर आयुष्यातील ते सौंदर्य पार पुसले गेले आणि आयुष्याची दाहकता तो अनुभवत होता. दि. २४ डिसेंबर १९४१

च्या सकाळी जागा झाला तोच या बातमीने की, युद्धामध्ये माघार घ्यायची नाहीये. युद्ध चालू ठेवायचे आहे आणि त्याला बेनेट हिलला परत जायचे आहे. पुढ्यात काय वाढून ठेवलंय, याबाबत तो पूर्णपणे अनभिज्ञ होता.

त्याच्या रॉयल एअरफोर्समध्ये डझनभर कॅनेडियन सैनिक आले. मशिनगन्स आणि एक माणूस जेवढा जास्तीत जास्त दारूगोळा वाहून नेऊ शकेल तेवढा बरोबर ते घेऊन आले, त्यामुळे त्यांच्या तुकडीचे सामर्थ्य वाढले. पुढे जात असताना एका उंच उतारावर ते अडखळले. त्या उतारामुळे त्यांना आपल्याबरोबरचे सामान, त्याचप्रमाणे आपली शस्त्रास्त्रे अक्षरश: वर ओढून न्यावी लागत होती. जेव्हा ते टेकडीच्या टोकावर पोहोचले, तेव्हा शेजारच्या टेकडीवरून जपानी सैनिकांनी त्यांना हेरले आणि त्यांनी आपल्या तोफा डागायला सुरुवात केली. मोकळ्या जागेत आल्यामुळे ते उताणे पडले, पण तरीही शत्रूच्या आवाक्यात असल्याने त्यांच्यावर तत्काळ तोफांचा भडिमार झाला. धातूच्या ठिकऱ्या पुष्कळांच्या अंगावर जोरात बरसल्या. डोनाल्डच्या शेजारीच उताणे पडलेल्या एकालासुद्धा ह्या ठिकऱ्या जोरात लागल्या. डोनाल्डवरदेखील स्फोटामुळे उडालेल्या छोट्या दगडांचा आणि धुळीचा वर्षाव झाला. दारूगोळ्याचे तीक्ष्ण टोकदार असे तुकडे त्याच्या हेल्मेटवर येऊन आदळले. मोकळ्या जागेत असल्याने शत्रूला त्यांना लक्ष्य करणे सोपे जात होते. पण ते जर उभे राहिले असते, तर नक्कीच तोफांच्या आणि बंदुकीच्या भडिमाराला बळी पडले असते. खरं तर दोन्हीही पर्याय चांगले नक्कीच नव्हते. पण त्यातला एक होता तो अगदी निश्चितपणे मृत्यूच्या दरीत लोटणारा होता, तर दुसरा त्यातल्या त्यात जरा सुरक्षित होता. स्फोटांच्या प्रचंड आवाजातही डोनाल्डने आपल्या सहकाऱ्यांना जोरात ओरडून एकमेकांपासून विखरून खालच्या बाजूला लपण्याचा हुकूम दिला.

अगदी आश्चर्यकारकरीत्या ते छोट्या-छोट्या झुडुपांचा आसरा घेत होते आणि जपानी सैनिकांच्या दृष्टिक्षेपापासून स्वत:ला वाचवत होते. पण टेकडीच्या सर्वांत उंच टोकाला तोफांमधून भडिमार चालूच होता. डोनाल्डला उताराच्या बाजूला कॅनेडियन सैनिकांची एक छोटी तुकडी दिसली. त्यांना त्या रात्री कोणत्याही प्रकारचा हुकूम आला नव्हता. जपानी सैनिकांनी त्यांना अजून पाहिले नव्हते, पण कोणत्याही क्षणी ते त्यांना पाहू शकले असते आणि मग त्यांनी तोफांचा वर्षाव करायला सुरुवात केली असती. त्या सैनिकांची जबाबदारी खरं तर डोनाल्डवर नव्हती; पण तरीसुद्धा त्याला वाटत होते की, त्यांना सावध केले पाहिजे. त्यांना सावध करण्याकरता तो ओरडला असता, तर मात्र त्याच्या आवाजाने शत्रूचे लक्ष लगेच तिकडे गेले असते. त्या तुकडीपर्यंत पोहोचण्याकरता कोणाला तरी परत मोकळ्या जागेमध्ये सरपटत जाण्याचा धोका पत्करावा लागणार होता.

डोनाल्डला कदाचित वाटायला लागले की, त्याच्यापुढे आता दुसरा कोणताही पर्याय नाही. त्याच्या सेक्शनमध्येही कॅनेडियन लोक होते. तो जवळजवळ एक आठवडा विनीपेग ग्रेनडीयर्स या कॅनेडियन सैनिकांच्या पलटणीमध्ये होता. कदाचित त्याला आपण भाग्यवान असल्याचे वाटत होते. त्या दिवशी सकाळी तो उठल्यावर काही सेकंदांमध्येच इंडस्ट्रियल स्कूलमधील तात्पुरत्या तयार केलेल्या बिछान्यावर एक बॉंब येऊन पडला आणि क्षणार्धात त्या खोलीच्याच ठिकऱ्या उडाल्या. अर्थात्, त्याला काहीही वाटत असले तरी वस्तुस्थिती ही होती की, त्याला ती छावणी दैवावर सोडून जाणे भाग होते.

एक कॉर्पोरल ए. सी. ब्लुमन हा एक कॅनेडियन त्याच्याबरोबर स्वेच्छेने येण्यास तयार झाला. छोट्या-छोट्या दाट झुडपांमधून ते सरपटत बाहेर आले आणि हळूहळू त्या विखुरलेल्या तुकडीकडे सरकू लागले. झुडपांमधील हालचाल जपानी सैनिकांनी हेरली आणि त्यांनी तोफांचा भडिमार अविरत सुरू केला; पण प्रत्येक वेळेला गोळ्या दुसरीकडेच गेल्या. जेव्हा ते कॉंक्रीटच्या गढीजवळ आले, त्या वेळेस ती गढी कॅनेडियन सैनिक लढवत होते. ब्लुमनने त्यांना बोलावले. तिथे घाईघाईने एक सभा घेतली गेली. त्यांना सहजपणे पळता येईल अशीच शस्त्रे त्यांनी त्यांच्याबरोबर घेतली. जेव्हा ते जपानी सैनिकांच्या दृष्टीस पडायचे, तेव्हा त्यांच्या धावण्याचा वेगच त्यांना वाचवू शकत होता. जड शस्त्रास्त्रे आणि दारूगोळा त्यांनी गढीमध्ये रचून ठेवला. त्यांच्यावर दोनच बॉंब ठेवले आणि प्रत्येकाने टेकडीवरून खाली पळायला सुरुवात केली. ते काही अंतर गेले असतील तोच ते बॉंब उडाले आणि सर्वत्र बंदुकीच्या गोळ्यांचा सडा पडला. स्वत:ला वाचवण्यासाठी डोनाल्ड ओणवा होऊन पळत होता. या गोंधळामुळे शत्रूची दिशाभूल झाल्याने ते सुरक्षितपणे आणि सहीसलामत निसटले.

कुठे जायचे, हे त्यांना समजत नव्हते. डोनाल्ड त्याच्या लहानशा तुकडीचे नेतृत्व करत होता. त्या तुकडीमध्ये बावीस सैनिक होते. त्यात बारा कॅनेडियन्स आणि रॉयल एअरफोर्सचे दहा लोक होते. ते सगळे परत ॲबरडीनकडे निघाले. तिथे विखुरलेल्या कॅनेडियन लष्करी चौकीतल्या लोकांनी मान्य केले की, त्यांना काय घडणार आहे याची काहीच कल्पना नव्हती. जपानी सैनिकांनी वॉंग नेई चॉंग खिंड हे अतिशय संवेदनशील ठिकाण ताब्यात घेतले होते. नंतर मात्र त्यांचे सैन्य सर्व दिशांना विखुरले गेले. बेटाच्या पूर्वेकडे ते सर्वत्र दिसत होते. पश्चिमेकडे ॲबरडीन हल्ल्यातून निसटले होते आणि व्हिक्टोरियासुद्धा त्यांनी अजून ताब्यात घेतले नव्हते. कदाचित या दोन गावांमध्ये एक नवी सीमारेषा स्थापन झाली असती. त्या परिस्थितीत ॲबरडीनमधील तलाव हाच पाण्याचा शेवटचा साठा होता आणि त्यामुळे मोक्याचे ठिकाण म्हणून त्याला महत्त्व आले होते. दमले-भागलेले ते लोक पुन्हा टेकडी चढू लागले आणि संध्याकाळी उशिरा एका पाण्याच्या जलाशयाकडे

जाणाऱ्या पुलावर त्यांनी आपापल्या जागा घेतल्या.

त्या रात्री भीषण शांतता पसरली होती. जसाजसा अंधार पडू लागला तसतसा तोफखान्याचा मारा थांबला. बेटावर सर्वत्र शांतता पसरली होती. असे भासत होते की, शत्रूने आता थोडी विश्रांती घेतली आहे. पण पाण्याच्या पलीकडे कसलासा आवाज आला. झाडाची डहाळी काड्कन तुटली. दगडगोट्यांचा खाली घरंगळत जाण्याचा आवाज आला. मागच्या आठवड्यापासूनच ते एक गोष्ट अनुभवत होते आणि ती म्हणजे, जपानी सैनिकांना झोप नावाचा प्रकारच माहीत नव्हता.

एकाएकी मध्यरात्रीनंतर रात्रीच्या अंधारात अचानक एक पिवळ्या आगीचा लखलखाट झाला व काळी रात्र त्या लखलखाटात उजळून निघाली. एकाएकी आग पेटली आणि कोणाची तरी मोठ्या आवाजामधील ललकारी ऐकू आली– 'बंझायऽऽ बंझाय!' पुढच्या किनाऱ्यावर हल्ला होत असल्याचे वाटत होते आणि लवकरच त्यांना काळ्या आकृत्या पुलाच्या पलीकडून त्यांच्या दिशेने पळत येताना दिसल्या. ते ज्या पद्धतीने आरोळ्या देत होते, त्यावरून ते कॅनेडियन्स असावेत असे वाटत होते. जपानी लोक फळी तोडून आत आले, ते ओरडत होते. ते पुढे सरकत होते आणि कॅनेडियन्सवर बॉंबवर्षाव झाला. त्यांच्याबरोबर एक ऑफिसर होता. तो त्यांना काबूत आणण्याचा प्रयत्न करत होता. पण त्यांचे धैर्य पूर्णपणे खचले होते आणि ते काहीही ऐकायच्या मन:स्थितीमध्ये नव्हते. जपानी लोक त्यांच्या अगदी पाठीमागे होते, म्हणजे पुलाच्या लगेचच दुसऱ्या बाजूच्या. जणू काही ते मागे शत्रूच्या काळ्या आकृत्या पाहू शकत होते. डोनाल्डची तुकडी त्यांच्यापाशी असणाऱ्या सर्व शस्त्रास्त्रांसहित तयार झाली. मशिनगन्स, रायफली, रिव्हॉल्व्हर्स अंधारामध्ये खाली रस्त्यावर धडाधड उडू लागली.

त्यांच्या या अशा तत्काळ प्रत्युत्तरामुळे जपानी सैनिकांना अधिकच चेव आला आणि जपानी तोफादेखील त्यांच्या बाजूने धडाधडा उडू लागल्या. कॅनेडियन लोकांकरता हे भयानकच होते. ते रस्त्यावरून इकडे-तिकडे सैरावैरा धावू लागले. डोनाल्डला हे सगळे भयानक वाटत होते. ते खूप दूर जाण्यापूर्वीच मेजर बेलीने त्यांना मध्येच अडवले. त्याने आपले रिव्हॉल्वर रोखून त्यांना धमकी दिली की, कोणीही माघार घेऊन एक पाऊल जरी मागे हटलात, तर तुम्हाला शूट करून टाकेन. त्या क्षणी सर्वत्र होणारा गोळीबार एकाएकी थांबला. त्यानंतर ऐकू येत होता तो फक्त बेलीचा क्रोधाने आणि भावनांनी ओतप्रोत भरलेला आवाज. हा आवाज त्याच्या माणसांना विश्वास देण्याचा प्रयत्न करत होता. हा आवाज नेतृत्व दाखविणारा नव्हता, तर त्यात भय होते. त्याने स्वयंसेवकांना पुलाच्या पलीकडे जा असे सांगितले, पण अधिकारवाणीने नव्हे. त्या रात्रीच्या शांततेमध्ये जपानी लोकांनी त्याचा शब्दन् शब्द ऐकला असेल आणि त्यांना हेही कळले असणार की, तो नक्की कुठे आहे. त्याचा

एकही माणूस जागचा हलला नाही. आपली पिस्तूल हलवत तो स्वत:च लांब - लांब ढांगा टाकत आणि स्वत:च्या माणसांना शिव्या घालत अंधारात चालला होता. त्याला वाटत होते की, या लोकांनी आपले आदेश पाळावेत.

डोनाल्डने क्षणभर त्याला पाहिले आणि नंतर मात्र तो एकाकी चालणाऱ्या त्या माणसाला पाहू शकला नाही. सरळसरळ दिसत होते की, जिथे जपानी सैनिक दबा धरून बसले होते, तिथेच तो चालला होता. पण तरीसुद्धा डोनाल्ड त्याला एकटा मरू देणार नव्हता. पळत-पळत आणि जवळजवळ उड्या मारतच तो मेजर बेलीच्या मागे गेला. ते दोघेही जखमी न होता दुसऱ्या बाजूला पोहोचले. तरीसुद्धा बेली प्रचंड कमजोर वाटत होता. एवढ्यात त्याला दारूचा वास आला आणि त्याच्या लक्षात आले की, भरपूर दारू प्यायलेल्या बेवड्यासाठी आपण आपले आयुष्य धोक्यात घालत आहोत. आता त्याला राग येण्याऐवजी त्याच्याविषयी कीव वाटायला लागली. बिचारा मेजर. युद्धामध्ये तो ज्या तुकडीचे नेतृत्व करत होता, ती तुकडी अगदीच शिकाऊ होती आणि त्यामुळे येणारा ताण त्याला असह्य झाला होता.

अगदी मूर्खपणाने अंधारातून चाचपडत ते त्यांच्या बाजूला आले. त्यांना फक्त जाणून घ्यायचे होते की, बेलीच्या माणसांनी पळून जाण्याची संधी तर घेतली नाही? युद्धाच्या जुगारात ते आत्ता सुरक्षित असतीलही; कारण त्या शांततेमध्ये डोनाल्डला जपानी सैनिकांच्या बाजूने काही तरी ऐकू येत होते आणि त्याला समजले की, जपानी लोक जलाशयाच्या बाजूला दूरवर रिंगणामध्ये सैन्याची रचना करत होते. आणि त्यांनी त्या क्षणी पुलावर हल्ला न करण्याचे ठरवले होते. त्यांना सोडून देण्यापेक्षा बॅलीने ठरवले की, शत्रूला लक्ष्य करण्याची ही इतकी चांगली संधी आली आहे की, ती सोडणे मूर्खपणाचे ठरेल. एक तोफ रस्त्यावर ओढून आणली गेली आणि जलाशयाच्या पलीकडे नेम धरला गेला आणि बाँबवर्षावाला सुरुवात झाली. पण आपण काय करत आहोत याची त्यांना शुद्ध नव्हती आणि त्यांनी जेव्हा तोफ उडवली; तेव्हा जो नेम धरला होता, तो जलाशयाच्या पलीकडे न धरता भलतीकडेच धरला होता आणि त्यामुळे बाँब जलाशयाच्या पलीकडच्या दिशेने फुटण्याऐवजी जवळच्या झाडाच्या फांदीवर आदळले, जमिनीवर पडले आणि आग पेटली. तो भडका तोफ चालवत असणाऱ्या माणसाच्या उजव्या हातावर, तर दुसऱ्याच्या पायावर आला. बाकीचे कित्येक जणसुद्धा जखमी झाले.

जखमींना तात्पुरत्या बांधलेल्या निवाऱ्याच्या ठिकाणी नेण्यात आले आणि तिथे त्यांच्यावर उपचार करण्यात येत होते. रक्तस्राव थांबवण्याचा कसोशीने प्रयत्न केला जात होता. त्यांच्याजवळ फक्त बँडेजेस होती; पेनकीलर्स नव्हत्या. रक्तस्राव होणारा भाग कितीही घट्ट बांधला तरीसुद्धा रक्तस्राव थांबत नव्हता. वेदनामयी किंकाळ्या ऐकू येत होत्या. त्या आवाजातही डोनाल्डने ओरडून कशीबशी अँब्युलन्स बोलवायचा

प्रयत्न केला, पण ती आली नाही. उरलेल्या सैनिकांचे अवसानही पूर्णपणे गळाले होते. त्यांच्यातील धैर्य पूर्णपणे संपले होते. आता पुलावर कोणाचेच संरक्षण राहिले नव्हते. डोनाल्ड हा खरं तर सिनिअर अधिकारी नव्हता, पण त्या क्षणी त्यालाच संपूर्ण तुकडीचे नेतृत्व करणे भाग होते; कारण कोणीच वरिष्ठ ऑफिसर उरला नव्हता. त्याने ती संपूर्ण जबाबदारी घेतली. सर्वांत पहिल्यांदा धीर खचलेल्या त्या सर्वांना स्वयंशिस्तीविषयी बजावणे आवश्यक होते. सर्वांनी एकत्र येणे कसे आवश्यक आहे आणि शूर सैनिकांप्रमाणे वागणे कसे गरजेचे आहे, हे त्यांना सांगणे गरजेचे होते; कारण ते आता त्यांच्या चौकीवर परतायला लागले होते. "त्याचे नेतृत्व अतिशय परिणामकारक होते." डोनाल्डचा कमांडिंग ऑफिसर जिंगर सुलिव्हनने त्याच्यातले हे गुण नंतर हेरून त्याविषयी वक्तव्य केले होते. त्याने अतिशय धाडसाने सर्व परिस्थिती हाताळली. तिथे त्याच्या हुद्द्याचा प्रश्नच त्या वेळी उद्‌भवत नव्हता.

पहाट होण्यापूर्वी अँब्युलन्स आली. अँब्युलन्सबरोबर विनीपेग ग्रेनडीयर्सकडून कॅप्टनच्या हाताखालील दोन तरुण सेनाधिकारीदेखील आले. बेलीने दारू पिऊन जो काही धिंगाणा घातला होता, त्याचा त्यांना धक्का बसला. त्याच्या या वर्तनाबद्दल त्यांना त्याला तिथल्या तिथेच अटक करायची होती. पण या सर्व गोष्टी करायला आत्ता तरी वेळ नव्हता. तो दिवस ख्रिसमसचा होता. ज्या शरणागतीसाठी गेले पंधरा दिवस प्रयत्न चालू होते, ती शरणागतीची वेळ आता आली होती. दहा वाजता एक अफवा पसरली की, शरणागती जाहीर केली गेली आहे. पण जपानी सैनिकांनी त्या अफवांवर विश्वास ठेवला नाही. या युद्धामध्ये डोनाल्डने आपली रॉयल एअरफोर्सची तुकडी जलाशयापासून लांब नेण्याचे शेवटी ठरवले आणि परत एकदा मुख्य ब्रिटिश लष्कराला तो जाऊन मिळाला. त्याच्या अंदाजाप्रमाणे मुख्य लष्कर हे पश्चिमेच्या बाजूला होते. ते माऊंट बटलरच्या उंच उतारावरून मोठ्या कष्टाने मार्गक्रमण करत होते आणि टोकावर पोहोचल्यानंतर व्हिक्टोरिया आणि ॲबरडीनमधील मुख्य रस्त्याला लागले. तो रस्ता शरणागती पत्करलेल्या लोकांच्या गर्दीने फुलून गेला होता.

काहीही चूक नसताना त्यांना शरणागती आणि पराभव पचवावा लागत होता. त्यांनी सर्वांनी आपल्या माना खाली घातल्या होत्या. ते नि:शस्त्र होऊन हळूहळू चालले होते. त्यांच्यावरचे आकाश दारूगोळ्याच्या स्फोटांनी, सर्वत्र काळ्या धुराने आणि ज्वालांमुळे भरून गेले होते. शीळ उठवत आणि कर्णकर्कश आवाज करत तोफेचे गोळे वर गेले आणि पर्वताच्या टोकावर विखुरलेल्या अनेक घरांवर पडून त्यांचा स्फोट झाला. तोफांचा होणारा अखंड भडिमार अचानक थांबला आणि इमारतीच्या खिडक्यांमधून पांढरे झेंडे दिसू लागले. त्या वेळी दुपारचे साडेचार वाजले होते. हाँगकाँगचा पाडाव एका तासापूर्वीच झाला होता.

युद्धकैदी

स्वत:चा आनंद शोधणे प्रेमाला माहीत नसते
स्वत:ची फिकीर प्रेमाला कधीच नसते
पण आयुष्यात सहजता या प्रेमानेच येते
नरकयातनांमध्येदेखील स्वर्गसुखाची अनुभूती मिळते

विल्यम ब्लेक
सॉंग ऑफ एक्सपिरियन्स

जपानी सैनिक तब्बल पंधरा दिवस वेढा घालून होते. टनब्रिज वेल्समध्ये हाँगकाँगच्या पाडावाची बातमी गेली. बीबीसीवरून ही बातमी सांगितली असल्याने खरी असणार, याविषयी कोणतीच शंका नव्हती. त्या बातमीने पामेलाची उरली-सुरली आशाही संपुष्टात आली. पुढील तीन महिन्यांमध्ये ब्रिटनच्या अमलाखाली असलेले पॅसिफिक महासागरामधील सर्व भूभाग हळूहळू ब्रिटनच्या हातामधून निसटले. यामध्ये मलायापासून ते बोर्नेओ आणि न्यू गिनिया तसेच पॅसिफिक महासागरामधील बाकीच्या बेटांवरील वसाहती ब्रिटनच्या हातातून गेल्या. सिंगापूरचा पाडाव १६ फेब्रुवारी १९४२ रोजी झाला आणि जगातील सर्वांत मोठे साम्राज्य या दणक्याने पुरते हादरले. कारण ब्रिटनचे जगातील सर्वांत बलाढ्य साम्राज्याचे अतिपूर्वेकडील लष्कराचे मुख्य केंद्र सिंगापूर येथेच वसलेले होते. तिथे त्यांचे थोडथोडके नव्हे तर १,२०,००० एवढे सैन्य होते.

संपूर्ण ब्रिटनमध्ये वातावरण तंग होते. एकमेकांवर आरोप-प्रत्यारोप केले जात होते. पामेलाला कुठे तरी निराशेच्या खोल गर्तेत सापडल्याप्रमाणे झाले होते. आरोप-प्रत्यारोपांमध्ये आणि वेगवेगळ्या वादविवादांमध्ये सहभागी व्हावे, की स्वत:ची समजूत काढावी, हे काही तिला कळत नव्हते. तिला आपल्या असहायतेनेच रडू येत होते. तिला हाँगकाँगला त्याच्या जवळ जाता येत नव्हते. या असहायतेबद्दल ती स्वत:ला दोष देत होती. राष्ट्रीय पातळीवरही दोषारोप होतच होते. 'द टाइम्स' या दैनिकाने या आपत्तीबद्दल टीकास्त्र सोडले होते. त्यांच्या टीकेचा लक्ष्य होता लष्करी प्रशासनाचा निष्काळजीपणा. सेन्सॉरनेसुद्धा एका गोष्टीकडे लोकांचे लक्ष

वेधले. ती म्हणजे, लष्करी नोकरदारांची पत्रे. या पत्रांमध्ये सरकारी यंत्रणेच्या स्वार्थी दृष्टिकोनाबद्दल भरपूर उल्लेख होते.

संसदसदस्य कॅप्टन लिओनार्ड गॅमन या टीकेला उत्तर देताना म्हणाला, "आपणच एकमेकांवर विश्वास ठेवू शकलो नाही, आपल्या साम्राज्याविषयी आपणच शंका घेतली तर आशिया आणि आफ्रिकेमध्ये असणाऱ्या आपल्या वसाहतींचा आपल्या साम्राज्यावरचा विश्वास आपण कसा टिकवू शकणार आहोत?"

जगातील सर्वश्रेष्ठ साम्राज्याची धूळधाण उडाली होती. साम्राज्याच्या भविष्याविषयीची अनिश्चितता युरोपबाहेर तर आलीच होती; पण आता अशी अपेक्षा होती की, निदान युरोपमध्ये तरी अशी नाचक्की व्हायला नको. पामेलाच्या गावामधील 'द कुरियर' या एका स्थानिक दैनिकाने कडक शब्दांमध्ये टीकास्त्र सोडले होते आणि ही टीका प्रामुख्याने केंट या फ्लाईट कमांडरवर होती. हिटलरने केलेल्या हल्ल्याच्या वेळेस केंटने केलेल्या अपुऱ्या आणि असमाधानकारक प्रतिकाराबाबत या दैनिकाने कठोर आक्षेप घेतला होता. असा एकही दिवस नव्हता की, ज्या दिवशी शत्रूची विमाने डोक्यावर घिरट्या घालत नाहीयेत. इंग्लंडच्या आग्नेय दिशेला वसलेल्या छोट्या-छोट्या गावांमध्ये बेसुमार हल्ले होत होते, पण या हल्ल्यांचीही तिथल्या लोकांना आता सवय झाली होती.

पामेलाचे मन अस्थिर आणि सैरभैर झाले होते. पण त्या सैरभैरतेची जागा आता एका वेगळ्याच विश्वासाने घेतली होती. तिला कुठे तरी मनातून खात्रीने जाणवत होते की, तिचा डोनाल्ड नक्कीच जिवंत आहे. तिला एवढा विश्वास वाटायचा कारण मात्र निश्चितपणे सांगता येत नव्हते. जवळजवळ सहा महिने उलटले होते, तिने त्याला पाहिले नव्हते आणि त्याच्याविषयी तिला काहीच खबर नव्हती. तो अचानक नाहीसा झाला होता.रॉयल एअरफोर्सकडून एवढीच माहिती देण्यात आली होती की, तो बेपत्ता आहे. त्याचबरोबर अशीही शक्यता वर्तवली जात होती की, तो युद्धकैदी म्हणूनही शत्रूच्या ताब्यात असावा. पण कोणालाच खात्रीने काहीच सांगता येत नव्हते. सामान्यपणे युद्धानंतर प्रत्येक युनिटला लोकांची यादी करण्याकरता वेळ दिला जात असे. युद्धामध्ये जे जिवंत आहेत, ते आपल्या सहकाऱ्यांविषयी माहिती देत. त्यामध्ये कोण वाचले, कोणाला युद्धकैदी म्हणून नेले, या सर्वांच्या नोंदी केल्या जात आणि त्यांच्या कुटुंबीयांना कळवल्या जात. पण शरणागती पत्करल्यानंतर जोपर्यंत शत्रूकडून माहिती मिळत नाही तोपर्यंत प्रत्येक व्यक्तीविषयी माहिती मिळणे केवळ अशक्य होते. आपल्या ताब्यामध्ये असलेल्या लोकांपैकी कोणाची बातमी द्यायची आणि कोणाची द्यायची नाही, हे सर्वस्वी शत्रूवरच अवलंबून होते. जपानी लष्कराने ती प्रक्रिया १९४२ च्या उन्हाळ्यापर्यंत लांबणीवर टाकली होती.

काहीही प्रतिकार न करता, कोणतीही तक्रार न करता वाट्याला आलेले दु:ख सहन करायचे, ही वृत्ती पामेलाच्या उभ्या खानदानात कधीच नव्हती; पण पामेलामध्ये मात्र ती आता आली होती. जेव्हा डोनाल्डला तिने जुलै १९३९ ला अखेरचा निरोप दिला, त्या क्षणापासून हा कमालीचा सोशिकपणा तिच्यामध्ये आला होता. तो गेल्यानंतरच्या दिवसांमध्ये ती बिछान्यावर पडून रोज रडायची. त्याच्यावाचून आयुष्याचा विचार करणेही तिला असह्य होत होते. अशीच ती एकदा रडत होती आणि उठली ती त्याला पत्र लिहिण्याकरता. तिचे आयुष्य त्याच्याशिवाय किती निरर्थक आहे, हे त्या पत्रामधून तिने त्याला लिहिले. विरहवेदनेचे अश्रू त्यावर पडून ते पत्र भिजून गेले. त्याच्याशिवाय तिच्या आयुष्याला काहीच अर्थ नव्हता. त्याचे उत्तर मिळण्याकरता तिला कित्येक दिवस प्रतीक्षा करावी लागली. पण ते उत्तर म्हणजे तिच्या आयुष्यातला सर्वांत मोठा आनंद होता. कारण त्यामध्ये त्याने त्यांच्या भावी आयुष्याची स्वप्ने रंगवलेली होती. त्याने पत्रामध्ये तिला त्यांच्या सिंगापूर भेटीचे मनसुबे सांगितले होते. तिला त्याने वचन दिले होते की, सिंगापूरला आपण भेटू आणि तिथेच लग्न करू. किती तरी दिवस दु:ख आणि निराशा यामुळे व्याकूळ झालेले तिचे मन त्या पत्रामुळे एकदम झुलायला लागले आणि तिच्या मनावर आनंदाने रोमांच उभे राहिले. त्या पत्रामुळे तिला आयुष्य जगण्याकरता एक नवीन ऊर्मी मिळाली. तिच्या बहिणींना हे सर्व विचित्र वाटत होते, कारण दुसऱ्या महायुद्धाची घोषणा झालेली असताना, सर्वत्र युद्धाची धुमश्चक्री असतानासुद्धा ती त्याला नियमितपणे पत्र लिहीत असे. यापूर्वी तिने तिच्या कोणत्याही मित्राला साधी बोटभर चिठ्ठीसुद्धा लिहिली नव्हती आणि आता मात्र ती आपल्या गोलाकार हस्ताक्षरामध्ये बॅसिलडॉन बाँड पेपरवर त्याला भरभरून नियमितपणे लिहायची.

"मला त्याची खूप आठवण येत होती," ती म्हणाली. "तेव्हा केवळ या पत्रांच्या माध्यमातूनच मी त्याच्याशी बोलू शकत होते, म्हणून मी त्याला लिहायची. रोज लिहीत असे. हाँगकाँगचा पाडाव होऊन तो नाहीसा झाला तरी मी त्याला लिहीतच होते. सगळ्यांना वाटत होते की, मी वेडी झालीये."

दि. ३ सप्टेंबर १९३९ रोजी ग्रेट ब्रिटनमधील पुष्कळ लोकांनी वायरलेसवर नेव्हिल चेंबरलेनचा लहान पण धारदार आवाज ऐकला. यात त्याने सांगितले की, ग्रेट ब्रिटनने सरहद्दीच्या अखंडत्वाची पोलंडला ग्वाही दिली असतानादेखील जर्मनीने पोलंडवर हल्ला केला. जर्मनीचे सैन्य काढून घेण्यासाठी हिटलरकडे हमीपत्र मागितले, पण त्याने ते दिले नाही. आणि परिणामत: मी तुम्हाला निश्चितपणे सांगतो की, आता आपल्याला जर्मनीशी युद्ध करावे लागेल. चेंबरलेनने आपल्या स्पष्ट आवाजात हे जाहीर केले. त्यानंतर लगेचच अवकाश युद्ध सुरू झाले आणि लंडनमध्ये भोंगे वाजू लागले. ते अवेळी वाजू लागल्यामुळे लोक सावध झाले.

सगळ्यांना वाटणाऱ्या भीतीमध्ये पामेलाचीही भर पडली. सिंगापूरपर्यंतचे जलपर्यटन करणे आता शक्य नव्हते आणि विवाह लांबणीवर टाकणेच भाग होते.

सन १९१४ मध्ये सुरू झालेल्या पहिल्या महायुद्धाच्या शेवटच्या अर्ध्या भागात ब्रिटनसुद्धा अनिच्छेने गोवले गेले होते. त्या वेळेस अतिपूर्वेकडे शांतता होती. सर्वसाधारण सुशिक्षित आणि सुसंस्कृत घरांमधील मुली अशा वेळी ज्या जबाबदारीने वागतील तशाच किराज बहिणी वागत होत्या. काही तरी करून त्यांनीही देशकार्यामध्ये खारीचा वाटा उचलला. शीलाने शेतीविषयक कामे करण्यास सुरुवात केली. ब्रिजीट संरक्षण खात्यामध्ये फाइली व्यवस्थित ठेवण्याचे काम करत होती. पामेलाने काही तरी वेगळे आणि अधिक चांगले करायचे ठरवले होते. रेड क्रॉसमध्ये परिचारिकेचे काम करायचे तिने ठरवले होते, पण जेव्हा तिने मुलाखतीच्या वेळेस बरमॉंडसे येथे ती पूर्वी करत असलेल्या कामाविषयी सांगितले, तेव्हा त्यांनी तिला सांगितले की, संस्थेला आता एका चांगल्या कुकची गरज आहे. तिला पहिल्यांदा ॲस्कोट येथील विंकफिल्ड प्लेस या रुग्णालयामध्ये काम मिळाले.

डोनाल्डच्या अनुपस्थितीमध्ये तिला तिच्या आईवडलांनी खूप मानसिक आधार दिला. ती शनिवार-रविवार त्यांच्याबरोबरच असायची. शनिवारी दुपारी जेवण झाल्यानंतर हॉस्पिटलपासून लंडनपर्यंत ती जायची आणि चेअरिंग क्रॉस या लंडनमधील जंक्शनवरून टनब्रिज वेल्सपर्यंत रेल्वेने जायची. रेल्वेच्या ह्या वेळा अनिश्चित होत्या, त्यामुळे टनब्रिजला पोहोचायची निश्चित वेळ नसायची. रात्री घरी पोहोचली की, ती तिच्या बेडरूममध्ये जाऊन झोपायची. ती अगदी लहान असल्यापासून ही बेडरूम तिचीच होती. घरामध्ये कधी काही भांडण झाले, तिला कोणी रागावले, तर ती रडण्याकरता इथेच यायची. तिला या खोलीमध्ये एक मानसिक आधार मिळायचा. जेव्हा खऱ्या अर्थाने युद्धाला सुरुवात झाली, त्या वेळीसुद्धा तिच्या या रूटीनमध्ये तिने काहीही बदल केला नाही.

या राजकीय अस्थैर्याच्या पार्श्वभूमीवर त्यांना युद्धाच्या अनेक गोष्टी पाहता याव्यात, म्हणून केंटमध्ये मोकळ्या मैदानावर पायऱ्यांनी बनवलेल्या स्टेडियमवर त्यांना बसायला जागा ठेवली होती. त्यांनी हरणारे सैन्य पाहिले. त्या सैनिकांना डंकर्कच्या समुद्रकिनाऱ्यावर नेले जात असे आणि तिथून त्यांना रॅम्सगेट आणि डोव्हरला नेले जाई. त्यांनी आर्त किंकाळ्या आणि लोकांचे कण्हणे ऐकले. बंदुकांमधून झडणाऱ्या गोळ्यांचे कानठळ्या बसणारे आवाज ऐकले. ब्रिटनबरोबरच्या युद्धाच्या वेळेस रॉयल एअरफोर्सच्या सैनिकांचे ल्युफ्टवॅफ या जर्मनीच्या हवाईदलाशी आकाशात चाललेले तुंबळ युद्ध, आकाशात निघणारे धुराचे - वाफेचे लोट हे सर्व ते अनुभवत होते. जर्मनीची बॉंबर्स विमाने लंडन, कॉव्हेंट्री आणि मिडलॅंडसारख्या महत्त्वाच्या शहरांकडे बॉंबहल्ले करत चालली होती. केंटच्या किनाऱ्यावर विमानविरोधी

बंदुका, निरीक्षणासाठीच्या चौक्या आणि रहस्यमय रडार स्टेशन ह्या सगळ्याची तयारी केली होती. जिथे विमानांमधून हल्ला होण्याची शक्यता आहे, अशा ठिकाणी विस्तारलेल्या सपाट भूभागावर खंदक खणण्यात आले होते. कधी कधी 'कुरियर'मध्ये 'युद्धाची पहिली सीमारेषा' असा त्या भागाचा उल्लेख करण्यात येत असे. खरं तर १९४० च्या मध्यावर पश्चिम युरोपमध्ये असा कोणताच भाग नव्हता की, जो जर्मनांनी पादाक्रांत केला नव्हता. बंडखोर स्पेन आणि पोर्तुगाल सोडले तर पार ब्रिटनपासून ते स्टॅलिनगार्डपर्यंत सर्व भूभागावर जर्मनांनी कब्जा केला होता.

'मिसेस मिनीव्हर' या चित्रपटातील नायिका मिनीव्हर ही तिच्या सवयी कोणत्याही परिस्थितीत सोडायला तयार नसते. मग प्रसंगी हिटलरने येऊन बॉंब टाकला तरी चालेल, पण आपल्या रोजच्या सवयी सोडायच्या नाहीत, या विचाराशी ती अगदी चिकटून असते. पामेलानेसुद्धा मिसेस मिनीव्हरप्रमाणेच कितीही, काहीही आभाळ कोसळले तरी टनब्रिजला प्रवास करणारच, असेच ठरवलेले होते. कारण तिला तिच्या आईवडलांचा खूप मोठा आधार वाटत होता. त्यांच्या नोकरांपैकी जवळजवळ सर्वच जण युद्धासंबंधीची काही कामे करण्याकरता किंवा प्रत्यक्ष लष्करी दलामध्ये सामील होण्याकरता निघून गेले होते. त्यामुळे नेहमी गजबजलेले ते मोठे घर आता मात्र अगदी रिकामे-रिकामे वाटत होते. पामेलाचे वडील होमगार्डमध्ये रुजू झाले होते आणि तिची आईसुद्धा देशकार्याच्या कामामध्ये उतरली होती. ती एअर वॉर्डनचे काम करत होती. एअर वॉर्डन म्हणजे युद्धकाळामध्ये ब्लॅकआऊटच्या काळामध्ये रस्त्यावर गस्त घालायची आणि कोठेही दिवा लागलेला नाही ना, हे तपासायचे; लोक ब्लॅकआऊटचे नियम व्यवस्थित पाळत आहेत ना हे पाहायचे, असे काम करणारा स्वयंसेवक. शांततेच्या काळामध्ये लोकांच्या घरांची दारे बंद असायची. जाळ्यांचे व्यवस्थित पडदे लावलेल्या खिडक्यांमधून प्रकाश पडलेला असायचा. युद्धाच्या काळामध्ये मात्र ही बंद दारे तिच्याकरता उघडी असायची, कारण ब्लॅकआऊटचे काम तिच्याकडे होते. पामेला शनिवार-रविवार टनब्रिजमध्येच असायची आणि सोमवारी सकाळच्या रेल्वेने लंडनला परतायची. ॲस्कोटच्या जेवण बनवण्याच्या वेळेमध्ये तिथे जाऊन पोहोचत असे.

''मी इंग्लिश पद्धतीचा स्वयंपाक बनवण्यात तरबेज होते,'' पामेलाने सांगितले. ''एकदा रेशन आले, पण आम्हाला स्वयंपाकाचे हवे ते साहित्य मिळेना. आहे त्यामध्ये चांगले कसे बनवायचे, हे मी शिकलेली होते. मात्र जे काही मटण उपलब्ध होईल, ते मी चविष्ट बनवण्याचा प्रयत्न करत असे. आम्ही ठरवले होते की, आठवड्यातून एकदा का होईना, रुग्णांना रूचकर सांजा मिळाला पाहिजे.''

तिच्या स्वयंपाकाच्या पुस्तकातल्या फाटलेल्या पानांवरून पुनः पुन्हा तेच मेनू येत असत. त्यामध्ये शेफर्ड पाय हा मेंढीच्या मांसापासून बनवलेला एक रुचकर

पदार्थ आणि व्हेल माशाचे शिजवलेले मांस हे पदार्थ होते. कधी कधी आधीच्या आठवड्यामधले शिल्लक असलेले अन्न एकत्र करून ते शिजवून 'रिसरेक्शन पाय' नावाचा एक सांज्याचा प्रकार केला जात असे. नंतर तिला १९४२ च्या उन्हाळ्यामध्ये तिच्या स्वभावाला साजेसे काम करण्याची संधी चालून आली.

युद्धाच्या काळामध्ये काही गुप्त संघटना कार्यरत होत्या. 'पोलिटिकल वॉरफेअर एक्झिक्युटिव्ह' ही त्यांच्यापैकीच एक मोठी गुप्त संघटना होती. ती खरं तर 'स्पेशल ऑपरेशन एक्झिक्युटिव्ह' या संघटनेचा एक भाग होती. विन्स्टन चर्चिलच्या भाषेत सांगायचे झाले, तर 'संपूर्ण युरोपला धगधगते ठेवणे' हे या संस्थेचे मुख्य कार्य होते. हे कार्य पार पाडण्याकरता घातपाती मार्गाचा अवलंब केला जात असे. 'पोलिटिकल वॉरफेअर एक्झिक्युटिव्ह' या संस्थेचे ध्येय होते की, जास्तीत जास्त दिशाभूल करणाऱ्या बातम्या पसरवायच्या आणि जर्मनीने ताब्यात घेतलेल्या युरोपमध्ये ज्या काही बातम्या देणाऱ्या संस्था आहेत, तिथे घातपात घडवून आणायचा. 'स्पेशल ऑपरेशन एक्झिक्युटिव्ह'ने आपली ही घातपाताची कृष्णकृत्ये स्वतंत्रपणे चालू ठेवली होती. वॉबर्न ॲबी येथील रायडिंग स्कूलमध्ये या दोन्ही संस्थांचे मुख्य कार्यालय होते. वॉबर्न ॲबी हे बेडफोर्डच्या सरदाराच्या कुटुंबीयांचे तीनशे वर्षांपासून निवासाचे ठिकाण होते.

या भव्य आणि सुंदर ठिकाणाबद्दल बऱ्याच लोकांना माहिती झाली होती. तिथे आलेल्या लोकांमध्ये फ्रेंच, पोलिश आणि डच हे लोक प्रामुख्याने होते. नाझीच्या वर्चस्वाखाली असलेले हे लोक तिथून स्वत:ची सुटका करून घेऊन आले होते. वॉबर्न ॲबी हे मध्ययुगीन काळातले ख्रिश्चन लोकांचे चर्च होते. त्यानंतर अठराव्या शतकामधील एक ऐतिहासिक हवेली म्हणून तिचा जीर्णोद्धार करून ते जतन करण्यात आले. या भव्य हवेलीच्या सभोवताली तीन हजार एकरांची एक बाग आहे. ते ज्या परंपरा आणि संस्कृतीची मूल्ये जपण्यासाठी झगडले, त्याचे चित्र तिथे होते. त्यांनी चांगल्याचा कसा पाठपुरावा केला आणि वाईट प्रवृत्तींचा कसा विरोध केला, हेच त्या चित्रामधून स्पष्ट होत होते. येथे तयार होणारे जेवण जसे चांगल्या प्रतीचे होते तसेच ते बनवणारे कुकसुद्धा एकदम स्टायलिश होते. 'स्पेशल ऑपरेशन एक्झिक्युटिव्ह' प्रशिक्षण केंद्रामधील एका पोलिश माणसाचा तेथील स्त्रियांशी या ना त्या कारणाने संबंध आला होता. त्याने पामेलाला इथल्या वातावरणाविषयी आणि त्या स्त्रियांविषयी पत्रामधून लिहिले होते. 'तुला इथल्याप्रमाणे सुसंस्कृत इंग्लिश स्त्रिया कुठेही दिसणार नाहीत. त्या अतिशय सभ्य, प्रेमळ, कष्टाळू आणि कायम हसतमुख असतात. तुझ्याशी त्या फार आपुलकीने वागतील. त्यांच्या या स्वभावामुळे तिथले वातावरण प्रसन्न, आनंदी आणि सुरक्षित असते.'

तिच्या मित्राने त्या ठिकाणाविषयी एवढे वर्णन केल्यावर तिथे काम करण्याकरता

ती आली. तिथे तिला अजिबात बावरल्यासारखे झाले नाही. ते गुप्त ठिकाण फारच सुंदर होते आणि तिला हवे तसे वातावरण तिथे होते. ती जागा एवढी गुप्त होती की, ती औपचारिकपणे अजूनही विंकफिल्ड प्लेसमध्येच होती. तिची पत्रं ज्या पत्त्यावर येत होती, तो जुनाच होता. फ्लाईट लेफ्टनंट डोनाल्डला ती जेव्हा पत्र पाठवत असे, तेव्हा त्यावर ती स्वत:चा पत्ता पूर्वीचाच घालत असे.

युद्धाच्या पहिल्या काही भयंकर वर्षांमध्ये पामेलाने हे सत्य स्वीकारले होते की, डोनाल्ड युद्धाहून परत आल्यानंतरच आपले लग्न होणार आहे; तोपर्यंत आपल्याला वाट पाहत राहायचे आहे. पामेला तिच्या प्रियकराची– डोनाल्डची आतुरतेने वाट पाहत होती. या तेवीस वर्षांच्या तरुणीला प्रत्येक क्षण युगाप्रमाणे भासत होता. सततच्या होणाऱ्या बाँबहल्ल्यांनी बेचिराख झालेल्या देशामध्ये ती राहत होती जिथे पावलोपावली मृत्यू उभा होता. येणारा प्रत्येक दिवस जणू मुंगीच्या पावलांनी सरकत आहे, असे वाटत होते. त्यानंतर हाँगकाँगचे युद्ध सुरू झाले आणि मग सर्वत्र शांतता झाली.

"त्या भयंकर दिवसांमध्ये मी कशी जगत होते, हे माझे मलाच माहीत!" पामेला सांगत होती. "मला कधी कधी वाटायचे की, मी या दु:खाने आणि विरहाने वेडीपिशी होणार आहे. तो पहिल्यांदा मला सोडून गेला, त्या वेळी ज्या वेदना माझ्या मनाला झाल्या होत्या, तशाच वेदना मला नंतरही होत होत्या."

ज्या वेळेस हाँगकाँगमधील सैन्याने शरणागती पत्करली, त्या वेळेस जपानी लोकांकरता हा एक आश्चर्याचा धक्का होता. बेटावर त्यांच्याविरुद्ध युद्ध करणाऱ्यांना त्यांनी शरणागतीचे आवाहन केले होते; पण ते एवढ्या लवकर शरण येतील, अशी मात्र त्यांनी अपेक्षा केली नव्हती. ख्रिसमसच्या दिवशी दुपारी तीन वाजून पंचवीस मिनिटांनी गव्हर्नर सर मार्क यंगला जनरल माल्टबे याने शेवटी सल्ला दिला की, आता युद्ध चालू ठेवण्यात आणि लुटूपुटीचा प्रतिकार करण्यात काहीच अर्थ नाही. युद्धावरील कमांडिंग ऑफिसर लोकांना त्याने युद्धबंदीचा आदेश दिला. हे तर स्पष्टच होते की, प्रतिकार करण्याकरता युद्ध चालू ठेवणे म्हणजे हाँगकाँगमधल्या आणखी लोकांची हकनाक कत्तल करणे. डोनाल्डच्या लहानशा तुकडीसह जवळजवळ सर्व सैनिकांनी युद्ध थांबवले होते. पण काही थोड्या तुकड्या अशा होत्या की, चोवीस तासानंतरही युद्धबंदीचा आदेश अजून त्यांच्यापर्यंत येऊन पोहोचला नव्हता. जपानी लोकांनीसुद्धा युद्ध थांबवले नव्हते.

ख्रिसमसच्या दिवशी रात्रीपर्यंत मायकेल राईट आणि त्याचे हाँगकाँगमधील स्वयंसेवक यांना परिस्थितीमध्ये झालेल्या या बदलाची काहीच कल्पना नव्हती. त्या वेळेस ॲबरडीनच्या रस्त्यावरून हेडलाईट्स चालू ठेवून काही मोटारी हिंडताना दिसल्या. काय झाले, हे जाणून घेण्याकरता एका तुकडीला किनाऱ्यावर धाडण्यात

आले. त्या तुकडीला इंडस्ट्रियल स्कूलमध्ये सांगण्यात आले की, अखेर जपान्यांपुढे शरणागती पत्करली आहे. अगदी नवख्या तसेच अनुभवी आणि पक्क्या व्यावसायिक अशा दोन्ही प्रकारच्या सैनिकांची जशी त्या वेळी प्रतिक्रिया असेल, तीच त्याचीसुद्धा होती. म्हणजे त्याला या बातमीने खूपच दिलासा मिळाला, आनंद मिळाला की, अखेर या सत्त्वपरीक्षेमधून तो सहीसलामत वाचला. युद्ध चालू असताना त्यांच्या पुढे दोनच पर्याय होते– एक म्हणजे मृत्यू आणि दुसरा म्हणजे बंदिवास. या दोन्हींपैकी काहीही वाट्याला आले नाही याचा त्याला आनंद वाटत होता.

आपण युद्धामध्ये वाचलो याबद्दल, हाँगकाँगमध्ये इतर अनेक ठिकाणी आनंदोत्सव साजरा केला गेला. त्या बेटावर त्यांना दारूचा तुटवडा कधीही नव्हता. त्यामुळे या आनंदाप्रीत्यर्थ त्यांनी भरपूर दारू ढोसून आपला आनंद व्यक्त केला.

''शिस्त नावाचा प्रकारच राहिलेला नव्हता.'' मिडलसेक्स रेजिमेंटमधील एकाने युद्धाच्या आठवणी सांगताना हे उद्गार काढले. ''आम्ही चोऱ्या केल्या, एकमेकांना लुटले. त्या वेळी एकमेकांविषयी वाटणारा आदरही आम्ही विसरून गेलो होतो. आम्ही क्षुल्लक कारणांवरून एकमेकांशी भांडत होतो, वाद घालत होतो. लहान मुलांप्रमाणे आम्ही सर्व जण वागत होतो.''

डोनाल्ड हिलची प्रतिक्रिया मात्र वेगळी होती. दोन आठवड्यांपासून त्याला झोप मिळाली नव्हती. डोक्यावर युद्धाचे सततचे असलेले दडपण असल्याने तो प्रचंड दमला होता. त्याला कमालीचा शारीरिक थकवा जाणवत होता. असे असले तरी आता स्वत:ची सुटका करून घेण्याची त्याची प्रबळ इच्छा होती. रॉयल एअरफोर्समधील आपल्या काही धडधाकट साथीदारांसमवेत डोनाल्ड निघाला. ऑस्टिन सेव्हन ही छोटीशी मोटार त्यांच्या दृष्टीस पडली. ती त्यांनी घेतली आणि टेकडीच्या मागच्या बाजूने खाली जाऊन ॲबरडीनमध्ये पोहोचायचे, तिथे एक बोट पकडायची आणि सरळ चीनच्या मुख्य भूमीवर प्रवेश करायचा, असे त्यांनी ठरवले. रात्रीची वेळ होती आणि गाडी नीट चालू होत नव्हती. उतार असल्यामुळे तशीच चालवत रात्रीच्या अंधारामध्ये अरुंद रस्त्यावरून ते निघाले आणि रस्त्यावर असलेले अडथळे पार करून ते टेकडी उतरून खाली पोहोचले. तोपर्यंत रस्त्यावर कोणीही शत्रू नव्हता. ते ॲबरडीनला पोहोचले आणि मोटारीमधून उडी मारून ते इंडस्ट्रियल स्कूलमध्ये पोहोचले. तिथून त्यांना आपले सामान घ्यायचे होते. आतमध्ये त्यांना एक चिनी माणूस भेटला. त्याने त्यांना चीनला जाण्याकरता एक बोट मिळवून देण्याचे वचन दिले. लांबलचक दिवसानंतर ती रात्र आली. आपले सगळे सामान आवरून हळूहळू ते हॉलमध्ये आले. आता ते ॲबरडीन सोडून जाणार होते... पण त्यांचे दुर्दैव आड आले. त्यांच्या अचानक लक्षात आले की, दाराला कुलूप लावले होते. जपानी सैन्य तिथे येऊन पोहोचले होते. त्यांनी आदेश दिले होते की, कोणीही ती जागा सोडणार

नाही आणि त्यांची सुटकेची ही संधीही ते गमावून बसले.

हाँगकाँग हा जपानी लोकांनी ताब्यात घेतलेला पहिला प्रांत होता आणि या प्रांतामध्ये असलेले पराभूत सैनिक व तेथील रहिवासी यांच्याबाबत काय निर्णय घ्यायचा, हे ठरवायचे होते. सुरुवातीला नागरिकांना हॉटेल्समध्ये हलवण्यात आले. मेडिकल सर्व्हिसेसचा ब्रिटिश डायरेक्टर डॉ. स्टेलविन क्लार्क याच्या सल्ल्यावरून त्यांना स्टॅन्ले येथे स्थानबद्ध करण्यात आले होते. स्टॅन्ले हाँगकाँग बेटावरील दक्षिणेकडील द्वीपकल्पावर वसलेले होते. वसाहतीमधील सर्वांत उत्तम वातावरण या भागामध्ये होते. या भागामध्ये उंच-उंच इमारती होत्या. त्यामुळे अंदाजे अडीच हजार पुरुष, स्त्रिया आणि मुले यांना या ठिकाणी सहजपणे राहता येणार होते. युद्धामधील सैनिकांकरता अजूनही मोठ्या प्रमाणावर व्यवस्था करावी लागणार होती.

'बॉक्सिंग डे' हा ख्रिसमस नंतरचा दुसरा दिवस– याला 'सेंट स्टिफन्स डे' असेही म्हणतात. हा दिवस धार्मिक म्हणून पाळला जातो. या दिवशीसुद्धा बँक हॉलिडे असतो. तर, या दिवशी ते जेव्हा जागे झाले, तेव्हा इंडस्ट्रियल स्कूलमध्ये बरीच मोडतोड झालेली दिसत होती. डोनाल्ड आणि त्याच्या साथीदारांनी युद्ध सुरू झाल्यानंतर आजपर्यंत पहिल्यांदा जिवंत असल्याचा आनंद अनुभवला होता. तो स्वच्छ सूर्यप्रकाश असलेला दिवस होता. आसपास कुठेही शस्त्रे नव्हती, दारूगोळा नव्हता, बॉंबचे आवाज नव्हते. या सगळ्या भयानक गोष्टींपासून त्यांना सुटका मिळाली होती. त्यांना युद्ध समाप्त झाल्याचा दिलासा मिळाला होता, आनंद वाटत होता; पण हा आनंद फार काळ टिकला नाही; कारण लवकरच त्यांना समजून चुकले की, ते युद्धकैदी झाले होते. त्यांच्या शत्रूचे ते युद्धकैदी होते. युद्धकैद्यांना जपानी लोक कशी वागणूक देतात, याविषयी त्यांना चांगलीच कल्पना होती.

त्यांच्या चीनच्या मोहिमेच्या वेळेस काही जपानी लोकांनी भरपूर निर्दयी आणि अमानुष कृत्ये केली होती. यामध्ये क्रौर्यतेचा आणि अमानुषतेचा कळस म्हणजे १९३८ चा कुप्रसिद्ध 'रेप ऑफ नॅनकिंग'. नॅनकिंग हे चीनचे पूर्वीचे राजधानीचे शहर. या शहरामध्ये ३० लाख पुरुष कैद्यांची अमानुषपणे कत्तल करण्यात आली होती. त्यामध्ये कित्येक जणांना संगिनीने भोसकण्यात आले, तर काही जणांची डोकी उडवण्यात आली होती. हजारो स्त्रियांवर जपानी सैनिकांनी बलात्कार करून त्यांना लष्कराच्या कुंटणखान्यामध्ये डांबून ठेवले होते. या पाशवी कृत्याकडे जपानमध्ये दुर्लक्ष करण्यात आले, पण पाश्चात्त्य जगतामध्ये मात्र याचे तीव्र प्रतिसाद उमटले; कारण हा शेवटी गुन्हाच होता.

सामान्यपणे माणूस ज्या वेळेस दारूच्या नशेत असतो, त्या वेळेस त्याच्याकडून असे पाशवी कृत्य घडते. या भीतीने त्या वेळेस जे काही अनुभवी अधिकारी होते, त्यांनी दारूचा पुरवठा पूर्णपणे बंद करून टाकण्याचे ठरवले. त्याप्रमाणे दुसऱ्या

दिवशी सकाळी ॲबरडीन इंडस्ट्रियल स्कूलमधील बिअरच्या आणि स्पिरिटच्या सर्व बाटल्या फोडून टाकल्या गेल्या. युद्धाच्या धुमश्चक्रीमध्ये ज्या तुकड्यांमधील सैनिक मारले गेले होते, त्यांचे मृतदेह पुरण्याचे काम करण्यास लोकांना पाठविण्यात आले. बाकीच्या लोकांना शस्त्रांची विल्हेवाट लावण्याचे आदेश दिले गेले. रॉयल एअरफोर्सच्या पाच अधिकाऱ्यांनी व्हिक्टोरिया येथील लष्कराच्या मुख्य ठाण्यापर्यंत जाण्याकरता तिथे असलेली एक कार घेतली. पुढे काय करायचे, हे तिथे जाऊनच ते ठरवणार होते. दिवसाढवळ्या ते चिनी लुटारूंच्या टोळ्यांमधून चालले होते. पण त्यांना जिंकणारे जपानी सैनिक मात्र त्यांना कुठेही दिसत नव्हते. डोनाल्ड पंधरा दिवस त्यांच्याशी लढा देत होता आणि त्यांच्याकडून तो पराभूतही झाला होता; पण अजूनही त्या लोकांशी त्याचा थेट संपर्क आलेला नव्हता.

मुख्य ठाण्याला पोहोचल्यानंतर शरणागतीच्या सर्व अटी त्यांनी ऐकल्या. व्हिक्टोरिया डॉकवर सर्व तुकड्यांना एकत्र जमायचे होते आणि तिथून त्यांना जहाजाने चीनच्या मुख्य भूभागावर असलेल्या छावण्यांकडे पाठवण्यात येणार होते. रॉयल एअरफोर्सच्या माणसांना एका जागेवर बंदिस्त करण्यात आले होते आणि अधिकाऱ्यांना मुख्य ठाण्यामध्ये कोंडून ठेवले होते.

अशा प्रकारे त्याचे युद्धाचे जीवन संपून युद्धकैद्याचे जीवन आता सुरू होणार होते, पण ते अद्याप सुरू झाले नव्हते. जिंकलेल्या जपानी लष्कराला अजून तसे आदेश आलेले नव्हते आणि युद्धकैदीसुद्धा अजून खऱ्या अर्थाने कैदी झालेले नव्हते. दोन्ही बाजूंनी दारू पिऊन धिंगाणा सुरू होता. या परिस्थितीमध्ये डोनाल्ड अतिशय संयमाने वागत होता. आयुष्याच्या या नव्या वळणावर स्वत:चे अस्तित्व टिकवून स्वत:ला जिवंत ठेवण्याकरता त्याला जुन्या आयुष्याकडून कोणत्या गोष्टी घेता येतील आणि नवीन परिस्थितीशी जुळवून घेण्याकरता काय काय करावे लागेल, या सर्वांचा विचार करण्याकरता त्याच्याजवळ पुरेसा वेळ होता. सगळेच भवितव्य अनिश्चित होते. त्याला त्याचे नेहमीचे सामान तर लागणार होते. त्यामध्ये कपडे, खाण्याचे पदार्थ, टूथब्रश आणि रेझर या गोष्टी होत्या. या गोष्टींबरोबर आणखीही काही गोष्टी होत्या की, त्या त्याच्या दृष्टीने फार मौल्यवान होत्या. त्याच्या भूतकाळातील गोड आठवणींशी निगडित या गोष्टी होत्या. त्या सगळ्यात त्याच्यासाठी सर्वांत मौल्यवान होत्या, त्याला पामेलाने दिलेल्या भेटवस्तू. त्यांची ओळख झाल्यापासून ते प्रेमात पडेपर्यंतच्या तीन महिन्यांच्या काळामध्ये पामेलाने त्याला त्या दिल्या होत्या. तिने त्याला एक सोन्याची अंगठी दिली होती, तिचा एक फोटो दिला होता आणि एक सिगारेटची केस दिली होती. जेव्हा त्याच्या खोलीवर बॉंब पडला, तेव्हासुद्धा या गोष्टी त्याने सुरक्षित ठेवल्या होत्या. त्या गमावणे म्हणजे त्याच्या आयुष्यामधल्या उरल्या-सुरल्या आनंदी आठवणींना गमावण्यासारखे होते. पण या

सगळ्यामध्ये त्याला आणखी एका गोष्टीची गरज होती आणि ती म्हणजे, डायरी.

ती डायरी त्याच्यासाठी फार महत्त्वाची होती आणि ती त्याच्याबरोबर ठेवणे त्याला अतिशय गरजेचे होते. ती त्याच्याकरता एवढी महत्त्वाची का होती, हे मात्र त्याच्याशिवाय दुसऱ्या कोणालाही माहीत नव्हते. जपानी लोकांच्या क्रौर्याविषयी सर्वांना जाणीव होती. मुख्य छावणीमध्ये त्याविषयीच्या बातम्या यायच्या. त्यात काही जणांची डोकी उडवली होती, तर काहींना असंख्य जखमा होऊन मरेस्तोवर फोडून काढले होते. डोनाल्ड आणि इतर अधिकारी एकत्र जमून याविषयी चर्चा करत की, त्यांच्या पुढे काय वाढून ठेवले आहे. त्यांना जपानी लोकांविषयी आणखी एक गोष्ट कळली होती. ती म्हणजे, जपानी लोकांच्या दृष्टीने शरण येणे म्हणजे अत्यंत लाजिरवाणी गोष्ट होती. त्यामुळे युद्धकैद्यांना ते अत्यंत वाईट वागणूक देत. अशा परिस्थितीमध्ये डायरी जवळ बाळगणे म्हणजे प्रत्यक्ष मृत्यूला आमंत्रण देण्यासारखे होते. पण असे असले, तरी तो जेव्हा ॲबरडीन इंडस्ट्रियल स्कूलमध्ये त्याचे सामान आणण्याकरता गेला, तेव्हा खरं तर ती डायरी घेण्यासाठीच गेला होता.

व्हिक्टोरियापासून ते ॲबरडीनपर्यंतच्या प्रवासामध्ये त्याच्याबरोबर आणखी दोन पायलट होते. त्यांनाही तिथून त्यांचे सामान घ्यायचे होते. त्या दोन पायलटची नावे होती फ्रँक हेनेसी आणि विंपी बॉग. तिथे जाण्याकरता त्यांना एकच वाहन सापडले आणि ते म्हणजे, कोणी तरी सोडून गेलेला दुधाचा रिकामा ट्रक. या प्रवासामधला अजून एक भाग म्हणजे त्यांचा पहिल्यांदा जपानी लोकांशी समोरासमोर सामना झाला. हजारोंच्या संख्येने जपानी सैन्य त्यांच्या दिशेने येत होते आणि आता मागे फिरणे शक्य नव्हते. त्यामुळे ते तसेच त्यांच्यामधून आपली गाडी काढत पुढे चालले होते. ते संख्येने अल्प होते. बऱ्याच जणांनी चष्मे घातलेले होते. त्यांचे युनिफॉर्म्स अगदी गबाळे आणि कसेतरीच शिवलेले होते. त्यांचे चेहरे वरच्या बाजूला होते. त्यांचे निळ्या रंगाचे विचित्र युनिफॉर्म्स अगदी डोळ्यांत भरत होते. जोपर्यंत त्यांचा अधिकारी बाहेर येऊन त्यांना थांबायचा आदेश देत नाही तोपर्यंत ते तसेच उभे होते. हे पाहिल्यानंतर त्यांना जाणीव झाली की, जपानी लोक त्यांच्या युद्धकैद्यांना कसे वागवतात.

त्या अधिकाऱ्याने त्यांना गाडी बाजूला घ्यायला सांगितली आणि मागच्या बाजूने त्याच्या माणसांना गाडीत जायला सांगितले. तो त्यांच्या युनिफॉर्ममुळे थोडासा गोंधळला, पण त्यांच्या युनिफॉर्मशी त्याला काही घेणे-देणे नव्हते. त्याच्या दृष्टीने महत्त्वाचे होते, त्याच्या माणसांना व्हिक्टोरियाला नेऊन सोडणे. ते कशाकरता गाडी चालवत आहेत किंवा कुठे चालले आहेत, ह्यामध्ये त्याला अजिबात रस नव्हता. त्या जपानी सैनिकांना त्यांनी गावामध्ये सोडले आणि हे तीन पायलट परत निघाले. या वेळेस मात्र बाकीच्या अधिकाऱ्यांच्या हातवाऱ्यांकडे दुर्लक्ष करून ते ओळीमध्ये

चालणाऱ्या सैनिकांच्या मधून रस्ता काढत ॲबरडीनच्या दिशेने रवाना झाले. त्यांनी सर्व खाद्यपदार्थ, कपडे– जेवढे म्हणून शक्य आहे तेवढे घाईघाईने बरोबर घेतले. डोनाल्डने घाईघाईत त्याची डायरी व पामेलाने दिलेल्या इतर भेटवस्तू आपल्या बॅगेमध्ये घातल्या आणि त्यांनी परत टेकडीवरून खाली आपल्या मुख्य ठाण्याकडे गाडी वळवली. त्या क्षणी त्यांच्या दैवावर त्यांचा विश्वास नव्हता. पुढे काय होणार याची काहीच कल्पना नव्हती. जेव्हा ते त्यांच्या गाडीतून खाली उतरले, तेव्हा एक जपानी अधिकारी डोनाल्डकडे आला आणि मागे बसलेल्यांना गाडीतून खाली उतरण्याचा त्याने आदेश दिला. फ्रँक आणि विंपी दोघेही शांतपणे गाडीतून उतरले. त्यांनी आपल्याबरोबर आपल्या बॅगाही घेतल्या होत्या.

संपूर्ण युद्धाच्या काळामध्ये तो अशा काही परिस्थितीमध्ये होता की, जी त्याच्या हातात नव्हती. ज्या वेळेस परिस्थिती हाताबाहेर जाते; त्या वेळेस तुमच्याकडे भले कितीही कौशल्ये असोत, कितीही पात्रता असू देत, त्यांचा काहीही उपयोग होत नाही. सतत बाँबहल्ले आणि युद्धजन्य अशा परिस्थितीपुढे जगायचे असेल, तर झुकावेच लागते. डोनाल्डच्या बाबतीत तेच झाले होते. तासामागून तास जात होते. तो आणि त्याची गाडी झोकांड्या खात असलेल्या जपानी लोकांमधून रस्ता काढत चालली होती. बेटावरील जपानी तुकड्यांना एका ठिकाणाहून दुसऱ्या ठिकाणी नेण्याचे काम चालू होते. सर्व रस्ते सैनिकांनी गजबजून गेले होते. कित्येक चिनी नागरिकांना जपानी लोकांनी मारून टाकले होते. त्यांची प्रेते रस्त्यावर इतस्तत: पडलेली होती. जपानी लोकांचा इरादा काय होता, हे त्यावरून लक्षात येत होते. त्यांच्यातले काही ऑफिसर्स स्वभावाने चांगले होते, पण काही जण मात्र खूपच वाईट होते. त्यामुळे कधी काही कारणाने त्यांनी गैरसमज करून घेतला, तर त्याला क्षमा नसायची. डोनाल्ड सावकाश चालला होता. या संथपणाबद्दल एकाने त्याच्या पार्श्वभागात संगीन खुपसली. दुसरी तुकडी होती तिने त्याच्याकडे रागाने हातवारे करायला सुरुवात केली. जेव्हा त्यांच्यापैकी एकाने त्यांच्या ऑफिसरच्या म्यानामधील तलवार बाहेर काढली, तेव्हा डोनाल्डला त्यांच्या हातवाऱ्यांचा अर्थबोध झाला. समुराई एथोजचा हा प्रकार होता. समुराई म्हणजे योद्धा. तर या योद्ध्याची पात्रता किती आहे, हे त्याच्या या कौशल्यावर ठरत असे आणि ते कौशल्य म्हणजे एका फटक्यामध्ये त्याने शत्रूचा शिरच्छेद करायचा. आता पुढे काय होणार याचा अंदाज त्याने केला. कदाचित आपल्यावर ते हा प्रयोग करणार! पण तसे झाले नाही. त्याला मारण्याऐवजी त्या ऑफिसरने एक बिअरची बाटली आणली. आपल्या तलवारीच्या टोकाने तिचे झाकण काळजीपूर्वक उघडले आणि ती त्याला दिली. त्यानेही निर्विकारपणे ती पिऊन टाकली.

रात्री उशिरापर्यंत तो त्याच्या शत्रूबरोबरच होता. रात्रीच्या अंधारात काळवंडलेल्या

रस्त्यावर तो गाडी चालवत होता. त्याचे शत्रू त्याच्याबरोबर होते आणि ते अतिशय भयानक होते. कोणत्याही क्षणी ते काहीही करू शकत होते. एका ऑफिसरने त्याला पावाचा एक तुकडा दिला. एकाने त्याला गाडीच्या मडफ्लॅपवरची उघडी बिअर दिली. उरलेले काही जण त्याच्या अंगावर ओरडले आणि त्यांनी त्याला शिव्या देण्यास सुरुवात केली. ॲबरडीनमध्ये मद्यधुंद झालेल्या दोघा जपान्यांनी त्याला रात्रीच्या वेळी हेडलाइट्स नसलेली कार चालवण्यास सांगितले आणि त्यानंतर रस्त्याच्या ट्रॅफिकमध्ये ती घुसवायला सांगितली. गाडीमधल्या प्रवाशांच्या पुढे मान झुकवून डोनाल्ड टेकडीवर चालत व्हिक्टोरिया येथील आपल्या बिछान्यावर जाऊन पडला.

समुद्रकिनाऱ्यावरील त्या जागेवर राहणे सुरक्षित नव्हते. अजून तीन दिवस त्यांनी जपानी लोकांकडून काही सूचना येतात का, याची वाट पाहिली. त्यांच्या बाबतीत जपान्यांनी काय करायचे ठरवले आहे, हे जाणून घेण्यासाठी ते वाट पाहतच होते. त्याच वेळेस बेटावरील दुसऱ्या भागाकडून काही तुकड्या आल्या आणि व्हिक्टोरियामध्ये एकत्र जमल्या. त्यांच्यापैकी प्रत्येक जण युद्धाच्या काही ना काही वेगवेगळ्या बातम्या घेऊन यायचा. त्याबरोबरच जपानी लोकांनी चालवलेल्या अमानुष छळाविषयीच्या घटनाही ऐकू येत. सगळ्यात वाईट बातमी आली होती ती स्टॅन्लेहून. तिथे जपानी सैन्य सेंट स्टिफनसन हॉस्पिटलमध्ये घुसले. तिथल्या डॉक्टरांचे त्यांनी खून केले, रुग्णांचे बेड तोडले आणि त्यांना भोसकले. तेथील परिचारिकांवर बलात्कार करून त्यांचेही खून केले. हे खरोखरच खूप भयानक होते... पण तरीही कोणीही, काहीही करू शकत नव्हते. त्यांच्यातल्या एका ऑफिसरची बायकोसुद्धा तिथे परिचारिका म्हणून काम करायची, पण तो ऑफिसरसुद्धा या पाशवी कृत्याबद्दल काहीही बोलू शकत नव्हता. जेव्हा त्याने जवळच्या जपान्यांवर हल्ला करायचा प्रयत्न केला, तेव्हा त्याच्या ऑफिसर भावाने त्याला अडवले. ते असहाय झाले होते. डोनाल्ड हिलसाठी हे अजून एक नवे आव्हान होते. त्यांच्या जिवावर जे संकट आले होते, ते हाताळण्याची त्याची पद्धत इतरांपेक्षा खूप वेगळी होती. ही परिस्थिती तो अतिशय शांतपणे आणि दूरदर्शीपणाने हाताळत होता. त्याच्यामध्ये आता प्रतिकार करण्याकरता शारीरिक बळ शिल्लकच नव्हते. त्यामुळे जास्तीत जास्त शांत कसे राहायचे, हे त्याला शिकणे भाग होते. काहीही प्रतिक्रिया न देता निष्क्रिय राहायला तो शिकत होता, कारण इथे काही प्रतिकार करणे शक्यच नव्हते. अशा प्रकारे वागणे एखाद्या योद्ध्याच्या दृष्टीने खरोखरच खूपच कठीण होते, पण त्याला काही इलाज नव्हता.

तो एकदा म्हणाला, "त्याला वाटते की, जपानी लोकांना उंच आणि धिप्पाड माणसे आवडत नाहीत." डोनाल्डची सून बार्बरा हिल हिने एकदा त्याच्याविषयी

सांगितले– ''आणि जपानी लोक खूपच छोटे असल्यामुळे त्यांना त्याच्यासारखा माणूस एकदम धिप्पाड आणि त्यांच्याकरता मोठे आव्हानच वाटला. त्यामुळे ते त्याच्या बाबतीमध्ये आक्रमक होते.''

सर्व युद्धकैद्यांना दुसऱ्या दिवशी ती जागा सोडायची असल्याने सकाळी तयार राहा असे एकोणतीस डिसेंबरला सांगण्यात आले. वैयक्तिक सामानाकरता कोणतीही गाडी मिळणार नाही. त्यांना चालावे लागेल, कोणत्याही गाडीने नेले जाणार नाही, त्यामुळे त्यांना जेवढे सामान त्यांच्याबरोबर घेऊन चालणे शक्य असेल तेवढेच त्यांनी आपल्याबरोबर ठेवावे. सार्वजनिक परेड काढून कैद्यांना शक्य तितके अपमनित करणे, हे त्यामागील कारण होते. ते काहीच करू शकत नव्हते. डोनाल्डने स्वत:च्याच मनाला एक वचन दिले– काहीही झाले, कितीही अपमान पचवावा लागला तरीही सर्व मुकाटपणे, एक चकार शब्दही न काढता सहन करायचे. आपल्या मनामध्ये खदखदत असलेला क्रोध आणि निराशा याविषयीची थोडीसुद्धा कल्पना आपल्या शत्रूला येऊ द्यायची नाही.

डोनाल्डबरोबर असलेला ऑस्ट्रेलियन पायलट फ्रँक हेनेसी हा मितभाषी होता. डोनाल्डचे आणि त्याचे सूर चांगले जुळले होते. त्या दोघांनी मिळून ठरवले की, दोघांनी एकमेकांचे ओझे सांभाळायला मदत करायची आणि जास्तीत जास्त सामान आपल्याबरोबर घ्यायचे. त्यांनी आपल्याबरोबर एक काठी घेतली होती, तिला त्यांनी त्यांच्या किटबॅग्ज लटकवल्या आणि ती काठी खांद्याला लटकवली. मग त्यांची ब्लँकेट्स त्यांनी मानेभोवती गुंडाळली. तिथे हाँगकाँग बेटावरती जवळजवळ सहा हजार कैदी होते आणि ते सगळे मेनलँडच्या पलीकडे निघाले होते. दुसऱ्या दिवशी पहाटे त्यांची व्हिक्टोरियाच्या रस्त्यांवरून परेड काढण्यात आली. त्यांची ही लाजिरवाणी अवस्था बाहेरचे सर्व जग पाहत होते. चिनी लोक मोठ्या संख्येने रस्त्यावर जमा झालेले होते. जे पूर्वी राज्यकर्ते म्हणून दिमाखाने माना वर करून चालायचे, तेच आज कैदी म्हणून खाली माना घालून चालत आहेत. कोणे एके काळच्या राज्यकर्त्यांची आज अशी दयनीय अवस्था झाली आहे, हे सर्व लोक पाहत होते. जमलेल्यांमधील काही लोक त्यांची टर उडवत होते, तर काही जण मात्र शांत होते. हा झालेला बदल इतका अनपेक्षित होता की, त्यावर काय प्रतिक्रिया द्यावी, हेच त्यांना कळत नसावे आणि याच गोंधळलेल्या अवस्थेमध्ये बरेच जण होते. त्या वेळी एक गोष्ट डोनाल्डच्या लक्षात आली. ती म्हणजे, कैद्यांपैकी काही जण रडत होते.

बोटीवर त्यांना बराच वेळ वाट पाहत बसवून ठेवण्यात आले. नंतर त्यांना काऊलूनच्या मुख्य रस्त्यावर, त्याचप्रमाणे नाथान रोडवर परेड करत आणण्यात आले. अशा गुंतागुंतीच्या रस्त्यावरून त्यांना खाली नेण्यात आले, जणू काही ते

सैनिक म्हणजे मानचिन्हे होती आणि विजेत्यांनी आपल्या मानचिन्हांचे जसे चार लोकांत प्रदर्शन करावे तसे जपानी सैनिकांनी पराभूत कैद्यांचे प्रदर्शन मांडले होते. ज्या प्रकारे रोमन जनरलने पराभूत झालेल्या आपल्या शत्रूची नाचक्की केली होती, तसेच हे चालले होते. अधिकारी लोक घोड्यावर स्वार होते. बँड वाजत होता. छायाचित्रकार त्यांच्या मागून त्यांच्या पराभवाची छायाचित्रे काढण्याकरता धावत होते. तो दिवस उबदार होता. टेकड्या उंच होत्या. फरपटत पुढे चालणाऱ्या कैद्यांना हळूहळू त्यांचे सामान जड व्हायला लागले होते. डोनाल्ड हिल आणि फ्रँक हेनेसी यांनी त्यांचे सामान ज्या काठीवर लटकवले होते, ते जड व्हायला लागले आणि त्यांचे खांदे अवघडायला लागले. पण त्यातल्या कोणत्याही गोष्टी फेकून देणे शक्यच नव्हते, कारण त्यातली कोणतीही गोष्ट त्यांना कधीही उपयोगी पडू शकणार होती. ते अडखळत चालत होते, पण काही वेळाने त्यांना चालणेही अशक्य झाले होते. एक जपानी पहारेकरी तिथे आला. पण त्यांच्यावर ओरडण्याऐवजी त्याने प्रेमाने त्यांना ते ओझे कोणत्या तरी ओझे वाहणाऱ्याकडे देण्यास सांगितले. ते कोणाच्याही लक्षात आले नाही, पण त्यांच्या मनामध्ये असणाऱ्या अपराधीपणाच्या आणि शरमेच्या भावनेने त्यांना त्या प्रेमामुळे त्यांच्या जखमांवर मीठ चोळल्याप्रमाणे होत होते.

त्यांना शामशुईपो या कैद्यांच्या घाणेरड्या इमारतीमध्ये जायचे होते. युद्धापूर्वी हे भूदलाच्या तुकडीचे राहण्याचे ठिकाण होते आणि छावणीचा बराचसा भाग परेड करण्यासाठीच्या मैदानाने व्यापला होता. तिथल्या निवासस्थानांमध्ये काँक्रीटच्या झोपड्या आणि मोठ्या सदनिका होत्या. त्या प्रामुख्याने लग्न झालेल्या अधिकाऱ्यांच्या निवासाच्या जागा होत्या. त्यांच्या भोवताली काटेरी तारांचे कुंपण घातलेले होते. ती छावणी समुद्र हटवून त्यावर वसवलेली होती. तिच्या दोन्ही बाजूंनी समुद्र आणि दुसऱ्या दोन बाजूंनी रस्ता होता. ती निवासस्थाने काही आरामदायी वगैरे नव्हती; पण त्यातली काही जागा विजेत्या लोकांनी घेतली होती, तर काही जागा शेजारच्या प्रदेशातून आलेल्या लोकांनी बळकावली होती. डोनाल्ड म्हणायचा, ती जागा जणू काही टायफून या चक्रीवादळाचा तडाखा बसल्याप्रमाणे होती. कारण तिथे झोपड्यांचे सांगाडेच फक्त उरले होते; त्यांची दारे, खिडक्या, आतमध्ये असणारी टेबले, बिछाने– सर्व काही चोरून नेले होते. तशातच मिडलसेक्स पलटणीचे दोन जण युद्धाच्या सुरुवातीला जेव्हा पकडले गेले, तेव्हा त्यांचे कपडे लुबाडले गेले होते. त्यांना तेथे एका तारेने बांधून ठेवले आणि तीन दिवसांनंतर अन्न-पाण्यावाचून ते तडफडून मेले होते.

त्या झोपड्या मिळवण्याकरता तिथे मोठी गर्दी झाली होती. बिछाना तयार करण्याकरता जे काही मिळेल, ते घेतले जात होते. डोनाल्डने घोड्याच्या केसांचे

बरेच पुंजके गोळा केले आणि ते गाठ मारलेल्या ब्लँकेटच्या आतमध्ये भरून त्याची एक पातळशी चटई तयार केली. कैदेमधली ती पहिली रात्र खूपच अस्वस्थतेत गेली. नंतरच्या चोवीस तासांमध्ये त्यांच्यापैकी प्रत्येकाला त्यांच्या अस्तित्वाचे दाहक सत्य उमजले होते. जवळजवळ सहा हजार माणसे त्या ठिकाणी राहायला आली होती. तिथे प्रचंड अस्वच्छता पसरली होती. तिथे वीज नव्हती, की इंधन नव्हते. दिवसातून दोन वेळा पाणचट भात फक्त मिळायचा. अशा तऱ्हेने वर्ष १९४१ संपले. नंतरच्या वर्षी डोनाल्डने स्वत:ला बजावले की, आपल्याला चांगल्या परिस्थितीमध्ये जगायचे आहे.

डोनाल्ड आपल्या छोट्याशा झोपडीत आणखी पाच जणांबरोबर राहत होता. त्यामध्ये फ्रँक हेनेसी, कमांडिंग ऑफिसर जिंगर सुलिव्हन आणि दोन तरुण वैमानिक विंपी बॉग आणि ज्युनिअर क्रोसले हे होते. त्यांचे सर्वांत महत्त्वाचे कामे म्हणजे त्यांच्या खिडक्या आणि दारे लाकडाच्या तुकड्यांनी किंवा तत्सम कुठल्या तरी गोष्टीने बंद करणे. त्यांच्याकडे कप नव्हते, ताटल्या नव्हत्या. त्यामुळे त्यांना रिकाम्या कथलाच्या तुकड्यांपासून किंवा फुटक्या-तुटक्या क्रोकरीमधून ताटल्या बनवाव्या लागल्या. त्यांच्या सभोवती असलेल्या कैद्यांच्या त्या मोठ्या छावणीला मोठ्या संस्थेचे स्वरूप आल्याचे भासत होते.

त्यांचे रोजचे दोन वेळचे जेवण म्हणजे मोठ्या पिंपांमध्ये भात शिजवला जात असे. त्या पिंपांना झाकणे नव्हती. त्यामुळे जळलेल्या इंधनाचा वास त्या भाताला येत असे. संडास म्हणजे खणलेले खड्डे होते. त्यामध्ये अतोनात घाण जमा झाली होती. त्यामुळे माश्यांचे थवेच्या थवे तिथे घोंघावत असायचे आणि त्या माशांमुळे अतिसाराची साथ आली होती. डॉक्टरांनी एका रिकाम्या झोपडीमध्येच कामचलाऊ दवाखाना उघडला होता. तिथे औषधाचा अत्यंत तुटवडा होता. तशा परिस्थितीमध्ये सुद्धा त्यांना जे शक्य आहेत, ते उपचार ते करत होते. शेकडो भारतीय सैनिकांना उपचारासाठी तिथे आणले होते. त्यांना सगळ्यांना जुलाबाचा त्रास होता. जेव्हा एवढ्या मोठ्या संख्येने रुग्ण आले, तेव्हा त्यांच्यासाठी पुरेसे बिछाने नव्हते. त्यामुळे त्यातील काही जणांना झोपडीबाहेर असलेल्या काँक्रीटच्या जमिनीवर झोपवण्यात आले. तिथे त्यांना हालचाल करणेही शक्य नव्हते. थोड्याच वेळात त्यांना तिथेच जुलाब होऊन त्यातून रक्त पडायला सुरुवात झाली आणि त्यामध्ये ते लडबडून गेले.

विजेत्यांकडून कैद्यांचा अतोनात छळ होत असे. त्याचप्रमाणे त्यांना कुठल्याही किरकोळ कारणावरून जबरदस्त शिक्षा दिली जात असे. कारणे अगदी छोटी असायची. जसे– पहारेकऱ्यांना त्यांनी सलाम ठोकला नाही किंवा तो तारेच्या

कुंपणाच्या खूप जवळून गेला. या आणि अशा अनेक कारणांवरून त्यांच्या चेहऱ्यावर बुक्क्यांचे प्रहार केले जायचे किंवा बंदुकीच्या मागच्या भागाने त्यांच्या मणक्यांवर जोरात प्रहार वारंवार केला जाई.

आठवडाभर अन्नासाठी ते तडफडत होते, त्यापुढे या यातना कमीच होत्या. दोन वेळच्या जेवणामध्ये त्यांना जो भात दिला जाई, त्यामध्ये अंदाजे नऊशेपेक्षाही कमी कॅलरीज होत्या. म्हणजे एका प्रौढ माणसाला दररोज जितक्या कॅलरीज आवश्यक असतात, त्याच्या एक-तृतीयांशसुद्धा नव्हत्या. एका रात्री जेव्हा ते झोपायला चालले होते, तेव्हा एक ट्रक जोराने आवाज करत आला आणि त्यांनी डुकरांच्या कर्कश ओरडण्याचा आवाज ऐकला. जे अजूनही जागे होते. त्यांनी पाहिले की, जपानी सैनिक जवळपास तीस डुकरांचा एक कळप ट्रकच्या बाहेर काढत होते. काही मिनिटांमध्ये त्या प्राण्यांना एकत्र करून एका रिकाम्या झोपडीमध्ये कोंडण्यात आले. दुसऱ्या दिवशी त्यांची कत्तल करून ते सर्वांमध्ये वाटण्यात आले. डोनाल्डला त्याच्या भातामध्ये मांसाचा एक तुकडा लागला.

उपासमार होत असल्याने आता त्यांचे लक्ष फक्त जेवण कसे मिळेल, याकडे असायचे. थंडी पडायला लागली होती. थंडीमुळे ते अक्षरशः कुडकुडायचे. प्रत्येक झोपडीमध्ये रात्री संडास करण्याकरता एक बादली ठेवलेली असायची. कारण त्यांना देण्यात येणाऱ्या भातामध्ये व्हिटॅमिन्सचा पूर्णपणे अभाव होता. ते पॉलिश केलेले सुमार प्रतीचे तांदूळ होते. त्यामुळे त्यांना हगवण सुरू झाली होती. सकाळच्या वेळी छावणीत त्या बादल्या गोळा करण्याकरता एक तुकडी फिरायची. त्या रिकाम्या बादल्या मैला आणि सांडपाण्याच्या खड्ड्यामध्ये मोकळ्या केल्या जात. त्यांच्या या यातनांमध्ये भरीस भर म्हणून ते जेव्हा जेवत असायचे, तेव्हा उघड्या संडासांमधून माशा येऊन त्यांच्या जेवणावर बसत. ते जेवायचे, तेव्हा त्या माशा त्यांच्या तोंडावर आणि तोंडाभोवती घोंघावत.

बर्मा लोहमार्गाचे जे काम चालू होते, त्या कामासाठीसुद्धा काही युद्धकैद्यांना नेमले होते. लोहमार्गासाठी क्वाई नदीवर पूल बांधायचे काम चालू होते. या युद्धकैद्यांपेक्षा हाँगकाँगमधील युद्धकैद्यांचे जीवन बरेच चांगले होते. काही लोकांना काइ ताक विमानतळाच्या विस्तारीकरणाकरता चाललेल्या कामावर पाठवले जात असे. त्यांची परिस्थितीसुद्धा जंगलातील युद्धकैद्यांपेक्षा बरीच चांगली होती. उपासमार आणि औषधांचा अभाव यामुळे हे कैदी मृत्यूशी अक्षरशः झुंज देत होते. पहिल्या सहा महिन्यांमध्ये निकृष्ट प्रतीच्या अन्नामुळे त्यांच्यामधील शंभरहून अधिक युद्धकैदी मरण पावले. त्यांच्यापैकी जे कोणी वाचले, ते केवळ चिनी लोकांनी धैर्य दाखवून त्यांना जेवण दिले म्हणून. डोनाल्डला या बाबतीत सर्वांत मोठा आधार होता तो फ्लोरीचा.

''त्या स्त्रीनेच खरे तर माझे आयुष्य वाचवले होते.'' डोनाल्डने बऱ्याच वर्षांनंतर कबूल केले होते. ''ती वाट्टेल तो धोका पत्करून मला जेवण आणून देत असे. तिने जे काही माझ्याकरता केले, ते मी कधीच विसरणे शक्य नाही. तिनेच माझे आयुष्य वाचवले.''

तिने त्याच्यासाठी काय काय केले, याबद्दल त्याने उघडपणे एवढेच काय ते सांगितले होते. ते त्याने अगदी प्रांजळपणे, कोणताही आडपडदा न ठेवता सांगितले होते. कैदेतील पहिल्या आठवड्याच्या शेवटी छावणीच्या भोवती असलेल्या तारेच्या कुंपणाबाहेर फ्लोरी आली. तिच्याबरोबर ती आपल्या मोलकरणीला घेऊन आली होती. तिच्या हातात अन्नाची टोकरी होती. बाजारामधील काही व्यापारी कुंपणापलीकडच्या भुकेल्या कैद्यांना अन्न विकत होते. पण तिथले पहारेकरी कसे वागतील याचा काही नेम नसायचा, त्यामुळे या धंद्यामध्ये मोठा धोका असायचा. कधी कधी हे पहारेकरी त्यांना खूप व्यवस्थित सहकार्य करायचे, पण कधी कधी त्यांना हुसकावूनही लावायचे. कधी जर त्यांनी कोणा बाई किंवा पुरुषाला तिथे पाहिले आणि त्यांना पकडले, तर ते अख्ख्या छावणीसमोर त्यांना फोडून काढायचे. तरीही व्यापारी लोक तिथून हलले नाहीत. छावणीमध्ये जे कैदी आहेत, त्यांच्या चिनी बायकांची किंवा त्यांच्या मैत्रिणींची ते मदत घेते.

''इतके जण यायचे याचे मला खरोखर खूप आश्चर्य वाटायचे.'' हॉंगकॉंग स्वयंसेवक संघटनेचा सार्जंट डेव्हिड बोसांक्वेट याने सांगितले आहे. ''त्यांच्यातल्या कित्येक मुलींचा आपल्या नवऱ्याप्रति किंवा प्रियकरासाठी असलेला प्रामाणिकपणा अचंबित करणारा होता. आपले प्रियकर जे आपल्याबरोबर राहत नव्हते– त्यांच्याकरता एवढा धोका पत्करण्याची आणि प्रसंगी जपानी सैनिकांकडून मार खाण्याची खरं तर त्यांना काहीच गरज नव्हती. जेवण आणि पैसा यांचा बाहेर प्रचंड तुटवडा होता.''

ती पहिलीच घटना होती– फ्लोरी आणि बाकीच्या काही जणींना जपानी सैनिकांनी बाहेर हाकलून दिले होते, कारण एका जपानी जनरलला संपूर्ण छावणीची तपासणी करायची होती. काही दिवसांनंतर डोनाल्डसाठी फ्लोरी पुन्हा ब्रेड, लोणी, दूध आणि टोमॅटो घेऊन आली. कोणत्याही आहारविषयक तज्ज्ञानेसुद्धा सुचवले नसते इतके पौष्टिक जेवण ती त्याच्याकरता घेऊन आली. थोड्या दिवसांनंतर ती यायची आणि त्याला जेवण देऊन जायची. अन्नाचा पुरवठा शहरामध्ये कुठे केला जातो, हे शोधण्याकरता तिला बरीच यातायात करावी लागायची; कारण शहरामध्ये सगळीकडेच अन्नाचा तुटवडा होता. त्याच्या झोपडीत तिने आणलेले अन्न तो झोपडीमधील बाकीच्या लोकांना पण वाटत असे. त्यामुळे मिळालेल्या रेशनविषयी तो कमालीचा उदासीन होता. त्यानंतर कित्येक आठवडे फ्लोरीला स्टॅन्ले येथे मुलकी छावणीमध्ये स्थानबद्ध करण्यात आले होते. त्यांच्याकडे व्यापारी लोकांकडून

अन्न घेण्याइतके पैसे होते, तरीसुद्धा फ्लोरीची आणि तिच्या जेवणाची कमतरता त्याला जाणवत होती.

शामशुईपोमधील पहिल्या काही आठवड्यांमध्ये कैद्यांपैकी काही जण वाचणार नाहीत, हे तर उघडच झाले होते. याचे प्रमुख कारण होते, कैद्यांची होणारी उपासमार आणि त्यांचे कुपोषण. छावणीमधील अत्यंत कठीण अशा वातावरणामध्ये कैदी अक्षरश: असहाय होते, पण कोणीही त्यांच्या मदतीकरता येणार नव्हते. त्यांची त्यांनाच मदत करावी लागणार होती. जगण्यासाठी स्वत:च धडपड करावी लागणार होती. वास्तुशास्त्रज्ञ मायकेल राईट त्याचा स्वत:चा अनुभव कथन करताना म्हणतो,

"जर तुम्हाला अशा वातावरणात जिवंत राहायचे असेल, तर तुमच्यामध्ये सकारात्मक दृष्टिकोन असणे खूपच गरजेचे असते. अगदी पहिल्या काही महिन्यांमध्येसुद्धा तिथे खूप नकारात्मक दृष्टिकोन असलेले बरेच जण होते. त्यांनी छावणीमधील परिस्थिती अनुभवल्यानंतर जगण्याच्या आशा सोडून दिल्या होत्या. त्यांना जगण्याची इच्छाच उरली नव्हती."

छावणीमध्ये खऱ्या अर्थाने तुरुंगाचे वातावरण सुरू झाले होते. छोट्या-छोट्या गोष्टीसुद्धा जिवंत राहण्यासाठी अतिशय महत्त्वाच्या वाटायच्या. तिथल्या दमट वातावरणामध्ये कपडे आणि बूट खूप लवकर फाटायचे. सर्दी व्हायची, त्याचप्रमाणे अंगावर ठिकठिकाणी जखमा झालेल्या होत्या. अशा अवस्थेमध्ये स्वत:ला जिवंत ठेवायचे, तर शरीर आणि पाय यांचे संरक्षण केले पाहिजे. त्यासाठी कपडे आणि बूट उत्तम प्रकारे शिवायला डोनाल्ड शिकला होता. त्यामध्ये तो इतका तरबेज झाला की, बाकीच्या कैद्यांचे कपडे आणि बूटही तो शिवून द्यायचा. त्यातून त्याची विडीकाडी सुटत असे. तो स्वत:चे केस काळजीपूर्वक लहान ठेवत असे. त्याला त्याच्या कामामधून मिळालेल्या सिगारेट तो झोपडीमधील सर्वांना वाटत असे. त्यामुळे कोणी काही तक्रार करत नसे. त्याच्या मनाला अतिशय यातना होत असत, पण त्या कधीच कोणाच्या लक्षात येत नसत. त्यामुळेच तर पन्नास वर्षांनंतर तो कैदी म्हणून ज्यांच्या लक्षात राहिला, त्यांना हेही लक्षात होते की, तो अतिशय शांत आणि सोशिक होता. आणखी एक गोष्ट त्याने कायम पाळली होती आणि ती म्हणजे, आपल्या अपमानाच्या भावना त्याने कधीही कोणासमोर उघड केल्या नाहीत. अपमानाची आग किती तीव्रतेने त्याच्या मनामध्ये धगधगत होती, हे त्याने कोणालाच कधीच सांगितले नाही.

त्याची सर्वांत मोठी कमजोरी म्हणजे त्याची सखी, त्याची प्रेयसी पामेला. तो सतत तिचाच विचार करत असे आणि त्याच्या असहायतेमुळे आतल्या आत चडफडत असे. त्याची असहायता हीच होती की, तो तिच्यापर्यंत हा संदेश देऊ शकत नव्हता की, मी जिवंत आहे. त्यांनी एकत्र घालवलेल्या क्षणांच्या आठवणी

अखंडपणे डोळ्यांसमोर तरळत. एका गोष्टीची मात्र तो कटाक्षाने काळजी घेत असे की, भावनेच्या खूप आहारी जायचे नाही; नाही तर या भावना त्याला कमजोर बनवतील व या भावनांची तीव्रता जितकी जास्त होईल तितके ते त्याच्या दृष्टीने घातक ठरेल, हे तो जाणत होता.

जशी अन्न ही कैद्यांची प्रमुख गरज होती, तशीच खबर मिळवणे हीदेखील महत्त्वाची गरज होती. त्यांच्या रिकाम्या पोटाला त्याचप्रमाणे मेंदूलाही काही खाद्य मिळावे म्हणून त्यांनी काही भन्नाट अफवा पसरवायला सुरुवात केली. त्याच्यातली एक अफवा म्हणजे चियांग काइ-शेकजवळच नॅशनॅलिस्ट आर्मी एकत्र जमली आहे आणि ती कोणत्याही क्षणी हल्ला करण्याची शक्यता आहे. बर्लिनमध्ये शांततेची बोलणी करायला पोप गेले आहेत. प्रत्यक्षात हिटलरने आत्महत्या केलेली होती. त्यांचे मनोधैर्य वाढवणारी आणखी एक बातमी म्हणजे, ब्रिटिशांनी जपानी लष्कराविरुद्ध दणदणीत विजय मिळवला आहे आणि आता त्यांची कैदेतून लवकरच सुटका होणार आहे. डोनाल्डला माहीत होते की, या सगळ्या फक्त अफवा आहेत आणि त्यात काहीही तथ्य नाही. पण ज्या अफवा पसरायच्या, त्या सर्व चांगल्या आणि कैद्यांचे मनोधैर्य वाढवणाऱ्या असायच्या.

मायकेल राईट सांगतो, ''रॉयल सिग्नलच्या एका वरिष्ठ अधिकाऱ्याने सांगितले की, आपण जपानी लोकांना मलाया येथे पराभूत केले आहे. हे अगदी धादांत खोटे होते आणि खुळचटपणा होता. कारण जेव्हा कैद्यांना समजले की, हे खोटे आहे, तेव्हा त्यांचे मनोधैर्य पूर्णपणे खचले.''

जानेवारीच्या शेवटी सत्य प्रकाशझोतात येऊ लागले. छावणीमध्ये रेडिओ यंत्रणा चालू करण्यासाठी काही तज्ज्ञ लोकांनी मदत केली होती आणि बीबीसीवरून बातमी आली की, ब्रिटिश सैन्याने अफाट धैर्य दाखवूनदेखील मलायामधील मोहिमेमध्ये ब्रिटिशांना दारुण पराभवाला सामोरे जावे लागले. ती बातमी ऐकून अगोदरच भुकेने ग्रासलेल्या कैद्यांना धक्का बसला की, त्यांनी अगोदर जे ऐकले होते त्या सगळ्या वावड्याच होत्या. हा त्यांच्यावर जबरदस्त मानसिक आघात होता. छावणीमध्ये कैद्यांचा तोल ढळायला लागला, तर एका प्रसंगी ब्रिटिश आणि भारतीय सैनिक यांच्यामधील भांडण विकोपाला गेले. कैदी पूर्णपणे खचून गेल्यामुळे त्यांच्यामध्ये आता शिस्तीचा पूर्णपणे अभाव होता आणि छावणीमधील आरोग्य व स्वच्छता याविषयीचे सर्व नियम कैद्यांनी धाब्यावर बसवायला सुरुवात केली. संडास आणि मुताऱ्यांमध्ये प्रचंड दुर्गंधी पसरली. त्यामुळे सर्वत्र जुलाबाची साथ आली. फेब्रुवारीच्या सुरुवातीला माल्टबेला धोक्याची सूचना मिळाली की, जर अधिकाऱ्यांच्या हाताखालचे लोक त्यांचे आदेश ऐकत नसतील, तर त्या अधिकाऱ्यांनी त्यांचे हक्क जपानी सैनिकांकडे सुपूर्द करावेत. त्याने स्वत:च्या अपात्रतेची कबुली दिली की,

अशी अवघड परिस्थिती हाताळण्याकरता तो असमर्थ आहे. कारण त्याच्या आदेशाखाली असलेल्या लोकांनीच जेव्हा त्याचा विश्वासघात केला, तेव्हा त्याला अंतर्गत शिस्त ठेवणे जड जाऊ लागले होते. छावणीमध्ये प्रमाणापेक्षा जास्त गर्दी होती. जेव्हा भारतीय कैद्यांना आणि कॅनेडियन कैद्यांना दुसऱ्या छावणीमध्ये हलवण्यात आले, तेव्हा थोडी फार गर्दी कमी झाली आणि दिलासा मिळाला. छावणीमधला गोंधळ त्यामुळे थोडा आटोक्यात आला.

''मला वाटते, माल्टबे त्या वेळेस मनाने पूर्णपणे कोलमडून गेला होता.'' राईटने सांगितले. ''त्याच्यासाठी शरणागती एका वादळाप्रमाणे होती आणि एक युद्धकैदी म्हणून जगताना त्याला खूप यातना होत होत्या.''

ज्या वेळेला विजयाच्या आशा संपुष्टात आल्या, त्या वेळेला कसे सुटता येईल याचा विचार कैदी करायला लागले. तारेचे कुंपण ओलांडून एक वेळ बाहेर पडणे शक्य होते; पण शत्रूच्या कैदेतून संपूर्णपणे कसे सुटायचे, हाच खरा प्रश्न होता. त्यात युरोपियन कैदी उठून दिसत. चिनी लोकांशी बोलल्याखेरीज आणि कुंपणाबाहेरील लोकांशी संपर्क ठेवल्याखेरीज सुटका शक्य नव्हती. चीनच्या विशाल भूभागावर कोणत्या ठिकाणी ते सुरक्षित राहू शकतील, याविषयी ते पूर्णपणे अनभिज्ञ होते आणि ते जाणून घेण्याचीदेखील त्यांची इच्छा नव्हती. तारेच्या पलीकडे जाणारा पहिला माणूस होता लिंडसे राईड. तो सुटला, कारण छावणीत येताना आपल्याबरोबर नकाशा ठेवायला तो विसरला नव्हता. तो विद्यापीठामधील प्राध्यापक होता आणि त्याला त्या क्षेत्रामधील गेल्या वीस वर्षांचा अनुभव होता. तो मागील वीस वर्षांपासून हाँगकाँगमध्ये वास्तव्य करून होता. त्याच्याबरोबर त्याचा एक चिनी विद्यार्थी होता. त्यांच्या सुटकेची शक्यता अगदी कमी होती, पण त्यांना कम्युनिस्ट लोकांच्या गनिमीकाव्याचा फार मोठा फायदा झाला आणि राईडबरोबर आणखी बरेच जण सुटले. त्या लोकांनी त्यांना सुरक्षितपणे सुटण्यास मदत केली. मात्र जेव्हा डोनाल्डचे दोन तरुण पायलट ऑफिसर्स ज्युनिअर क्रॉसले आणि विंपी बॉग यांनी जानेवारीच्या शेवटी वेगवेगळे ठरवले की सुटून जायचे, त्या वेळेस कुठे जायचे, हा त्यांच्यापुढे यक्षप्रश्न होता.

जपानी पहारेकऱ्यांचे लक्ष प्रामुख्याने छावणीच्या जमिनीकडे एकवटले होते, कारण व्यापार हा प्रामुख्याने तारेच्या कुंपणाच्या त्या बाजूनेच व्हायचा. त्यामुळे चिनी व्यापाऱ्यांनी समुद्रमार्गे येऊन समुद्राकडील बाजूच्या कुंपणापलीकडून कैद्यांना अन्न विकणे सुरू केले. ते समुद्रामधून छोट्या बोटींमधून अन्न पाठवायचे. याच बाजूकडून रॉयल एअरफोर्सचे लोक जायचा विचार करत होते. दोन जण– ज्यांची सुटायची धडपड चालू होती– ते वेगवेगळ्या गटाचे होते. त्यापैकी ज्युनिअर हा त्या गटाचा होता, ज्या गटाने व्यापाऱ्यांना उपसागराच्या पलीकडे नेण्याकरता लाच दिली होती.

विंपी हा त्या गटाचा होता, ज्या गटामध्ये त्याच्यासमवेत आणखी दोघांनी तात्पुरत्या बांधलेल्या होडीच्या साहाय्याने पोहून जाण्याचे ठरवले होते.

प्रत्येक गटाने स्वतंत्रपणे पळून जायचे ठरवले असले, तरी दोन्ही गट हे एकाच रात्री निघणार होते. त्यांना समुद्रप्रवास करण्यासाठी स्वच्छ चंद्रप्रकाशाची गरज होती. रॉयल एअरफोर्सचे उरलेले अधिकारी रात्री त्यांच्याकरता जागे राहिले होते. त्यांच्या या पहिल्या प्रयत्नामध्ये म्हणजेच त्या रात्री पौर्णिमेचा चंद्रप्रकाश इतका स्वच्छ होता की, डोनाल्ड आणि त्याचे काही साथीदार त्या प्रकाशात पत्ते खेळत बसले होते. या दोन्ही गटांचे सुटकेचे प्रयत्न मात्र फसले, कारण पहिल्या गटाच्या होडीत बिघाड झाल्याने ती सुरूच झाली नाही आणि दुसऱ्या गटाची तात्पुरती बनवलेली होडी तुटली. त्यानंतर त्यांनी पुढच्या दोन रात्री पुन्हा प्रयत्न केले आणि ते यशस्वी ठरले. नंतर बंदुकांचे आवाज ऐकू आले. त्या दोघांचे काय झाले, हे छावणीमधल्या कोणालाही कळले नाही; पण ते दोघे जण मात्र कायमचे सुटले. त्यांच्यातला बॉग याला मात्र मारले गेले.

जे मागे उरले, त्यांना अपराध्यासारखे वाटू लागले; पण त्याबरोबर त्यांना एक प्रकारचा दिलासाही वाटू लागला की, ते निदान छावणीमध्ये तरी सुरक्षित आहेत. त्यांच्या मनाच्या गोंधळाची अवस्था मेजर जे. एन. क्रॉफोर्डच्या वक्तव्यामधून दिसून येते. तो म्हणतो, ''त्या वेळी मला असे वाटत होते की, मी बाकीच्या साथीदारांसमवेत राहायला हवे. दुसरे म्हणजे, माझ्यासारख्या असामान्य उंचीच्या कोणत्याही माणसाने येथून सुटू नये आणि तिसरे म्हणजे, मी अतिशय भेदरलो होतो. त्यामुळे आहे त्या भयानक परिस्थितीमध्ये राहायचे ठरवले होते. मला माझ्या निर्णयाचा काही वेळा खूप पश्चात्ताप होत असे.'' जे. एन. क्रॉफोर्ड हा एक डॉक्टर होता. तो लिंडसे राईडचा सहकारी होता आणि ज्या वेळेस सुटकेचे प्रयत्न चालले होते, त्या वेळेस तो त्याच्या निर्णयाशी ठाम होता की, तो स्वत:ची सुटका करून घेण्याचा धोका पत्करणार नाही.

डोनाल्ड हा काही डॉक्टर नव्हता, पण तो त्याच्या युनिटमधील लोकांची खूप काळजी घ्यायचा. त्यांची संपूर्ण जबाबदारी त्याने उचलली होती. त्याच्या या स्वभावामुळे नंतर त्याचे खूप कौतुक झाले होते. क्रॉफोर्डप्रमाणे तोही त्याच्या शरीराच्या आकाराविषयी जागरूक होता. त्याला खूप तीव्रतेने वाटत होते की, आपण सुटावे आणि आपल्या पामेलाला पुन्हा एकदा भेटावे. त्याच्यामध्ये धैर्य नव्हते अशातला भाग नव्हता, तर कुंपणाबाहेरच्या अनोळखी विश्वामध्ये जाण्यापेक्षा छावणीमधील नरकयातना त्याला मान्य होत्या. असे का होते, हा खरोखरच मानसशास्त्राचाच विषय ठरावा. बाकीचे कैदी जे सुटका करून घेण्याकरता धडपडत होते, त्यांमध्ये आत्मविश्वास होता, पण तो मग्रुरीकडे झुकणारा होता. डोनाल्ड मात्र

या सर्वांपेक्षा खूप वेगळा होता. त्याच्या मधला हा आत्मविश्वास कुठे तरी हरवला होता आणि तो असल्याखेरीज कोणालाही चीनच्या त्या अनोळखी अशा विशालकाय जमिनीवर पोहोचणे शक्य नव्हते.

जपानी सैनिक कैद्यांचा अतिशय तिरस्कार करायचे. ते पहिल्यांदा कैद्यांच्या सुटकेविषयी बेफिकीर होते. छावणीमध्ये प्रमाणापेक्षा जास्त परेड होत असत आणि काही वेळेला त्या खूप लांब लांब असायच्या. किनाऱ्याकडे येणाऱ्या होड्यांना जपानी गोळ्या मारायचे, पण ते दिवसा. रात्रीच्या वेळेस मात्र ते तिकडे लक्ष द्यायचे नाहीत. त्यांच्या या उदासीनतेबद्दल एकदा बोलत असताना डोनाल्ड आणि त्याच्या साथीदारांनी असा निष्कर्ष काढला की, जपान्यांना आता सुटका करून घेणे या प्रकाराची फार चीड होती. तसे करणे म्हणजे त्यांना विश्वासघात झाल्यासारखे वाटायचे. त्यांना हे माहीत नव्हते की, युद्धकैद्यांच्या छावणीचा कमांडंट कर्नल इसाव इझाको याच्या दृष्टीनेदेखील नाहीसे होणे म्हणजे तोंड काळे करण्यासारखे होते.

दोघांच्या सुटकेनंतर एका आठवड्याने एक सोडून रॉयल एअरफोर्सच्या बाकीच्या सर्व अधिकाऱ्यांना त्यांचे सामान आवरण्याचे आदेश देण्यात आले. सहा फेब्रुवारीच्या दिवशी पहाटे त्यांना एका ट्रकमध्ये घालून साईगॉनला रवाना करण्यात आले. त्या रॉयल एअरफोर्समधला जो एकमेव अधिकारी आता छावणीमध्ये उरला होता, तो होता डोनाल्ड. तो एकमेव अधिकारी होता, ज्याच्यावर साठ लोकांची जबाबदारी होती.

त्या वेळी त्याची मानसिक स्वस्थता पूर्णपणे ढळली होती. त्याला आता खूप एकाकी वाटत होते. असा एकाकीपणा त्याला पहिल्यांदा ज्या वेळेस त्याच्या वडलांचा अचानक मृत्यू झाला, त्या वेळेस जाणवला होता. युद्ध सुरू झाल्यानंतरही त्याला असे दुःख झाले नव्हते. त्याची ही घोर निराशा त्याने आपल्या डायरीमध्ये लिहून ठेवली होती. नंतर ते शब्द त्याने अंकांच्या जंजाळाखाली गाडून टाकले होते. त्याने त्याची ही गुपिते अशीच खोल-खोल दडवून ठेवली होती. आयुष्यातील प्रत्येक संकटाशी सामना करताना त्याला काय वाटत होते आणि त्याच्या मनात खोल कुठे तरी या संकटांनी तो किती पोखरून गेला होता, हे त्याने त्याच्या डायरीमध्ये लिहिले होते. त्याचे हे रहस्य त्याने पन्नास वर्षे अंकांच्या जंजाळामध्ये दडवून ठेवले होते.

साईगॉन तुरुंगामध्ये रॉयल एअरफोर्सच्या अधिकाऱ्यांना येऊन आता सहा आठवडे झाले होते. भुकेमुळे ते भकास वाटत होते. त्यांच्यापैकी काही जण त्यामुळे खूप आजारीदेखील पडले होते. जे खूपच गंभीररीत्या आजारी होते, त्यांना दवाखान्यामध्ये दाखल करण्यात आले होते आणि त्यांना बरे होण्याकरता कित्येक दिवसांचा कालावधी जावा लागला. पण त्यांच्यापैकी कोणीही मेले नाही. रॉयल एअरफोर्सचे

जे लोक मागेच शामशुईपोला होते, त्यांचीही अवस्था अतिशय बिकट होती. रॉयल एअरफोर्सच्या काही लोकांनी त्यांची सुटका करून घेतली, त्या गोष्टीला आता एक महिना उलटून गेला होता. लेफ्टनंट डग्लस क्लॉग याच्या नेतृत्वाखाली आणखी चार जणसुद्धा पळून गेले होते. या वेळेस मात्र तोकुंगा जाम चिडला. त्याने मागणी केली की, प्रत्येक कैद्याने शपथ घ्यावी की, तो सुटून पळून जाणार नाही. शिक्षा म्हणून कैद्यांना जेवणामध्ये देण्यात येणारा भात कमी करण्यात आला आणि त्यांना पुन्हा अर्धपोटी ठेवण्यात आले. कुंपणाच्या बाहेरून ज्या अन्नाची विक्री व्हायची, त्यावरही बंदी घालण्यात आली. जे कैदी अगोदरच कुपोषित होते, त्यांच्या दृष्टीने ही फार मोठी आपत्ती होती. डोनाल्डला त्याच्यामध्ये बेरीबेरी या रोगाची प्राथमिक लक्षणे दिसायला लागली. हा रोग ब जीवनसत्त्वाच्या कमतरतेमुळे झाला होता. त्याच्या पायाला आणि घोट्याला सूज आली होती आणि एखाद्या फुग्याप्रमाणे त्याचे पाय फुगले होते. पण फ्लोरी त्याच्यासाठी जेवणाचे पाकीट घेऊन यायची, त्यामुळे या रोगाची पुढची पायरी सुदैवाने आली नाही. पायांमध्ये प्रचंड वेदना होत असत. या वेदनेला इलेक्ट्रिक फीट असे नाव होते. ह्या प्रचंड वेदना अक्षरशः डोळ्यांमधून पाणी काढायच्या. त्या वेदना कमी व्हाव्यात, म्हणून रोगी तासन्‌तास आपले पाय पाण्यात घालून बसत असे. त्यामुळे ओल्या त्वचेला तळपायापर्यंत छेद जात असे.

प्रत्येकाच्या त्वचेवर पुरळ उठले होते आणि पुवाचे फोड आले होते. याचे प्रमुख कारण म्हणजे, जीवनसत्त्वांचा अभाव. डिफ्थेरियामुळे घशाला सूज येत होती आणि घसा सडत होता. पेलाग्रामुळे त्वचा रखरखीत झाली होती आणि त्यामुळे प्रचंड खाज सुटत होती. हत्तीरोग झाल्यानंतर जांघांभोवती जशी असह्य खाज सुटते, तशी खाज सुटायची. रोग्याच्या जननेंद्रियाला सूज येऊन त्यांचा आकार टेनिसच्या चेंडूएवढा मोठा झाला होता. याला स्ट्रॉबेरी बॉल्स असे नाव होते. या भागामध्ये रोग्याला एवढी खाज सुटायची की, रोगी वेड्यासारखा खाजवतच राहायचा. कुपोषणाचा सर्वांत भयंकर दुष्परिणाम म्हणजे जुलाब. त्या वर्षीच्या एप्रिल महिन्यामध्ये छावणीमधील जवळजवळ अर्ध्या लोकांना जुलाब झाले होते.

डोनाल्डच्या बाकीच्या सर्व मित्रांना तिथून नेल्यानंतर डोनाल्डलादेखील प्रश्न विचारण्याकरता नेण्यात आले. हे काही चांगले लक्षण नव्हते. त्याला घेऊन जाणारा माणूस खूपच धिप्पाड होता. तो तैवानी सार्जंट होता आणि त्याचे नाव होते जॉर्ज. तो सहा फूट उंच होता आणि आपल्या तलवारीने कैद्यांना मारण्याकरता तो प्रसिद्ध होता. डोनाल्डला कमांडंट लेफ्टनंट हाइडेव वाडा याच्यापुढे उभे केले गेले. त्याला असलेल्या पुढील दातांमुळे 'रॅटफेस' असे टोपणनाव त्याला पाडले होते. त्याच्यापुढे डोनाल्ड जेव्हा आला, तेव्हा त्याला न मारता त्याने त्याला सिगारेट दिली. जॉर्जने नंतर डोनाल्डला विचारले, "रॉयल एअरफोर्सच्या तुलनेत जपानी एअरफोर्स कसे

आहे?'' डोनाल्डने तेवढ्यात हातात येतील तेवढ्या सिगारेटी चोरण्याची संधी घेतली. त्याचे स्पष्ट आणि परखड मत देण्याची चूक केली की, झीरो फायटर अतिशय धीमे आहे.

त्याला माहीत नसले, तरी तो त्या छोट्याशा परीक्षेमध्ये नापास झाला होता. जपानी लोकांनी ठरवले होते की, छावणीमधून सुटका होण्याचे वाढलेले प्रमाण कमी करायचे. त्याकरता अधिकाऱ्यांना अधिक सुरक्षित स्थळी हलवायचे. तरीही त्यांच्यापैकी काही जणांना शामशुईपोलाच ठेवायचे ठरले होते आणि तिथे त्यांना इतरांवर लक्ष ठेवण्याची जबाबदारी दिली होती. रॉयल एअरफोर्सच्या अधिकाऱ्यांपैकी डोनाल्ड हा एकमेव अधिकारी होता की, ज्याचे सर्वेक्षण करण्यात आले होते. मेजर सेसिल बूननंतरचा हा दुसरा अधिकारी होता की तो त्यांना यासाठी योग्य वाटला होता. मूर्ख आणि अकार्यक्षम म्हणून तो प्रसिद्ध होता आणि मेजर डिझॅस्टर असे त्याचे नामकरण केले होते. वरिष्ठांची मर्जी संपादन करण्याकरता काहीही करण्याची बूनची तयारी असायची. युद्धानंतर देशद्रोहाच्या आरोपाखाली त्याची चौकशी करण्यात आली होती. त्याची नियुक्ती होण्याअगोदर भुकेलेल्या लष्करी छावणीमध्ये काही खबरे तयार झाले होते. हे खबरे त्यांच्या मित्रांची गुपिते जास्त रेशनच्या बदल्यात विकायचे.

याला अपवाद होते फक्त रॉयल एअरफोर्सचे युनिट. या युनिटचे मनोधैर्य जिवंत ठेवण्याचे श्रेय संपूर्णपणे डोनाल्डला होते. त्याने या काही आठवड्यांमध्ये लोकांचे मनोधैर्य टिकवून ठेवण्याचे काम केले होते. तो त्याच्या माणसांना जाणीव करून देत असे की, कैदेमधील जीवनातील सर्व संकटे आणि अडचणी सहन करण्याची ताकद त्यांच्यामध्ये आहे. तो त्यांना शिस्तीचे महत्त्व पटवून देत असे. बाकीच्या तुकड्यांपेक्षा त्यांची तुकडी वेगळी होती आणि त्यांनी स्वत:चा दर्जा टिकवून ठेवला होता. जेव्हा छावणीमधील गुप्त रेडिओ यंत्रणेची बातमी खबऱ्यांमार्फत जपानी सैन्यापर्यंत पोहोचली, तेव्हा डोनाल्डने रॉयल एअरफोर्सच्या तज्ज्ञांना बाजूला बोलावले आणि त्यांना सावध केले की, त्यांना जपान्यांकडून याविषयी उलटसुलट प्रश्न विचारले जातील. त्याने त्यांना हेही बजावून ठेवले की, आपल्याला त्याबद्दल काही माहीत नाही, असे सांगायचे. आणि तसेच घडले. एकूण तीन रेडिओ यंत्रणा उभारण्यात आल्या होत्या, त्यांपैकी जपान्यांना दोन सापडल्या. तिसरी सापडण्यापूर्वीच मोडून टाकण्यात आली. त्यांच्यापैकी एका तरी रेडिओ यंत्रणेमध्ये त्यांचा सक्रिय सहभाग होता; पण डोनाल्डने बजावल्याप्रमाणेच त्यांनी आमचा हात नाही, असे सांगून हात झटकले आणि त्यामुळे ते शिक्षेतून वाचले. त्यांच्या दृष्टीने हा एक महत्त्वाचा परंतु तरीही विजयच होता. त्या वेळेस त्यांच्या आयुष्यात घडणाऱ्या सर्वच गोष्टी त्यांना शारीरिक आणि मानसिकदृष्ट्या कमकुवत करणाऱ्या होत्या.

छावणीमधील कुपोषणाचे संकट, बाहेरून येणाऱ्या पराभवाच्या बातम्या या सगळ्यांमधूनही त्यांनी अशा छोट्या-छोट्या विजयांमधून स्वत:चे मनोधैर्य राखून ठेवले.

मनोधैर्याचे खच्चीकरण झालेल्या किती तरी तुकड्या होत्या. माल्टबेसाठी रॉयल एअरफोर्सने आदर्श उदाहरण घालून दिले होते. नंतर पाच वर्षांनंतर सुलिव्हनने माल्टबेला आठवण करून दिली की, त्याने युनिटमध्ये असणारे उच्च मनोधैर्य आणि उत्तम वागणूक याबद्दल त्याची तोंडभरून स्तुती केली होती. पण सुलिव्हनने कबूल केले, ''या सगळ्याचे श्रेय फक्त फ्लाईट लेफ्टनंट डोनाल्डकडे जाते.'' डोनाल्डचे युद्धामधील शौर्य खरोखरच वाखाणण्यासारखे होते. त्याने जळणाऱ्या विल्डबिस्टला वाचवण्यासाठी पराक्रमाची पराकाष्ठा केली. माल्टबेने त्याची केलेली शिफारस डोनाल्डने छावणीमध्ये किती महत्त्वाचे कार्य केले, ते दर्शवते.

एप्रिल महिन्यामध्ये डोनाल्ड ज्या लोकांची काळजी घेत होता, त्यांच्यापासून त्याला वेगळे करण्यात आले. जवळजवळ सर्व अधिकाऱ्यांना ॲरगिल स्ट्रीटवरील छावणीमध्ये हलवण्यात आले. ती छावणी युद्धापूर्वीच युद्धकैद्यांकरता उभारण्यात आली होती. त्या लांब-लांब झोपड्यांमध्ये बाकी कोणतेच सामान नव्हते. जास्तीत जास्त त्रास होईल, अशी काँक्रीटची जमीन फक्त होती. तिथे जिंगर सुलिव्हन, फ्रँक हेनेसी आणि डोनाल्डच्या बाकीच्या सहकाऱ्यांनादेखील हलवण्यात आले. त्यांना जागा होती; पण सगळ्यात आश्चर्याची गोष्ट म्हणजे, जपान्यांनी तेथे शेवटी रेडक्रॉसच्या दडपणामुळे कैद्यांना पत्र लिहिण्याची परवानगी दिली. त्यांना फक्त दोनशे शब्दांची मर्यादा घालून दिली होती. त्यांचे पत्र हे छापीलच असले पाहिजे, असा निर्बंधही घातला गेला.

कोणतीही छोटीशी चूक झाली तरीसुद्धा डोनाल्डचे ते पत्र पामेलापर्यंत पोहोचू शकले नसते, त्यामुळे त्याने अतिशय काळजीपूर्वक लिहायला सुरुवात केली :

कु. पामेला किराज हिस,
२ क्वीन्स रोड,
टनब्रिज वेल्स, इंग्लंड
डी. एस. हिलकडून

नंतर त्याने तारीख टाकली - '३ जून १९४२' आणि त्यानंतर एक मोठी रिकामी जागा सोडली व लिहिले,

प्रिय पामेला,

जपानी अधिकाऱ्यांकडून आम्हाला लिहायची परवानगी मिळाली आहे. तुला खात्री देतो की, मी सुरक्षित आहे. माझ्या आईला तू माझ्या खुशालीबाबत कळवशील का? मी तिलाही लवकरच लिहीन.

मला माहीत नाही; पण तुझी आतापर्यंत तर खात्रीच झाली असेल की, मी कदाचित मेलो आहे. पण ह्या सगळ्या महिन्यांत तुझ्या विचारांनीच माझे मन व्यापून गेले आहे. वाट्टेल ते होऊ दे राणी, मी तुझ्यावर कायम प्रेम करत राहीन. आणि हो– तू जेव्हा मला पत्र लिहिशील, तेव्हा खाली दिलेले नियम पाळ.

माझे सर्व प्रेम फक्त तुझ्यासाठीच आहे. मी खूप प्रेम करतो गं तुझ्यावर... आणि कायम करत राहीन.

डॉन

जपानी लोकांनी बनवलेले नियम पत्राखाली नमूद करणे गरजेचे होते. पत्र कॅपिटल लेटरमध्येच लिहायचे, त्याचप्रमाणे ते साध्या-सोप्या शब्दांमध्येच असावे. कोणत्याही प्रकारची राजकीय किंवा लष्करी माहिती त्यामध्ये समाविष्ट करता कामा नये आणि कागदाची एकच बाजू लिहिण्याकरता वापरायची, असे बंधन होते. याशिवाय पाचवा नियम होता, तो म्हणजे - सांकेतिक चिन्हे किंवा शब्द वापरायचे नाहीत. जो कोणी सांकेतिक भाषेमध्ये डायरी लिहीत असेल, तो यावर मनातल्या मनात खदखदून हसला असेल.

लपवलेले सत्य

आजच्या या माहिती आणि तंत्रज्ञानाच्या युगामध्ये सांकेतिक लिपीशिवाय आपली रहस्ये जपून ठेवणे केवळ अशक्य आहे.

लेखक : फिलिप झिमरमॅन
पुस्तक : 'प्रेटी गुड प्रायव्हसी'

मार्च महिन्याच्या सुरुवातीलाच फिलिप ॲस्टनना एक गोष्ट कळली. ती म्हणजे, डोनाल्डकडे संगणक नव्हता, एकांत नव्हता की सुरक्षितताही नव्हती. तरीही त्याच्याजवळ एक अतिशय महत्त्वाची आणि मौल्यवान गोष्ट होती, ती म्हणजे भरपूर वेळ. त्याच्या रहस्याचा भेद करू पाहणाऱ्या ॲस्टनजवळ असा भरपूर वेळ मात्र नव्हता. अतिपूर्वेकडील युद्धकैद्यांच्या जीवनावर प्रकाश टाकणारी अनेक पुस्तके विद्यापीठाच्या ग्रंथालयामध्ये ॲस्टनने धुंडाळण्यास सुरुवात केली होती. तो जसजसे वाचत गेला तसतसा त्याला डोनाल्ड ज्या परिस्थितीमध्ये राहत होता, त्या परिस्थितीचा अंदाज येत होता. त्या वेळेस डोनाल्डच्या पुढे वेळ कसा काढायचा हा प्रश्न नव्हता, तर वेळ कसा मिळवायचा, हाच मोठा यक्षप्रश्न होता.

शामशुईपो या ठिकाणापेक्षा ॲरगिल स्ट्रीटवर लोकांची संख्या कमी होती आणि व्यवस्थापनाचा दर्जा बऱ्यापैकी होता. तिथे लांब बिछाने टाकल्याप्रमाणे झोपड्या होत्या आणि एक परेड ग्राऊंड होते. तिथे खूप वेळ तपासणी केली जात असे. जेव्हा ते तिथे आले, त्या वेळेस त्या झोपड्यांमध्ये काहीही नव्हते. त्यामुळे सामानासाठी शोधाशोध सुरू झाली. त्यामध्ये रोजच्या व्यवहारामध्ये लागणारे फर्निचर आणि क्रोकरी यांचा समावेश होता. त्यांच्या अंथरुणांमध्ये प्रचंड प्रमाणात ढेकूण होते. अत्यंत उन्हाळ्यामुळे आणि दमट हवेमुळे त्यांचे कपडे व बूट जवळजवळ फाटले होते. युनिफॉर्म्स फाटून खराब होऊ नयेत, म्हणून ते फाटके-तुटके आणि जुने-पुराणे, कमरेभोवती पट्टा बांधलेले कपडे वापरत असत. सगळ्यात चीड आणणारा प्रकार कोणता होता, तर त्यांना अतिशय अपमानास्पद नियम पाळण्याची सक्ती केली जात होती; आणि ती म्हणजे, प्रत्येक युद्धकैद्याला प्रत्येक सुरक्षारक्षकापुढे नतमस्तक व्हायला लागे. अजून एक रोजचा छळ म्हणजे, त्यांना

रोज मुस्काडले जाई, तसेच त्यांच्या शरीरावर जोरजोरात ठोसे मारले जात असत.

त्या प्रकारच्या पार्श्वभूमीवर डोनाल्डने त्याच्या डायरीमध्ये चौकटी आणि अंकांमध्ये जे रहस्य दडवले होते, त्यांची मांडणी अतिशय व्यवस्थित केल्याप्रमाणे भासत होती. फिलिप ॲस्टनला एकाएकी समजले की, अशा प्रकारची सांकेतिक मांडणी केवळ अशक्य आहे. ही अशी मांडणी एकदम तर नक्कीच केली नाहीये; तर इथे नक्कीच कमीत कमी एक तरी मधली पायरी असावी. प्रथम त्याने साध्या-सोप्या इंग्रजीमध्ये मांडणी केली असावी. ती रचना अगदी साधी आणि बाळबोध असावी. त्याने अंदाजाने ती रचना साध्या सांकेतिक भाषेमध्ये लपवली. नंतर त्याने ती परत दुसऱ्या एका सांकेतिक भाषेत रूपांतरित केली असेल आणि शेवटच्या भाषांतराचे अंकामध्ये रूपांतर करून त्याची डायरीमध्ये व्यवस्थित मांडणी करण्यापूर्वी त्याने तिला अजून गुंतागुंतीची आणि अवघड बनवली असेल. फिलिपने त्यांपैकी दोन पायऱ्या उलगडल्या आणि तिसरीकडे वळला. तिसरी पायरी काहीशा निरर्थक अशा अक्षरांचे ठोकळे वाटले, पण त्याही पलीकडे त्यामध्ये काही तरी दडलेले होते.

डोनाल्डने निर्माण केलेले कोडे सोडवण्याची धडपड करत असताना ज्या परिस्थितीत हे कोडे तयार केले गेले, त्या परिस्थितीचा फिलिप पुन:पुन्हा विचार करू लागला. गिल्फोर्डमध्ये आधुनिक विद्यापीठाच्या आवारात असलेल्या बिल्डिंग 'ए'च्या चौथ्या मजल्यावर एका छोट्या अभ्यासिकेत तो बसला होता. विद्यापीठाच्या आवारात नीटनेटकेपणाने लॉन्स केलेली होती आणि बिल्डिंगमधून गिल्डफोर्डचे गर्दीने भरलेले आणि ऐटबाज रस्ते दिसत होते. अशा ठिकाणी बसून युद्धकैद्यांच्या छावणीचा विचार करणे अवघड होते. या युद्ध छावण्यांमध्ये दररोजचा जगण्याचा संघर्ष, प्रचंड उन्हाळा, भुकेने होणारी तडफड आणि रोजचा होणारा शारीरिक छळ या सर्वांचा सामना करत युद्धकैदी आपले आयुष्य कंठत होते. फिलिपपुढे महत्त्वाचे आव्हान होते, त्या सांकेतिक शब्दांकरता काही तरी पर्याय शोधणे. पण ती परिस्थिती जाणून घेण्याकरता तो कसल्याशा अंत:प्रेरणेने पुन:पुन्हा याच गोष्टीचा विचार करत होता की, तिथे युद्धकैद्यांच्या छावणीमध्ये कोणत्या परिस्थितीत डोनाल्ड राहत असावा आणि तिथे नेमके काय घडले असावे?

जसजसे दिवस जात होते तसतसा डोनाल्डच्या या रहस्यमय डायरीने ॲस्टनच्या संपूर्ण विचारांवर ताबा घेतला होता. अगदी पहिल्या-पहिल्यांदा त्याला ते रहस्य म्हणजे एक मनोरंजन वाटत होते. त्याच्या कामामधून काही वेळ मनोरंजनाचे साधन म्हणूनही तो त्याकडे पाहत होता; पण आता मात्र तसे नव्हते. त्याच्या डोक्यात त्या रहस्याखेरीज दुसरे काहीही नव्हते. तो जणू काही झपाटल्याप्रमाणे त्या रहस्याच्या मागे लागला होता. त्याची बायको लिंडा हिनेसुद्धा अंक लिहिलेली ती पाने वाचायला सुरुवात केली. दोन-तीन वेळा घरी ती गुंतागुंतीची अक्षरे वाचण्याचा तिने प्रयत्न

केला. जेव्हा त्यांचे कुटुंब चर्चेसाठी एकत्र जमायचे, त्या वेळेसही तिने हेरले होते की, ऑस्टन त्या चर्चेमध्ये मनाने कधीच नसायचा, तर त्याचे लक्ष दुसरीकडेच असायचे.

"ती वेळ खरोखरच खूप अवघड होती– एक सत्त्वपरीक्षाच होती." तिला आता बोलतानाही खूप वाईट वाटत होते. "आमचा छोटा मुलगा म्यॅथ्यू हा केवळ अठरा महिन्यांचा होता आणि तो रात्री झोपत नसे. फिलिपच्या डोक्यात सतत डोनाल्डच्या डायरीचेच विचार असत. त्यामुळे तोही रात्र - रात्र जागा राहत असे. मी जेव्हा मॅथ्यूकडे दुर्लक्ष करायची, तेव्हा फिलिप अस्वस्थपणे एका कुशीवरून दुसऱ्या कुशीवर वळत रात्र जागून काढत असे. त्याच्या ह्या बेचैनीमुळे मलाही झोप लागायची नाही. एकंदर काय, आम्ही सर्वांनीच कित्येक रात्री जागूनच काढल्या."

अशाच एका अस्वस्थ रात्रीनंतर, एकदा फिलिपला त्याच्या बरगडीमध्ये दुखायला लागले आणि तो उठला. जेव्हा तो बिछान्यावरून उठला, तेव्हा त्याला त्याचे हातसुद्धा लांब करता येईनात. तरी त्याने अत्यंत संयम पाळला. त्याने ते लक्षण ओळखले.

यापूर्वीही त्याला असे एकदा झाले होते. जेव्हा मॅथ्यू जन्मला, तेव्हा पहिल्यांदा हा त्रास त्याला झाला. पण त्या वेदना थोड्या वेळाने थांबतील, असा विचार करून तो आपल्या कामाला गेला. कारण आजारी राहून घरी बसणे त्याला परवडणारे नव्हते. मात्र, दुपारच्या वेळी त्याच्या वेदना अचानक एवढ्या वाढल्या की, त्याला डॉक्टरांकडे जाणे भाग पडले. डॉक्टरांनी तपासल्यानंतर कळले की, त्याचे फुफ्फुस पूर्णत: बिघडले आहे आणि त्याला तत्काळ उपचाराची गरज आहे. त्याच्या छातीतील हवा काढण्यासाठी त्याच्या डाव्या दंडामध्ये एक नळी घालावी लागणार होती. त्याच्या छातीमधील हवेमुळे त्याच्या फुप्फुसावर दाब येत होता आणि त्यामुळे ते रुंद होण्यास अडचण निर्माण होत होती. डॉक्टरांनी त्याला लवकर सोडावे, म्हणून तो डॉक्टरांच्या मागे लागला. तो हॉस्पिटलमधून बाहेर पडून घरी आला, पण हॉस्पिटलमध्ये परत जाण्यासाठी. अर्थात, या वेळेस स्वत:साठी नाही तर लिंडाच्या बाळंतपणाकरता म्हणून तो तिला हॉस्पिटलमध्ये घेऊन गेला.

त्यामुळे या वेळेस काय झालंय याची त्याला कल्पना आली. त्याने स्वत:ची काही कामे उरकून घ्यायचे ठरवले. सकाळी त्याने त्याचे एका कॉन्फरन्सच्या कामकाजासंबंधीचे थोडे काम हातावेगळे केले; नंतर विद्यापीठामधील एका नोकरीच्या जागेसाठी मुलाखतीला एक उमेदवार आला होता, त्याची मुलाखत घेतली. त्या उमेदवाराचे पण फुप्फुसाशी संबंधित विषयामध्येच स्पेशलायझेशन होते. ही सर्व कामे संपवून नंतर तो डॉक्टरांकडे गेला. तिथे त्याने फक्त दोन दिवसांत बरे व्हायचे ठरवूनच टाकले होते. त्याच्या फुफ्फुसाला बरे होण्यास तेवढा कालावधी पुरेसा होता. या दुखण्याने परत डोके वर काढू नये, म्हणून त्याने त्याच्या बरगड्यांवरही योग्य प्रकारे उपचार करून घेतले. डॉक्टरांनी काही दिवस बेडरेस्ट घेण्याची सक्त

ताकीद त्याला दिली होती, ती त्याला अगदी नाइलाजाने आणि अनिच्छेने पाळावी लागत होती. त्याने वेळ जावा म्हणून विद्यापीठाचे काही काम करायला घेतले. काही वेळाने त्याने लिंडाला जोराने हाक मारली, "मला ती डायरी आणून देतेस का गं?" जेव्हा त्याने तपासून पाहिले, तेव्हा अंकांची जागा आता शब्दांच्या विचित्र सरमिसळीने घेतली होती - *ascg atyt ttce ashs cion zlrh mnee pfnm* त्याच्या प्रत्येक प्रयत्नापुढे आव्हान होते. तो प्रयत्न करत होता आणि आणखी एक नवे आव्हान त्याच्यापुढे उभे राहत होते– मग तो बिछान्यात असो किंवा त्याच्या ऑफिसमध्ये असो. प्रत्येक वेळी कोणता तरी वेगळा संदर्भ निर्माण झाल्यासारखा वाटे.

संगणकाला एक मोठी मर्यादा असते की, तो फक्त नेहमीचा पॅटर्न असेल तरच हे कोडे सोडवू शकतो. जर सांकेतिक शब्द *th* किंवा *he* या जोड्यांनी प्रत्येक वेळी बनलेले असतील, तर ते अशा संगणकाच्या विशिष्ट पॅटर्न प्रोग्राममध्ये सहज ओळखता येऊ शकतात. आता त्याला हे मानावे लागणार होते की, डोनाल्डने एक 'की' वापरली होती की, जिच्यामुळे अक्षरे वरकरणी साधेपणानेच एकमेकांमध्ये मिसळली होती. जर *t* आणि *h* मध्ये कधी कधी पाच मोकळ्या जागा असत्या आणि कधी कधी दोन आणि नंतर सात, तर मग मात्र संगणक गोंधळून गेला असता. त्या वेळेस मात्र ही क्लिष्ट कोडी उलगडण्यासाठी मानवी बुद्धिमत्तेला पर्याय नसतो. ही कोडी कशी निर्माण झाली असावीत, हे केवळ मानवी बुद्धीलाच शोधून काढता येऊ शकते. त्याला आता हे पटले होते की, काही प्रमाणात का होईना डोनाल्डचे रहस्य उलगडण्याच्या कामात थोडासा पुढे गेला होता. गुंतागुंत किंवा अवघड कोडी सोडवणे, हे तर फिलिपचे वैशिष्ट्यच होते. त्याच्या नुकत्याच छापलेल्या पुस्तकाचे नाव होते– 'ॲनॅलिसिस ऑफ द कंट्रोल ऑफ केऑस - रेट ऑफ कन्व्हर्जन्स.' आणि नंतर जेव्हा तो त्याच्या दुखण्यामधून बरा झाला, त्या वेळेस रात्री जागून काढण्याचे सत्र ॲस्टन कुटुंबामध्ये पुन्हा एकदा सुरू झाले.

"फिलिपमध्ये असलेली एक खास गोष्ट म्हणजे तो अतिशय हट्टी आणि हेकेखोर आहे." लिंडाने सांगितले. आता हे सांगताना तिच्या आवाजामध्ये त्याच्याविषयीचे कौतुक होते, का त्याच्याविषयीची ही तक्रार होती, हे मात्र सांगणे कठीण आहे. "तो कायम जे घडतंय ते चालू देत, अशा मताचा आहे. त्याला कोणत्याही गोष्टीतून हार मानणे कधी जमतच नाही."

फिलिपला कल्पना होती की, ज्या समस्येवर तो काम करत आहे, त्याविषयी त्याच्या मेंदूचा अर्धा भागच कार्यरत होता. त्याचा मेंदू एखाद्या सुट्या इंजिनाप्रमाणे हळूहळू विचार करत होता. त्यामुळे त्याने हा विचार तूर्तास थोडा बाजूला ठेवला. ती प्रक्रिया सतत चालू होती आणि सतत ती सांकेतिक भाषा विशिष्ट आकारामध्ये त्याच्या नजरेसमोर होती. त्याने मनानेच त्या सांकेतिक भाषेला एक आकार दिला

होता. जेव्हा त्याला महत्त्वाचा दुवा सापडल्याची जाणीव व्हायची, तेव्हा त्याच्या मनःचक्षुंपूढे तो आकार अगदी स्पष्टपणे दिसायचा. तो जेव्हा त्या समस्येवर जास्त विचार करायला लागला, तेव्हा त्याची अधिकाधिक खात्री होत गेली की, हे रहस्य उलगडण्याकरता नक्कीच एखादा धागा मिळेल. त्या अक्षरांची पुनर्मांडणी करणारा एखादा शब्द किंवा एखादा वाक्प्रचार नक्कीच सापडेल. यामध्ये अडचण अशी होती की, तो दुवा सापडला तर त्याचा त्या संदेशाशी फारसा संबंध असेल का, अशीही त्याला शंका होती.

दि. ३ ऑगस्ट १८२२ रोजी वेलिंग्टन या सरदाराला परराष्ट्र सचिवाच्या म्हणजेच लॉड कॅसलरीजच्या घरी तातडीचे बोलावणे आले. सरदार वेलिंग्टन (अर्थात सरदार आयर्न हे त्याचे टोपणनाव होते) ऐकत होता आणि त्याचा जुना सहकारी कुठली तरी फसवणुकीची आणि कुठल्या तरी न घडलेल्या भयंकर गुन्ह्याची कपोलकल्पित कथा तावातावाने सांगत होता. त्या कशालाही काहीही अर्थ नव्हता आणि जेव्हा कॅसलरीज शेवटी शांत झाला, तेव्हा वेलिंग्टन त्याच्या नेहमीच्या शांत आणि सरळ आवाजात म्हणाला, "मी तुला आता इशारा देतो की, आत्ता तुझे डोके ठिकाणावर नाहीये."

नंतर त्याने हे सर्व आपला मित्र चार्ल्स ॲर्ब्युथनॉटला सांगितले. ॲर्ब्युथनॉटने विचारले की, असा कोणता गुन्हा त्याने केला, असे कॅसलरीजला वाटत होते. हा खरं तर अवघड प्रश्न होता. कारण ॲर्ब्युथनॉटच्या बायकोच्या– हॅरीएटच्या मते, तो असा गुन्हा होता की, ज्याला कोणतेही नाव देता येणार नाही. पण एक तरुण अधिकारी म्हणून वेलिंग्टनला अंकांच्या संकेतांबाबत चांगली माहिती होती. म्हणून तो म्हणाला 'ही I g ची गोष्ट आहे.' नेहमीच्या लष्करी सांकेतिक भाषेप्रमाणे B = 1, C = 2 आणि याप्रमाणेच पुढील कोडही तसेच घ्यायचे. त्यामुळे त्याचा अर्थ लावणे सोपे आहे. 'ही B J ची गोष्ट आहे.' पण याचा अर्थ काय आहे, हा वेगळा भाग होता. लंडनमध्ये ज्या काही कंड्या पिकायच्या, त्याविषयी ॲर्ब्युथनॉटला इत्थंभूत माहिती असे. त्यामुळे त्याला याचे लगेच उत्तर मिळाले. पण बाकीचे मात्र बुचकळ्यामध्ये पडले असणार, कारण त्या संकेतांचे अर्थ माहीत करून घेण्याकरता त्या लोकांमध्ये राहणे गरजेचे असते. स्थानिक गोष्टींचे ज्ञान हवे, ते ॲर्ब्युथनॉटला होते. हे सांकेतिक शब्द लष्करी संकेतांपेक्षा पूर्णपणे वेगळे होते.

खरे तर हे शब्द पर्सी जोसलीन नावाच्या क्लोगरच्या बिशपच्या एका बदनाम केसच्या संदर्भातले होते. हा बिशप एका रखवालदाराबरोबर लैंगिक चाळे करताना पकडला गेला होता. वेस्टमिनिस्टरला व्हाईट हार्ट इन इथे एका खासगी खोलीमध्ये त्याच्याबरोबर तो लैंगिक चाळे करत होता. म्हणून B J चा अर्थ होता बिशप जोसलीन. आणि परराष्ट्र सचिवाला वाटत होते की, आपल्यावर समलिंगी संबंध

एक

१९३७मध्ये मॅगी राऊफच्या उन्हाळी कलेक्शनमध्ये पामेलाने मॉडेलिंग केले होते.

पामेलाची बहीण ब्रिजीट फर्ग्युसन. १९३७मध्ये ब्रिजीटला भाजून अपघात झाला, त्याआधी घेतलेले छायाचित्र.

⇧ १९३९चा प्रसन्न उन्हाळा. साऊथ डाऊन्सच्या एका छोट्या खेड्यामध्ये पामेलाने डोनाल्डचे घेतलेले छायाचित्र.

⇨ एप्रिल, १९४५मध्ये तुरुंगात डोनाल्डच्या सोबत असलेल्या कैद्याने काढलेले डोनाल्डचे रेखाचित्र.

香港俘虜收容所

To: Miss P.S.Kirrage,
Winkfield Place,
Windsor Forest, Berks.

From: Donald. S.Hill,
Prisoner of War Camp N,
HongKong.

Date: 17th. April 1943.

My Darling One,

Last week a miracle happened, I received a letter from you, dated 11/7/42. My first letter Darling and what a difference it made. I was so excited that I started reading it upside down. To know after all these months that you are safe and well. Darling what more could I ask.

Ginger and I were delighted to hear that you had met Beryl. We have started to plan the reunion party when this is all over Incidentally it's the first time I knew that you had a passion for red heads darling. He's in great form and has been absolutely grand.

Nearly four years of separatāon darling and I love you as much, if not more, than ever. I remember so well how the prospect of three years away from you seemed a lifetime. It has been an eternity Darling. But having stood that test we can be sure of the future. I just live for the day when I shal4 see you again my darling. I shall probably be struck completely dumb.

I have just about used up my 200 words. I would need another 200 to tell you how much I love you darling. You are for ever in my thoughts.

Take great care of yourself my Darling.

I love you,

Always have and always will.

DON.

Rules For Correspondence.

1. Use one side of the paper only.
2. Letters must be typed or written in Block Capitals.
3. English language only to be used.
4. Use simple words and phrases.
5. Do not use code or secret marks.
6. News about Military, Political, Commercial and Industrial affairs is not allowed.

पामेलाला डोनाल्डने पाठवलेले पत्र.
या पत्रामुळे दीर्घ कालावधीने त्यांच्यातला संपर्काचा पूल जोडला गेला.

⇦
१३ जानेवारी, १९४६. साडेसहा वर्षांच्या प्रतीक्षेनंतर एकत्र.

⇩ १९४६ – कैदी असताना भोगलेल्या यातना व आलेले अनुभव यांनी पछाडण्यापूर्वी, डोनाल्ड हिरवळीवर आरामात पहुडलेला.

⇧ १९४७मध्ये मित्रांसमवेत. पामेला (उजवीकडून दुसरी) आणि डोनाल्ड (डावीकडून तिसरा).

⇦ कुटुंबकबिला. १९५२मध्ये इराक येथे पामेलासोबत (डावीकडून) जोआना, ख्रिस्तोफर आणि कॅरोलिन.

⇨ शेवटी कोडे सुटले! फिलिप ॲस्टन यांनी डोनाल्डने ५० वर्षांपासून दडवून ठेवलेली गोष्ट पामेलाला उलगडून सांगितली.

पामेला किराज, वयाच्या २२व्या वर्षी. छायाचित्र – अँग्युस मॅक्बीन

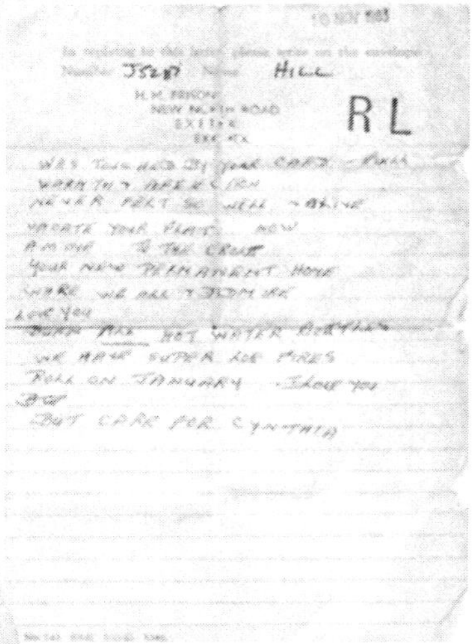

डोनाल्डने पामेलाला तुरुंगातून लिहिलेली भावनेने ओथंबलेली पत्रे.

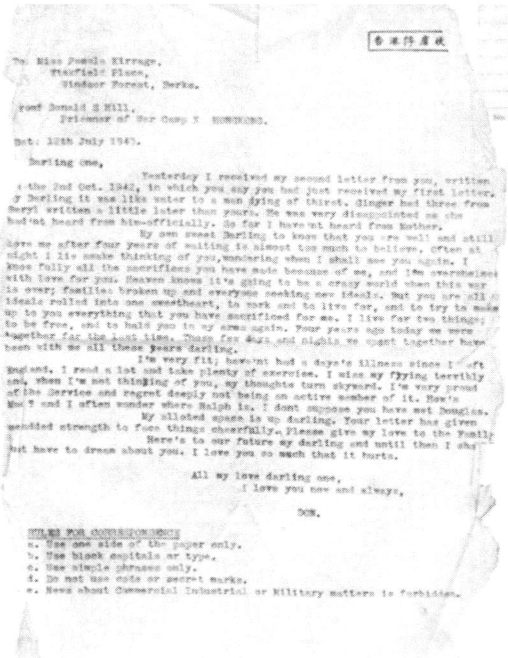
To: Miss Pamela Kirrage,
Fiarfield Place,
Windsor Forest, Berks.

From: Donald S Hill,
Prisoner of War Camp X HONGKONG.

Dat: 12th July 1943.

Darling one,

Yesterday I received my second letter from you, written the 2nd Oct. 1942, in which you say you had just received my first letter. My Darling it was like water to a man dying of thirst. Ginger had three from Beryl written a little later than yours. He was very disappointed as she had'nt heard from him officially. So far I have'nt heard from Mother.

My own sweet Darling to know that you are well and still love me after four years of waiting is almost too much to believe. Often at night I lie awake thinking of you, wondering when I shall see you again. I know fully all the sacrifices you have made because of me, and I'm overwhelmed with love for you. Heaven knows it's going to be a crazy world when this war is over; families broken up and everyone seeking new ideals. But you are all ideals rolled into one sweetheart, to work and to live for, and to try to make up to you everything that you have sacrificed for me. I live for two things; to be free, and to hold you in my arms again. Four years ago today we were together for the last time. Those few days and nights we spent together have been with me all these years darling.

I'm very fit; have'nt had a days's illness since I left England. I read a lot and take plenty of exercise. I miss my flying terribly and, when I'm not thinking of you, my thoughts turn skyward. I'm very proud of the Service and regret deeply not being an active member of it. How's Max? and I often wonder where Ralph is. I dont suppose you have met Douglas.

My alloted space is up darling. Your letter has given me added strength to face things cheerfully. Please give my love to the Family.

Here's to our future my darling and until then I shall just have to dream about you. I love you so much that it hurts.

All my love darling one,
I love you now and always,

DON.

RULES FOR CORRESPONDENCE
a. Use one side of the paper only.
b. Use block capitals or type.
c. Use simple phrases only.
d. Do not use code or secret marks.
e. News about Commercial Industrial or Military matters is forbidden.

ठेवण्याचा आरोप करून आपल्याला फसवले जात आहे. त्या काळी समलिंगी संबंध ठेवणे हा एवढा मोठा गुन्हा होता की, त्याबद्दल देहान्ताची शिक्षा दिली जात असे. तो निरपराध आहे, हे त्याला सिद्ध करता आले नाही आणि शेवटी त्याचे पर्यवसान आत्महत्येमध्ये झाले. दहा दिवसांनंतर वैफल्याच्या भरामध्ये त्याने स्वत:चा गळा कापला आणि आत्महत्या केली.

फिलिपला असा संशय येत होता की, डोनाल्डच्या रहस्याचा दुवा हा त्याच प्रकारच्या विशेष ज्ञानाशी संबंधित होता. हा त्यातल्या मजकुराशी संबंधित नव्हता, पण अशा प्रकारचा दुवा सहजपणे फार कमी वेळा वापरला जात असे. सुधारणेच्या काळामध्ये कॅथॉलिक आणि प्रोटेस्टंट या दोन्ही पंथांचे लोक बायबलमधील उतारे सांकेतिक लिपीमध्ये लिहीत असत. कारण धर्माच्या शिकवणुकीसाठी त्यांना ती सांकेतिक लिपी खूप उपयोगाची होती. नंतर सांकेतिक लिपी वापरणारे त्यांच्या आवडीच्या पुस्तकातील कोणताही एक उतारा घेऊन तो सांकेतिक लिपीमध्ये लिहीत. त्यातून त्यांना हेच सिद्ध करायचे असायचे की, शब्दांची पुनर्मांडणी कशी करता येते. डोनाल्डच्या बाबतीत बोलायचे झाले, तर या सांकेतिक शब्दाची उकल करण्याची किल्ली त्याच्याच जवळ होती. पण डोनाल्डच्या बंदिवासामधील परिस्थितीचा त्याने अनुमान करूनच ओळखायची गरज होती. फिलिपसाठी वेळ ही गोष्ट फार मोलाची होती. त्याला 'इंटरनॅशनल जर्नल ऑफ बायफरगेशन अँड केऑस' या नियतकालिकाकरता एका लेखाची तयारी करायची होती, पण त्याने त्यातला काही वेळ युद्धकैद्यांच्या छावणीवरील पुस्तके वाचण्यात घालवला.

सांकेतिक शब्द वापरून त्याने अनुभवलेली परिस्थिती दडवून ठेवण्याचा त्याचा दृष्टिकोन हे त्याच्या स्वभावाचेच आणि त्याच्या एकंदर आयुष्याचेच प्रतीक होते. त्याचा भूतकाळ एका सामान्य माणसासारखा गेला असता; त्याच्या आयुष्यामध्ये प्रेम, आशा, सुरक्षितता किंवा सामान्यपणे सगळ्या घटना घडल्या असत्या; तर ते आयुष्य साध्या-सरळ पारदर्शी पुस्तकाप्रमाणे झाले असते आणि ते साधेपण कुठे तरी त्याच्या लिखाणामध्येही आले असते. पण त्याचे लिखाण, त्याची संपूर्ण डायरी ही त्याच्या आयुष्याप्रमाणेच गुंतागुंतीची होती.

जे शामशुईपो तसेच ॲरगिल स्ट्रीभारील युद्धकैद्यांच्या छावणीमध्ये आयुष्य कंठून जिवंत परतले; त्यांनी सांगितले की, छावणीमधील आयुष्य काही खूप भयंकर नव्हते. सप्टेंबर १९४२ मध्ये ब्रिगेडियर सेसिल टेंप्लेर हे युद्धामध्ये जखमी झाल्यावर काही काळ हॉस्पिटलमध्ये होते. जखमा भरून आल्यावर आणि ते बरे झाल्यानंतर त्यांना ॲरगिल स्ट्रीट येथे नेण्यात आले. त्यांना दवाखान्यातील कंटाळवाण्या आयुष्यापेक्षा छावणीमधील ते आयुष्य खूप वेगळे वाटले.

'तिथे किती तरी प्रकारचे उद्योग करायला होते,' त्याने लिहिले होते. 'तिथे व्याख्याने त्याचप्रमाणे वेगवेगळ्या प्रकारचे कोर्सेस, नाटकांच्या तालमीसुद्धा चालायच्या. जर्मन भाषेचे वर्ग त्याचप्रमाणे अकाउंटिंगचे कोर्सेस होते. वादविवादांच्या स्पर्धांकरता वेगवेगळे ग्रुप्स असत. त्याचप्रमाणे इंग्रजी साहित्य आणि इंग्रजीतील काही रचना यांच्यावरसुद्धा चर्चा चालत असे.'

त्याने अजून जे काही अनुभव सांगितले, ते शिक्षणाशी संबंधित नव्हते. त्या सर्व छावण्यांचे अधिकार कर्नल टोक्युनागा याच्याकडे होते. तो चांगला जाडजूड होता, त्यामुळे 'पांढरे डुक्कर' या टोपणनावाने त्याला ओळखत असत. युद्धानंतर रेडक्रॉसची पार्सल्स अगदी पद्धतशीरपणे लुटून नेल्याबद्दल त्याला दोषी ठरवण्यात आले होते. ही पार्सल्स युद्धकैद्यांना पाठवलेली होती. छावणीमध्ये घडलेल्या हिंसेची सर्व जबाबदारी त्याच्यावर होती. हाँगकाँग हे बाकीच्या जपानी छावण्यांच्या तुलनेत खूपच चांगल्या स्थितीमध्ये होते. डेव्हिड पायपर नावाचा एक सैनिक सिंगापूर येथे शांगी तुरुंगात होता. त्याने सांगितले की, तिथे असणाऱ्या कैद्यांपैकी चौघांना मारहाण केली होती. तो लिहितो–

त्या पहारेकऱ्यांपैकी एक त्यांच्या निम्म्या उंचीचा होता. त्या चार जणांना ओळीत उभे करून तो त्यांच्या समोरून चालत होता आणि त्या चार जणांच्या गालांवर थोबाडीत मारत होता. ओळ संपली की, पुन्हा तो परत फिरायचा आणि दुसऱ्या हाताने दुसऱ्या गालावर मारायचा. मारण्याचा लहानसा आणि कुठून तरी दूरवरून आल्याप्रमाणे तो आवाज माझ्यापर्यंत नंतर पोहोचायचा. मला वाटत होते की, जणू काही मी कुठला तरी घाणेरडा आणि असंस्कृत चित्रपट पाहत आहे आणि त्यामुळे माझा जणू काही स्वत:वरचा ताबा निसटत होता.

फक्त पहारेकरीच मारत नव्हते, तर अधिकारीसुद्धा त्यांना बेदम मारत असत. छावणीमधील अधिकाऱ्याबरोबर संवाद करण्याकरता दुभाषकाची मदत घ्यावी लागायची. तिथे एक अर्धा कॅनेडियन अधिकारी होता. त्याचे नाव होते इनोये कानाओ आणि त्याचे टोपणनाव होते 'स्लॅप हॅपी.' हे टोपणनाव देण्यामागचे कारण म्हणजे, तो युद्धकैद्यांना बोलता-बोलता बेदम मारत असे. त्याचे दुसरेसुद्धा एक टोपणनाव होते, ते म्हणजे 'शॅट इन पँट.' कारण त्याची पँट अंगात लटकल्याप्रमाणे दिसायची. आणखी एक अधिकारी होता आणि तो म्हणजे निमोरी गेनिचिरो. त्याने अमेरिकन मिड-वेस्टमध्ये वीस वर्षे काढली होती. तो त्या कैद्यांना 'यूज गाइज!' किंवा 'बेबी' अशी हाक मारायचा. बहुतांश कैद्यांना हे समजले होते की, व्यक्तीची हिंसा करण्याचा भयानक रोग संपूर्ण जपानी लष्करामध्येच जणू काही पसरला होता, कारण प्रत्येक जणच हिंसा करत असे. अधिकारी एन. सी. ओ. अर्थात नॉन - कमिशन ऑफिसर्सला मारत असत आणि एन. सी. ओ. खासगी सैनिकांना मारत

असत. काही अधिकारी त्यांना सन्मानाने वागवत असत. त्यामध्ये क्योशी वाटानाबे हा दुभाषा किंवा कार्डिफ ज्यो हे दोघे जण होते. वाटानाबे हा ल्युथेरियन होता. ल्युथेरियन या पंथाचे ख्रिस्ती लोक हे जर्मन सुधारक मार्टिन ल्युथरच्या शिकवणुकीवर विश्वास ठेवणारे असतात. ज्यो हा वेल्स येथे काही वर्षे राहत होता. डेव्हिड पायपर-प्रमाणेच सर्व जण हे शिकले होते की, जे काही केले जातेय, त्याविषयी ब्र-सुद्धा काढायचा नाही.

त्यांना तीन वेळा जेवण दिले जात असे. त्यामध्ये प्रामुख्याने शिजवलेला भात असे. पण तो भात खाण्यापूर्वी त्याच्यामध्ये असणारे भरपूर पोरकिडे आणि त्यांची अंडी काढावी लागत. काही वेळा त्यांना भाज्या दिल्या जायच्या. त्यातून व्हिटॅमिन्स मिळायची. उन्हाळ्यामध्ये क्रिसॅंथिममची पाने जेवणामध्ये त्यांना देत असत. आणि पंधरा दिवसांमधून एकदा भाताबरोबर भाजलेला मासा मिळत असे. त्यानंतर त्यांना वापरात नसलेल्या जवळच्या जमिनीवर बाग फुलवण्याकरता परवानगी देण्यात आली होती. तिथे त्यांना टोमॅटो आणि आणखी काही भाज्या लावता आल्या असत्या. या प्रकारचा आहार आणि अतिश्रमामुळे त्यांची वजने जवळजवळ ऐंशी पौंडांनी कमी झाली होती. पण डोनाल्डचे मात्र अन्नाचे हाल झाले नाहीत ते फ्लोरीमुळे. त्याला जिथे ठेवले होते, तिथे ती त्याला भेटली.

शामशुईपोला ती त्याच्यासाठी जेवण घेऊन येत असे. त्याचप्रमाणे त्याच्यासाठी कपडे आणि एक ब्लॅंकेटसुद्धा तिने त्याला दिले. हिवाळ्यामध्ये डोनाल्डला तिच्या या ब्लॅंकेटचा उपयोग झाला. त्याचप्रमाणे ती रोज जेवण द्यायची, त्याबद्दल डोनाल्डला तिच्याविषयी अतिशय कृतज्ञतेची भावना होती. कारण तिच्या जेवणामुळेच तो खऱ्या अर्थाने जगू शकत होता. ॲरगिल स्ट्रीटवरील सर्व व्यवस्था खूप कडक होती. जेवण आणल्यानंतर ते गार्डहाऊसमध्ये आणून ठेवले जाई. नागरिकांना बाहेरच्या रस्त्यावर घुटमळण्याची परवानगी दिली जात नसे. त्याचप्रमाणे कैद्यांना रस्त्यावरून जाणाऱ्या कोणाबरोबरही बोलायला बंदी होती. कोणी काही हळू आवाजामध्ये कुजबुज करत असेल, तर त्यातून काही तरी वेगळा अर्थ घेतला जायचा. कित्येक आठवडे एका भुकेलेल्या कैद्याला त्याच्या चिनी बायकोकडून सुयांची पाकिटे मिळत होती. शेवटी चिडून तो पहारेकऱ्यांजवळ आला आणि जोराने किंचाळला, ‘‘मी नूडल्स मागवली होती, निडल्स नाही.’’

चिनी लोकांचे जेवणाचे फार हाल होत होते. त्यांना अन्न मिळणे खरोखरच अवघड होऊन बसले होते. फ्लोरी मात्र तब्येतीने ठणठणीत होती. शामशुईपोला डोनाल्डने तिला सांगितले की, तिने ही वसाहत सोडून चीनमध्ये निघून जावे म्हणजे इथल्यासारखे तिथे तिचे जेवणाचे हाल होणार नाहीत. पण तिने त्याला सोडून जाण्यास साफ नकार दिला. जेव्हा त्याने खूपच आग्रह केला, तेव्हा तिने त्याला सुनावले की, माझे काय करायचे हे मी ठरवेन; तू नको मला शिकवूस. जपानी

लोकांनी तिचे दागिने चोरले. ती ज्या फ्लॅटमध्ये राहायची तिथूनदेखील तिला हाकलून दिले गेले होते. पण अशा परिस्थितीमध्येही तिला जे शक्य होते, ते ती त्याच्याकरता घेऊन येत असे. तिच्या या प्रेमामुळे तो अक्षरश: भारावून गेला होता. एवढ्या पहाऱ्यातसुद्धा ती त्याच्या मदतीला यायची. तिच्या या धाडसाचे त्याला विलक्षण कौतुक वाटायचे. पण तिच्या या मदतीमुळे त्याला स्वत:च्या असहायतेची सतत जाणीव होत असे आणि ती टोचणी त्याला लागली होती. तिला स्वत:ला पैशाची अतिशय गरज होती. असे असूनसुद्धा ते पैसे स्वत:करता न वापरता ती त्याला जिवंत ठेवण्याकरता वापरत होती. हे तर स्पष्टच होते की, डोनाल्ड तिचे पैसे तिला कधीच परत करू शकणार नव्हता. ही मदत केवळ मदत म्हणून नक्कीच नव्हती, तर त्यामध्ये वेगळीच भावना होती. तिला त्याच्याविषयी जे काही वाटत होते ते त्याला वाटणे शक्य नव्हते, कारण त्याचे प्रेम फक्त त्याच्या पामेलासाठी होते.

''माझ्या मनामध्ये कायम अपराधीपणाची भावना होती.'' त्याने त्याच्या म्हातारपणामध्ये हे कबूल केले होते. ''काहीही असले तरी तिने माझे आयुष्य वाचवले होते. मी तिचे ऋण कधीच फेडू शकणार नव्हतो.''

तो पामेलाला दर महिन्याला पत्र लिहीत असे. पण तिच्याकडून बरेच दिवस काहीच उत्तर आले नाही, त्यामुळे त्याला काळजी वाटायला लागली. युद्ध सुरू होण्यापूर्वी ते दोघे दर आठवड्याला एकमेकांना पत्र लिहीत असत. पत्रामध्ये बऱ्याच वेळा हवापाणी किंवा पार्ट्या याविषयीच लिहिलेले असायचे. पण तरीसुद्धा त्या पत्रामधून त्याला एक विश्वास मिळत असे की, त्यांचे प्रेम अतूट आणि खरे आहे; तो काही फक्त कल्पनाविलास नाहीये. पण आता सहा महिने झाले, त्यांचा एकमेकांशी संपर्कच झालेला नव्हता. त्यामुळे तो अस्वस्थ झाला होता. त्याला भीती वाटायला लागली होती की, त्याच्या आयुष्यामधील सर्वांत मौल्यवान गोष्ट प्रेम, ती गोष्टच त्याच्या हातातून निसटतेय की काय! छावणीतल्या अधिकारी समितीने १९४२ च्या जूनमध्ये जाहीर केले की, सर्व युद्धकैद्यांना महिन्यातून एक पत्र पाठवण्यास परवानगी आहे. त्या वेळी त्याच्या मनामध्ये आशा आणि भीती यांचे द्वंद्व चालू झाले.

त्याला सारखा एकच घोर लागून राहिला होता की, ब्रिटनवर होणाऱ्या बॉंबवर्षावांमध्ये ती मेली तर नसेल... किंवा जखमी तर झाली नसेल? हा विचार तर होताच; पण त्याचबरोबर मनाच्या कुठल्या तरी कोपऱ्यात ही पण भीती होती की, त्याच्याविषयीच्या तिच्या भावना बदलल्या तर नसतील? कारण तिला लोकांचे लक्ष वेधून घ्यायला आवडत असे. ती अतिशय हुशार, विनोदी आणि सुंदर होती. युद्धाच्या काळामध्ये आपले आयुष्य खूप लहान असल्यासारखे वाटते आणि त्यावर खूप निर्बंध येतात. त्याला माहीत होते की, सभ्य वाटणारे तरुण पुरुषदेखील अशा वेळी कसे वागतात. पण या निराशेची जागा मधेच आशा घेत असे आणि त्याला

वाटे की, कदाचित तिला त्याच्याबद्दल काही समजलेही नसेल.

युद्धकैद्यांना त्यांनी पाठवलेल्या पत्रांचे काय होतेय, याची नंतर काहीही खबर नसायची. त्यांची सर्व पत्रे गोळा करून त्यांची तपासणी व्हायची. ही सगळी प्रक्रिया फार गुंतागुंतीची होती आणि दर महिन्याला चालायची. त्या प्रक्रियेमध्ये त्यांची पत्रे कुठे नाहीशी व्हायची, तेच कळायचे नाही. काहीच उत्तर यायचे नाही. काहीच घडायचे नाही. ही पत्रे लिहिताना युद्धकैद्यांनी त्यांमध्ये सर्व भावना अक्षरशः ओतलेल्या असत.

तळमळ व्यक्त करणारी बहुतांशी पत्रे जपानच्या बाहेर गेलीच नाहीत. जपानी लोक थोडे फार इंग्रजी वाचू शकायचे. त्यांच्यापैकी पुष्कळ जणांची महत्त्वाच्या जबाबदारीच्या कामावर नेमणूक झालेली होती. युद्धकैद्यांच्या पत्रांमधील मजकूर तपासणे हे काम फार जबाबदारीचे मानले जात असे. काही वेळा पत्रांचा अक्षरशः खच पडलेला असे आणि काही वेळा भाषांतर करणाऱ्यांना पुरेसे ज्ञान नसायचे. त्या वेळी ही पत्रे काही वेळा जाळून पण टाकली जात असत. एखाद्याने आपल्या प्रिय व्यक्तीला पत्र लिहिले असेल आणि तिच्याकडून काहीच उत्तर येत नसेल, तर तो कैदी मात्र दुःखाने व्याकुळ होऊन काळ कंठत असे.

ॲरगिल स्ट्रीट कँपच्या आतमध्ये वेगवेगळ्या प्रकारचे लोक होते. काही जण एकदम उत्साही होते, तर काही जण निरुत्साही होते. उगाचच जगाचा भार आपल्यावर असल्याप्रमाणे क्षुल्लक बाबतीत चिंता करणारे काही वकील होते. आत्मविश्वासाचा अभाव असलेले काही वास्तुशास्त्रज्ञ होते, काही अगदी व्यावसायिक सैनिक होते, हौशी संगीतकार होते, काही जण सुंदर पत्ते खेळायचे. काही जण अधिकारी होते. त्यांच्यापैकी काही जण एकदम धाडसी होते तर काही जण भित्रे होते, काही जणांकडे यापैकी पुष्कळ गुण होते.

छावणीमधल्या लोकांविषयी मायकेल राईट सांगतो, ''कँपमधल्या लोकांमध्ये मी काय अनुभवले... तर प्रत्येक माणसामध्ये काही चांगल्या गोष्टी, तर काही वाईट गोष्टी असतात. आपण या गोष्टी त्यांच्या स्वभावामधून वेगळ्या करू शकत नाही. प्रत्येकाचा चांगुलपणा आणि वाईटपणा यामध्ये एक सीमारेषा असते. तिथे प्रत्येकाच्या चांगुलपणामध्ये खूप वाईटपणा होता, तर वाईटपणामध्येही खूप चांगुलपणा होता. पण मला यामध्येही प्रकर्षाने जाणवले ते म्हणजे, वाईटपणापेक्षा चांगुलपणा यांच्यामध्ये जास्त होता.''

या लोकांचे सर्वांत मोठे दुःख होते की, त्यांच्या कुटुंबीयांकडून त्यांना काहीच खबरबात मिळत नव्हती. ही गोष्ट त्यांच्याकरता सर्वांत यातना देणारी होती. क्षुल्लक आणि फालतू कारणांवरून इथे कैद्यांमध्ये भांडणे होत असत. कोण कसे बोलले किंवा कोणी काय ड्रेस घातलाय, यांसारखी कारणेदेखील त्यांना भांडायला पुरत. हे लोक एकमेकांमधली उणीदुणी सतत काढत. प्रत्येक बेडच्या भोवती अदृश्य

अशी सीमारेषा होती. ती बाहेरच्याला दिसली नसती, पण कैद्याच्या दृष्टीने ती एका भक्कम भिंतीप्रमाणे होती. त्यांच्यामधील ही भिंत द्वेष आणि हेवेदावे यांनी निर्माण झाली होती. तिथे माघार घेणे शक्य होते; पण तिथे झोपडीमधील इतर एकोणपन्नास जणांना आणि अजून सहाशे जणांना बंद ठेवणे अशक्य होते.

"जपानच्या कैदेमध्ये असताना अतिशय घाणेरडे आणि हलक्या प्रतीचे जेवण असायचे. तिथे प्रचंड थंडी होती आणि जपानी लोकांची वागणूकही अतिशय अपमानास्पद असे. ह्या सगळ्याची तर चीड मनामध्ये होतीच; पण त्याहीपेक्षा सर्वांत जास्त कोणती गोष्ट आम्हाला सलत होती, तर ती म्हणजे छावणीमध्ये असलेली बेसुमार गर्दी. त्यामुळे आम्हाला थोडासुद्धा एकांत मिळत नसे. छावणीमध्ये आम्ही एकाच छोट्या ग्रुपबरोबर एकमेकांना अगदी चिकटून वर्षानुवर्षे राहत होतो. या अशा परिस्थितीमध्ये कितीही जवळचा मित्र असला तरी सारखा जवळ आणि चिकटून राहिल्याने त्याच्याविषयीसुद्धा कधी कधी तिरस्कार निर्माण होत असे." कॅनेडियन डॉक्टर ब्रिगेडियर क्रॉफर्डने सांगितले आहे.

या परिस्थितीत राहणे म्हणजेच कैद्याचे जीवन जगणे. लहान मुलाप्रमाणेच ते वागायचे. कोणत्याही गोष्टींवर त्यांचा निर्बंध राहिलेला नव्हता. एखाद्या गोष्टीबाबत आपल्या भावना कशा काबूमध्ये ठेवायच्या, हे ते शिकत होते. पाच तपांनंतरसुद्धा डोनाल्डच्या बाबतीत परक्या व्यक्तीकरता ती सीमारेषा तशीच राहिली होती. त्यामध्ये शत्रुत्व नव्हते की स्वसंरक्षणाची भावना नव्हती, तर ते वर्तन स्वत:ला जिवंत ठेवण्यासाठी अंगी बाणलेले होते.

शामशुईपोला असताना डोनाल्डबरोबर एका झोपडीमध्ये रॉयल एअरफोर्समधील दुसरे अधिकारीसुद्धा राहत होते. ते सगळे जण आठव्या झोपडीमध्ये होते. त्यामध्ये जवळजवळ पन्नास जण होते. नेहमीच्या सात जणांपैकी आता फक्त जिंगर सुलिव्हन, फ्रँक हेनेसी, डॉली ग्रे आणि तो– एवढेच जण राहिले होते आणि ते एकमेकांच्या अतिशय जवळ होते. वेळ घालवण्याकरता डोनाल्ड त्यांच्याबरोबर तत्त्वज्ञानाच्या व्याख्यानाला जात असे. त्याचप्रमाणे कधी कधी हरणांच्या शिकारीला, तर कधी कधी स्कॉटलंड चर्चचा धर्मोपदेशक होण्याकरता जे प्रशिक्षण दिले जाई, त्याला तो जात असे. दारू तयार करण्याचे कौशल्यही तो शिकला. नोव्हेंबर महिन्यामध्ये रेड क्रॉसच्या पार्सलमधून साऊथ आफ्रिकेमधून फळे आली, तेव्हा आठव्या झोपडीमध्ये त्या फळापासून स्वत:करता दारू बनवण्याचे काम सुरू झाले. त्याचप्रमाणे तिथे कोणी तरी जर्मन भाषा शिकवण्याचे वर्ग सुरू केले होते, त्या वर्गालाही तो जायला लागला. त्या छावणीमध्ये एका सार्वजनिक वाचनालयामधून भरपूर पुस्तके आली होती. तीसुद्धा त्याने हावरटासारखी वाचायला घेतली. जिंगरबरोबर तो ब्रिज कसे खेळायचे, तेसुद्धा शिकला. जेव्हा स्वयंसेवक रस्त्याच्या पलीकडे बाग

खणायला जात, तेव्हा तिथेही तो उत्साहाने जाऊन त्यांना मदत करत असे. वेळ घालवण्याकरता तो काहीही करत असे.

सप्टेंबरमध्ये जपान्यांनी रॉयल एअरफोर्सच्या अधिकाऱ्यांना शामशुईपोला रवाना होण्याचे आदेश दिले होते. तिथे त्यांना रॉयल एअरफोर्सच्या तुकड्यांची जबाबदारी घ्यायची होती. आपल्या मित्रांचा ग्रुप कोणी सोडायचा, हे ठरवणे काही सोपे नव्हते. पण परिस्थिती अशी होती की, मित्रांपेक्षासुद्धा जगणे आणि मरणे यापैकी एक काही तरी स्वीकारायचे होते. त्यामध्ये दोघांना आता हे ठरवायचे होते. जिंगरला अॅरगिल स्ट्रीटवर कमांडिंग ऑफिसर म्हणून थांबणे भाग होते. फ्रँकलाही तिथेच थांबणे भाग होते, कारण त्याला त्या तुकडीमधील कोणी माणसे माहीत नव्हती. मग राहता राहिले ते दोघेच जण. एक म्हणजे डोनाल्ड आणि दुसरा म्हणजे डॉली ग्रे. डॉली ग्रेबरोबर त्याने विल्डबिस्टमध्ये आत्मघातकी पथकाच्या मिशनवर काम केले होते. डोनाल्ड हा शामशुईपोमधील एक अतिशय उत्कृष्ट कमांडर होता आणि बाकीचे साईगॉनच्या तुरुंगामध्ये होते. शेवटी असे ठरले की, ग्रेने जायचे आणि सप्टेंबरच्या सुरुवातीला ग्रेला शामशुईपोला पाठवण्यात आले. ही निवड डोनाल्डचे आयुष्य वाचवण्याकरताच केली.

हाच तो काळ होता, ज्या वेळेला डोनाल्ड दुसऱ्या कोणत्या तरी गोष्टीवर काम करू लागला. ते म्हणजे, डायरी लिहिण्याकरता सुरक्षित अशी सांकेतिक लिपी तयार करणे. तो वेगवेगळ्या वर्गांना जायचा, खूप गोष्टींमध्ये स्वत:ला गुंतवून घ्यायचा. तिथे सगळ्यांना माहीत होते की, कोणत्याही घटनांच्या नोंदी ठेवणे हे किती धोकादायक ठरू शकते. एक अधिकारी छावणीमधल्या जीवनाविषयी लिहायचा. तो त्याचे लिखाण जमिनीमध्ये पुरून ठेवत असे. दुसरा एक जे लिखाण करे, ते त्याच्या कपड्यांमध्ये लपवून ठेवत असे. डोनाल्डचे लहानपणापासूनच आकड्यांवर फार प्रेम होते, त्यामुळे त्याने त्याचे लिखाण गुप्त ठेवण्याकरतासुद्धा त्या आकड्यांचाच आधार घेतला. सर्वांत प्रथम त्याने एक कच्ची प्रत तयार केली. त्याला एक कातडी रंगाची डायरी मिळाली. सर्वांत प्रथम त्याने जर्मन भाषेच्या व्याकरणामधील नियम लिहून काढले. त्याला त्याच्या पामेलाची खूप आठवण यायची आणि तिच्याकडून काहीच उत्तर न मिळाल्यामुळे त्याचे मन फार विषण्ण झाले होते. मनाची ही अवस्था दूर करण्याकरता त्याला त्याचे मन दुसरीकडे वळवण्यासाठी काहीही काम चालत असे. नोव्हेंबर महिन्यामध्ये किती तरी ऑफिसर्सना त्यांच्या घरून पत्रे आली होती. बऱ्याच जणांना डिसेंबरमध्येही काही पत्रे मिळाली, पण डोनाल्डसाठी एकही पत्र आले नव्हते.

नैराश्य, वैफल्य या भावनांनी डोनाल्डच्या मनाचा ताबा घेतला होता. पण आपले नैराश्य तो लपवत होता. तो पामेलाला ख्रिसमसचे पत्र लिहीत होता, तेव्हा त्याने कटाक्षाने आपली मन:स्थिती लपवली होती. त्याने लिहिले,

'माझी प्रियतमा...'

मी तुला लिहिलेले हे सहावे पत्र आहे. पण आजपर्यंत मला तुझ्याकडून काहीही उत्तर मिळालेले नाहीये. पण मला खात्री आहे की, तुझ्याकडून उत्तर आले नाही याचा अर्थ असा नाहीये की, तू मला लिहिलेलेच नसशील.

माझे विचारशील, तर मी एकदम मस्त आहे; मस्त हवा आणि स्वच्छ सूर्यप्रकाश यांचा मनमुराद आस्वाद घेत आहे.

युद्धकैदी म्हणून जवळजवळ एक वर्ष झाले. वेळ भुर्रकन उडून गेला. आमचे आयुष्य एकदम छान आहे. व्याख्याने, क्लासेस, ब्रिज खेळणे, बागकाम करणे या सर्व गोष्टींमुळे आम्ही दिवसभर गुंतलेलो असतो.

मी काही दिवसांपूर्वी तुला शंभर पाऊंड पाठवण्याकरता माझ्या बँकेला कळवले आहे. मला आशा आहे की, ते तुला एव्हाना मिळाले असतील.

तुझ्याकडून मला पहिले पत्र मिळावे, या एकाच आशेवर मी जगतो आहे. ते मिळाले की, मी त्या दिवशी घरी स्वत: बनवलेल्या मनुका घातलेल्या दारूमध्ये टोस्ट बुडवून खाणार आहे.

माझ्या विचारांमध्ये तूच सामावलेली आहेस प्रिये ... तुझ्यावर मी खूप प्रेम करतो, नेहमीच करत आलोय आणि यापुढेही करतच राहीन.

डोनाल्ड.'

ते पत्र तिच्यापर्यंत पोहोचण्यापूर्वी ते जपानी लोकांकडून तपासले जाईल, म्हणून तिला सत्य परिस्थितीची कल्पना देणे शक्य नव्हते, अशातला भाग नव्हता. तिच्यापासून सत्य लपवण्याचे कारण म्हणजे त्याची असहाय परिस्थिती. काय सांगणार होता तो तिला? हेच की, युद्धातील सततच्या होणाऱ्या जखमांमुळे त्याची हाडे पोकळ झाली होती? का हे, की स्कॅबी व पेलाग्रासारख्या रोगांनी आणि ढेकूण चावल्यामुळे त्याची त्वचा अक्षरश: पोखरली गेली आहे.

त्याला माहीत नव्हते; पण ते पत्र जपानी सेन्सॉर ऑफिसमध्ये दोन वर्षे पडून होते. त्यामुळे दोघांनाही एकमेकांकडून काहीच बातमी कळत नव्हती. इतर युद्धकैद्यांप्रमाणे त्यानेही आता केवळ स्वत:ला कसे वाचवायचे यावर आपले लक्ष केंद्रित केले होते. त्यामुळे आता फक्त दैनंदिन व्यवहाराबद्दल विचार करण्यापलीकडे इतर कोणत्याही गोष्टी डोक्यात आणायच्या नाहीत, असे त्याने ठरवले होते. दैनंदिन गोष्टींमध्ये जर्मन शिकणे, ब्रिज खेळणे, बागकाम, व्याख्याने– मग परत जर्मन, ब्रिज, बागकाम असे त्याचे आयुष्य चालले होते. बाहेरच्या जगातून १९४३ च्या सुरुवातीला एक संदेश आला आणि आशेचे कवाड उघडल्याप्रमाणे झाले.

लिंडसे राईड हा अनेक सैनिकांपैकी एक होता की, ज्याची शामशुईपोमधून सर्वांत आधी सुटका झाली होती. त्याने हाँगकाँगला अडकलेल्या इतर युद्धकैद्यांवर टीका करायला सुरुवात केली की, बाकीच्या युद्धकैद्यांना सुटकेसाठी काही प्रयत्नच करता येत नाहीयेत. सुटका व्हावी अशी त्यांची मनोवृत्तीच नसते. तो जन्माने ऑस्ट्रेलियन होता आणि स्वतंत्र विचारांचा होता. नंतर त्याने त्याच्या सुटकेबाबत लिहिले होते की, सुटका करून घेण्याकरता मला पहिल्या महायुद्धासंबंधीच्या एका पुस्तकातून प्रेरणा मिळाली होती. त्या पुस्तकाचे नाव होते 'द रोड टू आँदोर.' हे पुस्तक ई. एच. जोन्सने लिहिले होते. त्याने तुर्की तुरुंगातून आपल्या झालेल्या सुटकेवर ते पुस्तक लिहिले होते. पुस्तकाचा विषय होता की, नुसते सुटकेबद्दल विचार मनात आणणे, हेही युद्धकैद्याला मानसिकदृष्ट्या खूप उपयोगी ठरते. त्यामुळे त्याचा दृष्टिकोन बदलू शकतो. ॲरगिल स्ट्रीटला असताना जोन्सच्या कारागृहातील सहकाऱ्यांनी कैदेमध्ये असताना स्वत:ला सतत गुंतून ठेवण्याचा खूप प्रयत्न केलेला होता. पण बाहेरच्या जगामध्ये आनंद भरलेला असतानादेखील युद्धकैद्यांचे सर्व प्रयत्न निष्फळ ठरले होते. तो लिहितो, 'छावणीमध्ये सर्वत्र नैराश्येचे वातावरण पसरले होते. कुठे तरी मनामध्ये खोलवर आम्ही खूप दु:खी होतो. आम्ही आमच्याभोवती अटळतेचे वलय निर्माण केले होते.' दुसऱ्या शब्दांमध्ये सांगायचे झाले, तर सर्व युद्धकैद्यांनी हे मनाशी स्वीकारले होते की, आपली सुटका आता केवळ अशक्य आहे. जोन्सला खात्री होती सुटकेचे प्रयत्न करण्याच्या वेळी जितक्या कठोर शिक्षा दिल्या जातात तितका तुमच्यातला स्वाभिमान आणि स्वत्व जागृत होते. जे कैदी मार खात नाहीत, ते दुर्दैवाचे बळी असतात; पण त्याचे गुलाम नसतात. 'आमच्यापैकी बरेचसे कैदी राहिले, पण त्यांना मार खावा लागला नाही; ते दुर्दैवाचे बळी झाले, तरी गुलाम झाले नाहीत.'

ज्या वेळी राईडच्या डोक्यात स्वातंत्र्याचे विचार आले, त्याच वेळी छावणीमधल्या इतर काही जणांनासुद्धा त्याने ही संधी दिली. या सर्वांची सुटका करण्याकरता त्याने एक संस्था स्थापन केली. त्या संस्थेचे नाव त्याने मुद्दामच संदिग्ध ठेवले. ते नाव होते– 'ब्रिटिश आर्मीज एड ग्रुप' ऊर्फ 'बाग' (बीएएजी). छावणीमध्ये एकमेकांच्या संपर्कात राहायचे आणि सुटकेसाठी तयारी करायची. तसेच व्याप्त चीनमार्गे सुटून चुंगकिंग या स्वतंत्र शहरामध्ये येण्याची व्यवस्था करण्याचे काम संस्थेमार्फत चाले.

सप्टेंबर १९४२ मध्ये डॉली ग्रे हा शामशुईपोमध्ये आला. त्यानंतर लगेचच ब्रिटिश आर्मी एड ग्रुपकडून छावणीमध्ये पहिला संदेश आला. तो संदेश त्यांना विस्तार विभागाकडून आला. हा विस्तार विभाग काइ ताकच्या विमानतळावर कार्यरत होता. चिनी मजुरांची टोळी अगोदरच त्या ठिकाणी होती. हे मजूर चिनी भाषेमधील सर्वांत उच्च दर्जाची समजली जाणारी कँटोनीज भाषा कैद्यांशी बोलता-

बोलता शिकले. त्यांच्यामध्ये एक रॉयल एअरफोर्सचा फ्लाईट सार्जंट होता. त्याचे नाव राल्फ हार्डी होते. ऑक्टोबरमध्ये त्यांच्यापैकी कोणी तरी त्याला सिगारेटचे एक पाकीट दिले आणि त्याने ते पाकीट जेव्हा उघडले, तेव्हा त्याला त्यात कागदाचे दोन कपटे मिळाले. त्यावर संदेश लिहिले होते. त्यामध्ये उत्तर आफ्रिकेतील मोहिमेविषयी माहिती लिहिली होती. या मोहिमेत कैद्यांना औषधे दिली होती आणि त्यांच्या सुटकेची व्यवस्था केलेली होती. एकावर एक गूढ सही होती, 'एजंट ६८.' पण दुसरी जी सही होती, ती ओळखीची वाटत होती– ती म्हणजे 'डग्लस क्लॅग.' तो १९४२ च्या एप्रिलमध्ये छावणीमधून निसटला होता. तो संदेश होता, 'संकटाला न डगमगता सामोरे जा, वाइच्याऊला मदत करा.' हा संदेश एजंट ६८ ने पाठवला होता. दुसरा संदेश होता की, वरिष्ठ ब्रिटिश अधिकाऱ्याने छावणीविषयीची माहिती मेजर क्लॅगला पाठवावी.

वरिष्ठ अधिकारी या नात्याने खरं तर हा संदेश मेजर बूनला पोहोचायला हवा होता. पण जपानी लोकांबरोबर संगनमत करायच्या त्याच्या धोरणामुळे त्याच्यावर विश्वास ठेवण्यात अर्थ नव्हता. हार्डीने ठरवले की, हे संदेश रॉयल स्कॉटमधील डग्लस फोर्डला दाखवावेत. छावणीत मनोधैर्याचा जवळजवळ अभाव होता. याचे मुख्य कारण होते छावणीतील कैद्यांचे कुपोषण आणि दुसरे कारण म्हणजे अठराशेहून जास्त तंदुरुस्त लोकांना लिस्बन मारू या मालवाहू जहाजामधून जपानला हलवण्यात आले होते. जो कोणी फोर्डला ओळखत होता, त्याला त्याच्यामध्ये असलेली अफाट ताकद आणि कणखरपणा पट्कन लक्षात यायचा.

तो संदेश म्हणजे एखादी युक्ती किंवा लबाडी असण्याची शक्यता होती. पण फोर्डने ठरवले होते की, आपण हा धोका पत्करायचा. त्याने दुसऱ्या दोन अधिकाऱ्यांशी सल्ला-मसलत केली. त्यांनीसुद्धा त्याच्या निर्णयाला दुजोरा दिला. त्यांच्या सल्ल्याने त्यांनी क्लॅगला काय उत्तर पाठवायचे, ते तयार केले. हार्डी हा रॉयल एअरफोर्समध्ये असल्याने फोर्डने ठरवले की, काय घडतेय हे त्याच्या वरिष्ठ अधिकाऱ्याला कळवायचे. नव्याने आलेला डॉली याची या नाजूक कामाकरता शामशुईपो येथे नियुक्ती करण्यात आली.

दक्षिण चीनपासून दीडशे मैलावर असलेल्या चुंगकिंग शहरामध्ये राईडने मुख्य छावण्या उभारल्या होत्या. असे असले, तरीही वाईचाऊहून हालचाली चालू ठेवण्याकरता त्याने क्लॅगच्या नेतृत्वाखाली एक तुकडी पुढे पाठवली. हे छावणी- पासून अंदाजे चाळीस मैलांवर घडत होते. क्लॅग हा स्वत: पूर्वीचा युद्धकैदी होता, त्यामुळे त्याला छावणीमधील युद्धकैद्यांच्या जीवनाविषयी सहानुभूती असणेही स्वाभाविक होते. पण फोर्डच्या सावधानीच्या संदेशामुळे त्याची बोलण्याची पद्धत थोडी कठोर बनली होती. छावणीमधील सर्व अधिकाऱ्यांना सुटका होण्याकरता त्याच्या आदेशांचे

पालन करणे आवश्यक होते. त्याने एका रेशमी कापडावर लिहिले होते, 'जास्तीत जास्त आक्रमक धोरणाचीच अंमलबजावणी केली पाहिजे.' त्याने पुढे लिहिले होते, 'ह्या पराभूत दृष्टिकोनाचा मी तिरस्कार करतो. त्यात मला धोका असेल, परंतु मला वरून आदेश आले आहेत त्याप्रमाणे मी तुम्हाला एक गोष्ट स्पष्ट करतो– विशेष करून अधिकाऱ्यांना सांगू इच्छितो की, तुमचे काम अनिवार्य आहे.'

या बोलण्याचा जवळजवळ सगळा होरा साहजिकच माल्टबेकडे होता. कारण सुटकेसाठी जे-जे प्रयत्न करत होते, त्याला माल्टबे नाउमेद करत होता. या अरेरावीच्या भाषेने शामशुईपो त्याचप्रमाणे ॲरगिल स्ट्रीटवरील परिस्थिती थोडीफार बदलली होती. आधीच अपुऱ्या दिल्या जाणाऱ्या रेशनमध्ये करण्यात आलेली भरपूर काटछाट, त्याचप्रमाणे तुकडीची अयशस्वी सुटका या गोष्टींमुळे खूपसे इतर सहकारी शारीरिक तसेच मानसिकदृष्ट्या खचले होते. अतिशय कमी प्रमाणात देण्यात येणारा भात, अन्नाचे दुर्भिक्ष, असलेल्या अन्नाचा घाणेरडा दर्जा– या सगळ्याचा थेट परिणाम त्यांच्या आरोग्यावर होत होता. काही जणांचे पाय सुजले होते, काही जणांना त्वचेचे आजार झाले होते, काहींच्या शरीरावर खाज सुटत होती, तर काही जणांना अचानक जुलाब सुरू झाले होते. ह्या शारीरिक आजाराबरोबर मनानेही ते पुरते खचले होते. त्यांच्यामधील जोश आणि आत्मविश्वास ते हरवून बसले होते. फोर्डच्या अंदाजाप्रमाणे त्यांच्यामध्ये केवळ वीस लोक असे होते की, ज्यांच्यामध्ये काही करण्याकरता थोडीफार उमेद शिल्लक राहिली होती.

वस्तुस्थिती अशी होती की, दुसरे कोणतेच चांगले पर्यायही शिल्लक नव्हते. जर एखादा सुटका करणारा सैनिक चुकून पकडला गेलाच, तर त्याला मारून टाकले जायचे. त्यामुळे त्या वाटेलाच न जाणे हा चांगला पर्याय होता. त्याच वेळेला एकूण १८१६ युद्धकैद्यांना लिस्बन मारू या जपानी मालवाहू जहाजामध्ये घालून नेले जात होते. तेव्हा १ ऑक्टोबर १९४२ रोजी अमेरिकन पाणबुड्यांनी त्या जहाजावर हल्ला केला, त्यातून त्यांच्यापैकी फक्त ७२४ जण वाचले. जिवंत लोकांना जपानला पाठवण्यात आले. त्या अर्धपोटी लोकांचे भवितव्य फारसे चांगले नव्हते. त्यांना स्टील मिलमध्ये किंवा कोळशाच्या खाणींमध्ये तरी काम करावे लागले.

तिथून सुटणे सहजासहजी शक्य नव्हते. याचे मुख्य कारण होते कैद्यांचे होणारे कुपोषण. रेड क्रॉसकडून त्यांना जेवणाची पार्सल्स, त्याचप्रमाणे औषधे उपलब्ध झाली असती, तरी त्यांनी (ब्रिटिश आर्मी एड ग्रुप) कोणत्याही योजनेला नक्की पाठिंबा दिला असता. योगायोगाने ती संधी त्यांना चालून आली. त्या नोव्हेंबरमध्ये रेड क्रॉसकडून अन्नाचा पुरवठा झाला. ब्रिटिश आर्मी एडचा एक एजंट होता, त्याला छावणीमध्ये औषधे पुरवण्याचा मार्ग मिळाला. त्याने निकोटिनिक ॲसिडच्या हजारोंनी गोळ्या पुरवल्या. त्या गोळ्या म्हणजे पेलाग्रा या त्वचेच्या रोगावरचा

रामबाण उपाय होता. त्यामुळे छावणीमधील युद्धकैद्यांच्या प्रकृतीमध्ये झपाट्याने सुधारणा होऊ लागली. त्यामुळे १९४२ च्या शेवटी शामशुईपोमधील त्या ग्रुपच्या सुटकेसाठी जोरदार हालचाली सुरू झाल्या.

सन १९४३ च्या वसंत ऋतूच्या आसपास बागच्या एजंटांनी ॲरगिल स्ट्रीटशी संपर्क ठेवायला सुरुवात केली. तांदूळ आणि भाज्या यांनी भरलेला एक रेशनचा ट्रक आठवड्यातून चार वेळा छावणीमध्ये येत असे. एजंट ६८ असे एका उत्साही आणि चतुर चायनीज माणसाचे नाव ठेवले होते. त्याचे खरे नाव होते ली फाँग. त्याने एका तैवानी ड्रायव्हरला लाच दिली होती. तो ड्रायव्हर सिगारेटच्या रिकाम्या पाकिटावर किंवा चोळामोळा झालेल्या कागदावर संदेश लिहून तो कागद कैद्याच्या हातात कोंबत असे.

त्या ट्रकवर एक शस्त्रधारी पहारेकरी कायम असे आणि छावणीच्या प्रवेशद्वारापासून दहा-बारा मैलांच्या अंतरावर काही पहारेकरी गस्त घालत असत. बाकीचे उंच मनोऱ्यावरून टेहळणी करत असत. त्यामुळे कैद्यांना अशा प्रकारे संदेश पाठवण्यामध्ये प्रचंड धोका होता. अशा प्रकारचा पहिला संदेश जो दिला गेला तो तर चक्क खुलेपणाने. तो अनपेक्षित होता. त्या वेळेलाही भोवती सर्व कैदी होते. ते आलेला तांदूळ उतरवण्याचे काम करत होते. अर्थात, ते काम पहारेकऱ्यांचे लक्ष विचलित करण्याकरता असायचे. यामध्ये सर्वांत महत्त्वाचे होते, तो महत्त्वाचा संदेश योग्य माणसांपर्यंत पोहोचवणे.

हा संदेश कर्नल न्यूनहॅमसाठी होता. तो माल्टबेचा वरिष्ठ सेनाधिकारी होता. तो त्याच्या जनरलप्रमाणे माल्टबेच्या विरुद्ध मताचा होता आणि सुटका करण्यासाठी चालू असणाऱ्या प्रयत्नांना त्याचा पूर्ण पठिंबा होता. त्याचे डोळे खोल होते. चेहरा रुंद होता, तो अतिशय शांत स्वभावाचा होता. त्याचे व्यक्तिमत्त्व काहीसे गूढ होते. त्याने बागशी संपर्कात राहण्याची पूर्ण जबाबदारी आपल्या खांद्यावर घेतली होती. त्याने जॉन हॅरिस आणि गॉडफ्रे बर्ड या दोन अधिकाऱ्यांना अन्न भरलेल्या ट्रकमधून येणारे संदेश घेण्याकरता नेमले होते. पण हेसुद्धा शक्य होईनासे झाले. ॲरगिल स्ट्रीटच्या छोट्याशा गावामध्ये प्रत्येक झोपडीकरता कामे नेमून दिली होती. त्यामध्ये प्रामुख्याने कचराकुंड्या स्वच्छ करणे, लिलीची मुळे सोलणे यांसारखी कामे होती. प्रत्येक झोपडीला सगळी कामे चक्राकार क्रमाने मिळायची. व्हायचे असे की, ज्या झोपडीकडे ट्रकमधील सामान काढायचे काम असायचे, तिथे हॅरिस आणि बर्ड असायचेच. त्यामुळे संशय बळावला आणि ते दोघे चर्चेचा विषय बनले. छावणीमध्ये घडणाऱ्या घटनांबद्दल चर्चा करण्याचे कैद्यांचे आवडते ठिकाण म्हणजे संडास. अर्थात तिथेसुद्धा इंग्रजी बोलणारे पहारेकरी आसपास गुप्तपणे घुटमळत असायचे. त्यामुळे नाइलाजाने न्यूनहॅमने त्याचा ग्रुप वाढवणे गरजेचे आहे, असे ठरवले.

या वेळी सर्वांत आवश्यक गुण होता, शांतपणा आणि थंड डोके ठेवणे. संदेश

कुठून आणि कसा येईल, ते समजणे अवघड होते. कारण कधी कधी तो थेट हातात आणून दिला जाई, कधी कधी तो भाज्यांमध्ये दडवून ठेवला जाई, तर कधी कधी ट्रकमध्ये मागे असलेल्या मोकळ्या जागेमध्येच ठेवलेला असे. पहारेकऱ्यांचे लक्ष जाईल अशी कोणतीही छोटी चूकसुद्धा परवडणारी नव्हती. प्रत्येक कैद्याने लाथा-बुक्क्यांचा मार अनुभवला होता. जर ब्रिटिश आणि चिनी लष्कराशी संपर्क करण्याचा प्रयत्न केला आणि तो उघडकीस आला, तर त्यांना त्याची जबर किंमत मोजावी लागत असे. त्या वेळेस त्यांना कोणतीही दयामाया न दाखवता शिक्षा केली जात असे. गॉडफ्रे बर्डला जेव्हा अटक झाली, तेव्हा त्याने तोंड उघडावे म्हणून त्याचा अतोनात छळ करण्यात आला. पण इतका छळ सोसूनही त्याने तोंडामधून ब्रसुद्धा काढला नाही. त्याचे हे धैर्य इतके कौतुकास्पद होते की, त्याबद्दल त्याला 'जॉर्ज मेडल' द्यायला हवे होते. त्याच्या अटकेच्या अगोदर तो टॉर्कमाडा या स्पॅनिश चौकशी पथकाच्या नेत्याविषयीचे पुस्तक वाचत होता. जपान्यांनी प्रत्येकाला अशाच यातना दिल्या होत्या.

न्यूनहॅमने ज्या कोणाशी संपर्क साधला होता, त्यांच्यामध्ये एक होता राल्फ गुडविन. हा नंतर छावणीबाहेर पळून गेला आणि स्वातंत्र्य मिळवण्याकरता एकटाच बाहेर पडला. त्यासाठी आठ नंबरच्या झोपडीतून त्याने डोनाल्ड हिलची मदत मागितली. सर्व जणांना तयार करण्याकरता न्यूनहॅमने आधीच वेगवेगळ्या धोक्यांची त्यांना कल्पना दिली आणि सर्वांना या कठीण परिस्थितीवर विचार करण्याची संधीही दिली होती. त्याने हेही सांगितले की, कुणाला हे अतिशय कठीण आणि धोकादायक वाटत असेल, तर त्याने आत्ताच यातून बाहेर पडावे. ग्रुपमधील जे लोक गुप्तता पाळतात आणि जे आत्मनिर्भर आहेत, अशा त्याच्याप्रमाणेच असणाऱ्या लोकांकडेच न्यूनहॅम प्रामुख्याने आकर्षित झाला असता. त्याचा अंदाज बरोबर होता, कारण त्यांच्यापैकी कोणीही माघार घेतली नाही.

न्यूनहॅमचा प्रस्ताव धुडकावण्याचा डोनाल्ड गंभीरपणे विचार करत आहे, असे काही खात्रीने सांगता येत नव्हते. जेव्हा न्यूनहॅमने त्यांना वेगवेगळ्या धोक्यांविषयी कल्पना दिली, तेव्हा तो एकदम शांत आणि धीरोदात्त झाला होता. आयुष्यामध्ये ज्या गोष्टींकरता तो आतुर होता, त्या गोष्टी त्याच्यापासून लांब जात होत्या. त्यामुळे त्या मिळवण्याकरता धोका पत्करण्याची त्याची तयारी होत होती. राईड म्हणायचा की, सुटकेची आशा मनात निर्माण झाली, तरीसुद्धा कैद्याचा दृष्टिकोन कसा लगेच बदलतो. राईडचे म्हणणे अगदी खरे होते. सुटकेसाठी जे प्रयत्न होत आहेत त्याचा आपणसुद्धा एक भाग आहोत, असा जेव्हा त्याने विचार करायला सुरुवात केली; तेव्हा सगळे चित्र एकदम पालटून गेल्याप्रमाणे त्याला भासू लागले. त्याच्या विचारांच्या कक्षाही रुंदावल्या आणि त्याचा परिणाम त्याच्या दैनंदिन आयुष्यावरही झाला. तो अजूनही ब्रिज खेळायचा, जर्मन क्रियापदांचा वापर कसा करायचा, हेही

तो शिकत होता. पण आता पूर्वी ते भासायचे तसे भासत नव्हते. आता ते रसेलच्या गणिती तक्त्यांप्रमाणे वाटत होते. ते काही तरी महत्त्वाचे गुपित दडवून ठेवत असल्याप्रमाणे वाटत होते.

ते एक अतिशय भयानक काम होते. ट्रकमधून आलेला कागदाचा प्रत्येक कपटा गोळा करण्याचे काम प्रत्येकच जण करत होता. त्यामुळे कोणत्याही संदेशाविषयी कोणाला काही शंका येण्याची शक्यता नव्हती. प्रत्येक माणूस तो संदेश बर्डपर्यंत पोहोचवायचा. बर्ड नंतर तो संदेश न्यूनहॅमला देत असे. त्यांचे महत्त्वाचे काम होते, ड्रायव्हरचे लक्ष आपल्याकडे वेधून घ्यायचे की जेणेकरून तो संदेश थेट न्यूनहॅमला मिळेल किंवा एखाद्या ट्रकवर तो संदेश पोहोचेल, जिथून तो सहजपणे घेऊ शकेल. फक्त छावणीमधील पहारेकरीच त्यांच्यावर लक्ष ठेवून होते असे नाही, तर त्यांना हेसुद्धा कळले होते की, बाहेरच्या बाजूने उंचावरून दुर्बिणीमधूनही त्यांच्यावर सतत लक्ष ठेवले जातेय. जर डोनाल्डला कधी वाटले की, आपण एवढा धोका कशाकरता पत्करत आहोत; तर त्याला एका नाटकाची आठवण होत असे. हे नाटक ५ मार्च १९४३ ला सर्व लष्कराने पाहिले होते. ते नाटक एका कैद्यानेच लिहिले होते. त्याचे नाव होते 'द गोल्डन रोड.' आणि हे नाटक कैद्यांच्या खोल खोल दडलेल्या भीतीविषयी होते. हे नाटक युद्धाच्या शेवटी - शेवटी बसवले गेले होते. नाटकाची गोष्ट ही एका युद्धकैद्याची होती. हा युद्धकैद्याला सुटून आपल्या प्रेमिकेला भेटायची आस लागलेली असते. त्यांच्यापैकी बरेच जण ही कल्पना करायचे. पण नाटकाचा शेवट मात्र चुकीचा केला होता. नाटकामध्ये शेवटी या युद्धकैद्याला कळते की, त्याच्या प्रेमिकेने दुसऱ्याशी लग्न केले आहे. तिचे स्पष्टीकरण असे असते की, ते दोघे एकमेकांपासून दोन वर्षे लांब असतात आणि दोन वर्षे हा तिच्या दृष्टीने खूप मोठा कालावधी असतो. हे नाटक तिथल्या सर्वांनी चांगलेच उचलून धरले होते. नाटकाचा मनाला चटका देणारा शेवट म्हणजे कैद्यांना त्यांच्या आयुष्याच्या भविष्याचे कटू सत्यच वाटे.

लांबलचक वाटणारी ती शांतता एप्रिलमध्ये अचानक नाहीशी झाली. सोळा महिन्यांमध्ये पामेलाकडून त्याला एक पत्र पहिल्यांदा आले. त्याला एवढा आनंद झाला होता की, त्या आनंदाच्या भरामध्ये त्याने ते पत्र नीटपणे वाचलेदेखील नाही. कागदावरचे ते शब्द जणू काही आनंदाने उड्या मारत आहेत, असे त्याला वाटले. ते शब्द होते... 'माझ्या प्रियकरा, माझे सर्व प्रेम फक्त तुझ्याकरता आहे आणि ते शाश्वत आणि निरंतर आहे.' त्या क्षणी त्याला सुखद जाणीव झाली की, जगातल्या आपल्या सगळ्यात प्रिय व्यक्तीचे प्रेम अजूनही फक्त आपल्याकरताच आहे.

बुलबुल पक्ष्याचे गीत

श्वेत पिवळ्या फुलांचा वास अजूनही रेंगाळतोय उशाशी
वनामधील गोड फळेही झाली आहेत स्वस्त पुरेशी
माझ्या मनाने पंख लावून घेतलीय भरारी आकाशी
या खुळ्या आठवणी गुंजारव करतायत मनाशी

एरिक मॅचविट्झ, 'दीज फूलिश थिंग्ज रिमाइंड मी ऑफ यू'

त्याला पत्र लिहिणे, हा तिच्या विश्वासाचा भाग झाला होता. वसाहतींनी शरणागती पत्करली होती, या गोष्टीला आता कित्येक महिने लोटले होते. पामेलाला अजून कोणताही सुगावा लागत नव्हता की, तिचा डोनाल्ड जिवंत आहे की मेला आहे. रेड क्रॉसच्या प्रतिनिधीला १९४२ च्या जुलै महिन्यामध्ये छावणीमध्ये येण्याची परवानगी दिली होती. युद्धकैद्यांची कोणतीही विश्वासार्ह यादी अजूनपर्यंत जाहीर झाली नव्हती. तरीसुद्धा प्रत्येक आठवड्याला त्याला पत्र लिहिणे तिने सोडले नव्हते.

त्या पत्रांमधून तिने कबुली दिलेली होती. तिच्या दृष्टीने त्याच्याखेरीज दुसरी कोणतीच गोष्ट तिच्यासाठी महत्त्वाची नव्हती. ती त्याला लिहायची की, तिला त्याची खूप आठवण येते आणि त्याच्या आठवणींमध्ये तिला प्रत्येक दिवस एखाद्या युगाप्रमाणे भासत आहे. त्याच्याशिवाय तिचे आयुष्य निरर्थक होते. तिच्या या वाट पाहण्याला ती युगानुयुगाची प्रतीक्षा असे म्हणायची. जेव्हा तिने त्याला शेवटचे पाहिले, त्या वेळेस ती तेवीस वर्षांची होती. काळ पुढे चालला होता. तिच्याबरोबरच्या तिच्या मैत्रिणींचे जोडीदार युद्धावरून परत आले होते. त्या प्रेमात पडल्या होत्या आणि त्यांची लग्ने झाली होती, त्यांना मुलेबाळेही झाली होती. आता त्यांचे विश्व म्हणजे त्यांची मुले आणि त्यांचा संसार असे होते. आपल्या मुलांबद्दल त्या सारखे कौतुक करायच्या. त्यांच्यापैकी काही जणी दुसऱ्यांदा गरोदर होत्या. फेब्रुवारी १९४३ ला तिला सत्ताविसावे वर्ष लागणार होते, तरीही तिच्यासाठी काहीच बदलले नव्हते. तिच्या लेखी हीच गोष्ट महत्त्वाची होती की, तीन वर्षांपूर्वी तिने जो आनंद त्याच्या सहवासामध्ये अनुभवला होता, तो दुसऱ्या कोणत्याही माणसाच्या

सहवासात मिळणे शक्य नव्हते. म्हणून ती त्याला आपल्या पत्रांमधून सतत हेच सांगत होती की, ती त्याच्यावर किती प्रेम करते आणि ती त्याच्याशिवाय दुसऱ्या कोणाचा विचारदेखील करू शकत नाही. हे त्याच्याशिवाय दुसऱ्या कोणालाच ती सांगू शकत नव्हती. त्याची अविरत वाट पाहणे, हा एक मोठा त्यागच होता आणि ती तो करत होती. आयुष्यात एवढा मोठा त्याग करण्याचे तिने स्वतःच ठरवले होते.

तिने त्याच्याकडून जेव्हा शेवटची वार्ता ऐकली, तोपर्यंत सर्वच गोष्टी एकदम बदलल्यासारख्या वाटत होत्या. जर्मन व जपानी या निर्दयी आणि निष्ठुर लष्करांची युद्धामध्ये दिवसागणिक होत असणारी आगेकूच खुंटली होती. दोस्त राष्ट्रांचा पॅसिफिक महासागरामधील या सागरी युद्धामध्ये विजय झाला होता. या विजयानंतर उत्तर युरोपमधील भूमध्य समुद्राच्या किनाऱ्यावर असलेल्या एल अलामेन त्याचप्रमाणे स्टॅलिनगार्ड येथेही विजय मिळाला होता. विजयाची शक्यता वाटायला लागली होती, त्यामुळे देशामधले वातावरण एकदम बदलून गेले होते. एक प्रकारचा आक्रमक आशावाद संपूर्ण देशामध्ये पसरला होता. बॉंबर्स अजूनही केंटभोवती घिरट्या घालत होती; पण त्यांच्यापैकी बरीच बॉंबर्स उलट जर्मनीच्या दिशेने जात होती. दैनिक 'कुरियर' वाचकांच्या प्रतिसादामुळे मुद्रित माध्यमामधील महत्त्वाचे वृत्तपत्र झाले होते. या वृत्तपत्रात दिले होते– 'शत्रू आणि त्यांचे उद्दिष्ट या दोघांच्या मध्ये असलेली ठिकाणे म्हणजे केंट, ससेक्स आणि सरे. शत्रूविरुद्ध लढताना आणि या प्रांताचे संरक्षण करण्याकरता सैनिकांची मुख्य अस्त्रे कोणती होती; तर त्यांची प्रचंड सहनशीलता, मनोधैर्य आणि त्यांचे अचंबित करणारे साहस. या गुणांमुळे शत्रुपक्षाला त्यांना सहजासहजी जिंकता येणार नव्हते.' टनब्रिज वेल्ससारख्या शहरामध्ये की जिथे परक्या माणसाला सहजासहजी जिंकणे शक्य नव्हते, तिथेसुद्धा एक प्रकारचा दिलासा निर्माण झाला होता की, आता शत्रूच्या हल्ल्याची भीती उरलेली नाही.

लष्करामधील नोकरीमधून परतल्यानंतर त्या शहराचे परीक्षण करताना रिचर्ड कॉब या इतिहासतज्ज्ञाने ध्यानात आणून दिले की, तिथे बॉंबफेकीमुळे फक्त काही किरकोळ नुकसानीच्या घटना घडल्या होत्या. लान्सडाऊन रोडवरील उच्चभ्रू लोकांच्या घरांची बॉंबफेकीमुळे थोडीफार पडझड झाली होती. पण त्याने एक गोष्ट ओळखली की, रॉयल बॉरफ या गावामधील मध्यमवर्गीय समाजाला मात्र लक्ष्य केले नव्हते. त्यामुळे तेथे असलेला बिस्किटांचा एकमेव कारखाना हल्ल्यांपासून सुदैवाने बचावला होता.

विंडसरपेक्षा वॉबर्न ॲबे येथून घरी जाणे जास्त अवघड होते. तरीसुद्धा पामेलाने आपला दर आठवड्याचा प्रवास काही सोडला नाही. जशी पूर्वी ती प्रवास करून

शनिवार-रविवारी आपल्या घरी येई, तसेच आताही ती करत होती. त्यातल्या त्यात एक गोष्ट चांगली झाली होती आणि ती म्हणजे, आता बॉंबहल्ले होत नव्हते; हवेतून मारा होत नव्हता. त्यामुळे रेल्वेची सेवा खूपच सुधारली होती आणि ती पूर्ण शनिवार-रविवारी घरी राहू शकत होती. १९४२ च्या जुलै महिन्याच्या सुरुवाती - सुरुवातीला ती एका सकाळी लंडनला जाण्याकरता घराबाहेर पडणार, एवढ्यात दिवाणखान्यामध्ये असलेला फोन खणाणला.

साहजिकच तिने जेव्हा फोन उचलला, तेव्हा पलीकडून आवाज आला, "हे टनब्रिज वेल्स ७४४ आहे का?"

पलिकडून येणारा आवाज एका बाईचा होता, पण पामेलाने तो ओळखला नाही. त्या बाईने तिचे नाव बेरिल सुलिव्हन असे सांगितले. तिने सांगितले की, तिच्या नवऱ्याचे नाव विंग कमांडर जिंगर सुलिव्हन आहे. त्या नावांशी पामेलाला काही घेणे-देणे नव्हते. पण ती अशा पद्धतीने बोलत होती की, ती नावे पामेलाच्या दृष्टीने फार महत्त्वाची आहेत. नंतर तिने स्पष्ट केले की, जिंगर सुलिव्हन हा डोनाल्डचा कमांडिंग अधिकारी होता. मग पामेला तिचे पुढचे बोलणे ऐकण्यास आतुर झाली. तिची मरगळ कुठल्या कुठे पळून गेली आणि आता ती काय बोलते इकडे तिचे कान लागले होते. मिसेस सुलिव्हनचा पती कमांडर सुलिव्हन हाही युद्धकैदी होता. तिला पतीकडून समजले की, युद्धकैद्यांच्या छावणीमध्ये त्याच्याबरोबर त्याचा मित्र आहे, त्याचे नाव डोनाल्ड हिल आहे. त्याने पामेलाचे नाव सांगितले होते. त्याने पामेलाला निरोप द्यायला सांगितला की, तो सुरक्षित आहे आणि सहीसलामत आहे.

पामेलाने तिचे आभार मानले आणि अत्यानंदाने ती घरभर अक्षरश: नाचायला लागली. खरं तर तिला उशीर झाला होता आणि तिची ट्रेन चुकली असती. त्यामुळे तिला घाईघाईने निघणे जरुरीचे होते. अत्यानंदाने तिच्या डोळ्यांमधून अश्रू वाहत होते आणि त्या अश्रूंमुळे तिचे डोळे इतके डबडबले होते की, तिला पुढचे काहीच दिसत नव्हते. जेव्हा ती टेकडी उतरून खाली आली, तेव्हा तिचे उंच निमुळत्या टाचांचे बूट तिला जास्तच उंच वाटू लागले. पदपथावरून चालताना आणि मध्येच उंचवटा आल्यावर ते अडखळत होते. त्यामुळे तीसुद्धा माणसांच्या गर्दीतून अक्षरश: धडपडत चालत होती. ती तिच्या अश्रूंनी जणू काही सर्वांना सांगत होती, 'माझा प्रियकर सुरक्षित आहे... माझा डोनाल्ड जिवंत आहे!' ट्रेन अजूनही प्लॅटफॉर्मवरच होती. पलीकडे उडी घेत ती आनंदाच्या भरात जोरात ओरडली आणि डब्यामधील प्रत्येकाला तिने आपली आनंदाची बातमी सांगितली. एरवी शांत वाटणारे ते नेहमीचे प्रवासीसुद्धा हेलावले आणि अगदी ओळखपाळख नसलेले प्रवासीसुद्धा तिच्या जवळ आले आणि अश्रुपूर्ण डोळ्यांनी तिचा हात हातात घेतला. जेव्हा ती वॉबर्नला

पोहोचली, तेव्हा तिथेच जवळ राहणारे पोलंड आणि झेकोस्लाव्हाकिया येथील काही बहुभाषिक लोकदेखील तिच्याबरोबर अक्षरश: आनंदाने रडले. तिला त्यांनी प्रेमाने मिठी मारली.

डोनाल्डच्या खुशालीचा संदेश मिळणे बहुधा विधिलिखित असावे. बारा जुलै या दिवशी तीन वर्षांपूर्वी ते एकमेकांपासून दूर गेले होते. तो दिवस तिला एखाद्या वैऱ्याप्रमाणे भासत होता. त्यानंतर जेव्हा तिने त्याला पत्र लिहिले, तेव्हा ते आनंद आणि दिलासा याने ओतप्रोत भरलेले होते. त्याची वाट पाहणे हे काही सोपे काम नव्हते. तरीसुद्धा आता तिच्या आठवणीतल्या डोनाल्डची वाट पाहायची नव्हती, तर खऱ्याखुऱ्या आणि जिवंत डोनाल्डची ती वाट पाहणार होती. तिने त्याला हेही सांगितले की, ती जिंगरची पत्नी बेरिलला भेटली आणि जिंगरची बायको खूपच आनंदी आणि उत्साही आहे. तिला विश्वास होता की, तिचा पती आणि डोनाल्ड दोघेही लवकरच घरी परत येतील. दोघींनी खूप आनंदाने गप्पा मारल्या. तिचे लालसर झाक असलेले केस खूप सुंदर होते. पामेलाने डोनाल्डला त्याविषयीदेखील लिहिले होते की, तिला तिचे केस खूप आवडतात. पण बेरिलच्या बाबतीत तिला एक गोष्ट प्रकर्षाने जाणवली. ती म्हणजे, बेरिलला तिच्या पतीला भेटायची तितकी अनिवार ओढ नव्हती जितकी पामेलाला होती. हे मात्र पामेलाने डोनाल्डला लिहिले नव्हते. सप्टेंबर महिन्याच्या शेवटी डोनाल्डचे पहिले पत्र तिला मिळाले. त्यामध्ये असलेल्या एका वाक्याने तिचे मन अगदी हेलावून गेले. ते वाक्य होते, 'मला नाही माहीत... पण कदाचित आता तू माझ्या येण्याची आशा सोडून दिली असशील आणि तुझ्या मनाने स्वीकारले असेल की, मी मेलो आहे.' ते काळजीपूर्वक कॅपिटल लेटरमध्ये लिहिले होते. तिला माहीत होते की, तो तिथे जे काय भोगतोय, त्या तुलनेत तिचे भोग हे काहीच नव्हते. तिने ती चिठ्ठी परत घडी घालून पाकिटामध्ये ठेवून दिली. ते पाकीट तिने एखादा मौल्यवान मुकुट धरावा तसे धरून तिच्या ड्रेसिंग टेबलाच्या वरच्या ड्रॉवरमध्ये काळजीपूर्वक ठेवून दिले. त्यानंतर त्याच्याकडून दुसरे पत्र येण्यासाठी तिला वर्षभर वाट पाहावी लागली.

नंतर एका सेक्रेटरीच्या ऑफिसमधून तिने एक टाईपरायटर आणला आणि तिच्या मनामध्ये उचंबळून येणाऱ्या भावना तिने कागदावर टाईप केल्या. तिने त्याला लिहिले होते की, ती किती उत्कटपणे त्याच्यावर प्रेम करते.... तिच्या मनाचा कोपरा न् कोपरा त्याच्या विचाराने व्यापला आहे. तिने तिच्या लिखाणामधून त्याला विश्वास दिला होता की, आपण दोघे जण नक्कीच पुन्हा एकत्र येणार आहोत. हे युद्ध कधी ना कधी थांबेलच आणि मग पुन्हा आपले मीलन होईल... आपण एकमेकांच्या सहवासात आपले उरलेले आयुष्य घालवू आणि स्वत:चे आगळेवेगळे विश्व निर्माण करू. 'पुढचा येणारा काळ आपला आहे, माझ्या राजा... आणि

आपण आयुष्यभर एकमेकांना साथ देऊ.'

कारण काहीही असू देत; पण तिला खूप एकटे-एकटे वाटायला लागले होते, म्हणून १९४३ च्या सुरुवातीला तिने ब्रिजीटला बोलावून घेतले. तिला वॉबर्नला तिच्याबरोबर राहण्यास सांगितले. त्या दोघींनी यापूर्वी एकत्र काम केले होते. त्या दोघी बहिणींचे नाते खूप घट्ट होते. विंकफिल्ड प्लेस येथे त्या दोघी मिळून स्वयंपाकाची कामे करत. अपघातानंतर ब्रिजीट काही काळाकरता काम करू शकत नव्हती. त्यामुळे ती हे काम करायची. पण मुळातच खूप बुद्धिमान असलेल्या ब्रिजीटला हे काम अतिशय कंटाळवाणे वाटायचे. पण पामेलाच्या मदतीने व तिच्या मार्गदर्शनाखाली ती उत्कृष्ट स्वयंपाक बनवायला शिकली आणि ती केटरिंग मॅनेजरसुद्धा झाली. नंतर दोघी बहिणींमध्ये स्पर्धा सुरू झाली आणि ब्रिजीटला बाजूला जावे लागले. मग ती कँटीनची देखरेख करू लागली. वॉबर्न हे खरोखरच एक आकर्षक ठिकाण होते. त्यामुळे ब्रिजीटने आधी काम करत असलेला तो कारखाना सोडला आणि तिच्या बहिणीबरोबरच ती काम करू लागली.

त्यांच्यापैकी कोणालाच माहीत नव्हते की, वॉबर्न ॲबेला नेमके काय घडले आहे. अगदी पहिल्यांदा पामेलाला हेदेखील माहीत नव्हते की, कुठे घडले आहे! कारण तिला तिकडे एका व्हॅनमधून नेण्यात आले होते. व्हॅनच्या खिडक्या बंद होत्या. ''ते पोलीस होते. ते मला अशा प्रकारे नेत होते की, जणू काही मी फार मोठी गुन्हेगार आहे.'' सुरक्षादलाच्या पोलिसांनी ॲबेकडे येणारी, तसेच तिथून जाणारी सर्व वाहने तपासली. पोलीस सतत पाळत ठेवत होते. सर्व दूरध्वनींवरील संभाषण ऐकण्यात येत होते. दूरध्वनीवरून बाहेर कोणाशी संपर्क करता येत नव्हता. फाटकांच्या आत ते भेटले आणि सर्व युरोपमधील व्याप्त देशांच्या प्रतिनिधींना त्यांनी जेवण दिले.

खरं तर अनेक गुप्त संघटना तिथे कार्यरत होत्या. त्यामध्ये ॲडमायरल्टी संदेश यंत्रणाही होती. योगायोगाने त्यांचेही काम रहस्याची उकल करण्याचे होते. याशिवाय स्पेशल ऑपरेशन एक्झिक्युटिव्ह यांचा योजना विभाग तसेच पोलिटिकल वॉरफेअर एक्झिक्युटिव्ह या संस्थादेखील तिथे कार्यरत होत्या. सध्या स्पेशल ऑपरेशन एक्झिक्युटिव्हचाच भाग असलेल्या पोलिटिकल वॉरफेअर एक्झिक्युटिव्ह या संस्थेत ऑक्सफर्डमधीलच एक प्राध्यापक प्रमुख म्हणून काम पाहत होता. आता लवकरच तो लेबर पार्टीचा संसद सदस्य होणार होता. त्याचे नाव होते रिचर्ड क्रॉसमन. तो आता एक स्वायत्त संस्था काढण्याचा विचार करत होता. ही संस्था अनेक बाबतीत कार्यरत होती आणि त्यांच्या कार्यानुरूप त्यांना वेगवेगळी नावे देण्यात आली होती. त्यांच्या आक्रमक पावित्र्याला 'राजकीय युद्धनीती' असे म्हणत. त्यांचे अजून एक नाव म्हणजे 'माहिती संकलन.' पण त्यांच्यामधला सगळ्यात

प्रसिद्ध होते ते म्हणजे 'ब्लॅक प्रोपॅगंडा.' हे नावच प्रामुख्याने सर्व अनैतिक किंवा वाममार्गाने करण्यात येणाऱ्या कामांशी निगडित होते. 'व्हाईट प्रोपॅगंडा'मध्ये लोकांना सर्व चांगल्या कामाविषयी माहिती द्यायची. जी काळी बाजू होती ती प्रामुख्याने फसवाफसवी-खोटेपणा याच्याशी निगडित होती. पोलिटिकल वॉरफेअर एक्झिक्युटिव्हच्या चळवळी या चाळीस निरनिराळ्या भाषांमध्ये प्रक्षेपित होत असत. त्याचप्रमाणे वृत्तपत्रे, हस्तपत्रकांच्या प्रती वाटल्या जात असत. यांची रेडिओ स्टेशने कायम दावा करत की, ते कार्यक्रमाचे प्रक्षेपण देशांतर्गतच करतात. त्यांच्या संदेशलहरी आणि त्यांची ओळख ही औपचारिक रेडिओ स्टेशनशी जोडलेली होती. त्यांची वृत्तपत्रेदेखील बनावट बातम्या द्यायची, पण त्या सर्व बातम्या मनोधैर्य खचवणाऱ्या असत. त्यामध्ये आजाराने गांजलेल्या सैनिकांच्या तुकडीविषयी बातम्या असत, तर काही वेळेस नाझी नेत्यांच्या भ्रष्ट आणि बदफैलीपणाच्या बातम्या असत.

पोलिटिकल वॉरफेअर एक्झिक्युटिव्हचा सर्वांत मस्त तडाखा म्हणजे बीथोव्हनच्या पाचव्या वाद्यवृंदाच्या सुरुवातीचे चार स्वर म्हणजे तीन दीर्घ स्वर आणि एक लहान स्वर. हे मॉर्सच्या अलाइज व्ही फॉर व्हिक्टरी या सांकेतिक भाषेशी मिळते-जुळते आहेत. व्ही म्हणजेच व्हिक्टरी; अर्थात विजय. ही गोष्ट पोलिटिकल वॉरफेअर एक्झिक्युटिव्हने शोधून काढली. आणि मग काय! बीबीसीने तेच स्वर आणि तीच धून घेतली आणि व्याप्त युरोपमध्ये बातम्यांच्या प्रक्षेपणाच्या वेळेस तेच स्वर वाजवले जात असत. त्यामुळे जर्मन लोकांना भीती वाटू लागली की, यामुळे काही उलटे तर घडणार नाही आणि म्हणून जर्मनीच्याच संगीतकाराने रचलेली खरोखर अप्रतिम अशी ही धून मैफलीच्या वेळी वाजवणे त्यांनी बंद केले. युरोपच्या बाकीच्या भागांमध्ये मात्र ही धून राष्ट्रगीताप्रमाणे वाजवली जाऊ लागली.

स्पेशल ऑपरेशन एक्झिक्युटिव्ह यांनी त्यांच्या कार्यकर्त्यांना काही अधिकार दिले होते. खास त्यांच्या प्रशिक्षणाकरता भव्य अशा घरांची मागणी केली होती. त्याचप्रमाणे त्यांच्याकरता तज्ज्ञ शिक्षकांची नियुक्ती केली होती. तिथे त्यांना देण्यात येणारे जेवणदेखील उत्कृष्ट प्रतीचे होते. प्रवेशद्वाराच्या बाहेरच्या बाजूला रेशनचा खूप तुटवडा होता. त्यामुळे लोकांना अंड्यांची पावडर, दुधाची पावडर, व्हेल मासे आणि दोन पाऊंड लोणी असे रेशन दर आठवड्याला मिळत असे. वॉबर्नमध्ये आचाऱ्याला स्वयंपाकासाठी अतिशय थोडे रेशन मिळत असे. दाराबाहेर पायऱ्यांपाशी एक शेत तयार केले होते. त्याचप्रमाणे तिथेच पुढे ड्यूक ऑफ बेडफोर्डच्या बागेमध्ये पियर डेव्हिड ही हरणे होती. त्यांच्यात आणि आर्मी ट्रकमध्ये सतत सामना होत असे आणि तो रक्तपातापर्यंत जायचा. पामेलाच्या इंग्रजी पद्धतीच्या जेवणामध्ये बैलाच्या मटणाचा रस्सा, हरणाचे भाजलेले मांस हे पदार्थ प्रामुख्याने असायचे. त्याचप्रमाणे मेंढीच्या मांसापासून बनवलेला स्वादिष्ट पदार्थ रॅक ऑफ लँब, ताज्या

अंड्यांचे पुडिंग आणि केक हेही काही वेळेला जेवणामध्ये असत.

ते ठिकाण गुप्त होते, तसेच तेथील जेवणही चांगले होते. पण एवढेच पुरेसे नसते. तिचा वैताग वेगळाच होता. तिची आई तिला फोन करायची आणि सांगायची, 'बाळा, आपल्याकडे काही पाहुणे रात्री जेवायला येणार आहेत. तेव्हा तू पुढच्या आठवड्यामध्ये येशील, तेव्हा तुझ्याबरोबर थोडेसे लोणी घेऊन येशील का?' आणि त्या फोनवर बोलत असताना तिथले सुरक्षारक्षक त्यांचे सर्व संभाषण ऐकायचे. पण कितीही, कोणीही त्यांचे संभाषण ऐकले तरी ती थोडेसे लोणी चोरायचीच.

पामेला ही काही टनब्रिजमधली एकटीच रहिवासी नव्हती, जिने टनब्रिजसारख्या सहजासहजी बदल न स्वीकारणाऱ्या शहराला बदललेले पाहिले. तिथे लष्करी छावण्या उभारल्या गेल्या होत्या आणि उत्तम प्रकृतीच्या तरुण लोकांनी तो भाग गजबजून गेला होता. त्या छावण्या मध्यमवयीन लोकांचा ठेवा होता. तिथे रिचर्ड कॉब हा कमी वयामुळे नाकारला गेला होता. त्यासाठी पामेलाच सर्वस्वी जबाबदार होती. त्याला पामेला आणि ब्रिजीट यांच्याविषयी एक कौतुक होते. तो काळ युद्धापूर्वीचा, शांततेचा होता. जेव्हा युद्ध सुरू झाले, तेव्हा तो आशावादी बनला. तो काहीही, कोणतीही श्रेणी नसलेल्या अशा एका देशभक्ताच्या खाकी कपड्यामध्ये समोर आला.

अतिशय तिखट जिभेच्या आणि विलक्षण बुद्धिमान असलेल्या ब्रिजीटकडे तो आकृष्ट झाला होता. तिला चहाच्या खोलीमध्ये तो भेटायचा. तिथे दोघे जण गप्पा मारत. गावातील बऱ्याच पारंपरिक रूढींवर तो भाष्य करून स्वत:च्या खवचटपणाची चुणूक दाखवून देत असे. ब्रिजीटकडूनही त्याला तत्काळ तशीच उपहासात्मक प्रतिक्रिया मिळायची. तिने मारलेले टोमणे हे प्रामुख्याने ब्रिज खेळणाऱ्या वर्तुळामधील लोकांबद्दल आणि गोल्फ क्लबविषयी असायचे. त्याला ज्या वेळेस सुट्टी मिळायची, त्या वेळेस तो तिला बाहेर भेटायचा आणि तेव्हा दोघे मिळून एकमेकांच्या चतुर विनोदामध्ये रमून जात असत.

त्याला माहीत नव्हते की, तिच्या बहिणीप्रमाणे तिचीही ब्रिटनच्या युद्धामध्ये मारल्या गेलेल्या एका लढाऊ वैमानिकाविषयी तीव्र भावना होती. पण त्याला हे चांगलेच माहीत होते की, किराजसारख्या उच्चकुलीन सुंदर बहिणींचे मन जिंकायचे असेल, तर त्याचे वर्तनही तसेच पाहिजे. म्हणून तो एखादा उच्चकुलीन सभ्य पुरुष असल्याचा आव आणत असे. तो काही वैमानिक बनू शकत नव्हता, पण स्वत:ला हिरो म्हणून सिद्ध करण्याचे त्याचे प्रयत्न चालू होते.

एका रात्री स्वच्छ चंद्रप्रकाशामध्ये ते गावामधील एका स्मारकाजवळून चालले होते. ते स्मारक युद्धामध्ये शहीद झालेल्याचे होते. ते चंदेरी ग्रॅनाइटच्या दगडापासून

बनवले होते. त्यावरचा माणूस हातामध्ये एक बंदूक आणि संगीन घेऊन होता. त्याने एकाएकी इच्छा बोलून दाखवली की, त्याच्या सध्याच्या कामामध्ये त्याला काडीमात्र रस नाही, तर त्याला युद्धामध्ये भाग घेऊन देशासाठी काही तरी करायचे आहे आणि युद्धात सक्रिय सहभाग घ्यायचा आहे. त्याची सध्याची नोकरी होती झेकोस्लोव्हाकियाच्या सैनिकांना इंग्रजी शिकवणे. ब्रिजीटला त्याच्यातील विलक्षण बुद्धिमत्तेची पूर्ण कल्पना होती. तो अतिशय उत्तम फ्रेंच बोलायचा. तिला हेही माहीत होते की, तो शारीरिक दृष्ट्या तंदुरुस्त आहे आणि त्याला त्याच्या आयुष्यामध्ये कोणता तरी धोका पत्करून स्वत:तील शौर्य सिद्ध करायचे आहे. मुलींवर स्वत:चा प्रभाव टाकण्यासाठी खूप तरुण मुले शूर असण्याचे ढोंग करत असत, हेही ती जाणून होती.

"रिचर्ड विलक्षण बुद्धिमान होता, थोडासा बावळट... पण खरंच तो खूप हुशार होता." ब्रिजीटने त्याच्याविषयी सांगितले आहे. "ती चंद्रप्रकाशात न्हाऊन निघालेली रात्र खरोखरच खूप सुंदर होती, तो ठाम आणि आग्रही होता. इतका की, शेवटी मला म्हणावे लागले की, मी एरिकशी या संदर्भात बोलून बघेन."

एरिक हा बीबीसी रेडिओशी संबंधित होता आणि त्यामुळे त्याचा लष्कराशी पूर्णपणे संबंध नव्हता. तरीसुद्धा काही काळानंतर रिचर्ड कॉबला इंटरसर्व्हिस रिसर्च ब्युरोमधून मुलाखतीकरता एक औपचारिक आमंत्रण मिळाले. इंटरसर्व्हिस रिसर्च ब्युरो लंडनमधील बेकर स्ट्रीटवर होते. ब्रिजीटपुढे तो फुशारक्या मारायचा तसे खरेच घडले. व्याप्त प्रांतांमधील अतिशय अवघड आणि धोकादायक कामाकरता त्याची पात्रता जोखण्याकरता ही मुलाखत होती. ज्या माणसाने बहुतेक सर्वांची मुलाखत घेतली, त्याचे नाव होते कर्नल जेफसन. त्याने स्पेशल ऑपरेशन एक्झिक्युटिव्हच्या जागेकरता मुलाखती घेतल्या होत्या. त्यांच्यातले बरेच जण मुलाखतीनंतर त्याने नाकारले आणि ते गळाले. पण रिचर्ड कॉब मात्र अगदी सहजपणे उत्तीर्ण झाला. ब्रिजीटबद्दलच्या त्याच्या असणाऱ्या तीव्र भावनेपोटी तो उघडपणे स्वत:तील पात्रतेविषयी बोलू शकला नाही. निवडप्रक्रियेच्या नंतरच्या टप्प्यावर त्याला त्याच्या कामाच्या स्वरूपाची माहिती दिली गेली. त्यामध्ये स्फोटके एका विशिष्ट जागी कशी ठेवायची; त्याचप्रमाणे पकडलो गेलो आणि शत्रूकडून कितीही छळ झाला, तरीसुद्धा त्या परिस्थितीत अविचल कसे राहायचे यासंबंधी शिकणे, ही त्यांच्या कामाची गरज होती. त्या वेळेस मात्र त्याने कबूल केले की, तो या प्रकारच्या कामाला पात्र नाही आणि त्यांना ज्या प्रकारच्या माणसाची गरज आहे, तसा तो नाही.

युद्धाच्या शेवटी त्याने पुन्हा एकदा स्वत:ला सिद्ध करून ब्रिजीटचे मन जिंकायचा प्रयत्न केला. लष्कर आणि त्याची भाषा या दोन गोष्टींमुळे तो ब्रुसेल्सला गेला. तिथे त्याने पाहिले की, तिथे काहीही मिळते आणि त्याने तिच्यासाठी तिथे खूप महागडी सिल्कची स्टॉकिंगजची जोडी खरेदी केली. 'तिला स्वगृही अजून पाठवले

नव्हते.' त्याने आपल्या आत्मचरित्रामध्ये लिहिले आहे. 'ती ईस्टबोर्न येथे एका कँटीनमध्ये व्यवस्थापकाचे काम करत होती. मी तिथे ते स्टॉकिंग्ज घेऊन गेलो आणि आम्ही दुपारी तिथे पुढच्या बाजूला चालत होतो.' पण खूप उशीर झाला होता आणि कुठे तरी लांब फेकले गेल्याप्रमाणे त्याची त्या वेळी अवस्था झाली होती. दुपारी उशिरा तो टनब्रिजला परत जाण्याकरता एकटाच निघाला. तिच्याकडून मिळालेला नकार त्याला पचवता आला नाही. चाळीस वर्षांनंतरसुद्धा त्याला त्या आठवणी डसायच्या. त्याने त्याच्या आत्मवृत्तामध्ये लिहिले आहे की, त्यांच्या शेवटच्या भेटीपर्यंत त्याला कळून आले की, त्याच्याबद्दल तिच्या मनामध्ये कोणत्याही भावना नाहीत. ती त्याच्याविषयी अगदी उदासीन होती. (खरं तर किराज भगिनी म्हणजे प्रेम आणि भावना यांचे समीकरणच होते.) तो आतापर्यंत तिचे मन जिंकण्याकरता भूलथापा मारत सुटला होता, पण आता तो तिच्या नकारामुळे गोंधळून गेला होता. त्याने लिहिले होते, 'ईस्टबोर्न कँटीनच्या बाहेरील कोणामध्ये तरी तिचे मन अडकले होते.'

या सर्वाला जबाबदार होता तो फक्त एरिक. तो असा एक माणूस होता की, ज्यामुळे पामेलाच्या डोनाल्डविषयी असलेल्या प्रामाणिकपणाला धक्का पोहोचू शकत होता. एक स्टाइलिश कपडे घालणारी तरुण सुंदर कुक अर्थात पामेला. ती आपल्या सौंदर्याने आणि खोट्या-खोट्या बोलण्याने घायाळ तरुणांच्या हृदयाचा छेद करायची. मित्र बनवणे ही तिच्यालेखी अगदीच किरकोळ बाब होती. मित्रांच्याबाबत तिची अपेक्षा होती की, त्यांच्यामध्ये काही तरी वेगळेपणा असावा, आकर्षक शरीरयष्टी असावी आणि वॉबर्नमध्ये तिच्या व्याख्येमध्ये बसणारे असे किती तरी तरुण होते.

आपल्या बहिणीच्या या स्वभावावरून ब्रिजीट तिला खूप टोमणे मारत असे. ती म्हणायची, 'पामेलाला लोकांचे लक्ष सतत आपल्याकडे वेधून घ्यायला आवडते.' आणि या वाक्यामध्ये थोडे फार सत्य होते. तिला वॉबर्नच्या बाहेर मित्रांसमवेत पबमध्ये जायला आवडायचे, त्याचप्रमाणे लंडनमध्ये एखादा शो शनिवार-रविवारी पाहायला जायला आवडे. कधी कधी तिला त्यांच्याबरोबर नृत्य करायलासुद्धा जायला आवडत असे. पण या सर्वांच्या तिच्याविषयीच्या भावना केवळ मैत्रीपर्यंतच मर्यादित राहाव्यात, या बाबतीत मात्र ती निग्रही होती. म्हातारपणी पामेलाला एक गोष्ट जाणवली आणि ती म्हणजे, तिच्या संगतीत आलेल्या पुरुषांमध्ये विलक्षण स्त्री-दाक्षिण्य होते. त्यांना माहीत होते की, तिचे हृदय ती दुसऱ्या कोणाला तरी देऊन बसली आहे आणि तिच्या या भावनांचा ते आदर करत. ''मी सतत केवळ डोनाल्ड आणि डोनाल्डचाच विचार करायची.'' तिने कबूल केले. ''मला काही कल्पनाच नव्हती की, तो कुठे आहे आणि कोणत्या परिस्थितीमध्ये राहत आहे. खरं

तर मी त्याला विसरायला पाहिजे होते आणि माझ्या आयुष्याला नव्याने सुरुवात करायला हवी होती. पण मी तसे करूच शकत नव्हते. जगामध्ये तो एकटाच असा माणूस होता की, ज्याच्यावर मी निरतिशय प्रेम केले होते आणि माझ्या मनातील त्याची जागा मी दुसऱ्या कोणालाही देऊ शकत नव्हते.''

तिला भेटलेल्या पुरुषांबाबतीत तिची मते कदाचित बरोबर असतीलही. सोशल ऑपरेशन्स एक्झिक्युटिव्ह प्रशिक्षण संस्थेमध्ये असणाऱ्या या इंग्लिश महिलेने पोलिश माणसावर जबरदस्त प्रभाव टाकला होता. दिवसा स्वयंपाकाची कामे करून रात्री या महिला पायघोळ अंगरखे परिधान करून आपापल्या जोडीदारांसमवेत नृत्याकरता यायच्या. तिथे ओबेरेक्स किंवा कुजवैक्स ही प्रसिद्ध पोलिश नृत्ये होत असत. 'तिथे येणाऱ्या स्त्रिया या तरुण आणि विलक्षण आकर्षक होत्या, पण सुंदर मात्र नव्हत्या.' तो सांगायचा. 'या स्त्रियांच्या आम्ही प्रेमात वगैरे पडलो नाही किंवा त्यांना पाहून हृदय धडधडणे वगैरे असले काही प्रकार व्हायचे नाहीत.' अर्थात सर्वांचाच काही मनावर ताबा नसायचा.

त्याच वेळेस १९४३ मध्ये ब्रिजीट तिथे अमेरिकेतून आली. काही निवडक लोकांना विल्यम पॅलीच्या देखरेखीखाली पाठवले जात असे. तो कोलंबिया ब्रॉडकास्टिंग सर्व्हिसेसचा प्रमुख होता. तो पोलिटिकल वॉरफेअर एक्झिक्युटिव्ह यांच्याकडून नकारात्मक प्रसिद्धी अर्थात ब्लॅक प्रोपॅगंडा करण्याचे तंत्र शिकला होता. ब्रिजीट येथे खूप तरुण मुलांना पाहून फारच आनंदित झाली होती आणि तिला दिलासाही मिळाला होता, कारण तिची बहीण आता तिच्यासोबत होती. पामेलाने घालून दिलेल्या मर्यादेतच ब्रिटिश, त्याचप्रमाणे बाकीचे युरोपियन तरुण तिच्याशी मैत्री ठेवून होते. पण अमेरिकन लोकांचे मात्र तसे नव्हते. युरोपियन लोकांच्या तुलनेने त्यांची कमाई भरपूर होती, त्यामुळे त्यांच्यामध्ये एक मिजास होती. कोणाकडून नकार ऐकणे त्यांना मान्यच नव्हते. त्यांना आपल्यापासून दूर ठेवायचे असल्यास खूप चलाखी अन् हुशारीची गरज होती आणि मुळात बाईने खमकी असायला हवे होते. ब्रिजीट एका गोष्टीबद्दल पामेलाचे मनापासून कौतुक करायची आणि ते म्हणजे, तिच्या डोनाल्डविषयी असलेल्या भावना. तिला माहीत होते की, पामेलासाठी डोनाल्ड म्हणजे तिचे सर्वस्व आहे. त्या दोघी बहिणी पुरुषांशी इतक्या चलाखीने वागायच्या की, त्यासाठी त्या प्रसिद्ध झाल्या होत्या. पामेलाने पन्नास वर्षांनंतर सांगितले, नवल म्हणजे या एवढ्या पुरुषांमध्ये तिला एक सोडून कोणीही पुरुष शारीरिक दृष्ट्या कधीच आकर्षक वाटला नाही किंवा कोणाच्या प्रेमाबिमात ती कधीच पडली नाही. ''मी खरंच अगदी स्वच्छ आणि निर्मळ होते. मी कधीच या असल्या मोहामध्ये पडले नाही.''

पण याला अपवाद होता एरिक. एरिक हा एक खूप हुशार अधिकारी होता

आणि तो वॉबर्नला होता. पामेलाने वर्णन केल्याप्रमाणे पहिल्यांदा ती अशा माणसाला भेटली होती की, ज्याने तिचे लक्ष वेधले होते. तो तिच्यापेक्षा वयाने मोठा होता. तो उंच, रुबाबदार होता आणि त्याचे व्यक्तिमत्त्व खूपच आकर्षक होते. रूपाबरोबरच त्याच्यामध्ये विलक्षण विनोदबुद्धी होती. तो चतुर होता. लॉरेन्स ऑलिव्हर या विनोदी अभिनेत्यालादेखील लाजवेल इतका विनोदी होता. भरीस भर म्हणून त्याने एक गाणे संगीतबद्ध केले होते. ते गाणे एवढे प्रणयी होते की, ते देशामधील प्रत्येक गाण्याच्या बँडमध्ये आणि प्रत्येक गायकाच्या कलाकृतीमध्ये समाविष्ट केले होते. त्यामुळे 'अ नायटिंगेल सँग इन बेरकेली स्क्वेअर' या गीताचा कवी एरिक मॅचविट्झ याने एखाद्या मुलीशी प्रणयाराधन केलेय आणि त्या मुलीने त्याला नकार दिला, असे होऊच शकले नसते.

एरिकचे आयुष्य अनेक रहस्यांनी भरलेले होते. ते एवढे गूढ होते की, त्याच्या मृत्यूनंतरही त्याच्या आयुष्यामधील अनेक गोष्टी रहस्यमयच राहिल्या. वरवर पाहता, लोकांमध्ये प्रसिद्ध असल्यामुळे त्याचे आयुष्य खासगी असे राहिले नव्हते. तो बीबीसीवर अगदी सुरुवातीलाच नियुक्त झाला होता आणि १९२७ रोजी तो रेडिओ टाइम्सचा संपादक झाला. नंतर 'व्हरायटी' या मासिकाचा तो प्रमुख होता. त्याने १९३७ मध्ये निवृत्ती स्वीकारली आणि तो नाटकांकरता पटकथा, कथानके लिहू लागला. त्याचा 'बलालैका' नावाचा संगीताचा कार्यक्रम अफाट गाजला. त्याचे वेस्टएंडला पाचशेहून अधिक कार्यक्रम झाले. त्याच्या आधी 'अ नायटिंगेल सँग इन बेरकेली स्क्वेअर' हे गाणे प्रसिद्ध झाले होते. त्याची 'गुड नाईट व्हिएन्ना' आणि 'दीज फूलिश थिंग्ज रिमाइंड मी ऑफ यू' ही दोन गाणी प्रत्येकाच्या तोंडी होती. त्याच्या एका नखरेल अभिनेत्रीबरोबरच्या प्रेमप्रकरणाच्या चर्चेलादेखील उधाण आले होते. त्याचप्रमाणे नाटकातीलच एक अभिनेत्री हर्मिन जिंगोल्ड हिच्याशी त्याचा फार थोडा काळ टिकलेला विवाह याही गोष्टींविषयी चर्चा होती. थोडक्यात सांगायचे झाल्यास, त्याचे आयुष्य इतके झगमगीत होते की, लोकांनी त्याचा हेवा नक्की करावा.

पण डोळे दिपवणाऱ्या या झगमगीत आयुष्यामागेसुद्धा एक वेगळ्या प्रकारचे आयुष्य तो जगत होता आणि ते म्हणजे, एका गुप्त हेरसंघटनेच्या अधिकाऱ्याचे. त्याच्या हातामध्ये चांगल्यापैकी अधिकार होते. १९४० मध्ये ज्या वेळेस जर्मनीच्या वेढ्याची शक्यता वाढली होती, तेव्हा तो एमआय ५च्या अनेक अधिकाऱ्यांपैकी होता. तो नागरिकांमधील अशा लोकांची नेमणूक करण्याच्या कामावर होता, ज्यांना खरोखरच काही धाडस करून दाखवायचेय आणि स्वतःला सिद्ध करायचे आहे. त्यानंतर इंटेलिजन्स कॉर्पोरेशनकडून त्याची लेफ्टनंट कर्नलच्या पदावर नियुक्ती करण्यात आली आणि नंतर स्पेशल ऑपरेशन एक्झिक्युटिव्ह येथे बदली करण्यात

आली. त्यांच्या मते, त्याने जर्मन संस्थांचा अमेरिकेमध्ये अगदी व्यवस्थितपणे अपप्रचार केला होता. त्या वेळी युद्धामध्ये अमेरिका सहभागी झालेली नव्हती. त्यासाठी वृत्तपत्रांमधून आणि रेडिओवरून त्याने खोटी माहिती पसरवली होती. त्याच्या या यशस्वी कामगिरीमुळे १९४३ मध्ये वॉबर्न येथे एक तज्ज्ञ शिक्षक म्हणून त्याची नियुक्ती झाली होती. तिथेच तो पामेलाला भेटला आणि तिच्यामुळे ब्रिजीटला भेटला. तिथेच त्याने स्पेशल ऑपरेशन एक्झिक्युटिव्ह या संस्थेमध्ये मुलाखतीकरता रिचर्ड कॉब या उमेदवाराला बोलावले. या कामावर असताना तो आपले प्रसिद्धीच्या वलयाचे आयुष्य झाकून ठेवायचा आणि त्याचे समर्थन करायचा की, यामधून मला नव्या ठिकाणी प्रवास करायला मिळतो, नवीन समस्या कळतात, अनुभव मिळतात. ते मी माझ्या नव्या शोमध्ये संशोधन म्हणून वापरू शकतो. हे केवळ ढोंग होते का काय, कुणास ठाऊक.

वॉबर्नमध्ये असलेल्या मुलींना शिकवण्यात आले होते की, तेथील लोकांना त्यांच्या कामाविषयी काहीही प्रश्न विचारायचे नाहीत आणि म्हणून पामेलाला माहीत नव्हते की, एरिक तिथे काय आणि कोणत्या प्रकारचे काम करतो. काहीही असले, तरी जे लोक एरिकला ओळखायचे; त्यांच्याप्रमाणेच तिचाही विश्वास बसला नाही की, त्याच्यामध्ये काही तरी विशेष असेल जे पट्कन नजरेत भरेल. तो खूप छान आणि रसिक होता, त्यामुळे असल्या कोणत्या लबाडीच्या कामामध्ये तो गुंतला असेल यावर तिला विश्वासही बसत नव्हता. तो सहा फूट दोन इंच उंच होता. त्याच्या गालाची हाडे वर आलेली होती आणि डोळे भिरभिरणारे काळेभोर होते. पामेलाला त्याच्यामधील सर्वांत आवडलेली गोष्ट म्हणजे, तो खूप सुंदर नृत्य करत असे.

पोलिटिकल वॉरफेअर एक्झिक्युटिव्हच्या कित्येक जणांसमवेत तिने यापूर्वी वॉल्ट्झ आणि टँगो ही नृत्ये केलेली होती. वॉबर्न ॲबेमधील सभागृहामध्ये संगीताच्या धुंद लहरींवर त्याच्या बाहूमध्ये शिरून गोल-गोल फिरून नृत्य करताना तिचे मागचे अनुभव ती त्या क्षणी विसरून जात असे. व्हिक्टोरियन्स लोकांनी वॉल्ट्झ या नृत्यावर बंदी आणण्याचा प्रयत्न केला; कारण यामध्ये ज्या वेळेस मुलगा मुलीला घट्ट पकडत असे, तिला गोल फिरवत असे, तिला डोलवत असे आणि धुंद होऊन नाचवत असे या वेळी चांगल्या मनाच्या मनुष्याचादेखील त्या धुंदीमुळे स्वत:वरचा ताबा जाण्याची शक्यता होती. ती एकोणिसाव्या शतकामधील जुनाट कल्पना आणि बंदी लोकांनी १९४१ मध्ये झुगारून दिली होती.

एकविसाव्या शतकाच्या उंबरठ्यावर असलेल्या पामेलाला आजही इतक्या वर्षांनी त्याच्या नृत्यातील बेफामपणा आठवत असे. ''तो एकटाच असा होता की, ज्याच्याकडे मी आकर्षित झाले होते आणि तोही माझ्या प्रेमात पडला होता.''

पामेलाने तिच्या आठवणी सांगितल्या आहेत.

हे खरं होतं, कारण त्याच्यातला देखणेपणा - रुबाबदारपणाच असा होता की, कोणतीही मुलगी त्याच्याकडे पट्कन आकर्षित झाली असती. फ्रँक मुआर नावाचा त्याचा बीबीसीवरील एक सहकारी होता. त्याने सांगितले आहे की, तो म्हणायचा की, त्याच्या गळ्यात कायम मुली असायच्या आणि तो त्यांच्यामधील कमीत कमी तीन जणींच्या तरी प्रेमामध्ये असायचा. तरीसुद्धा पामेलाविषयीचे त्याचे प्रेम मात्र वेगळे होते.

जेव्हा पामेलाने एरिकला डोनाल्डविषयी सांगितले, तेव्हा त्याने इतर सामान्य पुरुषांपेक्षा खूप वेगळी प्रतिक्रिया दिली. कदाचित त्याला आपल्या ह्या प्रतिस्पर्ध्याविषयी फारशी असूया वाटली नसावी, कारण एक तर तो तिच्यापासून खूप दूर युद्धकैदी म्हणून जीवन कंठत होता आणि कदाचित त्याला त्याच्या परतण्याची शक्यतादेखील खूप कमी वाटत असावी. त्यामुळे एरिकने तिच्या प्रेमाची तारीफच केली. त्यामुळे त्याच्या लेखी तिचे त्याच्याविषयीचे आकर्षण वाढणार होते. तो जरी इंग्लंडमध्ये जन्माला आला असला आणि पब्लिक स्कूलमध्ये शिकला असला, तरी त्याचे आई-वडील पोलिश होते आणि ते स्थलांतर करून इंग्लंडमध्ये येऊन स्थायिक झाले होते. त्याचे पाय कायम जमिनीवर असायचे आणि माज नावाचा प्रकार त्याच्या ठायी कधीच नव्हता. त्याचप्रमाणे त्याच्यामध्ये विनोदी वृत्ती अंगभूत होती. पोलिश माणसाप्रमाणेच त्याचा स्वभाव होता.

त्याच्या गीतांमधून, संगीतामधून प्रामुख्याने प्रेम हाच विषय असे. तोदेखील कित्येक वेळा प्रेमामध्ये पडला होता, पण दुर्दैवाने त्या प्रेमामधील सातत्य मात्र कधीच टिकले नाही. त्याच्या आत्मवृत्तामध्ये त्याने स्वत:बद्दल तृतीय पुरुषी एकवचनामध्ये लिहिले आहे– 'तो खूप चट्कन विचार करतो आणि त्याला सहज शब्द सुचतात. त्याच्या प्रतिक्रियादेखील तत्काळ असतात. आता तर तो खरंच प्रेमामध्ये पडला होता. युद्धकैदी म्हणून साता समुद्रापार आयुष्य कंठत असलेल्या आपल्या प्रियकराच्या वाटेकडे एक सुंदर तरुणी डोळे लावून बसली होती. त्याला या गोष्टीचे विलक्षण आश्चर्य वाटत होते. त्याला तिचे मन जिंकायचे होते. त्यामुळे तो तिला या गोष्टीची जाणीव सतत करून देत होता की, तो तिच्या भावना पूर्णपणे जाणतो आणि त्याला तिच्या मनाच्या या अवस्थेची पूर्णपणे जाणीव आहे.'

तिने ऐकले होते की, त्याला कॅरॉल गिबॉन आवडते. ती त्याची आवडती बँडप्रमुख होती. सॅव्हॉयला तिने त्याच्यासमवेत वाजवले होते आणि त्यानंतर त्या दोघांनी नृत्य केले होते. ती तिच्या वडलांसमवेत तिथे आली होती. पण नंतर तिच्याविषयी फारसे काही कळले नाही आणि आता ती प्रणयी गीतसम्राटाच्या सहवासामध्ये होती. ते नृत्य करण्याकरता जेव्हा डान्स फ्लोअरवर आले, त्या वेळेस

बँड वाजू लागला आणि त्याचीच धून सुरू झाली– 'धिस फूलिश थिंग रिमाइंड मी ऑफ यू...'

एक सिगारेट जिच्यावर आहेत खुणा लिपस्टिकच्या
एक विमानाचे तिकीट नेऊन सोडे स्वप्नांच्या गावा
माझ्या मनाला फुटले आहेत पंख
या खुळ्या कल्पना करून देतात तुझी आठवण...

डोनाल्डला लिहिलेले दुसरे पत्र तिने आनंदामध्ये लिहिले होते. तिचा आता तिच्यावर संयम राहिला नव्हता. सगळे छान चाललेले होते, असे तिने त्याला लिहिले होते. ते खरेही होते. पण तिला असे का वाटत होते, हे मात्र समजत नव्हते. जपानी लोकांनी घातलेल्या निर्बंधांमुळे ती त्याला युद्धाविषयी किंवा आपल्या कामाविषयी काही सांगू शकत नव्हती. त्यामुळे ती पत्रामधून हवापाण्याविषयी आणि त्यांच्या सुंदर भविष्याविषयी लिहीत असे. तिने त्याला ब्रिजीटविषयी लिहिले होते की, त्या दोघी जणी एकत्र मस्त राहतात.

वॉबर्नमध्ये त्या दोन बहिणी एकाच खोलीमध्ये राहायच्या. त्यांच्या दोघींमधील मत्सर आतल्या आत खदखदत होता. त्या दोघी आपापसांत एकमेकींशी खूप वाद घालायच्या. दोघींमध्ये सतत भांडण असले, तरीसुद्धा त्यांचा दुसऱ्याला भुरळ घालण्याचा आणि लोकांना आपल्याकडे खेचून घेण्याचा स्वभाव मात्र दिवसेंदिवस जास्तच प्रगल्भ होत होता. ब्रिजीटपेक्षा पामेला जास्त भावनाप्रधान आणि मनकवडी होती. ब्रिजीटचा दृष्टिकोन थोडासा आधुनिक होता. पण शिष्टाचाराच्या बाबतीत मात्र दोघी बहिणी सारख्या होत्या. अगदी भुरळ पाडतील अशा आणि त्याचबरोबर खूप उद्दाम. मूर्ख लोकांना त्या फार वेळ सहन करू शकायच्या नाहीत. पट्कन चिडायच्या आणि चट्कन खुशीमध्ये यायच्या.

ज्या वेळेस एरिक एखाद्या गुप्त मोहिमेवर असायचा, तेव्हा तो मुलींना त्याच्या 'मेफेअर' फ्लॅटमध्ये राहायला परवानगी द्यायचा. त्या फ्लॅटमध्ये सर्व काही पांढऱ्या रंगाचे होते. पांढऱ्या भिंती, पांढरे गालिचे आणि फर्निचरदेखील पांढरेच होते. बेडवर एक काळ्या रंगाचे सॅटीनचे बेडशीट होते. टनब्रिजला जाताना वाटेत त्या रात्री तिथे मुक्काम करायच्या, तेव्हा तासन्‌तास तिथे पडून राहत असत. तरीही त्या एकमेकींना सतत हेच समजवायच्या की, हे 'मेफेअर' आहे आणि ते सर्व एरिकचे आहे.

तो जेव्हा परत आला, तेव्हा त्याने पामेलाला वेस्टएंड शोला नेले. त्याचप्रमाणे त्याने तिला खूप आलिशान पार्ट्यांनादेखील नेले होते. त्या पार्ट्यांमध्ये नोएल कॉवर्डच्या विनोदांनी धमाल आणली होती. त्याचप्रमाणे ज्युडी कॅम्पबेलचे असामान्य

सौंदर्य आणि तिचा घोगरा आवाज या सगळ्या गोष्टींमुळे लज्जत आली होती. ते नृत्य करायला गेले. एका रात्री त्याने तिला मिराबेले नाईट क्लबमध्ये नेले. तिथे बर्कले स्क्वेअरमधील त्याचे एक गाणे तो केवळ तिच्याकरता गायला.

कोण्या एका रात्री, त्या रात्रीची भेट आपली
मंद धुंद बेहोश करणारी हवा सर्वत्र होती पसरली
स्वर्गातील देवदूत भोजनाकरता जमले होते
आणि बुलबुल पक्षी बर्कले स्क्वेअरमध्ये गात होते

मी कदाचित बरोबर असेन, चूकही असेन कदाचित
पण तुला शपथेवर सांगायचे होते, हे मात्र निश्चित
तू माझ्याकडे वळलीस, तेव्हा चेहऱ्यावर गोड हास्य पसरले होते
त्यावेळेस बुलबुल पक्षी बर्कले स्क्वेअरमध्ये गात होते...

तो क्षण पामेला कधीच विसरू शकली नाही. ती एक छान उबदार रात्र होती. तिने सिल्कचा एक नाजूक सुंदर ड्रेस परिधान केला होता. इतक्या सुंदर आणि धुंद क्षणाला कोणी भुलले नसते, तरच नवल होते. तिने असे केले असते, तर ते दोघे सर्वांत जास्त ज्यावर प्रेम करत होते, त्या प्रेमाला ते कायमचे हरवून बसले असते. शेवटच्या क्षणी त्याने माघार घेतली. तिने सांगितले, ''तो खूप चांगला होता आणि त्याला माझ्या डोनाल्डवर असलेल्या प्रेमाची जाणीव होती. त्याला माहीत होते की, काहीही झाले तरी मी डोनाल्डशी प्रतारणा करूच शकत नाही.''

त्या क्षणानंतर त्यांनी आपल्या मर्यादा ओळखल्या आणि ते एकमेकांचे खूप चांगले मित्र झाले. दोघांनीही एकमेकांची मित्र म्हणून खूप साथ दिली. तिने त्याला प्रणयी आणि खऱ्या प्रेमाचा पुरावा वास्तव आयुष्यामध्येही दिला. त्याच्या रूपाने तिला नृत्याकरता एक आकर्षक जोडीदार मिळाला. ती त्याला टनब्रिज वेल्सला आपल्या आईवडलांना भेटण्याकरता घेऊन गेली. तिच्या आईला तो खूप आवडला आणि त्याहीपेक्षा तिला या गोष्टीचा आनंद झाला की, अशा एखाद्या माणसाला आपल्या मुलींपैकी एक आवडते आहे. शीलाने एकदा सकाळी सकाळी फोन केला आणि सांगितले की, ती ज्या शेतकऱ्याबरोबर काम करते, त्याने तिला लग्नाकरता विचारले आहे. मार्जोरीने लगेच तिला आशीर्वाद दिले, 'दुरून असले तरी माझे आशीर्वाद सतत तुझ्याबरोबर आहेत.' आणि फोनवरून एक मोठा नि:श्वास टाकला.

पामेलाचे वडील मात्र अशा अतिदेखण्या माणसाविषयी जरा साशंक होते. त्यांच्या मनामध्ये त्याच्याविषयी का कोणास ठाऊक, एक प्रकारची अढी होती.

त्यामुळे ते त्याच्याशी तुटकच वागत होते. त्यांना आपल्या मुलीचे तिच्या वयाच्या दुपटीने मोठ्या असलेल्या माणसाशी असलेले संबंध खटकत होते आणि तसे त्यांनी बोलूनही दाखवले. पण त्यामुळे एरिक अजिबात नाउमेद झाला नाही. तो एकदा तिला म्हणाला, ''तू पारंपरिक आहेस, पण ते तुला खूप शोभून दिसते. किती गोड आहेस तू!''

ब्रिजीटने त्याला एकदा विचारले, ''बर्कले स्क्वेअरमधील बुलबुल पक्षी, या गीतासाठी तुला कुठून प्रेरणा मिळाली?''

तेव्हा तो म्हणाला, ''मी त्या वेळेस एका सुंदर मुलीच्या प्रेमात पडलो होतो.'

''नाही नाही एरिक,'' ब्रिजीटने त्याचे बोलणे मध्येच तोडले. ''तू तुझ्या सगळ्या गाण्यांबद्दल असेच सांगतोस. पण या वेळेस मात्र मला खरं खरं उत्तर हवंय.''

पण तो तसेच उत्तर देत असे. त्यामुळे कदाचित ते खरे असावे. तो युद्धापूर्वी फिलिस गॉर्डन या मुलीच्या प्रेमात पडला होता. तिच्याशी लग्न करायचे त्याने ठरवले होते. ती संपूर्ण युद्धाच्या काळामध्ये त्याच्याशी प्रामाणिक राहिली. पण त्यांचे लग्न काही फार काळ टिकले नाही. त्याने त्याच्या आत्मचरित्रामध्ये लिहिले आहे, 'त्याला मुलींच्या सहवासात फार आनंद मिळत असे आणि त्याने खूप चांगल्या मुलींना दुःखी-कष्टी पण केले होते.'

तिने नंतर डोनाल्डला जेव्हा पत्र लिहिले, तेव्हा तिने एरिकबद्दल त्याला सर्व काही लिहायचे टाळले. फक्त एवढे लिहिले की, तो सगळ्या कुटुंबाचा एक छान मित्र झाला आहे. तिला हे त्याला सांगणे कधीच जमले नसते की, ज्या माणसावर ती एवढे प्रेम करत होती, त्याचा ती जवळजवळ विश्वासघात करायला निघाली होती.

तिची पत्रे त्याच्यापर्यंत जाण्याच्या अगोदर बऱ्याच माध्यमांमधून आणि बऱ्याच सोपस्कारांमधून जात असत. त्यामुळे ते त्याच्यापर्यंत पोहोचण्याकरता कमीत कमी नऊ महिने तर लागायचेच. त्याचप्रमाणे त्याने पाठवलेली पत्रेसुद्धा तिच्यापर्यंत येण्याकरताही तेवढाच कालावधी लागत असे. १९४४ च्या सुरुवातीला टंकलेखनाने अक्षरे छापलेले एक पाकीट तिच्या हातात आले. त्यावर लाल रंगाचे तिकीट लावलेले होते. 'युद्धकैद्यांकडून आलेले पत्र' असे त्यावर लिहिलेले होते आणि जपानी भाषेमधील लिपींच्या चौकटी होत्या. तिला समजले की, आपण त्याला पाठवलेली शंभराहून जास्त पत्रे ही कोणकोणत्या प्रक्रियांमधून गेली असतील. जेव्हा तिने ते पत्र उघडले, तेव्हा तिला भावना अनावर झाल्या. त्या पत्राची तारीख होती १७ एप्रिल १९४३.

'माझ्या प्रिय पामेलाला,' त्याने लिहिले होते, 'मागच्या आठवड्यामध्ये एक चमत्कारच घडला. मला तुझ्याकडून एक पत्र मिळाले. त्यावरची तारीख होती

११ जुलै १९४२. मला आलेले पहिले पत्र– माझ्या सर्वांत प्रिय माणसाकडून. ते माझ्याकरता किती महत्त्वाचे होते याची तू कल्पना नाही करू शकणार. मला इतका विलक्षण आनंद झाला होता की, मी ते सारखे सारखे वाचत होतो. मला हे वाचून खूप बरे वाटले की, माझी राणी अगदी सुरक्षित आहे. मला अजून यापेक्षा काय हवंय.'

जवळजवळ दीड वर्षानंतर का होईना आणि पत्रांच्या माध्यमातून का होईना ते दोघे संपर्कामध्ये आले होते. दोघांनाही परस्परांविषयी असणाऱ्या भावनांची पूर्णपणे कल्पना होती.

'जिंगरला आणि मला– आम्हा दोघांनाही हे ऐकून खूप आनंद झाला की, तू आणि त्याची पत्नी बेरिल एकमेकींना भेटलात. हे सगळे एकदा संपले की, आम्ही दोघांनी आपल्या परत भेटीची एक जंगी पार्टी ठेवण्याचे ठरवले आहे. तू बेरिलचे लालसर रंगाचे केस पाहिलेस आणि तुला तसे केस खूप आवडतात, हे मला पहिल्यांदा कळतंय. तोसुद्धा खूपच चांगल्या विचारांचा आणि मोठ्या मनाचा आहे.'

ब्रिटनच्या सुरक्षिततेच्या दृष्टीने म्हणून की काय, पण तिला कळत नव्हते की, गोष्टी लपवण्याची ती सवय किती खोलवर रुजली आहे. पण ही एक लहानशी चूक होती. त्याने पुढे त्यांना कोणती काळजी वाटते, हे लिहिले होते :

> 'माझी राणी, आपल्याला एकमेकांपासून वेगळे होऊन जवळजवळ चार वर्षे लोटून गेली आहेत. तरीही मी आजही तुझ्यावर तितकेच प्रेम करतो– कदाचित पूर्वीपेक्षा अधिकच. तुझ्याविना काढलेली ही इतकी वर्षे कशी गेली, हे माझे मलाच माहीत. पण प्रेमाचे शाश्वत रूप मी अनुभवत आहे. खरंच प्रेम हे चिरस्थायी असते, यावर माझा पूर्ण विश्वास बसला आहे. इतक्या मोठ्या सत्त्वपरीक्षेमधून तू काय किंवा मी काय, पुरते तावून-सुलाखून निघालो आहोत आणि म्हणूनच भविष्याबद्दलच्या आपल्या एकत्रित आयुष्याबद्दलच्या आशा अजूनच पल्लवित झाल्या आहेत. मला तुला पाहायचे आहे गं... आणि या एकाच आशेवर मी जगतो आहे. तुला पाहीन, तेव्हा मला काही शब्द सुचायचे नाहीत.
>
> मी मला परवानगी दिलेले दोनशे शब्द वापरले आहेत. पण माझ्या सखे, तुला लिहिण्याकरता मला अजून दोनशे शब्द मिळाले असते, तर मी तुला लिहू शकलो असतो की, मी किती तुझ्यावर प्रेम करतो. तू माझ्या विचारांमध्ये सतत व्यापून राहिली आहेस.
>
> स्वत:ची काळजी घे. तू माझी आहेस, त्यामुळे स्वत:ची काळजी घेणे हे माझी काळजी घेतल्यासारखे आहे.

तुला खूप खूप प्रेम..
तुझा आणि कायम तुझाच,
डॉन'

ती ते पत्र पुन: पुन्हा वाचत होती– जणू काही ती त्या छापील अक्षरांमधून त्याचा आवाजच ऐकत होती! एरिकच्या जादूभऱ्या आणि मंत्रमुग्ध करणाऱ्या कवितांपेक्षा डोनाल्डचे हे पत्र आणि त्या पत्रामधले ते शब्द तिला किती तरी मोलाचे वाटले. त्यातील प्रत्येक शब्द तिच्या काळजाचा ठाव घेत होता. त्याने जवळजवळ चार वर्षांच्या विरहानंतर लिहिले होते. जशी ती त्याच्या वाटेकडे डोळे लावून बसली होती आणि त्याच्याकरता झुरत होती, तशीच जर त्याची ही अवस्था असेल, तरच त्या न संपणाऱ्या प्रतीक्षेला काही तरी अर्थ होता. तिला ही आशा होती की, भविष्यात असेही दिवस येतील की, जेव्हा ते दोघे कायमचे एकत्र असतील. तिच्या भविष्याविषयी अशी स्वप्ने पाहण्याचा तिला पूर्ण अधिकार होता, कारण तिने त्याकरता विलक्षण सत्त्वपरीक्षा दिली होती.

त्या शब्दांनी तिच्यावर इतकी मोहिनी घातली होती की, काही क्षण ती त्यातून बाहेरच येऊ शकली नाही. तिने बाकीच्या दोन पत्रांच्या जोडीला हे तिसरे पत्रदेखील जपून ठेवले. नंतर तिने त्याची ती सगळी पत्रे काढली आणि एकत्र करून पुन्हा वाचायला सुरुवात केली. तिच्या इतक्या वर्षांच्या रिकाम्या - रिकाम्या आयुष्यामध्ये ती पत्रेच काय तो तिचा आनंद होता. सगळे मिळून त्या पत्रांमध्ये केवळ सहाशे शब्द होते. तरीही प्रत्येक शब्दामधून तिला त्याचे अस्तित्व जाणवत असे. तो आहे, असा भास होऊन ती आनंदाने वेडीपिशी होत असे आणि मग भानावर आल्यावर जेव्हा वास्तव तिच्या डोळ्यांपुढे येई, तेव्हा तिचा आनंद कुठल्या कुठे जाई आणि डोळे अश्रूंनी डबडबून जात.

सन १९४४ ह्या संपूर्ण वर्षामध्ये पोलिटिकल वॉरफेअर एक्झिक्युटिव्हच्या चळवळींना व्याप्त देशांमध्ये जोर आला होता. नव्याने स्वतंत्र झालेल्या प्रांतांमध्ये रेडिओ स्टेशन्स उभारली गेली होती. दोस्त राष्ट्रे जर्मनीमध्ये स्थिरावली. त्यानंतर या चळवळी जरा थंडावल्या. त्यामुळे वॉबर्नमध्ये असलेला कर्मचारीवर्ग विखुरला गेला आणि नॉटिंगहॅमच्या दवाखान्यामध्ये कुकचे काम करण्याकरता पामेला आली. पण तिला त्याचे काही वाटले नाही. पोलिटिकल वॉरफेअर एक्झिक्युटिव्हच्या एवढ्या मोठ्या कार्यामध्ये आपणही खारीचा वाटा उचलतो आहोत, हेच तिच्याकरता खूप होते. एकदा जर्मनीचा पाडाव झाला की, त्यांचा मोर्चा जपानकडे वळणार होता आणि मग जगामधील सर्वांत मोठे युद्ध खऱ्या अर्थाने लढले जाणार होते.

युरोपमध्ये शांतता प्रस्थापित होत होती. लोकांचे विचार युद्धाच्या उदात्त

हेतूकडून आता शांततेकडे वळत होते. युद्ध संपले. आता त्यांचे ध्येय होते शिक्षण घेणे, रोजगार मिळवणे. व्यक्तिगत तसेच सामाजिक कल्याण करण्याचे वचन १९४४ च्या बिव्हरीज अहवालाने दिले होते. बिव्हरीज अहवाल हा विल्यम बिव्हरीज या अर्थतज्ज्ञाच्या अध्यक्षतेखाली बनवला गेला होता. त्या काळामध्ये घटस्फोटांचे प्रमाण वाढले; कारण ज्या जोडप्यांचे युद्धाआधी विवाह झाले होते, त्यांनी त्या वेळेस विचार केला होता की आयुष्य हे खूप लहान आहे, त्यामुळे वाट पाहणे परवडणार नाही. पण युद्धानंतर त्यांच्या अपेक्षा वाढल्या होत्या. नवी मूल्ये समाजात रुजू पाहत होती. 'फक्त त्या परमेश्वराला ठाऊक होते की, युद्धानंतर हे जग किती बिथरणार होते!' डोनाल्डने पामेलाला लिहिलेल्या एका पत्रामध्ये म्हटले आहे. हे पत्र पामेलाला १९४५ मध्ये मिळाले. 'कुटुंबव्यवस्था मोडकळीस आलीय आणि प्रत्येक जण नवी मूल्ये शोधत आहे.'

ते पत्र विंकफिल्डकडून देण्यात आले. त्यावर नवा पत्ता घातला होता. तो पत्ता होता– एपेरस्टोन मॅनोर कॉन्व्हॅलेसंट होम, नॉटिंगहोम जवळ. पामेला युरोपियन युद्धाच्या शेवटच्या महिन्यामध्ये वॉबर्नहून इकडे आली होती. सर्वांची समाप्ती होत होती. पोलिटिकल वॉरफेअर एक्झिक्युटिव्हचा, युद्धाचा आणि साहजिकच त्यांच्या दोघांच्या विरहाचादेखील शेवट होणार होता. त्याचे पत्र युद्धकैद्यांच्या छावणीमधून आलेले होते. ते एखाद्या पुरातन वस्तुसंग्रहालयातील एक नमुना असल्याप्रमाणे दिसत होते. त्याच्यावरची तारीख होती ९ जून १९४३.

> माझी प्रिय सखी,
>
> मी तुला मागच्या महिन्यामध्ये लिहिले होते की, मला तुझ्याकडून पहिले पत्र मिळाले. मी ते किमान शंभर वेळा तरी वाचले असेन. जितक्या वेळा मी ते वाचायचो तितक्या वेळा नव्याने वाचल्याप्रमाणे मी आनंदी होत होतो. माझ्याजवळ तू दिलेली अंगठी आहे, तुझा फोटो आहे आणि त्याचप्रमाणे तू पाठवलेले पत्र आहे. या एवढ्या आठवणींवर मी जगतो आहे. याच आठवणी मला जगण्याकरता एक प्रेरणा आणि नवी उमेद देऊन जातात.

डोनाल्ड आणि पामेला ह्याचा एकच उद्योग चालू असे आणि तो म्हणजे, पत्रांमधून एकमेकांना शोधण्याचा आणि एकमेकांमध्ये एकरूप होऊन जाण्याचा. त्याचा पत्रामधला एकंदर नूर खूप भावनिक होता आणि नंतर अगदी सामान्य झाल्यासारखा जाणवला. 'या प्रकारचे आयुष्य माणसाला सर्व कामे करायला शिकवते,' त्याने पत्राच्या एका परिच्छेदामध्ये लिहिले होते. 'मी आता सुई आणि

दोरा अगदीच सरावल्याप्रमाणे वापरायला शिकलो आहे. शिवणकामामधील मास्टर झालो आहे. त्याचप्रमाणे स्वयंपाकामध्येदेखील प्रवीण झालो आहे. मी ब्रेड कसा भाजायचा, हे शिकलो आहे. आपले लग्न होईल त्या वेळेस मी शिकलेल्या या सर्व गोष्टी आपल्या संसाराकरता उपयोगी पडतील.' त्याच्या या विनोदामुळे तिला एकदम हसू फुटले. सामान्य आयुष्यावर केलेले हे एक विडंबनच होते. 'वेळ खूप लवकर जातो. मी सध्या जर्मन आणि जपानी शिकतो आहे, तसेच माझे फ्रेंचसुद्धा थोडेसे सुधारून घेतोय. जिंगर आणि मी कित्येक रात्री ब्रिज खेळतो. मला असे वाटते की, मी पत्त्यांचे सर्वच्या सर्व खेळ शिकलो आहे. त्यामुळे जगात अस्तित्वात असणारे पत्त्यांचे सर्व खेळ मला येत असावेत. हे सगळे संपले की, आम्ही दोघे कायम आपल्या पार्टीच्या योजना आखत असतो. जेव्हा आपण सर्व जण एकत्र भेटू, तेव्हा आपण जंगी पार्टी ठेवायची आहे.'

आणि त्यानंतर अचानक त्याचा पत्रामधील भाव एकदम बदलल्यासारखा जाणवला. 'तुझ्या जवळ येण्याकरता, तुला भेटण्याकरता मी काहीही– अगदी वाट्टेल ते– सहन करू शकतो.' आणि एकदम त्याच्या भावनांचा उद्रेक झाल्याप्रमाणे वाटले. 'तुला माझ्या बाहुपाशामध्ये मला घ्यायचंय. माझ्या हृदयामध्ये काय काय आहे, हे सगळे मला तुला सांगायचंय. ज्या गोष्टी एवढी वर्षे मनामध्ये साठवून ठेवल्या आहेत, त्या सगळ्या तुला सांगायच्या आहेत.' त्याच्या या वाक्यांमुळे तिला आणखीनच एकाकी वाटू लागले.

बदललेल्या अशा भावांमुळे काही तरी वेगळे आणि विपरीत घडत आहे, याचा अंदाज तिला लावता येत होता, पण हे पत्र भावनांच्या भरामध्ये लिहिले होते. त्यामुळे ती कोणत्याही गोष्टींचा निश्चित अंदाज लावू शकत नव्हती. छावणीमधील निर्दयी वागणूक अविरत होती. ज्या क्षणाला ९ जूनला तो लिहीत होता, त्या वेळेस सर्व जण बागशी संपर्क ठेवण्याचा प्रयत्न करत होते. चिनी गनिमी काव्यातील सैनिकांनादेखील समजले होते की, जपानी पोलिसांनी त्या संस्थेची पाळेमुळे खणून काढली आहेत. त्यापूर्वी काही दिवस आधी एजंट ६८ ने एक संक्षिप्त आणि मुद्देसूद संदेश खाद्यपदार्थांच्या ट्रकमधून दिला होता. त्या संदेशानंतर तिथे शांतता पसरली होती. ट्रकचा चालक चिनी होता. तो दोघांमधला दुवा होता. तो खूप घाबरलेला होता. त्याने कोणाकडेही पाहिले नाही आणि संदेश दिला. जपानी नागरिक असलेल्या एका गुप्तहेराच्या मागे जपानी लष्करी पोलीस होते. भयानक वाईट प्रमाणात छळ करण्याबाबत त्यांची ख्याती होती. जर का एजंट त्यांच्या हातात सापडला असता, तर त्याच्या धडापासून त्याचे शरीर वेगळे करायला त्यांना काहीच वेळ लागला नसता. त्याच्याकडून लागलेला सुगावा त्यांना छावणीपर्यंत आणि संपर्क तुकडीपर्यंत घेऊन आला असता. त्यामध्ये डझनापेक्षा जास्त सैनिकांचा हात होता आणि

त्यांच्यामध्ये डोनाल्डदेखील होता.

पामेलाला एक गोष्ट समजली होती की, डोनाल्ड अजूनही तिच्यावर प्रेम करतो. तो स्वातंत्र्यासाठी आणि तिला भेटण्यासाठी तळमळत आहे. 'आपण जो विरह सहन केला प्रिये, त्याचे फळ नक्कीच गोड आहे आणि आपल्या मीलनाचा तो सुंदर दिवस दूर नाही... तोपर्यंत जे काही पुढ्यात येईल, त्याचा मी सामना करेन.' तिला माहीत होते त्यापेक्षा सत्य किती तरी वेगळे होते.

अंधारामध्ये प्रवेश

यातनांचे आणि दुःखाचे दुसरे नाव आहे प्रेम
तरीही हे विलक्षण आणि अनाकलनीय असते
दाहकता आणि विषाने ओतप्रोत भरलंय हे प्रेम
तरीही ती दाहकता आणि ते विष पचवावेच लागते

टी. एस. इलियट, 'लिटल् गिडिंग'

अपशकुनांना सुरुवात झाली होती. एजंट ७१ च्या निष्काळजीपणामुळे परिस्थिती गंभीर झाली होती. १९४३ च्या मे महिन्याच्या शेवटी पहारेकरी जास्तच आक्रमक बनले. जवळजवळ दर दिवशी ते झोपड्यांमध्ये काही सुगावा किंवा काही शोध लागतोय का, हे पाहण्याकरता येत असत. झोपडीमध्ये आल्यानंतर तिथे ते अक्षरशः धुमाकूळ घालत. कैद्यांकरता त्यांचे बिछाने म्हणजे त्यांच्या घराप्रमाणे होते. हे बिछाने पहारेकऱ्यांनी अस्ताव्यस्त भिरकावून दिले. काळजीपूर्वक शिवलेली अंथरुणे फाडून टाकली. ठिगळे लावून कैद्यांनी उशा तयार केल्या होत्या, त्यासुद्धा फाडून टाकल्या. कैद्यांनी काही खूप छान पेट्या तयार केल्या होत्या, त्यांचीसुद्धा तोडफोड केली. अशा प्रकारे केलेल्या विध्वंसामुळे कैदी इतके संतापले होते की, माल्टबेला त्यांना शांत राहण्याचे आणि कोणत्याही प्रकारे सुडाचे विचारही डोक्यात न आणण्याचे आदेश द्यावे लागले.

एजंट ६८ ने ॲरगिल स्ट्रीट तसेच शामशुईपोला अतिशय महत्त्वाचा संदेश पाठवला. त्यामध्ये त्यांना एजंट ७१ च्या अटकेची माहिती दिली होती, तसेच त्यांच्या चळवळी थांबवण्याचे आदेश दिले होते. दोन्ही छावण्यांमधल्या लोकांना आपल्यात आलेल्या फाजील आत्मविश्वासाची जाणीव झाली. लोकांची सुटका करण्यासाठी केवळ प्रयत्न केले जात होते आणि तो उद्देश डोळ्यांपुढे ठेवून काम केले जात होते. पण या कामाचे स्वरूप आता बदलून माहिती गोळा करणे हे झाले होते. या कटाचे जाळे तारेच्या कुंपणापलीकडेही लांब विणले गेले होते. इतर बरेच लोक या कामाकरता नेमले गेले होते. पण त्यांच्यातले काही जण विश्वासार्ह नव्हते. ॲरगिल स्ट्रीटवर न्यूनहॅमने त्याच्या संपर्कामध्ये असलेल्या तुकड्यांना निरोप

दिला की, एजंट ७१ ला अटक झाली आहे आणि छावणीमध्ये काय घडत आहे, हे कळायला काही मार्ग नाही. आता मोठा धोका निर्माण झाला होता, तरीसुद्धा ब्रिटिश आर्मी एड ग्रुप (बाग) साठी तो करत असलेल्या कामाचा तो एक परिणाम होता. आता वाट पाहण्याशिवाय आणि काय घडतंय हे पाहण्याशिवाय त्यांच्यापुढे कोणताच पर्याय नव्हता.

जेव्हा चार दिवसांनंतर डोनाल्डने पामेलाला पत्र लिहिले, तेव्हा त्याच्या डोक्यावर टांगती तलवार होती. या पत्रामध्येच त्याने त्याच्या आणि पामेलाच्या पहिल्या भेटीच्या गोड आठवणींविषयी लिहिले होते. उन्हाळ्यामधील अतिशय रम्य दिवसांमध्ये ते एकमेकांच्या प्रेमात पडले होते. एका नृत्यसमारंभामध्ये ते एकमेकांना पहिल्यांदा भेटले होते आणि त्याने तिला लिहिले की, गॉसपोर्टला नृत्य करताना मध्येच ते अधिकाऱ्यांच्या मेसमागे एका एकांत स्थळी गेले आणि तिथे त्याने पहिल्यांदा तिचे चुंबन घेतले होते. नंतर त्याने त्या जागेचा फोटो काढून ठेवला होता. त्याच्या दृष्टीने ती जागा आणि तो फोटो फार महत्त्वाचा होता, अगदी गळ्यातल्या ताईताप्रमाणे होता. व्हिटलॉकचा तो अपघात, मद्याचे पेले, सकाळी सकाळी तिच्याबरोबर स्नॅकबारमध्ये घेतलेली कॉफी, चहा पिण्याकरता अमृततुल्यमध्ये असताना तिथेच त्याची हॅट विसरणे आणि त्यांच्या उत्कट भेटी... या सगळ्या आठवणी त्याने तिला लिहिल्या होत्या. 'या अशा काही तुझ्या आठवणी माझ्यासोबत आहेत की, ज्या माझ्या मनामध्ये सतत असतात. या आठवणींच्या शिदोरीवर मी एवढीच आशा मनात ठेवून जिवंत आहे की, भविष्यामध्ये आयुष्यभर जतन करून ठेवाव्यात अशा आणखी कित्येक घटना असतील... हीच आणि हीच माझी आशा आहे राणी.'

ज्या वेळेस तो हे लिहीत होता, त्या वेळेस विचारसुद्धा करता येणार नाही अशा भयानक वर्तमानाला त्याने थोडा वेळ बाजूला ठेवले होते. त्याने तिला लिहिले, 'काय वाट्टेल ते सहन करायची वेळ आली तरी मी ते सहन करेन.' या वाक्यामधूनच कळत होते की, क्रौर्याची कोणती परिसीमा जपानी लोक गाठणार होते आणि त्याला अजून कोणत्या पातळ्यांवर छळ सहन करावा लागणार होते. भविष्यामध्ये जर काही आक्रीत घडले असते, तर ही पत्रे त्याच्या छोट्या आयुष्याची साक्षीदार ठरणार होती.

मागच्या घटनांचा विचार करता, एक गोष्ट स्पष्ट होती की, त्यांना आता अजून सतर्क राहायला पाहिजे होते. पण जसजशा वेगवेगळ्या घटना घडत गेल्या तसतसे त्यांना ते करत असलेल्या कामाची किंमत कळू लागली. तीन महिन्यांच्या काळामध्ये त्यांच्या कुंपणापलीकडे असलेल्या लहानसहान संपर्काचे एका विशाल माहिती यंत्रणेमध्ये रूपांतर झाले. हाँगकाँगच्या बंदिवासांमधून कैद्यांना सोडवण्याकरता

एका भक्कम पायाभरणीचे काम चालू होते. संशय येतोय म्हणून वेगाने चालू असलेल्या त्यांच्या हालचाली थांबवायच्या, म्हणजे पराभव स्वीकारण्यासारखेच होते.

बागशी असणारे संबंध हे पहिल्यापासून थोडे तीव्र स्वरूपाचे होते. बाहेरून क्लॅगची त्यांच्यावर जोरदार टीका सुरू होती. त्याच्या मते, स्वत:ची सुटका करून घेण्याबाबत कैदी कमालीचे उदासीन होते. न्यूनहॅमनेदेखील घणाघाती टीका केली होती, 'तुमच्यावर एवढी वाईट वेळ आलीय, पण तुम्हाला दुर्दैवाने त्याची जाणीव नाहीये.' ही सोडलेली टीकास्त्रे बर्ड आणि न्यूनहॅम यांच्या पलीकडे कोणापर्यंतही पोहोचली नव्हती. पण त्यांच्या या टीकेचे थोडक्यातले सार कैद्यांपर्यंत पोहोचले होते. त्यांच्या मते, या काही मूठभर लोकांनी आपली सुटका करून घेतली; पण बाकीच्या भुकेने तडफडणाऱ्या कैद्यांना मात्र त्यांनी त्यामुळे अधिकच संकटात लोटले. सुटलेल्या लोकांचे साथीदार हे त्यांच्यामुळे कोणत्या परिस्थितीचा सामना करत होते याची त्यांना कल्पना नव्हती. बागच्या दबावामुळे त्यांनी सुटकेकरता करण्यात येणाऱ्या प्रयत्नांना पाठिंबा देण्याची तयारी दर्शवली होती; पण एका अटीवर आणि ती म्हणजे, हे प्रयत्न छावणीमधल्या प्रत्येकाच्या सुटकेकरता करण्यात यावेत.

जेव्हा एखादा हवाई हल्ला होत असे, तेव्हा सर्व सैनिकांना छावणीचे संरक्षण करण्याकरता जपानी बोलवत असत. राईडच्या मते, बॉंबहल्ल्यांबरोबरच गनिमी काव्याने दबा धरून बसण्याचा मार्गदेखील अवलंबणे शक्य होते. जपानी सैन्य या प्रकाराने उठून गेले की ॲरगिल स्ट्रीट, शामशुईपो त्याचप्रमाणे जिथे भारतीय लोकांना ठेवले होते, ते मा ताऊ चुंग हे ठिकाण आणि नागरिकांची छावणी या सर्व ठिकाणचे हे कैदी मोकळे झाले असते आणि मग त्यांना काइ ताककडे जाणाऱ्या विमानाने सोडवले असते. परंतु सर्व कैद्यांची प्रकृती अगदी ठणठणीत असली, तरीसुद्धा त्या कार्याचा आवाका बघता, खूप अडचणी आल्या असत्या. एका लष्करी इतिहासतज्ज्ञाने ही योजना केवळ आत्मघातकी आहे, असा इशारा दिला होता. असे असले तरी काही कैद्यांना हा धोका पत्करणे परवडणारे होते. राल्फ गॉडविन हा नंतर म्हणाला की, तेथील टेकड्यांवर पुरेसा दारूगोळा ठेवणे, त्याचप्रमाणे नौदलामध्येही आवश्यक त्या सुविधा ठेवणे, हे पहिले महत्त्वाचे काम होते. त्यामुळे काइ ताकच्या कोणत्याही विमानाला अडवणे शक्य झाले असते. अर्थात एवढ्या मोठ्या संख्येने असणाऱ्या कैद्यांची सुटका करणे, ही एक मोठी जोखीमच होती.

डोनाल्डने मात्र आता हा जुगार खेळण्याची मानसिक तयारी केलेली होती. त्याने पामेलाला पाठवलेल्या पुढच्या पत्रात अशा प्रकारे लिहिले होते की, जणू काही बदला सुरू झाला आहे. त्याने लिहिले की, त्याला विमान उड्डाणाची आता तीव्र

इच्छा होत आहे. त्याने तिला असेही लिहिले की, मी तुला भेटण्याकरता अतिशय आतुर झालो आहे. अशा प्रकारे मोठ्या संख्येने असणाऱ्या लोकांची सुटका करणे म्हणजे मोठ्या संकटाला निमंत्रण देण्यासारखेच आहे; पण अशा प्रकारच्या लष्करी प्रक्रियेमध्ये संकटे तर पावलोपावली असतातच, ती अटळच असतात. त्यामुळे त्याला काही इलाज नसतो. कारण त्यामध्ये यश मिळण्याच्यादेखील शक्यता असतात. पत्रामध्ये शेवटी त्याने लिहिले, 'मी फक्त दोन इच्छा मनामध्ये ठेवून जगतो आहे. पहिली इच्छा म्हणजे, इथून सुटका करायची आणि दुसरी म्हणजे, तुझ्याजवळ येऊन तुला पुन्हा एकदा मिठीत घ्यायचंय.'

शामशुईपोमध्ये फोर्डने जो निर्णय घेतला, तोच न्यूनहॅमने त्या वेळेस घेतला. तो म्हणजे, जोपर्यंत कैद्यांची तब्येत सुधारत नाही तोपर्यंत सुटकेचा विचार लांबणीवर टाकायचा. बागच्या एजंटांनी छावणीमध्ये औषधे आणि जीवनसत्त्वे असलेल्या पोषक गोष्टींची तस्करी सुरू केली होती. ही जीवनसत्त्वे त्यांच्या आहाराच्या जोडीने त्यांना देणे गरजेचे होते. ॲरगिल स्ट्रीटच्या छावणीचे वेगळेपण म्हणजे, ही छावणी भारतीय सैनिकांच्या छावणीच्या जवळच मा ताऊ चुंग येथे होती. न्यूनहॅमच्या माहितीनुसार, या लोकांचे हाँगकाँगच्या नागरिकांशी संबंध होते आणि त्या संबंधांचा कैद्यांच्या सुटकेकरता त्यांना उपयोग होणार होता. त्याने ठरवले की, जपानी लोकांच्या प्रत्येक गोष्टीची माहिती ताडून पाहायची आणि नंतर ती दोस्त राष्ट्रांच्या सेनेला कळवायची. ही यंत्रणा सुटकेच्या प्रयत्नापेक्षा जास्त वास्तव होती. तरीही दूरवर विचार केला असता, तीसुद्धा धोकादायक होती.

सर्वांत प्रथम भारतीय नागरिक आणि सैनिक यांनी ही माहिती गोळा करण्याचे काम केले. हे सर्व लोक गोदींचे आणि कोठारांचे संरक्षण करण्याकरता जपान्यांनी नेमले होते. त्यांच्या जहाजावरील तसेच इतर हालचालींचा अहवाल मा ताऊ चुंगला भारतीय अधिकाऱ्यांकडे गेला. ती माहिती न दिसणाऱ्या शाईने लिहिण्यात आली. ही शाई तांदळाच्या पाण्यापासून बनवलेली होती. त्यानंतर ती जेवणाच्या ट्रकमधून त्याचप्रमाणे इतर तुकड्यांकडून पाठवण्यात आली. तिचे पोहोचण्याचे शेवटचे ठिकाण होते दिल्ली येथील ब्रिटिश मुख्यालय, आणि तिथून ती चीनमधील अमेरिकेच्या हवाईदलाकडे दिली जाणार होती. ज्या वेळेस बागच्या कार्याचे मूल्यांकन १९४३ च्या शेवटी करण्यात आले, तेव्हा अमेरिकन इंटेलिजन्सने त्यांना सर्वोत्तम म्हणून घोषित केले होते. खास करून त्यांच्या जहाजांवरील माहितीसाठी आणि वाहतुकीच्या उत्तम प्रयत्नांकरता त्यांचे कौतुक करण्यात आले होते. पण हा अहवाल अर्थातच प्रसिद्ध करण्यात आला नव्हता. युद्धकैदी याविषयी अगदी अनभिज्ञ होते की, अमेरिकन इंटेलिजन्सदेखील बागला राजकीय डोकेदुखी समजत होते आणि त्यांच्या मते बाग केवळ ब्रिटिश वसाहतींबाबत काळजी करायची, मग

त्यांचा शियांग काइ शेक हा ग्राहक जरी नाराज झाला तरी फरक पडणार नव्हता. परिणामत: अमेरिकन विमानांकडून बागला कैद्यांच्या सुटकेच्या कामात मदत मिळण्याची काही शक्यता नव्हती आणि त्यांच्या मदतीखेरीज कैद्यांची सुटका केवळ अशक्य होती.

तरीसुद्धा साधारणपणे चार महिन्यांनंतर ॲरगिल स्ट्रीटवर औषधांचा पुरवठा नियमित होत होता, त्याचप्रमाणे माहिती आणि बातम्या तिथे पसरत होत्या. कैद्यांच्या संपर्कात असलेल्या बागच्या तुकड्यांना औषधाचा पुरवठा करणे अवघड जात होते. औषधांचे वजन जास्त असल्यामुळे ते हाताने वाहून नेणे जड जायचे किंवा त्यांना कागदाच्या कपट्यांमध्ये गुंडाळून खाद्यपदार्थांच्या ट्रकमध्ये घालून पाठवणेदेखील अवघड होऊन बसले होते. त्यामुळे त्यांनी एक योजना बनवली. ते औषधे आणणाऱ्या ट्रकच्या आतल्या बाजूला असलेल्या एका चौकटीमध्ये रबरबँडने पाकिटे लावून ठेवायचे, त्यामुळे ती सहजासहजी काढता यायची. डोनाल्ड आणि बाकीचे लोक ट्रकच्या आतमध्ये जाऊन संदेशाच्या चिठ्ठ्या त्याचप्रमाणे ते पाकीट हळूच काढायचे. हे काम अतिशय जोखमीचे होते आणि फार सतर्क राहून करावे लागे. कोणालाही, कोणत्याही प्रकारचा संशय येणे फार धोकादायक होते. त्या ट्रकभोवती असलेल्या माणसांची नजर चुकवून हे काम गुपचूप करावे लागायचे. डोनाल्ड आणि त्याच्या बाकी साथीदारांना चौकटीच्या कोपऱ्यामध्ये घट्ट बसवलेले ते पाकीट काढण्याकरता खूप प्रयत्न करावे लागायचे. ते करताना त्यांना आपल्याकडे पहारेकरी किंवा बाकीच्या कोणाचे लक्ष त्यांच्याकडे नाही ना, हे पण पाहावे लागत असे.

कैद्यांच्या प्रकृतीमध्ये तसेच त्यांच्या मनोधैर्यामध्ये जाणवण्याइतपत सुधारणा झालेली होती. पण ती गोष्ट पहारेकऱ्यांच्या लक्षात आली नव्हती, कारण त्यांना असल्या गोष्टींमध्ये फारसा रस नव्हता. जून महिन्यामध्ये बाग या संस्थेने छावणीच्या बाहेर तिथल्या नागरिकांची खबऱ्यांच्या जागेवर नियुक्ती केली आणि खबऱ्यांचे जाळेच तयार केले. प्रामुख्याने माहितीची देवाणघेवाण करण्याचे त्यांचे काम होते. त्यांच्यापैकी काही जण चिनी होते; काही भारतीय, तर काही पोर्तुगीज होते. त्यांना युद्धकैद्यांविषयी सहानुभूती होती. भारतीय छावणीमध्ये मतिन अहमद अन्सारी नावाचा एक कॅप्टन होता. तो विलक्षण बहादूर होता. त्याने बागला थेट माहिती पुरवण्याचे काम चालू केले. पण त्यांचा फाजील आत्मविश्वास त्यांच्या यशाला मारक ठरला. एजंट लोकांची संख्या वाढली आणि त्यांच्यापैकी एक जण जपान्यांच्या हातात सापडला. एजंट ७१ च्या अटकेची बातमी छावणीमध्ये पसरली. आता धोका अटळ होता.

अगदी प्रथम काही घडले नाही. त्यांची सकाळची परेड नेहमीप्रमाणे पार पडली.

त्या वेळेस कोणालाही बोलावण्यात आले नाही. अकरा वाजता रेशनचा ट्रक आत आला. ट्रकचे चालक पुढे पाहत होते. ते सगळे जाम घाबरले होते. पण अजूनही कोणालाही अटक झालेली नव्हती. जसजसे दिवस जाऊ लागले तसतसा न्यूनहॅमच्या डोक्यावरचा ताण वाढत होता. सापळ्याप्रमाणे दिसणाऱ्या त्या कैद्यांचे चेहरे भकास जाणवत होते. कैद्यांचे डोळे इतके खोल गेले होते की, जणू काही कोणी तरी ते खोबणीतून बाहेर काढले आहेत. एके दिवशी मायकेल राईट अनपेक्षितपणे त्याच्या झोपडीमध्ये आला. एका माणसाने त्याला खूप वैताग दिला होता आणि तो त्याच्यावर खूप चिडला होता. चेहऱ्यावर शक्य तितकी सहजता दाखवून झोपडीतले सगळे जण गुपिते दडवत होते; पण छावणीच्या बाहेर कुठे तरी जपानी लष्करी पोलिसांनी त्यांना पाहिजे होती ती माहिती काढून घेतली होती. एक तर धोका कमी होत होता किंवा आता एकदम संकट उभे राहणार होते. कदाचित ही वादळापूर्वीची शांतता होती.

बाकीच्यांप्रमाणे डोनाल्डसाठीदेखील ही एक प्रकारची सत्त्वपरीक्षाच होती आणि तिला त्याला एकट्याने तोंड द्यायचे होते. त्याचे प्रत्येक काम गुप्त ठेवणे जरुरीचे होते. याचे कारण म्हणजे, जर का तो पकडला गेला असता, तर त्यामध्ये दुसरे कोणी अडकले नसते. तो हे अगदी जिंगर सुलिव्हनलादेखील सांगू शकत नव्हता. त्याला खरे तर हे माहीत असणे गरजेचे होते की, तो काय करत आहे. इतकेच नव्हे, तर त्याच्यावर पहारेकऱ्यांची नजर असणार; त्यामुळे त्याच्या इतर साथीदारांशीही त्याला आता त्याचे संबंध कमी करणे गरजेचे होते. तो बर्ड आणि हॅरिस या मूळ जोडगोळीला फार काही ओळखत नव्हता. पण हाँगकाँग स्वयंसेवकांपैकी दोघे जण होते, ते त्याला फार आवडायचे. त्या दोघांमधील एक आरमाराचा अधिकारी होता. त्याचे नाव होते हॅडॉक. हा खूप विनोदी होता. दुसरा होता तो मध्यमवयीन शाळामास्तर होता. अंदाजे चाळिशीच्या आसपास असावा. त्याचे नाव होते फर्ग्युसन आणि त्याला सर्व जण फर्गी म्हणून हाक मारायचे. त्याच्यावर तोफखान्याची जबाबदारी सोपवली होती. तो कायम फुशारक्या मारायचा की, तो ब्रिटिश लष्करामधील सर्वांत जुना लेफ्टनंट आहे. पण पुढे काय होईल, याबद्दल त्यांच्याशी चर्चा करणे शक्य नव्हते.

एजंट ६८ने दिलेल्या इशाऱ्यानंतर जवळजवळ तीन आठवड्यांनी न्यूनहॅमने आता सगळ्या गोष्टी उजेडात आणायचे ठरवले. अंगामध्ये विलक्षण कल्पकता असलेल्या गुडविनने एक पोकळ बोल्ट तयार केला आणि तो ट्रकच्या चौकटीमध्ये एकदम व्यवस्थित बसेल अन् ट्रकच्या मूळ बोल्टला अगदी पर्याय ठरेल, असाच झाला होता. त्याला एक संदेश लिहिलेल्या कागदाची गुंडाळी त्याने लावली आणि ती बाहेर पाठवून दिली. पण त्याचे काही उत्तर आले नाही.

नंतर एक जुलैला सकाळी अनपेक्षितपणे एक रेशन ट्रक आला. त्यातून दोन सुरक्षारक्षक बाहेर पडताक्षणी ट्रकच्या चालकाने आपले हात उघड्या खिडकीमधून लांब केले. त्याच्या हातामध्ये असलेला कागदाचा एक तुकडा तो हलवत होता. कामावर असलेला ड्युटी ऑपरेटर तिथे कुठे आसपास दिसत नव्हता. अगदी योगायोगाने हॅडॉक तिथेच जवळ होता, त्याने तो कागदाचा तुकडा घेतला आणि तो बर्डकडे देण्याऐवजी त्याने तो तुकडा शौचालयामध्ये टाकून दिला. सुरक्षेसाठी केलेल्या सर्व योजना पार बारगळून गेल्या. जेव्हा तो त्याच्या झोपडीमध्ये गेला, तेव्हा त्याला पहारेकऱ्यांनी अटक केली आणि त्याला ते घेऊन गेले. त्याच दिवशी शामशुईपोमधून दोन वैमानिक आले. त्यांची नावे होती डॉली ग्रे आणि राल्फ हार्डी. ते सार्जंट राऊटलेज बरोबर आले होते. राऊटलेज हा संपर्क तुकड्यांचा सभासद होता आणि तो मूळ कॅनेडियन होता. एकाच आठवड्यापूर्वी कॅप्टन अन्सारी याला मा ताऊ चुंग या छावणीमधून नेण्यात आले होते. स्टॅन्ले सिव्हिलियन छावणीमधून त्याचप्रमाणे हाँगकाँगमध्ये इतर अनेक ठिकाणांमधून भारतीय, चिनी आणि युरोपियन अशा जवळजवळ चाळीस जणांना डांबण्यात आले. शेवटी न्यूनहॅम आणि फोर्ड यांना दहा जुलै रोजी ताब्यात घेण्यात आले.

छावणीमध्ये सर्वत्र चिंतेचे सावट पसरले होते. संपर्क तुकड्यांच्या बाहेरच्या वर्तुळामध्ये युद्धकैद्यांना आता समजून चुकले होते की, काही तरी कटकारस्थान शिजत आहे. त्याविषयी त्यांच्यापैकी बऱ्याच जणांना कल्पनादेखील नव्हती. ज्याला कोणाला या अटकसत्राची कल्पना नव्हती, त्यांनाही सुरक्षारक्षकांच्या वागण्यातून परिस्थितीचे गांभीर्य जाणवत होते. आधीप्रमाणेच त्यांचे रेशन व अन्नाचा पुरवठा जवळजवळ बंद करण्यात आला. कधी कधी जेवणाचा पुरवठा अनिश्चित व्हायचा, तर कधी कधी अजिबात होत नसे. नवे कठोर नियम आणि कायदे लागू करण्यात आले. त्यानुसार कोणताही सुरक्षारक्षक कधीही येऊन कोणत्याही कैद्याला मारहाण करायचा. त्याला लाथा-बुक्क्यांनी तुडवणे, रायफल पोटात तसेच पार्श्वभागावर भोसकणे यांसारखे अमानुष प्रकार चालत असत. मग कारणे काहीही असायची. कधी तो कुंपणाच्या खूप जवळून चालला म्हणून मारहाण; कधी तो सिगारेट ओढतोय म्हणून मारहाण; पण बहुतेक वेळा त्याने कुंपणापलीकडील लोकांशी संपर्क ठेवला, हेच मारहाणीचे मुख्य कारण असायचे. ते चिडले, संतापले की, तो संताप ते कैद्यांवर काढायचे. त्या काळामध्ये गुडविनने डायरी लिहिली होती. त्यात तो म्हणतो, 'आम्ही कैदेमध्ये असताना एक गोष्ट अनुभवली होती. ती म्हणजे, पराकोटीचा तिरस्कार काय असतो.'

गुप्त सभा, मेळावे या गोष्टी गुप्त राहिल्या; पण सुटकेसाठी काही तरी योजना आखल्या जात आहेत, अशी कुणकुण मात्र लागली होती. सेसिल टेम्प्लरसारखे

काही कैदी सुरक्षारक्षकांपेक्षा त्यांचा राग बाग या संस्थेवर जास्त काढत होते. 'ब्रिटिश मिशनने लोकांच्या मोठ्या प्रमाणावर सुटकेकरता जे कट शिजवले, ते खरोखरच मूर्खासारखे होते. त्यांनी ठरवले होते की, बॉंबचा अचानक मारा करून कैद्यांची सुटका करायची.' असे टेम्प्लरने नंतर एका लेखामध्ये लिहिले आहे.

न्यूनहॅम आणि हॅडॉक यांच्या अटकेमुळे लष्करी पोलिसांपासून धोका आणखीनच वाढला होता. पण डोनाल्डने वस्तुस्थिती अतिशय शांतपणे स्वीकारली होती. गुडविनसारखा त्याच्या मनामध्ये द्वेष नव्हता, की छावणीमधील इतरांप्रमाणे तो गोंधळून गेला नाही, की रागाने बेभान झाला नाही. कारण कितीही आकांडतांडव केले तरीसुद्धा आहे ती परिस्थिती बदलणे शक्य नव्हते. त्यामुळे अतिशय संयमाने आणि शांतपणे तो परिस्थिती हाताळत होता. त्याला आता एक शक्यता वाटत होती की, न्यूनहॅमचा छळ केला जाईल आणि त्याच्याकडून छावणीमध्ये चालणाऱ्या सगळ्या गुप्त गोष्टी काढून घेतल्या जातील. एकदा संपर्क तुकड्यांची आणि त्यामध्ये सामील असलेल्यांची नावे लष्कर पोलिसांना कळली की, त्याला अजून प्रश्न विचारले जातील. त्या वेळेस महत्त्वाची गोष्ट म्हणजे, धोकादायक माहितीपासून सुरक्षित माहिती वेगळी करणे. म्हणजे, त्याने त्या वेळेस अशी माहिती दिली असती की संदेशांची देवाणघेवाण होते, तर चालले असते; कारण ही बातमी शिळी होती आणि ती जपानी लोकांना कधीच कळली होती. पण यामध्ये कोण कोण गुंतले आहे, त्यांची नावे काय आहेत, हे जर विचारले असते; तर ही माहिती मात्र त्याने दडून ठेवणे अत्यंत आवश्यक होते.

यामध्ये कधी तरी अकरा जुलैला डोनाल्डला पामेलाकडून अजून एक पत्र मिळाले. काही क्षणांकरता का असेना, हे बाकीचे विचार तो पूर्णपणे विसरून गेला. तिच्या आलेल्या पत्रावर त्याने उद्गार काढले, "प्रिये, रखरखीत वाळवंटातील कडक उन्हामध्ये पाण्याचा शोध घेणाऱ्या तहानलेल्या जीवाला जर एखादा झरा दिसला तर जसा आनंद होईल, अगदी तसा आनंद मला या पत्रामुळे झाला आहे!" आणि त्यात अजून एक समाधानाची गोष्ट ही होती की, हे पत्र म्हणजे त्याने पाठवलेल्या पत्राचे उत्तर होते– त्याच्या पहिल्या पत्राचे उत्तर. ते पत्र त्याने तेरा महिन्यांपूर्वी तिला पाठवले होते. या पत्रामध्ये तिने लिहिले होते की, त्याची खुशाली कळल्याने तिला अतिशय आनंद झाला होता. त्याच्याशिवाय तिचा प्रत्येक क्षण मुंगीच्या पावलाप्रमाणे चालला होता. 'आपण भेटल्यानंतर आयुष्य किती सुंदर असेल!' या शब्दांत तिने तिची स्वप्ने त्याला सांगितली होती. कोणत्याही परिस्थितीत त्याला या पत्राचे उत्तर लिहायचे होते. याचे कारण म्हणजे, बारा जुलै हा तोच दिवस होता, ज्या दिवशी ते एकमेकांपासून दूर गेले होते. पुढे तर भयानक संकटच दिसत होते आणि त्याचबरोबर तिच्या पत्रामुळे त्याला कमालीचा आनंदही झाला होता.

मनाच्या या अशा विचित्र अवस्थेमध्ये तिला काय आणि कोणत्या शब्दांमध्ये लिहायचे, हे मात्र त्याला कळेनासे झाले होते.

'फक्त माझी आणि माझीच गोड प्रिया,

आपल्याला शेवटचे भेटून चार वर्षे होऊन गेली, पण आजही तुझ्या मनामध्ये मी आहे. तू आजही माझी वाट पाहते आहेस. इतकं प्रेम करतेस माझ्यावर राणी? ही गोष्ट माझ्या लेखी किती मोलाची आहे, याची तू नाही कल्पना करू शकणार. आजही तुझ्या मनामध्ये फक्त मी आहे, हे वाचून मी खरंच हेलावून गेलो आहे. तुला सांगू राणी, रात्री आडवा झालो की तुझाच विचार करत असतो की, तुला कधी मी पाहू शकेन. राणी, माझ्याकरता तू जो काही त्याग केला आहेस, त्याची मला पूर्ण जाणीव आहे. परमेश्वर जाणतो की, हे युद्ध संपेल तेव्हा जगामध्ये किती अंदाधुंदी असेल. कुटुंबेच्या कुटुंबे या युद्धामुळे बेचिराख झाली आहेत. युद्धानंतर लोकांच्या विश्वासाला आणि आदर्शांना तडा गेला असेल अन् नवी मूल्ये व आदर्श शोधण्याकरता त्यांचा वेगळाच लढा सुरू होईल. पण सुदैवाने हे माझ्या बाबतीत होणार नाही, कारण माझी निष्ठा तुझ्या ठायी असल्याने आणि तूच माझी आदर्श असल्याने त्यांना कधीच तडा जाणार नाही. मी जेव्हा परत येईन, त्या वेळेस तू माझ्याकरता जो काही त्याग केला आहेस, त्या सर्वांची भरपाई मी करेन– तुला खूप सुख देऊन. माझी लवकरच सुटका होईल आणि तुझ्याकडे येऊन मी तुला माझ्या मिठीत घेऊन तुझ्यावर प्रेमाचा वर्षाव करेन, याच आशेवर मी जगतोय प्रिये. मला हा दिवस चांगलाच स्मरणात राहील; कारण चार वर्षांपूर्वी याच दिवशी आपण एकमेकांच्या खूप जवळ होतो, शेवटचे. आपण दोघांनी मिळून एकत्र घालवलेले ते दिवस... त्या रात्री सतत आठवतच मी काळ कंठतो आहे.

तिचे पहिले पत्र त्याला मिळाले आणि आजवर ज्या भावना मनामध्ये दडवून ठेवल्या होत्या, त्या त्याच्या शब्दांमधून व्यक्त होऊ लागल्या. पण त्या परिस्थितीमध्ये खूप भावनाप्रधान होणे परवडण्यासारखे नव्हते. त्या भावनेमुळे त्याला स्वत:ला कमजोर बनवायचे नव्हते. पामेलाचे आणि सुटकेचे विचार म्हणजे पुढे सामना कराव्या लागणाऱ्या संकटांकडे काणाडोळा करण्यासारखे होते. त्यामुळे त्याने सर्व काही आपल्या मनामध्ये परत एकदा बंदिस्त करून ठेवले.

'मी उत्तम आहे.' त्याने स्वत:चीच समजूत घातली. 'लंडन सोडल्यापासून आतापर्यंत मी एक दिवसही आजारी पडलेलो नाही.' तो खूप वाचन करायचा, खूप व्यायाम करायचा, असं पण त्याने लिहिले. पण एक वेगळीच गोष्ट होती की, आता

ज्याकडे त्याचे मन वळले गेले. 'मला उड्डाण करायचंय, मला विमान चालवायचंय. किती दिवसांत मी विमानात बसलेलो नाही! ज्या वेळेला तुझे विचार डोक्यात नसतात, त्या वेळेस माझे मन पुन्हा आकाशामध्ये भराऱ्या घेत असते. मला माझ्या या कामाचा विलक्षण अभिमान आहे आणि आता मला माझे काम करता येत नाहीये याचे फार वाईट वाटते आहे.' त्याने सांगितले. त्याने हेही लिहिले, 'माझ्या मनामध्ये असलेली खोल पोकळी भरून गेल्यासारखी वाटते आहे. तुझ्या पत्राने मला जगण्यासाठी नवी उमेद आणि ताकद दिली आहे. आता मी कोणत्याही परिस्थितीला आनंदाने सामोरा जाईन. बाकीच्या सर्वांना माझा नमस्कार.

आपले भविष्य आपल्याला खुणावते आहे प्रिये! मी तुला भेटेपर्यंत तुझीच स्वप्ने पाहत राहीन. तुझ्यावर मी खूप प्रेम करतो राणी आणि यापुढेही करत राहीन..

डॉन

पामेलाला माहीत नव्हते की, त्याने कोणत्या परिस्थितीमध्ये तिला हे पत्र लिहिले आहे, पण तिला कुठे तरी जाणवत होते की, त्याने हे पत्र तिला काळजी वाटू नये म्हणून लिहिले आहे. तो जे लिहीत आहे त्यापेक्षा काही तरी वेगळ्या परिस्थितीमध्ये तो राहत आहे आणि एक भयानक सत्य तो अनुभवतो आहे. तो ज्या परिस्थितीमध्ये दिवस काढतो आहे, त्या परिस्थितीशी सामना करण्याकरता त्याला धैर्य आणि मनोबल हवे होते; ते धैर्य त्याला पामेलाच्या पत्रांमधून मिळाले. पाठवण्यात येणाऱ्या संदेशांविषयी त्याला माहिती होती, त्यामुळे त्याला नक्कीच फार मोठा धोका होता. छावणीतल्या आयुष्यामध्ये सुरक्षितता तर नव्हतीच, पण त्या सुरक्षिततेवरच त्यांचे जगणे आणि त्यांचे अस्तित्व अवलंबून होते.

–आणि याच ताणांमधून, त्याचप्रमाणे रिकाम्या दिवसांमधूनच त्याच्या रहस्यमय डायरीची निर्मिती होत होती. तिच्या कच्च्या मसुद्यामध्ये पहिल्यांदा तिच्यामध्ये अंकांच्या चौकटी होत्या. पण जर कोणी पहारेकऱ्याने ती डायरी वाचली असती, तर त्याने ते काय आहे, हे जाणून घेण्याचा प्रयत्न केला असता. डोनाल्ड ते नष्ट करू शकत होता, पण मग तो त्याच्या शत्रूचा विजय ठरला असता. त्यामुळे त्याने ती माहिती एका अतिशय बाळबोध वाटणाऱ्या प्रकारामध्ये दडवून ठेवली.

संगणकयुग खऱ्या अर्थाने सुरू होण्याच्या आधी अंकांचे मोठे रकाने गुणाकारामध्ये आणि लॉगॅरिथममध्ये लिहिलेले असायचे. शाळेत जाणाऱ्या मुलांना या गणिती प्रकारासंबंधी माहिती असायची. लष्करी छावण्यांमध्ये गणिताचे असे वर्ग चालवले जात असत.

पार्चमेंटच्या रंगाच्या वहीचे मागचे कव्हर त्याने त्याच्या जर्मनच्या तासासाठी

ठेवले होते. 'रसेलचा गणिती तक्ता' असे त्यावर त्याने लिहिले होते. नंतर मागच्या बाजूच्या आतल्या पानावर त्याने छोट्या-छोट्या जाळीप्रमाणे चौकटी काढल्या होत्या. या नव्या प्रकारामध्ये अंक लिहिण्यापूर्वी त्याने त्याच्या सांकेतिक भाषेमध्ये एक शेवटचे वळण दिले होते. एक गुप्त शब्द वापरून त्याने त्या अंकांचा क्रम बदलला होता आणि हा क्रम अतिशय किचकट आणि गुंतागुंतीचा होता. त्याचप्रमाणे तो वाचणे, समजून घेणे आणि नंतर लिहिणे– या सगळ्या गोष्टींकरता खूप वेळ द्यावा लागणार होता. पण हेच तर मुख्य डोक्याचा कीस काढणारे होते. जेव्हा तो स्वत:ला या सांकेतिक शब्दांमध्ये गुरफटून घेत असे, तेव्हा आजूबाजूची परिस्थिती विसरून जाई. त्याच्यावर कोणता प्रसंग गुदरणार आहे, हा विचारदेखील त्याच्या मनाला शिवत नसे.

न्यूनहॅम आणि शामशुईपो येथील त्याचे अटक झालेले साथीदार फोर्ड आणि ग्रे यांच्यावर जो काय प्रसंग ओढवला होता, त्याची कल्पनाही करणे शक्य नव्हते. त्यांना जवळजवळ सात आठवडे डांबून ठेवले होते. त्या काळामध्ये त्यांना झोपायला, पांघरायला काहीही दिले नव्हते. त्यांना फक्त चौकशीकरता बाहेर नेण्यात येई. तिथे चौकशीच्या वेळेस त्यांना चामड्याच्या चाबकाने फोडून काढले जाई. त्यांच्या किंकाळ्या बाहेर घुमत असत. त्यांचे दोन्ही हात दोरीने मागे घट्ट बांधलेले असत. दोरीचे दुसरे टोक तुळईला टांगून ठेवले जाई आणि त्यांना वर उचलले जायचे. बर्डनेदेखील या प्रकारचा छळ सहन केला होता. तो नंतर त्यातून जेव्हा सुटून आला, तेव्हा त्याने पाण्याच्या साहाय्याने करण्यात येणाऱ्या अमानुष छळाचे वर्णन केले आहे. एका शवपेटीमध्ये त्याला घट्ट बांधून ठेवण्यात आले की, जेणेकरून त्याने कोणतीही हालचाल करू नये. त्याचा चेहरा एका रेशमी कपड्याने झाकण्यात आला. नंतर ती शवपेटी एका ठिबकणाऱ्या नळाखाली सरकवत नेली. जेव्हा ते कापड पूर्णपणे ओले झाले, तेव्हा हवा मिळेनाशी झाली आणि तो जोरजोराने श्वास घेऊ लागला. नंतर नळ पूर्ण सोडण्यात आला. त्यामुळे त्याला श्वास घेणे जड जाऊ लागले. त्याचे नाक व तोंड पाण्याच्या प्रवाहामुळे पूर्णपणे बंद झाले आणि तो श्वास घेण्याची धडपड करू लागला. त्याच्या नाकातोंडातून फुप्फुसापर्यंत पाणी गेले. जेव्हा श्वास घेण्याकरता त्याची तडफड सुरू झाली, तेव्हा त्याला पाण्यामध्ये जास्तच ढकलण्यात आले. प्रत्येक श्वासागणिक तो गुदमरत होता, बुडत होता. तो आचके देऊ लागला आणि काही वेळाने बेशुद्ध पडला. मग त्याच्या चेहऱ्यावरील कापड काढले गेले. जर तो बोलला नाही, तर परत तीच सगळी क्रिया होत असे.

कॅप्टन अन्सारीलाही त्याच सुमारास अटक झाली होती आणि त्याचादेखील अशाच प्रकारे छळ केला होता. अठ्ठेचाळीस नागरिकांनादेखील पकडले होते. त्यांच्यापैकी काही जण या अतोनात छळामुळे मेले. तेहेतीस जण वाचले, पण

त्यांनासुद्धा छोट्याशा सुनावणीनंतर देहान्ताची शिक्षा ठोठावण्यात आली. वीस ऑक्टोबर या दिवशी अन्सारीचा शिरच्छेद करण्यात आला आणि बाकीच्या लोकांनासुद्धा नऊ दिवसांनंतर तसेच शिरच्छेद करून मारण्यात आले. एक डिसेंबरला न्यूनहॅम, फोर्ड आणि ग्रे; तसेच त्यांचे साथीदार हॅडॉक, हार्डी आणि राऊटलेज यांना लष्करी न्यायालयापुढे हजर करण्यात आले. आत्यंतिक शारीरिक छळामुळे आणि मारहाणीमुळे ते धडपणे चालूही शकत नव्हते. त्यांच्यापैकी फक्त फोर्ड हा मुश्कीलीने चालू शकत होता. त्या तीन वरिष्ठ अधिकाऱ्यांनी काहीही कबूल करण्यास नकार दिला आणि जे काही झाले त्याची सर्वस्वी जबाबदारी स्वीकारली. बाकीच्या तिघांनी सांगितले की, ते केवळ आदेशांचे पालन करत होते. मात्र त्यांच्यापैकी एकानेही संपर्क तुकडीमधील किंवा छावणीमधील कोणत्याही साथीदारांची आणि कैद्यांची नावे सांगितली नाहीत. याबाबत गुडविन सांगतो की, त्यांच्या धैर्याचे कौतुक करावे तेवढे थोडेच आहे.

त्या तीन अधिकाऱ्यांना नंतर ठार मारण्यात आले आणि त्यांच्या हाताखालच्या लोकांना पंधरा वर्षांची तुरुंगवासाची शिक्षा झाली. या क्रौर्यामध्ये फक्त एका क्षणाची करुणा होती. त्यांना त्यांच्या कोठडीमध्ये परत नेत असताना त्यांच्याबरोबर असणाऱ्या एका जपानी सैनिकाला त्यांच्यावर होत असलेला अतोनात छळ सहन झाला नाही आणि तो एकदम रडायला लागला, तेव्हा न्यूनहॅम आपल्या सुजलेल्या तोंडाने पुटपुटला, ''ठीक आहे रे. नको रडूस. आम्ही जिवंत आहोत अजून.'' एकोणीस नोव्हेंबरला न्यूनहॅम, फोर्ड आणि ग्रे यांना समुद्रकिनाऱ्यावर नेले आणि त्यांच्यावर गोळ्या झाडून त्यांना मारून टाकण्यात आले.

छावणीमध्ये सर्वांनी गृहीत धरले होते की, काही तरी खूप वाईट घडले आहे; पण युद्ध संपेपर्यंत त्यांच्या नशिबात काय लिहिले आहे, हे माहीत नव्हते. असे काही अनुभव त्यांना येत होते की, आता त्यांच्या भावनाही मृतप्राय झाल्या होत्या. दुसऱ्या कोणाला मारहाण केली काय किंवा त्यांना मारहाण केली काय, त्यांना शारीरिक आणि मानसिक पातळ्यांवर सर्व सहन करायचेच होते. मोठे आव्हान हेच होते की, कसेही करून स्वत:ला जिवंत ठेवायचे. त्यांचा हा रोजचा लढा होता आणि तो त्यांना वर्तमानाबद्दल सतत सतर्क ठेवत होता. ऑगस्टमध्ये लेफ्टनंट कर्नल श्रेणीच्या प्रत्येक अधिकाऱ्याला छावणीमधून तैवानला हलवण्यात आले. काही आठवड्यांनंतर हवाई हल्ल्यांची शृंखलाच सुरू झाली, ती जवळजवळ तीन दिवस आणि तीन रात्री चालू होती. त्यामुळे तेलाच्या टाक्यांना प्रचंड आग लागली होती. म्हणूनच विजयाच्या आशा पल्लवित झाल्या होत्या. बागच्या माहिती गोळा करणाऱ्या यंत्रणेशी कैद्यांचा संपर्क तुटला होता, हे कैदी विसरून गेले.

संपर्क तुकडीच्या लोकांनासुद्धा आता वेगळीच चिंता होती. बर्डने ऑगस्टमध्ये

एजंट ६८ शी परत संपर्क करण्याचा प्रयत्न केला, पण तो फसला आणि त्याला अटक झाली. छावणीमधील घटनांशी आणि बातम्यांशी पुन्हा एकदा संपर्कात राहण्याकरता एक नवी संपर्क तुकडी तयार झाली. काही महिन्यांपासून तिथे एक गुप्त रेडिओ यंत्रणा काम करत होती. ती फुलांच्या ताटव्यामध्ये लपवून ठेवली होती. नंतर तिचा शोध लागला. डोनाल्ड पामेलाला पत्रातून सतत आपल्या प्रेमाविषयी भरभरून लिहीत होता. तो छावणीतील जीवनाविषयीसुद्धा लिहीत होता, पण बऱ्याच गोष्टी तिच्यापासून दडवून ठेवत होता. मात्र, सुटकेविषयीची शक्यता आता कमी झाली होती.

कैद्यांची मोठ्या प्रमाणावरील शारीरिक दुर्बलता आणि बागविषयी अमेरिकन लोकांची कटुता अशा कठीण परिस्थितीमध्ये राईडने लोकांची जी मोठ्या प्रमाणावर सुटका करण्याची कल्पना केलेली होती, ती केवळ अशक्य होती. पण तरीसुद्धा डोनाल्डच्या मते, हा धोका पत्करणे योग्य होते आणि त्याचा या कल्पनेला पूर्णपणे पाठिंबा होता. नंतर बऱ्याच वर्षांनी जुलै १९७६ मध्ये त्याने जेव्हा इस्रायली लोकांच्या हवाई हल्ल्याविषयी ऐकले, तेव्हा त्याला त्यांच्या यशाचा अभिमान वाटला. हा हल्ला इस्रायली लोकांनी ओलीस ठेवलेल्या लोकांच्या सुटकेकरता केला होता.

त्या काळात लोकांचे बूट शिवता-शिवता स्वअभ्यासाने काही दिवसांमध्येच डोनाल्ड त्या कामामध्ये निष्णात झाला होता. इतरांप्रमाणेच तो त्याची संपूर्ण सकाळ लोकांचे बूट शिवणे, ते दुरुस्त करण्यामध्ये घालवायचा. जेव्हा त्याच्या झोपडीकडे बागकाम नसेल, त्या वेळेस तो सकाळी हे काम करायचा. दुपारच्या वेळेस तो छावणीमध्ये असलेल्या पुस्तकांचा अक्षरशः फडशा पाडत असे. कधी कधी पत्ते, तर कधी कधी ब्रिजच्या स्पर्धेमध्येही भाग घेत असे. ब्रिज स्पर्धा तर महिनोन्‌महिने चालायच्या. जिंगर आणि त्याचा संपर्क तुकडीमधील अजून एक मित्र फर्गी–फर्ग्युसन यांच्यासोबत डोनाल्ड रोलिंग पोकर गेम खेळायचा. तिथे वेगवेगळ्या प्रकारची २८५ पुस्तके होती. त्यांपैकी त्याला प्रणयकथा वाचायला आवडत. त्याचे आवडते पुस्तक होते ह्यू वॅलपोलचे 'रग हेरिज् क्रॉनिकल' आणि जॉन गॅल्सवर्दीचे 'फोरसिट सागा'. ती पुस्तके वाचताना त्याला समजले की, अशा प्रकारचा कौटुंबिक संघर्ष आणि नंतर प्रेमाचा विजय असणाऱ्या कथा या लोकांना का आवडतात.

ॲरगिल स्ट्रीटवरील छावणी १९४४ च्या मे महिन्यामध्ये पुन्हा एकदा शामशुईपोला हलवण्यात आली. त्यांच्यातील काही जणांना जपानला हलवण्यात आले. काही आठवड्यांनी मुसळधार पावसाचा फायदा घेऊन राल्फ गुडविनने कुंपणाच्या तारांवर चढून स्वतःची सुटका करून घेतली. हाँगकाँगमधून सुटकेचा हा प्रयत्न खरोखरच खूप धाडसी होता. त्याने स्वतःच स्वतःची सुटका करून घेतली, म्हणजे इतर

कैद्यांवर संशय घेऊन त्याला सुटकेला मदत केल्याच्या संशयावरून कोणाला शिक्षा व्हायला नको. पण झाले उलटेच! ह्या सुटकेचे परिणाम गंभीर झाले. कैद्यांची परेड काढली गेली आणि जपान्यांनी त्यांना धमकी दिली की, यापुढे कैदी पळून गेल्यास प्रत्येक झोपडीला जबाबदार धरले जाईल. पण त्याबरोबर ही गोष्टदेखील खरी होती की, दोस्तराष्ट्रांचे जपानी जहाजांवर हल्ले चालू झाले होते. जपानी सैन्याची रसददेखील बंद झाली होती. त्यामुळे त्याचा परिणाम युद्धकैद्यांच्या अन्नपुरवठ्यावर होत होता.

तोपर्यंत डोनाल्डच्या प्रकृतीमध्ये तुरुंगवासाच्या काळामध्ये यापूर्वी झाली नसेल एवढी सुधारणा झाली होती. सकाळी त्याला न्याहारीला शिजवलेला भात मिळायचा, त्याबरोबर घेवड्यासारखी काही भाजीदेखील मिळे. त्यानंतर दुपारच्या वेळेस भाताची पेज, थोडेसे मीठ आणि सोया सॉस घालून उकडलेल्या भाज्या मिळायच्या. रात्रीच्या जेवणामध्ये उकडलेला भात आणि बागेमधील कांदे असायचे. त्यामुळे त्याची पोषणद्रव्यांची मूलभूत गरज भागत असे. वर्षातून साधारणपणे दोन वेळा रेड क्रॉसतर्फे येणाऱ्या अन्नामध्ये प्रामुख्याने मांस, शेंगदाण्याचे तेल, दुधाची भुकटी यांसारखे पदार्थ येत असत. बाग त्यांना व्हिटॅमिन्सच्या गोळ्यादेखील पाठवत असे. शेवटचे अन्नाचे पार्सल त्यांना १९४३ च्या नोव्हेंबर महिन्यामध्ये आले, पण पहारेकऱ्यांकडून ते खूप कमी करण्यात आले. त्यानंतर कोणताही अवैध पुरवठा छावणीमध्ये आणू दिला नाही. मासे आणि सोया सॉस यांचा पुरवठा तोडण्यात आला. बाकीच्यांप्रमाणेच डोनाल्डलाही आता अन्नाच्या तुटवड्याच्या परिणामांना सामोरे जावे लागत होते. त्यात अजून वाईट गोष्ट म्हणजे, या वेळेस त्याच्या मदतीला फ्लोरी नव्हती, कारण तीसुद्धा त्याच वर्षी मरण पावली. जपानी लोकांच्या छळामुळे ज्या हाल, अपेष्टा सोसाव्या लागल्या, त्यातच तिचा अंत झाला असावा.

डोनाल्डला १९४४ च्या उन्हाळ्यामध्ये पेलाग्रा या रोगाने ग्रासले. याचे मुख्य कारण म्हणजे, जीवनसत्त्वांची कमतरता. या रोगाची सर्व लक्षणे त्याच्यामध्ये दिसू लागली. हा इसबसारखा एक प्रकार होता. सर्वांगाला भयंकर खाज सुटायची आणि सर्वांत वाईट म्हणजे, त्यामुळे दृष्टी क्षीण होत असे. त्याची दृष्टी इतकी अधू झाली होती की, त्याला वाचायला येत नव्हते की तो पत्ते खेळू शकत नव्हता. त्याच्या मित्रांनी त्याला पहारेकऱ्यांची नजर चुकवून चोरून अन्न आणि टॉनिक मिळवून देण्याचा प्रयत्न केला, पण त्याचा काही उपयोग झाला नाही. या अंधकारामध्ये त्याला फर्जी फर्ग्युसन पुस्तके वाचून दाखवत असे. जिंगर सुलिव्हनला पुस्तकांमध्ये फारसा रस नव्हता, पण तो छावणीमधील दवाखान्यामध्ये डोनाल्डशेजारी बसून राही.

कैद्यांची स्थिती ऑगस्टमध्ये अधिकच बिकट झाली. जेव्हा रेड क्रॉसच्या

प्रतिनिधीने छावणीला भेट दिली, तेव्हा कॅप्टन बार्नेट धावत त्याच्यापाशी आला. "आम्ही भुकेने अक्षरश: मरत आहोत." असे तो ओरडला. त्याने असे करून छावणीतील नियमांचे उल्लंघन केले होते. त्यामुळे त्याबद्दल त्याला नंतर गुरासारखे मारण्यात आणि त्याला दवाखान्यामध्ये दाखल करण्यात आले. पण ह्या विरोधाचा पहारेकऱ्यांवर परिणाम झाला. कारण यानंतर काही दिवसांनी त्यांनी दोनशे पक्षी खाण्याकरता आणून दिले. नंतर मका, मांस आणि कोरडे दूध हे पदार्थ कैद्यांना देण्यात आले. त्यामुळे त्यांना थोडे का होईना, काही तरी पौष्टिक मिळू लागले. त्याच काळामध्ये डोनाल्डची दृष्टीदेखील सुधारायला लागली आणि १९४४ च्या शेवटी त्याला छावणीमध्ये परत पाठवण्यात आले.

आता त्याने कसेही करून जिवंत राहण्याकडे लक्ष केंद्रित केले होते. त्याने आपल्या पत्रांमध्ये नेहमीच आपल्या उत्तम प्रकृतीविषयी खूप अभिमानाने लिहिले होते. ते थोडेफार खरे होते, कारण यापूर्वी त्याला कोणत्याही कारणाने दवाखान्यामध्ये कधीच जावे लागले नव्हते. या वेळी मात्र तो खूपच आजारी पडला होता आणि त्यातून बरे होण्याकरता बराच काळ जावा लागला. या वेळी त्याला दुसऱ्याची मदत घ्यावी लागली. त्याच्या दृष्टीने ही जाणीवदेखील धक्कादायक होती की, अंध असल्यावर माणसाला किती परावलंबित्व येते. शारीरिक थकवा, त्याचप्रमाणे कदाचित आपण आपली दृष्टी कायमची गमावून बसलो आहोत ही भीती, यामुळे त्याच्यामधील महत्त्वाकांक्षा लोप पावली होती. त्याला आपला शेवट करावा, असे वाटत होते. पण छावणीमध्ये कुजबुज सुरू झाली होती की, त्यांच्या यातनांचा लवकरच शेवट होईल. ही बातमी खरी आहे, असे काही चिनी लोकांनी खात्रीने सांगितले.

दोस्तराष्ट्रे फ्रान्सच्या दिशेने कूच करत होती. अमेरिकनसुद्धा प्रशांत महासागराच्या पलीकडे कूच करत होते आणि ब्रह्मदेशामध्येसुद्धा जपानी मागे परतायला लागले होते. सर्वत्र परिस्थिती आता एकाच बाजूने चालली होती. १९४५ च्या वसंत ऋतूमध्ये आणि नंतर उन्हाळ्यामध्ये एक अतिशय महत्त्वाची घटना घडली. ती म्हणजे, मुसोलिनीला देहदंडाची शिक्षा झाली. हिटलरने आत्महत्या केली व स्वत:ला संपवले. जर्मनीने शरणागती पत्करली. जपानी लोकांचा पाठपुरावा करणारी वृत्तपत्रे छावणीमध्ये येत असत, तीसुद्धा या बातम्या दडवू शकली नाहीत. जपानविरोधात युद्धामध्ये रशिया उतरली आहे, ह्या बातमीचादेखील खूप परिणाम झाला. पण कैद्यांना चांगले ठाऊक होते की, शत्रूची नाचक्की झालीय, त्यामुळे ते आता ही नाचक्की कसे पचवतील? बऱ्याच अफवांचे पेव फुटले की, यामुळे जपानी सैन्य सर्व युद्धकैद्यांचा संहार करील.

बारा ऑगस्ट या दिवशी संदेशलहरींमधून जपान्यांच्या शरणागतीची अफवा

आली. आनंद आणि निराशा अशा काहीशा विचित्र अवस्थेमध्ये कैद्यांनी सत्य जाणून घ्यायचा प्रयत्न केला. त्यासाठी पहारेकऱ्यांच्या वर्तनावरून ते परिस्थितीचा अंदाज बांधण्याचा प्रयत्न करत होते. पण पंधरा तारखेच्या संध्याकाळपर्यंत काहीच विशेष घडले नाही. छावणीचा कमांडंट लेफ्टनंट वाडाने टेबलवर एक वायरलेस आणून ठेवला. तो पांढऱ्या कपड्यात झाकला होता. पहारेकरी त्यांच्या टेहळणी करण्याच्या टॉवरवरून खाली उतरून त्या टेबलापाशी आले. एक विचित्र अस्पष्ट आवाज त्या लाऊडस्पीकरमधून येत होता आणि तो आवाज ऐकताक्षणी ते नतमस्तक झाले. हे सगळे कैद्यांच्या कल्पनेपलीकडचे होते. नंतर कोणी तरी अंदाज बांधला. तो आवाज सर्व छावणीत भरून राहिला. 'सम्राट हिरोहितो याने देशाची शरणागती जाहीर केली आहे. युद्ध संपले आहे.'

दुसऱ्या दिवशी विशेष असे काहीही घडले नाही. सलाम ठोकला नाही म्हणून जपान्यांनी दोन अधिकाऱ्यांच्या श्रीमुखामध्ये भडकावली. पण अपमानाने वागवण्याचा आणि मारहाण करण्याचा हा शेवटचा दिवस होता. त्याच दिवशी दुपारी छावणीमधील कमांडंटला समजले होते की, त्यांच्या सम्राटाने अखेर शरणागती पत्करली आहे आणि जगात शांतता प्रस्थापित करण्याकरता मदत करण्यासाठी पाऊल उचलले आहे. आठवड्यापूर्वीच जपानच्या नागासाकी शहरावर दुसरा अणुबॉंब पडला होता.

सतरा ऑगस्टला आभारप्रदर्शनाचा कार्यक्रम झाला आणि १९४१ च्या नाताळनंतर प्रथमच राष्ट्रगीत वाजवले गेले. 'मी पाहिलेला हा सगळ्यात अभूतपूर्व सोहळा होता.' कॅनेडियन कैदी कॅप्टन व्हाईट याने या सोहळ्याचे वर्णन करताना लिहिले आहे. 'आनंदाने सर्वांची मने उचंबळून आली होती, डोळ्यांमधून आनंदाश्रू वाहत होते आणि या आनंदात खूप गावे, खूप नाचावे असे वाटत होते. आम्हाला सर्वांना स्वातंत्र्य किती अनमोल असते याचा अनुभव आला. काही कैद्यांच्या बायका आपल्या मुलांसमवेत स्टॅन्लेहून आल्या होत्या. तो क्षण खरोखरच इतका अविस्मरणीय होता की, माझ्याजवळ त्या सोहळ्याचे वर्णन करण्याकरता शब्दच नव्हते.'

तरीसुद्धा कैद्यांना पुढचे दहा दिवस छावणीमध्येच काढावे लागले. त्यांच्या सुटकेकरता लागलेला वेळ हा त्यांच्या सुरक्षिततेच्या दृष्टीने आवश्यक होता. कारण हाँगकाँगमध्ये अजूनही जपानी सैन्य होते; त्याचप्रमाणे गनिमी काव्याने लढा देणारे चिनी सैनिकदेखील होते. त्यांची युद्धाची खुमखुमी अजून शमली नव्हती. त्यांच्या सुटकेला लागलेल्या वेळाचे आणखीही एक कारण होते. ते म्हणजे, कोणालाच कल्पना नव्हती की, सुटकेनंतर छावणीमधील लोकांना ब्रिटनला नेणार आहेत की, त्यांना 'अमेरिका-चिनी नॅशनॅलिस्ट शियांग काइ शेक' याच्याकडे सुपूर्द करणार आहेत. पडद्यामागे अमेरिकन, चायनीज व ब्रिटिश लोकांची आपापसात काही तरी बोलणी चालू होती आणि युद्धकैद्यांचा राग अनावर होत होता. 'इथे सर्वत्र

गोंधळ आणि संतापाचे वातावरण होते. ब्रिटिश सरकारकडून कोणीही का आले नव्हते किंवा साधा निरोपही ब्रिटनकडून का आला नव्हता? जे काही चालले होते, ते खरोखर अवघड होते.'

युद्धापूर्वीचा वसाहतींचा सेक्रेटरी फ्रँकलिन गिमसन याने १९४१ मध्ये डोनाल्डला इशारा दिला होता की, युद्ध सुरू होणार आहे. पण आता निर्माण झालेली कोंडी कोण फोडणार, हा प्रश्न होता. जरी स्टॅन्लेच्या छावणीमध्ये बंदी असली, तरी त्याने एक ब्रिटिश नियम असलेल्या प्रतिसरकारची स्थापना केली होती. बदलती परिस्थिती लक्षात घेऊन अमेरिकनांनी नजीकच्या जहाजाच्या तुकडीला मोकळे केले आणि २९ ऑगस्ट रोजी ती तुकडी वसाहतींच्या बंदराला लागली आणि पुन्हा एकदा ब्रिटिशांच्या नियंत्रणाखाली आली.

त्यानंतर दुसऱ्या दिवशी रॉयल मरिनच्या कमांडोंनी काइ ताकच्या विमानतळावर युनियन जॅक फडकवला. तिथे रॉयल एअरफोर्सकडून फार कोणी उपस्थित नव्हते. पण रॉयल नेव्हीने सापळ्याप्रमाणे दिसणाऱ्या दोघांना तिथे आणले होते. ते दोघे चालत होते, तेव्हा त्यांचे पाय एखाद्या काठीप्रमाणे बारीक झाले होते. त्यांचे डोळे खोल गेले होते आणि त्यांचे कवटीसारखे दिसणारे डोके हे त्यांच्या शरीराच्या मानाने खूप मोठे वाटत होते. त्यांनी त्यांची रॉयल एअरफोर्सची टोपी घातली होती. त्यांचे कपडे एखाद्या काठीला अडकवल्यासारखे दिसत होते. छावणीमध्ये कैद्यांच्या झालेल्या अतोनात छळाचे जणू ते प्रतिनिधित्वच करत होते.

आता ब्रिटिश परत आले होते. मधे काय झाले होते, ते सर्व पुसले गेले. झेंडा फडकला आणि बँडवर धून वाजू लागली. फ्लाईट लेफ्टनंट डोनाल्ड हिल आणि पायलट ऑफिसर फ्रँक हेनेसी यांनी झेंड्याला सलाम केला. कदाचित त्या क्षणी ही कल्पना करणे शक्य होते की, डिसेंबर १९४१ ते ३० ऑगस्ट १९४५ या काळामध्ये जे काही भीषण घडले, ते काळाच्या पाटीवरून पूर्णतः पुसले गेले आहे.

सहजीवन

दहशतीच्या प्रत्येक घटनेचे केलेले भाकीत,
मूल्यामधील कवडी किमतीच्या प्रत्येक नाण्याची
किंमत मोजावीच लागेल; पण या रात्रीपासून
नसेल कसलीही कुजबुज, नसेल त्याचा विचार
चुंबनही नसेल अन् हरविणारा दृष्टिक्षेपही!

डब्ल्यू. एच. ऑडेन, 'ले युवर स्लीपिंग हेड'

छावणीतील शेवटच्या दिवसांमध्ये सर्व जण अतिशय संतापलेले होते. सरकारकडून काहीच हालचाली घडत नव्हत्या, त्यामुळे सर्व जण हवालदिल झाले होते. जपानच्या शरणागतीची बातमी आल्यानंतर आता पामेलाचे कान डोनाल्डकडून येणारी बातमी ऐकण्याकरता आतुर झाले होते. कुठल्याही क्षणी त्याच्याकडून काही तरी निरोप तिला मिळणार होता. त्याच्यापर्यंत कसे पोहोचायचे किंवा त्याच्याशी कसा संपर्क साधायचा, हे तिला माहीत असले तरीही त्या काळी एका सामान्य नागरिकाला ब्रिटनपासून हाँगकाँगपर्यंत संपर्क साधणे, ही अतिशय अवघड गोष्ट होती. त्या वेळी जवळजवळ सर्व दूरध्वनी बंद पडले होते. तारघरेही बंद होती. लष्कर आणि सरकारचे पहिले प्राधान्य होते ते जवळच्या अंतराची दूरध्वनी यंत्रणा चालू करण्याला. तेच काम अद्याप चालले होते. ती तिच्या आईवडलांच्या घरच्या दूरध्वनीपाशी बसून होती. तिला आशा होती की, डोनाल्ड कोणत्याही क्षणी तिला फोन करेल. इतक्या वर्षांच्या विरहानंतर आता तिला वाट पाहणेही अशक्य झाले होते. ती दुपारी दोननंतर त्या दिवसापुरती आशा सोडून द्यायची. कारण त्या वेळेस हाँगकाँगमध्ये रात्रीचे दहा वाजलेले असायचे. त्यामुळे दोन वाजले की, ती तिथून उठून जाई.

शामशुईपोमधील छावणीच्या फाटकाबाहेर ध्वजारोहणाच्या कार्यक्रमाकरता डोनाल्ड बाहेर पडला व काइ ताक येथे आला, तेव्हा त्याला दूरचा म्हणजे हाँगकाँगहून ब्रिटनला फोन लावता आला. या कार्यक्रमाचा खरं तर त्याच्यावर विलक्षण ताण आलेला होता. पण तरी त्याने ठरवले होते की, काहीही झाले तरी तिला आपण जिवंत राहिलो, हे कळवायचेच. विमानतळावर येऊन त्याने एका ऑपरेटरकडून

७४४, टनब्रिज वेल्सला ट्रंककॉल बुक केला आणि कॉल लागण्याची तो वाट पाहत राहिला. फोन अगदी जेमतेम दोनदाच वाजला असेल आणि पामेला फोनवर अक्षरश: तुटून पडली. तिने रिसीव्हर हातात घेतला आणि तिला पलीकडून एक हळुवार आणि घोगरा आवाज ऐकू आला. तिने पहिल्यांदा तो आवाज ओळखला नाही. नंतर तिला समजले की, तो कोणाचा आवाज होता... आणि तिला एवढा आनंद झाला की, तिच्या तोंडातून शब्द फुटेनासे झाले.

''माझा विश्वासच बसत नाहीये की, तू माझ्याशी बोलतो आहेस!'' शेवटी कसेबसे ती म्हणाली. ''आपण कधी भेटू या?'' तत्क्षणी तो थांबला. ''मला नाही वाटत की, मी आत्ता जसा आहे तसा तुला मला पाहायला आवडेल.'' तो शांतपणे पुढे म्हणाला, ''पण ज्या क्षणी मी परत येईन, त्याच क्षणी आपण लग्न करू या... खूप वाट पाहावी लागली.''

त्याच्या मृत्यूनंतर बऱ्याच वर्षांनी तिने तो तेव्हा जसा होता तसे त्याला पाहिले. त्या वेळी टीव्हीवर जपानी युद्धकैद्यांच्या छावणीतील स्थिती एका माहितीपटामध्ये दाखवली होती. त्यामध्ये हाँगकाँगमधून जिवंत सुटलेल्या कैद्यांच्या काही फिल्म्स दाखवल्या होत्या. त्यामध्ये काही कृश माणसांमधून पामेलाने डोनाल्डला पट्कन ओळखले. तो पत्रामध्ये तिला लिहायचा की, त्याची प्रकृती अगदी उत्तम आणि ठणठणीत आहे; पण प्रत्यक्षात तिने जेव्हा त्याला टीव्हीवर त्या दिवशी पाहिले, तेव्हा तो वेगळाच दिसला. अतिशय कृश झालेला आणि हाडांचा सापळा झालेला होता. इतका की, त्याची हाडे जणू काही कातडीमधून बाहेर आली आहेत! त्याचे डोके बाकीच्या शरीराच्या मानाने खूप मोठे झाले होते. गालफडे पूर्णपणे बसली होती. मोठमोठ्या डोळ्यांमध्ये त्याने भोगलेल्या हाल-अपेष्टा स्पष्टपणे दिसत होत्या.

जपानी लोकांनी नेलेल्या युद्धकैद्यांपैकी केवळ साठ टक्के कैदी वाचले होते. त्यांच्यापैकी खूप जणांना प्रथम फिलिपाइन्सला जाणाऱ्या बोटीमधून पाठवण्यात आले. त्यानंतर अमेरिका, नंतर कॅनडा आणि तिथून ब्रिटनला नेले. ज्यांची प्रकृती खूपच गंभीर होती, त्यांना उपचाराकरता ऑस्ट्रेलिया आणि न्यूझीलंडला पाठवण्यात आले आणि त्यांच्यामध्ये डोनाल्ड हा एक होता. त्यामुळे आता त्याला आणि पामेलाला एकमेकांना भेटण्याकरता अजून सहा महिने तरी वाट पाहावी लागणार होती. बरा होत नाही तोपर्यंत तो येऊ शकत नव्हता. ''ही माझ्याकरता फार भयानक गोष्ट होती. आम्हाला अजून सहा महिने एकमेकांपासून वेगळे राहावे लागणार होते.'' पामेला जेव्हा सांगत होती, तेव्हा त्या आठवणीमुळे आजही तिच्या अंगावर काटा येत होता. ''पण मी काहीच करू शकत नव्हते. मला त्याला भेटण्याची अनिवार इच्छा होत होती. त्याला उपचारांची गरज होती, कारण त्यांनी त्याचा खूप शारीरिक छळ केला होता. पण त्याने मला हे सांगितले असते, तर मी खूप रडले असते.''

डार्विन, ऑस्ट्रेलिया आणि न्यूझीलंड हे देश एक हल्ला होऊनही वाचले होते. तिथे शेतांमध्ये भरपूर प्रमाणात अन्नाचे उत्पादन होत होते. ते त्यांच्या देशाची गरज भागवून उत्तर गोलार्धामधील देशांना पुरेल एवढा अन्नपुरवठा करीत होते. त्यामुळे पूर्वीच्या या युद्धकैद्यांना चांगल्या पौष्टिक अन्नाची गरज होती आणि त्यांना एका चांगल्या घराची गरज होती; ती गरज सिडनीमध्ये, त्याचप्रमाणे ख्राईस्ट चर्चमध्ये भागली आणि त्यांच्या प्रकृतीमध्ये झपाट्याने सुधारणा झाली. डोनाल्ड १९४१ च्या ख्रिसमसपूर्वी जसा होता तसा जवळजवळ झाला होता. पण बऱ्याच दिवसांपासूनचे कुपोषण असल्यामुळे तो फक्त रोडावलाच नव्हता, तर बाकीचेसुद्धा काही दुष्परिणाम त्याच्यावर झाले होते.

त्यामध्ये अजून एक दैवदुर्विलास म्हणजे, युद्धाच्या शेवटच्या महिन्यांमध्ये जपान आणि जर्मनीतील छावण्यांमध्ये युद्धकैदी भुकेपायी होणाऱ्या भयंकर यातना सोसत होते. तेव्हा चांगले व्यवस्थित अन्न घेणारे स्वयंसेवक बत्तीस होते, त्यांना गिनीपिग बनवून त्यांच्यावर एक प्रयोग केला जात होता. तो प्रयोग म्हणजे, अन्नाअभावी युद्धकैद्यांचे काय आणि कसे हाल खरोखरच होत असावेत, याचा नमुना होता. त्यांना एका दिवसाला फक्त १५७० कॅलरीजचे जेवण सहा महिने देण्यात आले. या कॅलरीज त्यांच्या नेहमीच्या गरजेच्या आहाराच्या निम्म्या होत्या. त्यांची वैद्यकीय तपासणी घेतली जाई. त्याचप्रमाणे त्यांच्या मानसिक अवस्थेचेदेखील परीक्षण केले जाई. त्यामध्ये आवश्यक ती जीवनसत्त्वे त्यांच्या आहारामध्ये समाविष्ट केली जात, पण कॅलरीजचे प्रमाण कमी असे. अशा प्रकारचे जेवण डोनाल्ड आणि त्याच्या सहकाऱ्यांना कैदेमध्ये असताना खायला लागायचे. अजून एक महत्त्वाची गोष्ट म्हणजे, त्यांना राहण्याकरता भरपूर जागा दिली होती, स्वच्छ कपडे दिले होते आणि पाण्याचीदेखील मुबलकता होती. नंतर त्याचे परिणाम तपासले गेले.

'भुकेने तडफडणे म्हणजे काय असते, हे आम्हाला त्या वेळेस समजले.' त्यांच्यातील एका स्वयंसेवकाने लिहिले आहे.

> 'मला सतत भूक लागलेली असायची. पोटामध्ये भुकेने कायम खड्डा पडलेला असायचा. नेहमी मी अधाशी असल्यासारखे मला वाटायचे. ती भूक म्हणजे तुम्ही जेव्हा एखादे दुपारचे जेवण चुकवता तेव्हा तुम्हाला लागेल तशी नसायची, तर त्यापेक्षाही वेगळी असायची. असं वाटायचं की, जणू काही तुमचे शरीर अन्नासाठी आक्रोश करतंय. कधी कधी मी भुकेचा विचार विसरून जायचो; पण मग दुसऱ्या कोणत्या गोष्टीमध्ये फार काळ रमू शकायचो नाही. एक जुलैला मी असाच सकाळी स्वच्छ सूर्यप्रकाशात खाली चालत आलो. मला खूप थंडी वाजत होती. शरीर गरम ठेवण्याकरता

माझ्या अंगात एक शर्ट आणि स्वेटर होता. रात्री माझ्या खोलीतील सहकारी त्याच्या बिछान्यावर येऊन शांतपणे झोपून गेला. त्याच्यावर प्रयोग चालले नव्हते, त्यामुळे त्याने व्यवस्थित जेवण घेतले होते. मी माझ्या ब्लँकेटमध्ये अक्षरश: कुडकुडत होतो. मला प्रश्न पडला की, याला थंडी जाणवत नाहीये का?... मग समजले की, मी अतिशय अशक्त झालो होतो. प्रयोगशाळेच्या प्रयोगाकरता मी मैल-मैल चालायचो. पण दार उघडण्याची साधी वेळ आली तरी मला सर्व शक्ती लावावी लागत असे. सामाजिक स्तर, रुची, उत्स्फूर्तपणे काही करण्याची इच्छा, जबाबदाऱ्या या सर्व गोष्टी भुकेपुढे दुय्यम वाटायच्या. मी माझ्या पुढ्यामध्ये असलेल्या जेवणाच्या ताटावर अक्षरश: तुटून पडायचो आणि ते चाटूनपुसून स्वच्छ करायचो– मग समोर कोणी पाहुणे बसले आहेत, याचादेखील विचार करायचो नाही.'

तो चित्रपट पाहायला जायचा, तेव्हा त्याला त्यामध्ये अजिबात रस वाटायचा नाही. चित्रपटामध्ये एखादे जर खाण्याचे दृश्य असेल, तर मग मात्र ते तो पाहायचा. 'ज्या दृश्यामध्ये लोक खात आहेत असे दाखवले जायचे, ते दृश्य मला आवडायचे. जगामधील कितीही विनोदी गोष्टी त्या चित्रपटामध्ये असल्या तरीसुद्धा मला कधीच हसू यायचे नाही. मला प्रणयदृश्येदेखील अतिशय कंटाळवाणी वाटत. माझे बोलण्याचे विषयदेखील अन्नाशी संबंधित असायचे. मी माझ्या जुन्या आठवणींना उजाळा द्यायचो किंवा भविष्यामधील माझ्या महत्त्वाकांक्षांविषयी बोलायचो, त्यादेखील अन्नाशीच निगडित असायच्या.'

एक अतिशय बुद्धिमान, स्वतंत्र विचारांचा मुलगा– की ज्याला सर्व प्रकारच्या सोईसुविधा दिलेल्या आहेत... त्याची एकदम राजाप्रमाणे बडदास्त ठेवली जाते; पण त्याला जेवण मात्र अर्धेच दिले जात आहे. नंतर त्याची ही अवस्था अभ्यासली गेली. त्यावरून डोनाल्ड आणि त्याचे बाकीचे साथीदार पुरेशा अन्नाअभावी कसे राहिले असतील याची कल्पना येऊ शकते. त्याच्याजवळ वाचायला भरपूर पुस्तके होती. छावणीमध्ये तो जर्मन भाषा शिकायचा प्रयत्न करत होता. त्याचप्रमाणे ही डायरीही तो याच काळामध्ये लिहीत होता. अशा अर्धपोटी अवस्थेमध्ये या सर्व गोष्टींकडे लक्ष केंद्रित करणे किती अवघड आहे हे समजते आणि यावरूनच त्याचे यश दिसून येते. हे सर्व त्याला साध्य झाले याचे महत्त्वाचे कारण म्हणजे, त्याने स्वत:च्या अंगी बाणवलेली शिस्त. अन्नासारखी मूलभूत शारीरिक गरज भागत नसताना बौद्धिक पातळीवर स्वत:चा विकास करणे, ही खरोखरच अशक्यप्रायच गोष्ट होती.

पण मिनेसोटा विद्यापीठाचा संशोधनाचा भर हा प्रामुख्याने परिणामांवर होता. उपासमार झालेल्या नेमक्या कालावधीवर त्यांचा फारसा भर नव्हता. त्यानंतर

व्यवस्थित जेवण दिल्यानंतर भुकेने भकास वाटणारे त्यांचे चेहरे तीन महिन्यांनी सतेज दिसायला लागले. त्यांचे वजनदेखील वाढले आणि ते पहिल्याइतके झाले. अर्थात स्नायूंमध्ये अजूनही म्हणावी तशी ताकद आलेली नव्हती. त्यांना आता भरपूर जेवण दिल्यानंतरदेखील खूप भूक लागलीय, असे वाटायचे. भस्म्या रोग लागल्याप्रमाणे ते खात सुटायचे. कधी कधी तर सहा हजार कॅलरीजसुद्धा ते खाऊ शकायचे. 'त्यांना मिळत होते त्यापेक्षासुद्धा जास्त खावेसे वाटायचे,' एका अहवालामध्ये म्हटले आहे. 'त्यांची भूक कधीच शमायची नाही. कायम अतृप्त असायचे ते. हे लोक कायम त्यांना मिळणाऱ्या रेशनविषयीच विचार करायचे.' प्रयोग संपल्यानंतर सहा महिन्यांमध्ये शारीरिकदृष्ट्या हे सर्व जण सुधारले आणि पुन्हा पहिल्यासारखेच त्यांचे शरीर सामान्य अवस्थेला आले; पण मानसिकदृष्ट्या मात्र हे लोक सुधारले नव्हते. त्यांच्या उपासमारीच्या या अनुभवामुळे ते खचले होते आणि त्यांना जवळजवळ वैफल्य आले होते. त्यांची एकाग्रता भंग पावली होती. त्यांच्यात चिडचिडेपणा आला होता. ते अतिशय दुर्मुखलेले आणि लहरी झाले होते. त्यांच्या वागणुकीचे निरीक्षण केल्यावर असे जाणवले की, या प्रयोगामुळे त्यांचा मानसिक समतोल पूर्णपणे ढासळला होता.

या प्रयोगाचा संक्षिप्त अहवाल नंतर दिला गेला. प्रयोगाच्या वेळी स्वयंसेवकांचे खूप लाड केले होते, मात्र त्यांना अर्धपोटी ठेवले होते. त्यावरून त्यांच्या लक्षात आले की, बंदिवासामधून ज्या वेळेस हे सर्व लोक आपापल्या घरी गेले, तेव्हा ते किती उद्ध्वस्त अवस्थेत गेले असावेत. "म्हणे, प्रकृती सुधारण्याकरता आम्हाला नेले!" डोनाल्ड एकदा उपरोधाने म्हणाला होता. तो न्यूझीलंडमध्ये अजून काही दिवस राहू शकला असता; पण त्याने पामेलाला सांगितले होते की, मी फक्त दोन गोष्टींसाठी जगतो आहे. एक म्हणजे, सुटका होण्याकरता आणि दुसरे म्हणजे, तुला भेटण्याकरता. त्यातली पहिली गोष्ट अर्थात कैदेतून जिवंत सुटका तर झाली होती; पण तो जोपर्यंत ख्राईस्टचर्चला होता तोपर्यंत त्याचे दुसरे उद्दिष्ट पूर्ण होणार नव्हते. त्याने घरी परत जाता यावे, म्हणून इतके प्रयत्न केले की, त्यावरूनच कळते की तो घरी जाण्याकरता किती तळमळत होता. डिसेंबरमध्ये त्याला एक संधी चालून आली. मालवाहू जहाजामधून डाकोटाला जाण्याची संधी होती. तिथून तो थेट सिडनीला जाऊ शकणार होता. एका आठवड्यानंतर अमेरिकन विमानाने तो श्रीलंकेमधील कोलंबो येथे गेला. तिथून तो अलाहाबाद येथे गेला. तिथून मात्र विमान मिळवण्याचे त्याचे प्रयत्न निष्फळ ठरले आणि नाताळ त्याला तिथेच काढावा लागला. शेवटी त्याला तिथून एका लढाऊ विमानामध्ये टेल गनरशेजारी जागा मिळाली, तिथे बसून तो ॲडनमध्ये आला. तिथून त्याने एक मुलकी विमान पकडले आणि तो ब्रिटनला आला. ती तारीख होती ७ जानेवारी १९४६. त्याला तिथे पोहोचण्याकरता सहा आठवडे लागले आणि तब्बल एकशे वीस तासांचा विमानप्रवास करावा लागला.

त्याच्या पायलट लॉगबुकमध्ये प्रत्येक विमानाबद्दल व्यवस्थित माहिती नमूद केली होती. त्याचप्रमाणे विमानाच्या आगमनाची वेळ, प्रस्थानाची वेळ, विमानाचा प्रकार या सर्व गोष्टींबद्दलची माहिती त्याने त्या लॉगबुकमध्ये लिहिलेली होती. त्याच्यामध्ये शेवटची माहिती त्याने ८ डिसेंबर १९४१ रोजी नोंदवलेली होती, 'जपानबरोबरचे युद्ध... शत्रूच्या लढाऊ विमानांनी आमची विमाने नष्ट केली.' याच नवीन पानावर त्याने एकंदर केलेल्या कामाच्या तासांची मांडणी होती. तो पायलट म्हणून ८८४ तास राहिला. त्याचा उड्डाणाचा एकंदर वेळ त्याने नमूद केला होता.

जेव्हा युरोपमधील युद्ध संपले, तेव्हासुद्धा पामेला रेडक्रॉसकरता काम करत राहिली. नंतर तिला ॲपेंडिक्सचा आजार सुरू झाला आणि तिला विश्रांतीकरता घरी पाठवण्यात आले. जरी आता डोनाल्डने विरोध केला नसता, तरीसुद्धा ती आता तिच्या पूर्वीच्या मॉडेलिंगच्या क्षेत्राकडे परत वळू शकत नव्हती. कारण आता तिची तिशी आली होती आणि मॉडेलिंगसारख्या कामाकरता आता तिचे वय जास्त होते. तिच्या आयुष्याचा एक कालावधी सरला होता. या कालावधीमध्ये तिने युद्ध पाहिले आणि खूप काही गोष्टी अनुभवल्या. त्यामुळे तिच्यामध्ये खूपच बदल झाला होता. वॉबर्नला असताना ती खूपच भावनाप्रधान होती आणि ती तिच्या त्या वेळेच्या वयाला साजेशी होती. युद्धपूर्व काळामध्ये तिला उडत्या चालीच्या अगदी सामान्य गाण्यांमध्ये रस होता. साधारणपणे तरुण वयामध्ये मुला-मुलींना जे काही आवडते, ते तिला आवडायचे. पण नंतर मात्र मनोरंजनाकरता गाणी लिहिणारे, रचना करणारे लोक आणि युद्धावर जाऊन देशाकरता स्वतःचा जीव पणाला लावणारे शूर वीर योद्धे यांची कधी तुलनाच होऊ शकत नाही, असे तिला वाटू लागले. पहिल्यांदा त्या गाण्यांविषयी आणि त्या कलाकारांविषयी तिच्या मनात आकर्षण होते; पण आता तिला त्यांच्यापेक्षा रणांगणावर जाऊन युद्ध करणारे शूर सैनिक किती तरी महान वाटायला लागले. ती त्या दिवसाची आता आतुरतेने वाट पाहत होती, ज्या दिवशी तिचा डोनाल्ड परत येईल आणि ते पुन्हा एकदा एकमेकांना भेटतील. त्या आनंदापुढे तिला जगातील सर्व गोष्टी तुच्छ वाटत होत्या.

तिच्या तिशीच्या उंबरठ्यावरती तिला एक प्रकारची निश्चिंतता यायला लागली होती. कदाचित ही निश्चिंतता तिला तिच्या आयुष्यामधील एका आणि एकाच माणसाच्या असण्यानेदेखील आली असावी. तिचा प्राणप्रिय सखा आता कित्येक वर्षांनंतर परत येणार होता आणि तिच्यासाठी ही फार मोठी गोष्ट होती. आजपर्यंत ज्या काही घटना घडल्या होत्या, त्यामुळे तिच्याकरता ही गोष्ट सामान्य नक्कीच नव्हती.

"इतके पराकोटीचे प्रेम करणे कदाचित आताच्या काळामध्ये मूर्खपणाही समजला जात असेल!" त्याची सगळी पत्रे एका पाकिटामध्ये घालता-घालता ती म्हणाली, "लोकांना सहज प्रेम मिळते, त्यांची प्रेमप्रकरणेदेखील बरीच होतात. पण

अशा प्रकारे मी कधीच प्रेम केले नाही.'' तिने कोणालाही आपल्याजवळ कधीच येऊ दिले नाही. सर्वांशी अंतर ठेवून ती वागली. ''हा एकच असा माणूस होता की, ज्याने मला संपूर्ण प्रेम दिले होते... मला सर्वार्थाने तृप्त केले होते.'' ती पत्रे पाकिटामध्ये काही शिरत नव्हती, तेव्हा तिने ती टेबलावर पसरून ठेवली, ''मला नाही सांगता येणार की, मला त्याच्याविषयी एवढा पराकोटीचा विश्वास का होता. सात वर्षे मी त्याची वाट पाहत होते आणि सात वर्षे हा काही वाट पाहण्याकरता निश्चितच लहान कालावधी नव्हता. पण मला त्याची वाट पाहावीशी वाटत होती, अर्थातच मनापासून. जेव्हा तुम्ही एखाद्याची खूप आतुरतेने वाट पाहता, त्या वेळेस वाट पाहण्याचा तो कालावधी म्हणजे वेळ वाया जातोय, असेच वाटत राहते. कारण तो वेळ आपल्याला त्याच्यासोबतीने घालवता येत नसतो.''

ती थोडा वेळ शांत राहिली आणि पत्रे गोळा करत राहिली. नंतर तिने परत सर्व पत्रे घेतली आणि व्यवस्थितपणे पाकिटामध्ये घातली. तिने आपला नाजूक हात त्यावर हळुवारपणे ठेवला. ''आम्हाला दोघांना माहीत होते की, परस्परांविषयी आमच्या मनामध्ये एकसारखीच भावना आहे... खूप खूप काळ गेला आहे.'' तिने एक खोलवर श्वास घेतला.

दि. ८ जानेवारी १९४६ रोजी तिला एक फोन आला. त्या फोनने तिच्या प्रतीक्षेचा खूप मोठा कालावधी संपला. एकमेकांशी बोलताना पहिल्यांदा दोघांनाही अवघडल्यासारखे होत होते, पण त्याचबरोबर दोघांच्याही मनामध्ये आनंद भरून राहिला होता. ते दोघे एकमेकांचे जिवलग प्रेमी होते, पण तरीही एकमेकांना नवखे असल्याप्रमाणे त्यांचे बोलणे-वागणे चालले होते. त्यांनी टेलिफोनवरच दुसऱ्या दिवशी कुठे भेटायचे ते ठरवले. तो उत्तर लंडनमध्ये स्विस कॉटेजमध्ये राहत होता. त्याला तो फ्लॅट खूपच सोईस्कर होता, कारण इथून त्याला रॉयल एअरफोर्सला रिपोर्टिंग करणे सोपे होते. ते ठिकाण जवळ होते. ते फ्लॅटवर भेटू शकत होते का? नक्कीच भेटू शकत होते. पत्ता होता– ३६, कॉलेज क्रिसेंट... आणि उद्याची संध्याकाळ सोईस्कर होती. तिला खालून बेल वाजवावी लागणार होती आणि मग तो खाली आला असता. तो सर्वांत वरच्या मजल्यावरचा फ्लॅट होता. त्यामुळे त्याला तीन मजले खाली यावे लागणार होते आणि तो येईपर्यंत तिने वाट बघायची होती.

त्याने तिला फोनवरून अशा या सर्व सूचना दिल्या.

जेव्हा तिने फोन खाली ठेवला; तेव्हा तिच्या लक्षात आले की, तिच्याकडे घालायला चांगले कपडेच नव्हते. तिच्या युद्धापूर्वीच्या कपड्यांचा आता काही उपयोग नव्हता. युद्धानंतर तिने शिवलेले कपडे हे जाड्याभरड्या कापडापासून शिवलेले आणि अगदीच सुमार होते. या कपड्यांमध्ये तिला पाहणे डोनाल्डला नक्कीच आवडले नसते. या क्षणाची तिने सात वर्षे वाट पाहिली होती आणि आता

जेव्हा हा क्षण तिच्या आयुष्यामध्ये आला होता, तेव्हा तिच्याकडे चांगला पेहराव नव्हता. तिने तिचे कपड्यांचे कपाट पिंजून काढले आणि तिला युद्धापूर्वीचा नेव्ही ब्लू रंगाचा एक पोशाख मिळाला. तिने तो तिच्या शिंप्याकडून शिवून घेतला होता. त्या वेळेस तिला खूप घाई असल्याने त्याने बाकीची कामे बाजूला टाकून तिला तो शिवून दिला होता. दुसऱ्या दिवशी सकाळी ती त्याच्या फ्लॅटवर गेली आणि व्हरांड्यामध्ये उभे राहून तिने बेल दाबली. तिचा एक्झिक्युटिव्ह नेव्ही सूट खाली घेरदार स्कर्ट असलेला होता. डोक्यावर नेव्हीची हॅट घातली होती. इतक्या वर्षांनंतर त्याच्या समोर जाताना चांगल्या प्रकारे जाणे गरजेचे होते.

तिचे हृदय धडधडत होते. तिला खूप आनंद होत होता, पण त्याचबरोबर एक अनामिक भीतीदेखील वाटत होती. आनंद आणि भीती अशा संमिश्र भावनांनी तिचा उर भरून आला होता. तिने दारावरची बेल वाजवली आणि लगेच पुढच्या क्षणी तिने उतावीळपणे जिन्यावरून त्याच्या धावत येण्याचा आवाज ऐकला. तिच्या हृदयाचे ठोके जलद झाले होते. कसा दिसत असेल तो आता? त्याला मी ओळखू तरी शकेन का? –असा विचार करत असतानाच तिचा डोनाल्ड जिन्याच्या पायऱ्यांवर तिच्यापुढे येऊन उभा राहिला. तो डोनाल्ड होता... हो, डोनाल्डच होता. थोडासा वयस्कर वाटत होता. खूप थकल्यासारखा आणि तणावाखाली वाटत होता. पण तो तिचा डोनाल्डच होता; ज्याच्यावर तिने जीवापाड प्रेम केले, ज्याच्याकरता आयुष्याची एवढी वर्षे रिती घालवली, तो तिचा डोनाल्डच होता. तिच्या तोंडातून शब्दच फुटत नव्हते. काहीही न बोलता ती त्याला फक्त बिलगली. तिच्या डोळ्यांतून घळाघळा अश्रू वाहायला लागले. या क्षणाकरता तिला तब्बल २४३५ दिवस वाट पाहावी लागली होती. ते खूप बोलले... पण काय बोलले, हे आता तिला काहीच आठवत नव्हते. ती त्याच्याकडे फक्त पाहत होती, त्याचे बोलणे ऐकत होती आणि त्याचा स्पर्श अनुभवत होती. त्या क्षणाची जादू आज पन्नास वर्षांनंतरदेखील तिला मोहवून टाकत होती.

त्यांना आता लग्नाची बोलणी सुरू करायला हवी होती आणि ती करण्याकरता तो एका शनिवार-रविवारी तिच्या आईवडलांकडे आला. त्याच्या वागण्यामध्ये त्या वेळेस पारंपरिकता आणि औपचारिकता होती. डोनाल्डने सांगितले की, तो आणि पामेला आता लवकरात लवकर लग्न करणार आहेत. त्याला आशा होती की, ते या लग्नाला होकार देतील आणि त्याला आपला भावी जावई म्हणून स्वीकारतील. तिच्या आईवडलांनीदेखील इतकी वर्षे रखडलेल्या त्यांच्या लग्नाला मोठ्या प्रेमाने उस्फूर्तपणे संमती दिली. ब्रिजीटनेदेखील आपल्या आईवडलांची मूक संमती पाहिली. पामेलालादेखील दहा दिवसांच्या आत लग्न व्हावेसे वाटत होते... २३ जानेवारीला लग्न व्हावे, असे तिचे मत होते.

''डोनाल्डचा चेहरा पाहून कोणीही लगेच ताडले असते की, तो कोणत्या परिस्थितीला सामोरा गेला असेल आणि त्याने काय काय सहन केले असेल. तो खूप वाईट दिसत होता,'' ब्रिजीटने सांगितले. ''माझ्या वडलांनासुद्धा एकदा वाटले की, त्याला पहिल्यांदा पूर्णपणे बरे होऊ देत आणि नंतर आपण लग्नाचा विचार करू.''

पण आता हे त्या दोघांकरता अशक्य होते. त्यांनी युद्ध संपेपर्यंत एकमेकांची वाट पाहिली होती, त्यामुळे आता वाट पाहणे किंवा लग्न लांबवण्याचा प्रश्नच नव्हता. युद्धामुळे त्यांचा भूतकाळ पूर्णपणे मोडकळीस आला होता. त्यामुळे सर्व गोष्टी नव्याने पुन्हा सुरू कराव्या लागणार होत्या. तिच्या आईवडलांना नाही म्हटले तरी चिंता होतीच आणि ती त्यांनी बोलूनही दाखवली होती. कदाचित डोनाल्ड बदलला होता. पण अजूनही त्या दोघांच्या मनामधील एकमेकांविषयी उत्कट भावना तशाच होत्या, जशा ते प्रथम भेटले तेव्हा होत्या. त्यांचे प्रेम आजही तसेच होते. तिच्या आईवडलांना मात्र शंका होती की, ह्यांचे पूर्वीइतकेच एकमेकांवर प्रेम आहे का?

साशंकतेनेच त्यांनी संमती दिली होती. एवढे मात्र नक्की की, ते दोघेही खूप बदलल्यासारखे वाटत होते. युद्धामुळे कोठे तरी मोडून गेल्यासारखे भासत होते. त्यांच्याबाबतीत सर्वच गोष्टी वेगळ्या भासत होत्या. हेच संपूर्ण देशामध्येही जाणवत होते. आयुष्याने काही मूल्ये घालून दिली होती. बदलती मूल्ये स्वीकारून त्याप्रमाणे बदलून त्यांना जगावे लागणार होते. प्रेमाची मूल्ये बदलली तरी प्रेम करावे लागणार होते. ऑडेनने युद्ध सुरू होण्यापूर्वी जे लिहिले होते, ते आज जगात शांतता प्रस्थापित होतानासुद्धा लागू होणार होते. युद्ध जरी होत असले, तरीसुद्धा आपण खाणेपिणे तर सोडून चालत नाही; तसेच प्रेमाचे पण असते ना? प्रेम हे माणसाच्या आयुष्यामध्ये किती महत्त्वाचे आहे, हे सांगताना ऑडेन म्हणतो :

या समाजसंस्थेसारखे अन्य मोठे काही नसे,
एकाकी अस्तित्व असे अर्थशून्य
भुकेपुढे सर्वच वाटे एक सजा.
मग राजा असो वा प्रजा
एकमेकांवर प्रेम कराल तरच जगण्यात अर्थ...

आणि प्रेमाचे असे एखादे माणूस असले, तर मग बाकीच्या सगळ्या गोष्टी त्यापुढे दुय्यम असतात.

''आम्ही अजून अधिक काळ थांबणे कसे शक्य होते?'' पामेला म्हणाली. ''आम्हाला दोघांना आता एकमेकांशिवाय दुसरे काहीही नको होते. एकमेकांचा सहवास हेच आमच्याकरता सर्व काही होते... आणि आम्हाला तो आता जन्मभर

हवा होता. आमच्या आयुष्यामधील जे क्षण आम्ही एकमेकांविना घालवले, ते तर वायाच गेले होते. पण आता पुढचे क्षण आम्हाला वाया जाऊ द्यायचे नव्हते.''

डोनाल्डचा लहान भाऊ राल्फ हा युद्धाच्या काळामध्येच मृत्यू पावला होता. वागायला-बोलायला तो थोडा फार डोनाल्डसारखाच होता. तो १९३९ मध्ये लष्करामध्ये भरती झाला. त्याला लष्कराकडून भारतामध्ये पाठवण्यात आले होते. पब्लिक स्कूलमधील पाच वर्षे सोडली, तर त्याचे बाकीचे सर्व आयुष्य आपल्या आईच्या छत्रछायेखाली गेले होते. त्यामुळे अडचणी, संकटे येतात आणि त्याच्याशी सामना करावा लागतो, हेच मुळी त्याला शिकवले नव्हते. म्हणूनच तो जगामध्ये खंबीरपणे वागायला समर्थ नव्हता. त्याला ब्रह्मदेशाच्या सरहद्दीवर कुठे तरी अगदी दऱ्याखोऱ्यांमध्ये आणि मानवी संपर्कापासून दूर पाठवण्यात आले होते. त्याने १९४२ च्या सुरुवातीलाच स्वतःवर गोळी झाडून घेऊन आत्महत्या केली. त्याने एकदम असा स्वतःला संपवण्याचा टोकाचा निर्णय का घेतला असावा, हे शेवटपर्यंत काही कळले नाही. त्याचा मोठा भाऊ अर्थात डोनाल्ड हा हाँगकाँगच्या युद्धाच्या वेळेस मरण पावला, अशा वावड्या तेव्हा उठल्या होत्या आणि त्या अफवा त्याला सहन झाल्या नाहीत. त्याचे त्याच्या भावावर अतिशय प्रेम होते. आपला लाडका भाऊ आपल्याला सोडून गेला, ही कल्पना सहन न होऊन निराशेच्या भरामध्ये त्याने स्वतःला संपवले, असे त्याच्या आईला वाटत होते. पण त्याच्याविषयी असेही बोलले जात होते की, त्याचे प्रेमप्रकरण होते आणि ते यशस्वी होऊ शकले नाही. आपण नाकारले गेलो आहोत, ही कल्पनाच त्याला सहन झाली नाही आणि त्याने आत्महत्या केली.

''तो सतत आईच्या दबावाखाली असायचा. त्यामुळे तो कधी धीट होऊच शकला नाही,'' डोनाल्डने एकदा आपल्या मुलाला सांगितले. ''आणि हे फार वाईट होते, कारण त्याला कधी खडतर आयुष्याची कल्पनाच नव्हती. ती प्रत्येक वेळी त्याला पाठीशी घालत आली आणि जगात कसे वावरायचे, कसे जगायचे, हे त्यामुळे तो कधी शिकूच शकला नाही. जगामधील वास्तव आयुष्याशी तो जुळवून घेऊ शकला नाही. त्यामुळे त्याने स्वतःला संपवले.''

परिस्थिती कोणतीही असो– तो आपल्या वडलांप्रमाणेच वागला. जेव्हा त्याच्या वडलांची सगळ्यात प्रिय गोष्ट त्यांच्यापासून हिरावून घेतली गेली होती, त्या वेळेस त्यांनीही स्वतःला संपवण्याचा हाच मार्ग निवडला. राल्फनेदेखील तसेच केले. डोनाल्डसाठी या दोन गोष्टींचा संबंध लावणे फारच महत्त्वाचे होते. त्याच्या कुटुंबाचा विचार केला तर असे म्हणता येत होते की, घोर निराशेच्या तळाशी कुठे तरी मृत्यू होता. छावणीमध्ये त्याला जी अपमानास्पद वागणूक मिळाली होती, त्यानंतर त्यालासुद्धा कित्येक वेळा नैराश्य आले होते. पण त्यामध्ये एका स्त्रीने त्याला अखंडपणे साथ केली होती आणि त्यामुळे तो अपमान, तो छळ डोनाल्ड सहन करू शकला.

जेव्हा डेरी मॅककॉनेलला डोनाल्ड गमावून बसला, त्या वेळेसही त्याला असेच नैराश्य आले होते. कोस्टल कमांडवर शौर्य दाखवल्याबद्दल मॅककॉनेलला एक नाही तर दोन फ्लाइंग क्रॉस मिळाले होते. परंतु उड्डाण ही जी गोष्ट त्याच्या लेखी अतिशय प्रिय होती, तिनेच त्याचा घात केला. युद्ध चालू झाल्यानंतर थोड्याच दिवसांनी एका नवीन मेटेओर जेट विमानाची बांधणी झाली होती. त्या विमानावर टेस्ट पायलट म्हणून जाण्याची त्याला संधी मिळाली. पण उड्डाण झाल्यावर थोड्याच वेळाने अचानक ते विमान जमिनीवर आदळले आणि त्यातच त्याचा करुण अंत झाला. पामेला आणि डोनाल्ड ज्या वेळेस एकत्र गप्पा मारायचे, आपला वेळ घालवायचे; त्या वेळेस कुठे तरी त्यांना जाणीव असायची की, आपण काही जणांमधले सुदैवी जीव आहोत– जे युद्धाच्या धुमश्चक्रीमधून वाचले आहोत. आश्चर्य म्हणजे, जणू एकमेकांसाठी जगल्याप्रमाणे ते दोघे एकमेकांकरता जिवंत होते.

त्याला भेटलेल्या काही खूप चांगल्या माणसांमध्ये फ्रँक हेनेसी हा होता. तो त्याला आवडायचा. शामशुईपोला असताना त्याने डोनाल्डला सामानाचे ओझे वाहून नेण्यास मदत केली होती. जेव्हा लग्नाचा दिवस आला, तेव्हा त्याच्या बाजूला लग्नाची अंगठी घेऊन फ्रँकसोबत रॉयल एअरफोर्सचा आणखी एक जण होता– तो म्हणजे फर्गी फर्ग्युसन. त्यानेही डोनाल्डला त्याच्या काळ्याकुट्ट दिवसांमध्ये मदत केली होती. लग्नाची बातमी मित्रमैत्रिणींमध्ये पसरली. इतकी वर्षे ज्याची अखंडपणे वाट पाहिली ती पामेला; आणि ज्याने युद्धकैद्यांच्या छावणीमध्ये आत्यंतिक अपमान आणि छळ सहन केला तो डोनाल्ड– असे ते दोघे आता लग्नाच्या बंधनामध्ये बांधले जात होते. खूप वर्षे एकमेकांपासून ते दूर राहिले होते. जे लोक सतत संशय घेतात आणि ज्यांना विश्वास नसतो, अशा लोकांनीसुद्धा त्या वेळी प्रेमाचा विजय होताना प्रत्यक्ष अनुभवला. फर्गीनेसुद्धा आता पंचेचाळिशी पार केली होती. पामेला आणि डोनाल्डचे हे प्रेम पाहून त्यालाही प्रेम करावेसे वाटले. तोही प्रेमाच्या या हळुवार भावनेकडे नकळत ओढला गेला. पामेलाची बहीण ब्रिजीट ही खरं तर शिष्ट आणि परखड होती, पण तिच्याही या तिखट स्वभावाला प्रेमानेच पार बदलून टाकले. जेव्हा फर्गी त्यांच्या घरी आला, तेव्हा ब्रिजीट काविळीने आजारी होती. त्याने तिला या आजारामध्येच पाहिले. तेव्हा ती नाईट ड्रेसमध्ये होती आणि तो तिच्या प्रेमात पडला.

''एखाद्या रंगसंगतीविषयी तुम्ही कल्पना करू शकता का?'' ती म्हणाली. ''मी एक हिरव्या रंगाचा नाईट ड्रेस घातला होता आणि माझी त्वचा केतकी वर्णाची होती. काय भयंकर दिसत असेन मी! ...पण बिचारा फर्गी! त्याचे त्या भयंकर रंगसंगतीकडे लक्षच गेले नाही, आणि तीच आमच्या प्रेमाची सुरुवात होती.''

डोनाल्ड आणि पामेला यांच्या प्रेमाला सतत खो घालणारी बाई म्हणजे अर्थात माऊड हिल– अर्थात डोनाल्डची आई. पामेलाला डोनाल्डच्या आईशी जुळवून घेणे

जरा कठीणच होत असे. कोणत्याही आईला अर्थातच नव्या मुलींशी जुळवून घेणे अवघडच होते. माऊडचेही तेच झाले होते. कित्येक वर्षं ती एका विधवेचे आयुष्य जगली होती. त्यामुळे ती तिच्या पद्धतीने आणि तिच्या नियमांनी जगत असे. तिची स्वत:ची जगण्याची एक खास शैली होती. तिच्या आयुष्यामध्ये प्रणय वगैरे असल्या गोष्टींना जागा नव्हती. व्हिक्टोरिया राणीच्या कारकिर्दीचा ज्या वेळेस शेवटचा टप्पा होता, त्या काळामध्ये ती वाढली होती. जेव्हा राणी आपला मुलगा प्रिन्स अल्बर्ट याच्याकरता शोकाकुल होती, तेव्हा तिला चांगली कल्पना होती की, एका विधवेने कसे असणे अपेक्षित आहे. बॉंबझाईनच्या काळ्या कपड्याच्या फ्रिल्स लावलेला स्कर्ट, मानेपासून कमरेपर्यंत असा पोलक्याचा प्रकार, त्यावर जॅकेट, डोक्याला एक विशिष्ट प्रकारचे चमकणारे गोलाकार टोपडे असा तिचा पोशाख असायचा. तिचे वागणे तिच्या कपड्यांना अजिबात शोभणारे नव्हते. तिला जे काही हवे असे, ते ती मिळवल्याशिवाय राहत नसे. कारण एक तर आपल्याला हवे ते ती अगदी निर्लज्जपणे मागून घेत असे आणि दुसरे म्हणजे, तिचा तिच्या नवऱ्यावर आणि मुलांवर असा काही जबरदस्त प्रभाव होता की, त्यामुळे तिच्या इच्छेपुढे त्यांना झुकावेच लागायचे. तिची लोभी नजर खोलीमध्ये फिरू लागली की, जवळपास असणाऱ्या लोकांची स्थिती अगदी अवघडल्यासारखी होऊन जात असे. एखाद्याला तिच्या त्या नजरेकडे पाहून असेही वाटू शकेल की, ती आता या खोलीतली कोणतीही वस्तू कधीही मागणार! त्यामुळे तिने जर एखादी गोष्ट मागितली, तर तिला नाही म्हणायची कोणाची हिंमत नसे.

तिच्यामधील लक्षात राहण्यासारखे विशेष म्हणजे तिचे डोळे आणि तिचे केस. तिला तिच्या घनदाट, चमकणाऱ्या केशसंभाराचा फार अभिमान होता. जेव्हा तिची मान कपड्यांनी झाकलेली नसे, तेव्हा ती तिचे घनदाट केस मोकळे सोडत असे. पण पामेलाने ठरवले होते की, तिच्या केसांबद्दल फारसा विचार करायचा नाही.

''मी तुला केस माझ्यासारखे सुंदर कसे ठेवायचे आणि त्यांची योग्य ती निगा कशी राखायची याबद्दल सांगेन.'' एका सकाळी माऊड पामेलाला म्हणाली. ''ते चांगले ठेवण्याकरता तू ते तुझ्या मूत्राने धूत जा. मी तेच करते आणि बऱ्याच वर्षांपासून तेच करत आले आहे. त्यामुळे बघ– माझे केस किती सुंदर आहेत!''

पामेलाला कधी कधी कळायचे नाही की, या बाईचे खरे रूप काय आहे! अंगभर काळे कपडे घालून वावरणारी सभ्य स्त्री, की स्वत:च्या डोक्यावर स्वत:चे मूत्र ओतून त्याने स्वत:चे केस धुणारी येडपट बाई! माऊडने स्वत:चे हे गुपित ब्रिजीटला पण सांगितले होते आणि जे भेटतील त्यांना ती तेच सांगत सुटायची. लवकरच पामेलाच्या सर्व मैत्रिणींना या भावी सासूच्या विचित्र स्वभावाची कल्पना आली.

जसे त्यांचे लग्न जवळ आले तसा फर्गी आणि ब्रिजीटबद्दल पामेला विचार

करू लागली. कारण ते दोघे सारखे एकत्र असायचे. तिच्या आईवडलांनादेखील खात्री पटली होती की, त्यांच्या लेकींमध्ये सर्वांत फटाकड्या आणि आगाऊ पोरीलाही शेवटी कोणी तरी तिच्या मनासारखा भेटला. त्यांनी अगदी शेवटी त्यांचा साखरपुडा जाहीर केला. खरं तर एकाच मांडवात दोन लग्ने उरकता आली असती, पण त्यांनी दोघांनी त्यांच्या लग्नाविषयी उशिरा सांगितले आणि पामेलाच्या लग्नाची तयारी आधीच झालेली होती. पण पामेला आणि डोनाल्डच्या लग्नामधील 'बेस्ट मॅन' होण्याचा मान मात्र फर्गीलाच मिळाला. बेस्ट मॅन हा नवऱ्या मुलाच्या बाजूलाच उभा असतो आणि त्याला लग्नामध्ये खूप मान असतो. लग्नाला आता केवळ दहा दिवस उरले होते. लगीनघाई चालू होती. आमंत्रण देणे, वधूच्या पोशाखाची तयारी करणे, बुके तयार करण्याकरता फुले निवडणे, पुरोहिताबरोबर चर्चा करणे, लग्नाच्या जेवणाचा मेनू ठरवणे, लग्नाचे रिसेप्शन... सगळ्यासाठी नुसती लगबग चालू होती. लग्नाचे रिसेप्शन एका डॉक्टरच्या घरी होते, कारण त्याच्या घरातील दिवाणखाना खूप मोठा आणि प्रशस्त होता.

जानेवारीच्या २३ तारखेला बुधवार होता. टनब्रिजमध्ये अगदी ऐनवेळी निमंत्रणे देऊनही होली ट्रिनिटी चर्च लोकांनी भरून गेले होते. पामेलाची आता शेवटची आणि महत्त्वाची परीक्षा होती. हा तिच्या आयुष्यामधील सर्वांत मोठा आणि अविस्मरणीय दिवस होता. या दिवशी तिला सर्वांत सुंदर दिसायचे होते. आयुष्यामध्ये कधीच दिसली नाही एवढी सुंदर ती आज दिसत होती. तिचा नववधूचा पोशाख अतिशय सुंदर दिसत होता आणि तो तिला खूप शोभून दिसत होता. त्या दिवशीची सगळी सकाळ तो पोशाख परिधान करण्यामध्येच गेली. सन १९३० मधील फॅशनला अनुसरून तिचा वधूपोशाख शिवण्यात आला होता. तिची जाळीदार पांढरी बुरखेवजा ओढणी तिच्या डोक्यावरून तिच्या टाचेपर्यंत पसरली होती. ती ओढणी डोक्यावर पिनांनी बसवताना थोडासा त्रास झाला. कारण त्यावर फुलांचे गजरेदेखील माळायचे होते. तेवढ्यात वधूची आई आणि तिची मैत्रीण आरशामध्ये पाहून वधूला पांढरी जाळी लावत असतानाच अचानक वधू पामेलाची सासू एकदम आतमध्ये आली आणि त्यांच्या मागे उभी राहिली.

"मला कळलंय की, टनब्रिज वेल्समध्ये भाजी खूप छान मिळते," आपल्या मोठ्या आवाजामध्ये तिने या तिघी जणींना विचारले. मला थोडेसे बटाटे विकत घ्यायचे आहेत, म्हणून मी थोडीशी लवकरच आले आहे. तुमच्यापैकी कोणी मला अशा जागी घेऊन जाल का, की जिथे मला चांगल्या प्रतीचे बटाटे मिळू शकतील?"

पामेलाला खरंच काय बोलावे, ते सुचेना. या असल्या पात्राच्या पोटी डोनाल्डने जन्म घ्यावा, याचेच तिला आश्चर्य वाटत होते.

ती त्या बटाट्यांसाठी एवढी कटकट करायला लागली की, शेवटी कोणाला

तरी तिच्याबरोबर बाजारात बटाटे घ्यायला पाठवून दिले, तेव्हा कुठे या तिघी जणींना ओढणीला शांतपणे पिना लावणे शक्य झाले. पामेलाने मॉडेलिंग केलेले असल्यामुळे तिला चांगल्या कपड्यांची पारख होती. तिने वधूचा जो काही पेहेराव घातलेला होता, तो खूपच सुंदर होता. जशी लग्नामध्ये नवरी तिच्या पोशाखात सुंदर दिसते तशी तीसुद्धा फार सुंदर दिसत होती.

लग्नाचे फोटोग्राफ्स ती कायम आपल्या जवळ ठेवायची. ते फोटो तिला त्या दिवसाच्या प्रत्येक छोट्या-छोट्या गोष्टींची आठवण करून देत असत. तिला आजही त्या सुंदर क्षणांची आठवण होते. तिने जेव्हा लग्नाच्या सभामंडपामध्ये प्रवेश केला, तेव्हा सर्वांच्या नजरा तिच्यावर खिळल्या होत्या– जणू काही तिच्याप्रमाणेच प्रत्येक जण त्या क्षणाची आतुरतेने वाट पाहत होता. जेव्हा लग्नाचा विधी चालला होता, तेव्हा तिच्या चेहऱ्यावर विलक्षण समाधान होते. खूप मोठा आणि खडतर प्रवास करून शेवटी ती यशस्वीपणे किनाऱ्याला पोहोचली होती. तिची प्रेमकहाणी अखेर सफल झाली होती. लग्नसोहळा संपल्यानंतर तिने त्या दोघांचा एकत्रितपणे होली ट्रिनिटीच्या पायऱ्या उतरतानाचा फोटो पाहिला. हातातील तो सुंदर फुलांचा गुच्छ तिला आठवत होता. तिची पायापर्यंत लोळणारी ओढणी कारच्या दारामध्ये, तर कधी फुलझाडाच्या फांदीमध्ये अडकत होती. त्यामुळे खूप सावध राहावे लागत होते. डोनाल्डच्या नजरेला नजर देताना तिच्या सर्वांगावर रोमांच उभे राहिले होते. त्याच्याकरतासुद्धा हा अनुभव खूपच अनोखा होता आणि खूपच आनंददायी होता. हा क्षण अनुभवण्याकरता त्याला खूप खडतर प्रवास करावा लागला होता.

या खडतर आयुष्याचे साक्षीदारही त्या वेळेस हजर होते. त्यांनी त्याचे हे खडतर आयुष्य जवळून पाहिले होते आणि त्याच्यासमवेत अनुभवले होते. 'जुने युद्धकैदी विवाह सोहळ्यात सहभागी,' अशा मथळ्याखाली या लग्नाची माहिती 'द कुरियर' या दैनिकामध्ये आली होती. हे चार युद्धकैदी होते अर्थातच डोनाल्ड, फर्गी, फ्रँक हेनेसी आणि जिंगर सुलिव्हन. त्यांच्याकरता विशेष करून लग्नसमारंभाचे महत्त्व खूप होते आणि त्यांना हे लग्न म्हणजे एक आश्चर्यच वाटत होते. हे लग्न म्हणजे आता त्यांच्या आयुष्यामधील भयानक दिवसांचा शेवट असल्याचे द्योतक होते.

पुष्पगुच्छ ब्रिजीटच्या हातामध्ये गेला आणि नंतर वर्षाच्या आतच तिचे अन् फर्गीचेदेखील लग्न पार पडले. डोनाल्ड आणि पामेलाने चेरिंग क्रॉसला जाणारी ट्रेन घेतली. दुसऱ्या कोणत्या तरी वाहनानेदेखील त्या प्रणयी युगुलाचा गोड आणि रम्य प्रवास झाला असता; पण त्यांना लंडन स्टेशनपासून सेव्हॉय हॉटेलपर्यंतच जायचे होते. काही वर्षांपूर्वी त्यांनी एकमेकांना वचन दिले होते की, आपला मधुचंद्र याच हॉटेलमध्ये साजरा करायचा.

ते दोघे स्टेशनवर ट्रेनकरता वाट पाहत होते, तेव्हाच पामेलाला एक तंबूच्या

आकाराचा काळ्या रंगाचा पोशाख घातलेली एक स्त्री दिसली. तिला आता भीती वाटायला लागली की, ही बया पण आपल्याच डब्यामध्ये येते की काय! म्हणून तिने आपला चेहरा लगेच डोनाल्डच्या खांद्यामागे लपवला. पण सुदैवाने ती त्यांच्या शेजारून निघून गेली. ट्रेनमधून खाली उतरल्यानंतर पामेलाच्या एकाएकी लक्षात आले की, आपल्याबरोबरची सूटकेस ती क्वीन्स रोडच्या घरीच विसरून आली आहे. डोनाल्ड तिच्या बरोबर असल्याने तिला त्याचा आधार वाटत होता. त्याने ती परिस्थिती हाताळली. चेरिंग क्रॉसमध्ये त्याने तिच्या घरी फोन लावला आणि ती सूटकेस नंतर येणाऱ्या ट्रेनमधून पाठवून द्यायला सांगितली, म्हणजे ती त्यांना सेव्हॉयला मिळाली असती. तिला खूपच अपराध्यासारखे वाटत होते. तो जेव्हा फोनवरती बोलत होता आणि तिच्या आईवडलांना सूटकेस पाठवून देण्याची व्यवस्था करा, असे सांगत होता; नेमकी त्याच वेळी माऊड तिथे परत टपकली.

"अरे, ते तुमची सूटकेस पाठवूनच देत आहेत ना, मग त्याबरोबरच माझे बटाटे पण पाठवून द्यायला सांग ना त्यांना–" तिने डोनाल्डला सांगितले. "मी एवढी आनंदात आणि उत्साहामध्ये होते की, त्या आनंदाच्या भरात मी ते बटाटे तिथेच विसरले." तिच्या नेहमीच्या आदेश देण्याच्या कुर्ऱ्यातच तिने बटाटे पाठवून देण्याचे फर्मान सोडले. तो हॉटेलमधला माणूस जेव्हा सूटकेस आणि बटाट्याची पिशवी डोनाल्ड आणि पामेला हिल यांच्या नावाने ठेवून घेईल, तेव्हा तो मनातून आपल्याला मूर्खातच काढेल, या विचारानेच पामेला त्या वेळी खूप अस्वस्थ झाली होती. पण तिची अशी विचित्र अवस्था झाली होती की, नुकतेच लग्न झाले असल्यामुळे सासूला काही ती बोलूही शकत नव्हती.

आणि अखेरीस सेव्हॉयला त्यांची सूटकेस आणि त्याचप्रमाणे माऊडचे बटाटेदेखील एकदाचे मिळाले.

रात्रीच्या जेवणाच्या वेळेस तो डायनिंग रूममधल्या सोई-सुविधांकडे पाहत होता. त्याची नजर डायनिंग रूममधील सर्व आलिशान गोष्टींवरून भिरभिरत होती.

"डोनाल्ड, छावणीमध्ये तू इतकी वर्षे घालवलेले आयुष्य खरंच खूप वाईट होते ना रे?" तिने त्याला अचानक विचारले.

"नाही, वाईट असं नाही म्हणता येणार." तो एकदम बोलून गेला. "माझे पुष्कळ बरे गेले; बाकीच्या काही लोकांना तर खूपच यातना सोसाव्या लागल्या होत्या. आणि त्यामध्येसुद्धा मी माझी डायरी ठेवत असे. काही घटना या मी त्या डायरीमध्ये नमूद केल्या आहेत. मी ती डायरी तुला दाखवेन कधी तरी आणि त्या वेळेस मी सांगेन तुला सगळे."

तिला त्याच्या बोलण्यातूनच जाणवत होते की, काही तरी अजून रहस्य आहे की, जे तो तिच्यापासून लपवतो आहे. तो सांगतो आहे त्यापेक्षा नक्कीच काही तरी

वेगळे आहे आणि ते जे काही वेगळे आहे, ते तो फक्त तिलाच सांगू शकणार होता. तिच्याकरता आता एवढे पुरेसे होते की, त्याला त्याविषयी बोलताना त्रास होत नाहीये किंवा त्यामुळे तो दुखावला जात नाहीये. त्यामुळे त्या क्षणी तिला दुसरे काही जाणून घ्यायचे नव्हते. जेव्हा योग्य वेळ येईल, तेव्हा ती त्याला सगळे विचारणार होती. तशीही तिला पडलेल्या प्रश्नांची उत्तरे देण्यासाठी ती डायरी होतीच. त्या संध्याकाळी त्यांनी कित्येक वर्षे सोसलेला विरह आणि त्याबरोबर आलेल्या वेदना व दु:खांचा शेवट झाला होता. आता कटू भूतकाळ विसरून ते दोघे त्यांच्या भविष्याविषयीच फक्त विचार करणार होते; भविष्याबद्दलच्या योजना आखणार होते. डोनाल्डला तीन महिन्यांची रजा मिळाली होती. त्यामुळे एकमेकांच्या सहवासामध्ये पुष्कळ काळ घालवणे शक्य होते.

त्यांनी त्यांचा मधुचंद्र समुद्रकिनाऱ्यावरील एका घरामध्ये साजरा केला. त्यांनी ते घर बेक्सहिल नावाच्या एका समुद्रकिनाऱ्यावरील छोट्या गावामध्ये घेतले होते. एका पत्रामुळे त्यांना पुन्हा एकदा त्यांचे मागचे दिवस आठवले. ते पत्र बकिंगहॅम पॅलेसवरून आले होते. हाँगकाँगमध्ये केलेल्या उत्तम कामगिरीबद्दल डोनाल्डला लष्करामधील एमबीई हा पुरस्कार बहाल करण्यात आला होता. 'डिस्टिंग्विश फ्लाइंग क्रॉस'सारखा शौर्य पुरस्कार एखाद्या विशिष्ट कामगिरीकरताच देण्यात येतो, तसे एमबीई पुरस्काराचे स्वरूप नव्हते. ह्या पुरस्कारामध्ये तुमची सर्वच सेवा विचारात घेतली जात असे. त्यामध्ये युद्धकाळामध्ये, तसेच कैदेमध्ये असताना कसे वर्तन ठेवणे अपेक्षित आहे याविषयी सांगितले होते. त्यात वापरलेली भाषा जरा जास्तच उच्च दर्जाची होती. पण त्या पत्राचा सारांश होता की, तुमच्या सेवेची विशेष नोंद घेतलेली आहे.

डोनाल्ड हिल हा माणूस रॉयल एअरफोर्सचा एक पात्र अधिकारी आहे. त्याने युद्धामध्ये आणि युद्धानंतरही रॉयल एअरफोर्सच्या परंपरेला साजेसे वर्तन केले आहे. रॉयल एअरफोर्सच्या व्यक्तीमध्ये जे गुण असणे आवश्यक आहेत, ते सर्व गुण या व्यक्तीमध्ये आहेत. त्याला वेळोवेळी नेमून देण्यात आलेले काम त्याने अतिशय जबाबदारीने पार पाडले आहे. स्वत:चे कार्य करत असताना त्याने कमालीची स्थितप्रज्ञता, मनाची स्थिरता, पात्रता आणि करारीपणा दाखवला आहे. त्याच्यामध्ये कुशल नेतृत्वगुण आहेत. तो उत्तम प्रकारे नेतृत्व करू शकतो. ज्या कामाविषयी त्याला तसूभरही कल्पना नव्हती, ते काम करायची वेळ जेव्हा त्याच्यावर आली, त्या वेळेसही तो अतिशय आनंदी राहिला आणि त्याच्या सर्व गटालादेखील त्याने योग्य मार्गदर्शन केले. युद्धकैदी म्हणून तो जेव्हा जपान्यांच्या कैदेत होता, तेव्हासुद्धा त्याची वागणूक अतिशय आदर्श होती. रॉयल एअरफोर्सची संपूर्ण जबाबदारी

त्याच्याकडे आली, तेव्हा जराही न डगमगता अतिशय शांतपणे आणि संयमाने त्याने ती पेलली. अवघड प्रसंगांत कित्येक वेळेला त्याच्या माणसांचे धैर्य पूर्णपणे खचायचे, पण अशा वेळी त्याने त्यांचे मनोधैर्य टिकवून ठेवण्याचे मोलाचे काम केले होते. आपल्या सैनिकांमध्ये त्याने कायम शिस्त राखली आणि त्यांना सतत चांगले वर्तन करण्याची प्रेरणा दिली.

या पत्रामुळे डोनाल्डला अतिशय आनंद झाला आणि आता त्याला आशा वाटायला लागली की, जेव्हा रजा संपेल, तेव्हा त्याला रॉयल एअरफोर्समध्ये पुन्हा रुजू होणे शक्य होईल. त्याला कल्पना होती की, हे सगळे केवळ जिंगर सुलिव्हनमुळे झाले आहे, कारण या पुरस्काराकरता त्यानेच डोनाल्डची शिफारस केली होती. त्याच्या शिफारशीशिवाय हा सन्मान मिळणे आपल्याला शक्यच झाले नसते.

अतिपूर्वेकडे ज्या तुकड्या लढाईकरता पाठवलेल्या होत्या, त्यांच्यापैकी चार जणांची एक तुकडी होती; त्यांना 'जॉर्ज क्रॉस' हा सर्वांत उच्च नागरी सन्मान मिळाला होता. युद्धापलीकडे त्यांनी जे काही शौर्य दाखवले, त्याबद्दल हा सन्मान होता. ह्या चार जणांना देहदंडाची शिक्षा ठोठावण्यात आली होती. बागच्या स्थापनेमध्ये आणि त्यांच्या चळवळीमध्ये या चौघांचा हात आहे, असा संशय जपान्यांना होता आणि म्हणून त्यांना ही शिक्षा ठोठावली होती. ते चौघे जण म्हणजे कर्नल न्यूनहॅम, कॅप्टन अन्सारी, कॅप्टन फोर्ड आणि फ्लाईट लेफ्टनंट ग्रे. जेव्हा त्याने वर्तमानपत्रामधील डॉली ग्रेचा फोटो पाहिला, तेव्हा त्याच्या मनात एकदम जुन्या आठवणी उसळून आल्या. या फोटोमध्ये डॉलीच्या मस्त वाढवलेल्या मिशा होत्या. जर माल्टबेने त्यांच्या बॉंबिंग हल्ला करण्याच्या योजनेला मनाई केली नसती, तर त्यांनी नक्कीच काही तरी चांगले करून दाखवले असते. शामशुईपोला ग्रेच्या जागी तोही गेला असता. पण तो तिथेच राहिला आणि त्याच्या मित्राचा मात्र छळ झाला. छळून-छळून त्याला मारले गेले. हे सगळे वर्तमानपत्रातून प्रकाशित करणे निरर्थक होते. कशाला या सगळ्याचा तमाशा करत आहेत, कशाला जुन्या जखमांवरच्या खपल्या काढत आहेत, असे त्याला वाटत होते.

''मी भूतकाळामध्ये राहत नाही.'' एकदा तो त्याच्या मुलाला म्हणाला. ''मी खूप खूप यातना आणि अपमान पचवले आहेत. या सगळ्यामध्ये मी आयुष्याकडून एक गोष्ट मात्र शिकलो आणि ती म्हणजे, आयुष्य कसे का असेना, ते आनंदाने जगायचे. वाईट गोष्टींमधूनही आनंद शोधायचा प्रयत्न करायचा.''

त्या उन्हाळ्यामध्ये त्याने आणि जिंगरने मिळून त्यांच्या परत एकत्र येण्याची एक मोठी पार्टी ठेवली होती. अशी पार्टी करायची, हे छावणीमध्ये असतानाच त्या दोघांनी ठरवले होते. पूर्वी छावणीमध्ये युद्धकैदी म्हणून जगत असताना एके काळी

अस्थिपंजर झालेली त्यांची शरीरे आता पूर्ववत् सुदृढ झाली होती. त्यांची प्रकृती सुधारली होती. ते सगळे एकत्र जमल्यावर कैद्यांच्या छावणीविषयीच गप्पा मारत होते आणि त्यांच्या बायकांना व मैत्रिणींना मात्र त्यांची कैद ही एखाद्या बोर्डिंग स्कूलप्रमाणेच वाटत होती. तिथे त्यांनी त्यांच्या भविष्याविषयीच्या योजना आखल्या. बरेच जण नोकरी सोडून आता मुलकी खात्यांमध्ये रुजू झाले होते. मजूर पक्षाच्या (लेबर) सरकारने केलेल्या करांसंबंधीच्या नियमांवर ते घणाघाती टीका करत होते. डोनाल्डला हे सगळे नवीनच होते.

रॉयल एअरफोर्स लोकांना नोकरीवरून भराभर कमी करत होते. त्याच्यासाठी भविष्य तितकेसे साधे-सोपे आणि सरळ नव्हते. मार्च महिन्यामध्ये कायमस्वरूपी म्हणून त्याची नेमणूक झाली. त्यानंतर दोन महिन्यांनी त्याची हेंडन येथे रॉयल एअरफोर्सचा कमांडर म्हणून नियुक्ती झाली. ती रॉयल एअरफोर्सची एक खूप मोठी आणि महत्त्वाची प्रशिक्षण व्यवस्थापन संस्था होती. जुलै महिन्यामध्ये त्याला बढती मिळून तो स्क्वाड्रन लीडर झाला. त्या वेळेस या बढतीसाठी त्याचा १ डिसेंबर १९४१ पासूनचा अनुभव विचारात घेतला होता. यानंतर लगेचच आठवड्याभरातच दुसरे महायुद्ध सुरू झाले होते. फर्गी सोडला तर युद्धानंतर परत आलेल्यांमध्ये त्याच्याखेरीज कोणामध्येही ही जबाबदारी आत्मविश्वासाने पेलण्याची ताकद नव्हती. पण फर्गीच्या बाबतीत बोलायचे झाल्यास, त्याने त्याचे क्षेत्रच पूर्णपणे बदलले होते. तो त्याच्या आयुष्याच्या वेगळ्या वाटेविषयी आशावादी होता. त्याचे नुकतेच लग्न झाले होते आणि आपल्या नव्या नवरीसोबत तो हाँगकाँगला जाण्याच्या तयारीत होता. तिथे त्याला शिक्षण खात्यामध्ये नोकरी मिळाली होती.

एकंदर त्यांचे सर्वांचे परत भेटणे ही घटना सर्वांच्या दृष्टीने खूपच आनंददायी होती. एकमेकांना पुन्हा भेटून त्यांना खूप आनंद झाला होता आणि मोठ्या आवाजात जल्लोष करून ते आनंद साजरा करत होते. नंतर मात्र कोणालाच सांगता येत नव्हते की, तो तिथे का आला होता. पण हा एक विलक्षण प्रसंग होता आणि याने त्या सर्वांना पुन्हा एकदा एकत्र आणले होते.

पामेला आणि डोनाल्ड या दोघांचीही अवस्था तशीच झाली होती. डोनाल्ड पामेलाला ती छावणी कशी होती आणि तिथले नियम कसे होते, हे वर्णन करून सांगत होता. तिथले दिवस आणि त्या दिवसांतील कित्येक कंटाळवाणे क्षण याबद्दलसुद्धा त्याने तिला सांगितले. नंतर कधी कधी ते एकमेकांशी याविषयी ते बोलायचे, तेव्हा तो तिला युद्धामध्ये काय काय घडले याविषयी सांगू शकला असता, पण तसा योग्य क्षण कधी आलाच नाही. ज्या वेळेस ते आयुष्यामध्ये स्थिरस्थावर झाले, त्या वेळेसही तो सांगू शकला असता आणि त्याने त्याच्या डायरीमधील रहस्यदेखील सांगितले असते. पण त्या वेळेस पामेला त्याला आपल्या

पाककौशल्याविषयी सांगत राहायची, युद्धाच्या काळामधील लंडनविषयी सांगायची; तसेच तिच्या आणि एरिकच्या ओळखीबद्दल सांगायची. तिने त्याला सांगितले होते की, एरिक माझा खूपच चांगला मित्र होता. पामेला आणि डोनाल्ड युद्धाच्या काळाविषयी एकमेकांशी बोलायचे. कुठे काही नृत्याचा कार्यक्रम असेल, तर ते आवर्जून जायचे. बेनी गुडमन याचा बँड हा खरं तर नृत्याचा बँड नव्हता, पण त्यालाही ते जायचे. त्या काळामध्ये तिला जाणीव झाली होती की, तो तिच्यावर किती प्रेम करतो आणि तिला हेही जाणवायचे की, आपल्याला त्याच्याविषयी किती कमी माहितीये. ती जेव्हा त्याला भेटायला लंडनला गेली होती, तेव्हा तिने डोक्यावर एक अगदी नव्या फॅशनची हॅट घातली होती. त्या हॅटच्या पुढच्या बाजूला फुले लावलेली होती. खूप सुंदर हॅट होती ती. डोनाल्डने तिचे चुंबन घेतले आणि तो तिला म्हणाला, "तू मला खूप आवडतेस राणी. इतकी की, तू काहीही घातलेस तरी मला आवडते. पण तरीही तुला जर मी असे सांगितले की, तुझी हॅट मला नाही आवडली, तर तुला वाईट नाही ना वाटणार? खरं तर मला हॅट हा प्रकारच आवडत नाही."

मे महिन्यामध्ये स्टेशन ॲडमिनिस्ट्रेशन अधिकारी म्हणून तो रुजू झाला. ती त्याच्याकरता एक आदर्श नोकरी होती आणि रॉयल एअरफोर्सने त्याच्यामधील उत्कृष्ट नेतृत्वगुणांसाठी त्याला ती देऊ केली होती. त्या नोकरीमधला वाईट भाग हाच होता की, जोपर्यंत चांगली जागा मिळत नाही तोपर्यंत पामेलाला डोनाल्डची आई माऊड हिच्याबरोबर तिच्या घरी स्विस कॉटेजला राहावे लागणार होते. बटाट्याच्या प्रकरणामुळे त्या दोघींमधील संबंधांमध्ये कायमची कटुता निर्माण झाली होती. ते बटाटे सेव्हॉयला पोहोचल्यावरदेखील ते संबंध यथातथाच राहिले होते. त्यांच्या लग्नानंतरच्या पहिल्याच दिवशी सकाळी सात वाजता माऊडने त्यांना फोन करून बटाट्याची पिशवी आली आहे का, असे विचारले होते. त्या वेळच्या काही आठवड्यांमध्ये एक सकाळची न्याहारी सोडली, तर ती बाकीचा संपूर्ण वेळ तिला टाळत होती. तिच्या वैवाहिक जीवनामधील हाच एक भाग होता, जो तिला अजिबात आवडत नव्हता.

डोनाल्डची १९४७ च्या कडाक्याच्या थंडीमध्ये नॉटिंगहॅमशायर येथे नियुक्ती करण्यात आली. पण त्या वर्षाच्या शेवटी पामेलाने टनब्रिज वेल्समध्ये त्यांच्यासाठी एक घर शोधले. सभोवती बाग आणि उंच-उंच झाडे असलेले ते घर पामेलाला खूप आवडले. इथे ते तेथे खूप सुखी राहतील याची पामेलाला पूर्ण खात्री होती. त्याच काळामध्ये तिला दिवस गेले. त्या वेळी तिला प्रकर्षाने जाणवत होते की, डोनाल्ड युद्धापूर्वी होता तसा आता राहिला नाहीये. त्या छावणीमधील अनुभवाने त्याला पुरते पोखरले होते. त्याचा स्वत:वर विश्वास राहिलेला नव्हता. खूप चिडचिडा झाला होता तो. तो सतत तक्रार करायचा की, त्याचे त्याच्या कामात लक्ष लागत नाही.

तो तिरसट झाला होता. युद्धापूर्वीचा जो डोनाल्ड तिला परिचित होता, त्याच्यातले ते गुण तिला कुठेच दिसत नव्हते. तरीही तो तोच होता, ज्याच्यावर तिने प्रेम केले होते. तिला खात्री होती की, या काही वर्षांमध्ये त्याचे जे नुकसान झाले आहे, ते ती भरून काढेल. त्यासाठी थोडासा काळही जावा लागणार होता आणि त्याला खूप प्रेम द्यावे लागणार होते. या दोन्ही गोष्टींची खरे तर काहीच कमतरता नव्हती.

ताटातूट आणि समेट

मी प्रेमही करतो अन् द्वेषही करतो, का ते मात्र विचारू नका
नाही ठावे मला, पण ते जाणवते अन् छळतेही मनाला

कॅटलस, कारमिना

डोनाल्ड आणि पामेलाचे पहिले मूल म्हणजे जोआना. जोआना १५ ऑक्टोबर १९४७ रोजी जन्मली. निळ्या-निळ्या डोळ्यांच्या आणि काळेभोर केस असणाऱ्या या परीसारख्या मुलीला जन्म दिल्यानंतर त्यांना आयुष्याचे सार्थक झाल्यासारखे वाटत होते. ते खूप वर्षांपासून ज्या आनंदाची वाट पाहत होते, त्याची पूर्तता झाली होती. त्यांच्या एकत्रित आयुष्याची आणि खऱ्या अर्थाने कुटुंबाची ती सुरुवात होती. डोनाल्डने युद्धकैद्यांच्या छावणीमध्ये घालवलेल्या कित्येक वर्षांमुळे तिच्या पालकांनी, त्या दोघांनी निर्दयीपणे काय काय सहन केले होते, ते पामेलाला समजले.

त्यांच्या लग्नानंतर काही महिन्यांमध्येच डोनाल्ड आणि पामेलाला एखादा प्रश्न कसा सोडवायचा, हे समजले असावे. त्याला कितीही जड जात असले तरी तो तिला सांगण्याचा प्रयत्न करत होता की, त्याच्या बाबतीत काय घडले होते. पण त्याला अद्याप तिला हे सांगता येत नव्हते की, छावणीमध्ये असताना त्याच्या मनाची स्थिती कशी होती... ती अजूनही त्याने तिच्यापासून लपवून ठेवली होती. रहस्यामध्ये गुंफलेल्या त्याच्या डायरीमधील मजकूर इतरांपासून त्याने अशा प्रकारे लपवून ठेवला होता की, ती कोणालाही वाचता येणे शक्य नव्हते. ही केवळ डायरीच त्याच्या मनाची अवस्था सांगायला समर्थ होती. त्यामुळे त्याने या डायरीमधील रहस्य उकलायला परवानगी दिली होती याचे कारण त्याला मनापासून वाटत होते की, त्या डायरीमध्ये दडलेले रहस्य पामेलाने वाचावे. जिंगर आणि डोनाल्डने मिळून कैदेमधून सहीसलामत परत आल्याच्या आनंदाप्रीत्यर्थ एक मेजवानी आयोजित केली होती, त्या वेळेस त्याने ही कल्पना बोलून दाखवली. पण त्यानंतर बरेच दिवस त्या डायरीमधील मजकुराविषयी कोणीच गंभीरपणे विचार केला नाही.

त्या वेळेस डायरीमधील मजकूर वाचणे महत्त्वाचे नव्हते, त्यामुळे त्यांनी कोणीच त्या डायरीमधील रहस्य उलगडण्याचा फारसा प्रयत्न केला नाही. ते काय

किंवा इतर कोणाचेही हेच मत होते की, ती डायरी वाचून काय साध्य होणार आहे? भूतकाळामधील त्याच्या त्या आठवणी इतक्या दु:खदायी आणि कटू होत्या की, त्या आठवून तरी काय उपयोग आहे? त्याने सगळ्यांनाच त्रास झाला असता. सर्व सैनिक जपान्यांच्या कैदेतून सुटून ब्रिटनमध्ये आले. जे थोडे कैदी होते, त्यांना मदत मिळाली होती. त्यांना वैद्यकीय मदतही मिळाली होती, तसेच जादाच्या सुट्यादेखील मिळाल्या होत्या. संरक्षण मंत्रालयाकडून ही औपचारिक मागणी १९४५ मध्ये केली गेली. जपान्यांच्या कैदेमधून सहीसलामत परत आलेल्या सर्व लोकांकरता ही योजना होती. त्या वेळेस या लोकांना असे सांगण्यात आले होते की, कैदेमध्ये जे काही त्यांच्या बाबतीत झाले, त्यांना जे काही अनुभव आले; त्यांची वाच्यता कुठे करू नये. यामागची एकच भावना होती की, त्यांच्या कुटुंबातील माणसांना किंवा आप्तेष्टांना त्यामुळे कोणता त्रास होऊ नये आणि आता भूतकाळामधील घटना उगाळण्यातही काही अर्थ नव्हता. डोनाल्ड आणि पामेलाच्या बाबतीतही बोलायचे झाल्यास, त्यांना आता भूतकाळाची कल्पनादेखील सहन होत नव्हती, कारण आयुष्याचा खूप मोठा प्रवास त्या दोघांनी एकमेकांपासून वेगळे राहूनच केला होता. आता विरहाच्या त्या आठवणीदेखील त्या दोघांना नकोशा झाल्या होत्या. ते आता एका सुरक्षित कोशामध्ये विसावले होते.

त्यांची जी काय फार मोठी हानी झाली होती, त्याचा प्रत्यय ज्या वेळेस डोनाल्ड हेंडनमध्ये होता तेव्हा आला. वरवर पाहता, बराच काळ त्यांना एकमेकांपासून दूर राहावे लागले होते. त्याला जे जुने रॉयल एअरफोर्स माहीत होते, ते महायुद्धापूर्वीचे होते. अजूनही रॉयल एअरफोर्समध्ये लॉर्ड ट्रेंचर्डने घालून दिलेल्या शिस्तीचा प्रभाव होता. पण आता या सेवेमध्ये विशीतली बरीच तरुण मंडळी आली होती. या तरुण लोकांनी ब्रिटनला युद्ध जिंकून दिले होते. त्यानंतर ऑस्ट्रेलियन्स आणि साऊथ आफ्रिकन्स यांचे समतावादी धोरण आणि त्यानंतर सततच्या बॉबहल्ल्यांना तोंड देता-देता नकळतपणे स्वत:मध्ये त्यांनी सहिष्णु वृत्ती बाणवलेली होती आणि डोनाल्डसारख्या नवीन स्टेशन ऑफिसरकरता ही नवी मूल्ये आणि नवे प्रवाह धक्कादायक होते.

"ज्या वेळेस मी परत आलो, त्या वेळेस पूर्वीची मूल्ये आणि एक प्रकारची त्या वेळी जी शिस्त होती; ती हरवली होती," तो म्हणाला. "युद्ध संपलेले होते आणि सर्व जण खूप दारू प्यायला लागलेले होते. सगळे वातावरण नुसते घाणेरडे आणि गलिच्छ झालेले होते. मला ते वातावरण पाहून धक्काच बसला. कारण मी ज्या वेळेस रॉयल एअरफोर्समध्ये होतो, तेव्हा मी काही अतिशय आनंदी क्षण अनुभवले होते आणि आता जे काही वातावरण होते, त्यामुळे मी एअरफोर्समध्ये असल्याची लाज मला वाटू लागली."

त्याचा दृष्टिकोन हा भूतकाळातील एअरफोर्समध्ये असलेल्या त्या वेळच्या पिढीशी सुसंगत होता आणि नव्याने रुजू झालेल्या लोकांचे स्वैर वागणे त्याला अजिबात आवडत नव्हते. त्यांची कपडे घालण्याची विचित्र पद्धत, नव्या फॅशन्स या सगळ्या गोष्टी त्याला चीड आणणाऱ्या होत्या. तो ज्या वेळी रॉयल एअरफोर्समध्ये रुजू झाला, त्या वेळचे आणि आताचे रॉयल एअरफोर्स यामध्ये जमीन-अस्मानाचा फरक होता. तुलना करता ते दोन ध्रुवांप्रमाणेच भासत होते. रॉयल एअरफोर्सच्या पायाभरणीच्या वेळचे आणि आताचे एअरफोर्स पाहून त्याचा विश्वास डळमळीत व्हायला लागला होता.

त्याने स्वत:ला पायलट म्हणूनच कायम पाहिले. पायलट म्हणूनच तो जगला आणि ते त्याच्या छातीवर असणाऱ्या प्रतिष्ठेचे प्रतीक समजल्या जाणाऱ्या दोन विंग्जमुळे नव्हे, तर तो म्हणायचा त्याप्रमाणे त्याच्या दृष्टीने आकाशात भरारी घेणे हा त्याच्या दृष्टीने जगातला सगळ्यात मोठा आनंद होता. युद्धापूर्वी या त्याच्या आनंदाने त्याला आयुष्यामधील किती तरी कटू प्रसंगांमध्ये दिलासा दिला होता. त्याच्या घरी त्याच्या आईची कायम चालणारी मनमानी आणि त्यामुळे त्याच्यावर येणारे सततचे दडपण या सगळ्याचा त्याला आकाशामध्ये विहार करताना काही क्षणांकरता विसर पडायचा. त्याच्याकडचे त्याचे पायलटचे लॉगबुक ही युद्धछावणीमध्ये असताना त्याने आपल्यापाशी कायम बाळगलेल्या अनेक गोष्टींपैकी एक होती आणि तो ज्या वेळेस परत आला, त्या वेळेससुद्धा त्याने अशीच कल्पना केली होती की, रॉयल एअरफोर्समध्ये परत आल्यावर हा उड्डाणाचा आनंद आपल्याला आता पुन्हा घेता येईल; परत एकदा ते स्वातंत्र्य अनुभवता येईल. पण मार्च १९४६ मध्ये त्याची वैद्यकीय तपासणी झाली, त्या वेळी त्यामध्ये असे आढळले की, तो जरी शारीरिकदृष्ट्या तंदुरुस्त असला तरीसुद्धा त्याला रंगांधत्व आले होते. त्याला त्या वेळेस सांगितले गेले की, तो शामशुईपोला असताना एकदा त्याची दृष्टी गेली होती त्याचाच हा परिणाम होता आणि थोड्या दिवसांत हा आजार जाईल. पण वैद्यकीय समितीने रात्रीच्या वेळेला उड्डाण करायला आणि खास करून लढाऊ विमाने चालवण्यास त्याला बंदी घातली होती. त्यामध्ये अजून त्याला जखमेवर मीठ चोळल्याप्रमाणे वाटले, कारण त्याला असेही सांगण्यात आले की, जेव्हा तो पायलट म्हणून रुजू झाला, तेव्हाच हा आजार होता. तो त्या वेळी लक्षात आला नाही. म्हणजे थोडक्यात, तो आधीपासूनच रंगांधळा असला पाहिजे आणि त्यामुळे तो पायलट होण्यास कधीच पात्र नव्हता.

''सगळा मूर्खपणा होता; बाकी काही नाही,'' त्याच्या शब्दांमध्ये तीव्र संताप आणि नाराजी होती. ''तसे काहीही नव्हते. हा सगळा कुपोषणाचा परिणाम होता.'' पण त्याच्यावर कोणी विश्वास ठेवला नाही. त्याला असे वाटत होते की, हा

आपल्यावर लावलेला एक बट्टा आहे आणि त्याची त्याला फार मोठी किंमत मोजावी लागली. ती बोचणी त्याला कित्येक वर्षं होती. "त्यांना आमचे किती आणि कसे कुपोषण होत होते याची कल्पनादेखील येणे शक्य नव्हते." एका टेपमध्ये त्याचा आवाज रेकॉर्ड केला होता, तेव्हा त्याने तीव्र शब्दांमध्ये सांगितले. "त्यांना कल्पना नव्हतीच मुळी... कधीच नव्हती."

थोडक्यात काय, तर त्याच्यावर आता बंधन आले होते आणि त्यामुळे तो आता फक्त दिवसा विमान चालवू शकणार होता. त्यामुळे रॉयल एअरफोर्सचा पायलट म्हणून त्याची कारकिर्द आता संपली होती. हेंडनमधील त्याच्या कामामुळे त्याला प्रतिष्ठा मिळूनदेखील कुठे तरी हरल्याची भावना त्याच्या मनामध्ये होती. त्यातूनच त्याच्या मनावर भयंकर दडपण आले. त्याला जपानमध्ये युद्धकैद्यांच्या छावणीमध्ये काढलेले दिवस सतत आठवायचे आणि त्या कटू आठवणी त्याला खूप सतावत. त्यामुळे त्याच्यातील एकाग्रता कमी व्हायला लागली. आपला स्वत:वरचा ताबा सुटत चालला आहे, या जाणिवेने तो प्रचंड विषण्ण आणि शीघ्रकोपी झाला. काही दिवस त्याने स्वत:वर ताबा मिळवण्याचा प्रयत्न केला, परंतु१९४६ मध्ये एअरफोर्समधील आणखी काही लोकांना कमी करण्यात आले, तेव्हा त्याच्या वरिष्ठांकडून अजून अठरा महिने त्याने काम करावे, असे त्याला सुचवण्यात आले. तो त्याच्या रॉयल एअरफोर्समधील कारकिर्दीचा सर्वोच्च बिंदू होता. त्यानंतर मात्र त्याच्या कारकिर्दीला ओहोटी लागली.

वर्षअखेरीस आता ही गोष्ट तर सरळ सिद्ध झाली होती की, तो हेंडनमधील धकाधकीचे आयुष्य आणि त्यामुळे येणारा ताण सहन करू शकणार नव्हता. शेवटी १९४७ च्या एप्रिल महिन्यामध्ये त्याची वायमेसवोल्डला बदली करण्यात आली. वायमेसवोल्ड ही नॉटिंगहॅमशायर येथील एक छोटीशी छावणी होती. इथे त्याला फारशा जबाबदाऱ्या नसल्यामुळे हे काम करणे त्याला सोपे गेले असते; परंतु त्या भागामधील छावणीच्या छोट्याशा बंदिस्त जागेमध्ये त्याला आपण परत मागे जाऊन सुरुवातच केली आहे, असे भासत होते. जेव्हा तरुण पायलट वैमानिकाच्या जागेवर बसून विमान चालवायचे, तेव्हा त्यांचा तो उत्साह पाहून तो आणखीनच विषण्ण होत असे. त्याच्या मनावरचे नैराश्याचे ढग अजूनच गडद होत गेले. त्याचा निश्चयीपणा, दृढता या गोष्टी बुडणाऱ्याला जसा टेकू असतो त्याप्रमाणे होत्या. कधी नव्हे इतकी एकटेपणाची आणि परकेपणाची भावना त्याच्यामध्ये बळावायला लागली होती. त्या नव्या वैमानिकांनाही तो नकोसा झाला होता, त्यामुळे त्यांनीदेखील त्याला एकटे पाडले होते.

"तो असा अनुभव होता की, जो परत माझ्या वाट्याला येऊ नये." त्याने आपला मुलगा ख्रिस्तोफर याला सांगितले. "मी पूर्णपणे तटस्थ असायचो. एकटाच

असायचो आणि कधी कोणामध्ये मिसळायचो नाही. मी खरं तर छावणीवरचा एक अधिकारी होतो; पण तरीही संध्याकाळी ज्या वेळेस सगळे अधिकारी एकत्र येत असत, तेव्हा मी वेगळाच बसून राही. मला माझ्यामध्येच काही तरी खूप मोठी उणीव आहे, असे वाटायचे. संध्याकाळी मेसमध्ये त्यांच्या पार्ट्या रंगायच्या; भरपूर पिण्याचा कार्यक्रम चालायचा. त्या वेळेसही मी वेगळा असल्याप्रमाणे राहत असे. त्या सगळ्या गोष्टी माझ्याकरता पूर्ण अपरिचित आहेत, असे मला वाटायचे. मी अगदी खात्रीने सांगतो की, खरंच मला त्या कशामध्येच काडीचाही रस वाटत नसे. त्यांचे एकसारखे दारू ढोसणे सुरू असायचे आणि त्यामध्येच त्यांना रस वाटायचा.''

सगळ्यात वाईट गोष्ट म्हणजे, त्याच्याबाबतीत नेमके काय घडत होते, हेच त्याला समजत नव्हते. तो आपला आत्मविश्वासच गमावून बसला होता. त्याचे कशातच लक्ष लागत नव्हते. आपली एकाग्रता तो हरवून बसला होता. त्याला पट्कन राग यायचा आणि तो आपला राग काबूत आणू शकायचा नाही. पामेला आणि तो लष्करी तळाजवळच एका फ्लॅटमध्ये राहत असत. ती त्याची खूप चांगल्या प्रकारे काळजी घेत असे. ती त्याच्यावर फक्त प्रेमच करायची नाही, तर त्याच्या मनाच्या अशा अवस्थेमधून त्याला बाहेर काढण्यासाठी जास्तीत जास्त मदतही करायची. तिला विश्वास होता की, ती त्याला नक्कीच त्याच्या वैफल्यामधून आणि ढासळलेल्या मानसिक स्थितीतून बाहेर काढेल. कित्येक वेळेला तिला त्याच्या चेहऱ्यावर मानसिक ताण अगदी स्पष्टपणे दिसत असे. ती त्याला नृत्य करण्याकरता घेऊन जात असे; जेणेकरून ते त्यांचे जुने दिवस पुन्हा एकदा उपभोगू शकतील. कधी कधी संध्याकाळी ते दोघेच फ्लॅटमध्ये असायचे, तेव्हा तो तिला बिलगायचा. त्याला तिचाच खूप आधार वाटायचा. फक्त तीच त्याचे दुःख हलके करून त्याला वाटणाऱ्या अनामिक भीतीपासून दूर करेल, असे त्याला वाटायचे.

कधी कधी एखादी क्षुल्लक गोष्टदेखील त्याचा पारा चढायला पुरेशी असायची. एकदा एका संध्याकाळी ते दोघे पबमध्ये गेले होते. तिला तिथे तिचा एक जुना मित्र भेटला. ती त्याच्याबरोबर नृत्य करत असे. तिने त्याची आणि डोनाल्डची ओळख करून दिली. तो असेपर्यंत डोनाल्ड शांत होता; पण जेव्हा तो निघून गेला, तेव्हा डोनाल्डच्या रागाचा अचानक पारा चढला आणि तो तिला त्याच्या अनुपस्थितीत त्याला भेटण्यावरून वाट्टेल तसा बोलायला लागला. त्यांचे ते भांडण जवळजवळ तीन दिवस चालले होते. नंतर ते भांडण मिटले खरे, पण डोनाल्ड आणि पामेला दोघेही त्याच्या या अशा विचित्र वागण्यामुळे भेदरून गेले होते.

रॉयल एअरफोर्सने शेवटी त्याला सांगून टाकले की, तो आता त्याचे काम करण्यास समर्थ नाही. सप्टेंबर १९४७ मध्ये त्याला त्याच्या कामावरून कायमचे काढून टाकण्यात आले. त्याच्या कमांडिंग अधिकाऱ्याने दिलेला त्याच्याविषयीचा

अहवाल समाधानकारक नसल्यामुळे रॉयल एअरफोर्सने हा निर्णय घेतला होता. त्याला वैद्यकीय तपासणीकरता पाठवण्यात आले. त्याचा एकलकोंडेपणा, त्याचे अचानक संतापणे आणि क्षणात अनपेक्षितपणे बदलणारे वागणे– याविषयीच्या बऱ्याच तक्रारी झाल्या होत्या. त्याला तपासल्यानंतर प्राथमिक निदान असे निघाले की, त्याला 'ॲफेक्टिव्ह डिसऑर्डर' नावाचा मानसिक आजार झाला आहे. वैद्यकीय अहवालामध्ये असे सांगितले होते की, त्याला मानसोपचारतज्ञाची तातडीने गरज आहे. मनोरुग्णालय तिथे जवळच होते.

"हा अतिशय जीवघेणा अनुभव होता. कोणी तरी माझ्या मनाचे असंख्य लचके तोडतोय, असे मला वाटत होते. पण काहीच इलाज नव्हता. माझे मनोधैर्य पूर्णपणे खचून गेले होते. माझे चित्त ढळले होते. मी कशामध्ये रसच घेऊ शकत नव्हतो. मी खरंच पार खचून गेलो होतो."

ते त्याला त्या दवाखान्यामध्ये ॲडमिट कधी करत आहेत याची वाट पाहत होते. नंतर पामेलाने त्याला परत टनब्रिज वेल्सला आणले. तिने तिथे एक फ्लॅट घेतला. त्या वेळेला तिचीदेखील अवस्था अवघडलेली होती. तिच्या पहिल्या बाळंतपणाला जेमतेम एक आठवडा राहिला होता. तिचे आई-वडील, नातेवाईक, मित्रमंडळी तिला मदत करण्याकरता होती. तिला मात्र तो काळ अगदी आनंदाचा होता, असेच वाटायचे. रॉयल एअरफोर्सची नोकरी आणि ओघाने येणारा ताणतणाव यापासून डोनाल्ड आता मुक्त होता. त्यामुळे तो आता तुलनेने खूपच शांत आणि विचारी झाला होता. ऑक्टोबर महिन्यामध्ये जोआनाचा जन्म झाला. आता परिस्थिती बऱ्यापैकी स्थिर झाली होती. त्याला १९४८च्या फेब्रुवारी महिन्यामध्ये वुडसाईड सायकियाट्रिक हॉस्पिटलमध्ये ॲडमिट केले. तिला आणि तिच्या बाळाला त्याला भेटता यावे म्हणून तिने दवाखान्याजवळच एक घर भाड्याने घेतले; म्हणजे दवाखान्यामध्ये जा-ये करण्यास तिला सोपे जाईल.

जपानी युद्धकैद्यांच्या छावणीत जवळजवळ तीन वर्षे घालवलेल्या डोनाल्डसारख्या माणसाच्या दृष्टीने तो दवाखाना म्हणजे नरकासमान होता. तिथे काही कोणाचा छळ व्हायचा, अशातला भाग नव्हता. जेवणदेखील भरपूर आणि चांगले होते. तो प्रश्न नव्हता. पण तिथे खोल्यांची दारे बंद करून घेतली जायची आणि तिथल्या पांढऱ्या कोटामध्ये वावरणाऱ्या माणसांवर त्यांच्या रुग्णांची जबाबदारी असायची. छावणीमध्ये जपानी पहारेकऱ्यांना जसे अधिकार होते तसेच अधिकार या लोकांनादेखील होते. युद्धाच्या काळामध्ये जे युद्धकैदी या दवाखान्यामध्ये दाखल व्हायचे, त्यांना लवकरात लवकर बरे करून पुन्हा त्यांच्या कामावर पाठवायचे, हा साधारणपणे त्यांचा दृष्टिकोन असायचा. ॲम्फेटामाइन्ससारखी औषधे त्यांच्या या मानसिक रोगावर त्यांना दिली जायची, ती त्यांच्या वैफल्यग्रस्त अवस्थेमधून बाहेर पडण्याकरता

त्यांना उपयोगी पडायची. भावनांचा उद्रेक होणे किंवा वेडाचा झटका येणे यासाठी त्यांना कोमामध्ये गेल्याप्रमाणे झोप दिली जायची आणि तशी गाढ झोप येण्याकरता त्यांना इन्शुलिनचा जास्त डोस दिला जायचा. बेलमाऊंटच्या जवळच असणाऱ्या एका मनोरुग्णालयामध्ये डॉ. विल्यम सार्जंट नावाचे एक प्रसिद्ध डॉक्टर होते. शॉक ट्रीटमेंटकरता त्यांची ख्याती होती. औषधाने रुग्णाच्या परिस्थितीमध्ये काही फरक पडला नाही, तर ते ही ट्रीटमेंट रुग्णाला द्यायचे. प्रायोगिक तत्त्वावर असल्याने कधी कधी हा शॉक हाय व्होल्टेजने दिला जायचा आणि मग कधी कधी रुग्णाची हाडे मोडायची आणि त्याच्या प्रभावामुळे सगळे शरीर धनुष्याप्रमाणे वाकडे होऊन जायचे. कधी कधी जिभेतून आणि ओठांमधून रक्ताचे शिंतोडे पार भिंतीवर उडायचे.

पांढऱ्या कोटामधील माणसांचे सगळ्यात शेवटचे शस्त्र असायचे, ते म्हणजे मेंदूची शस्त्रक्रिया. सन १९३० च्या दशकामध्ये मेंदूच्या पुढच्या भागावर शस्त्रक्रिया व्हायची आणि मेंदूचा पुढील भाग काढून टाकला जायचा. त्याकरता विशिष्ट प्रकारचे यंत्र वापरले जात असे. पण युद्धानंतरच्या काळामध्ये त्याची जागा एका लहान आणि हलक्या यंत्राने घेतली. त्यामध्ये मेंदूचा पुढील भाग व बाकीचा मेंदू हे एकमेकांपासून वेगळे करत असत. वुडसाईड हॉस्पिटलमध्ये डोक्याच्या भोवती बँडेज बांधलेले किती तरी रुग्ण होते, ते याचा परिणाम काय होतो हे सांगायचे. या सगळ्या गोष्टी ऐकल्यावर डोनाल्डला खूप धक्का बसायचा. या विचारांनी की, यदाकदाचित आपल्यालादेखील अशा प्रकारच्या शस्त्रक्रियेला सामोरे जावे लागले, तर काय होईल?

"मी माझ्या भोवताली घडत असलेल्या भयंकर घटना अनुभवत होतो. कोणत्या तरी भयंकर शस्त्रक्रिया करायच्या आणि रुग्णाच्या डोक्याचा तुळतुळीत गोटा करून टाकायचा. मी त्यांना माझ्यावर असे काही प्रयोग करूच दिले नसते. माझ्या अंगालाही हात लावू दिला नसता. मी ठरवूनच टाकले होते की, हे आता आपले एकट्याचे युद्ध आहे आणि ते जिंकायला मी पूर्णपणे समर्थ आहे. मी कोणत्याही परिस्थितीमध्ये ही लढाई जिंकणारच होतो. त्यांना मलादेखील शॉक ट्रीटमेंट द्यायची होती, पण मी ती कोणत्याही परिस्थितीमध्ये घेणार नव्हतो."

दुर्दैवाने दवाखान्यामध्ये त्याचा शॉक ट्रीटमेंट न घेण्याचा आग्रह फेटाळला गेला. तिथल्या लोकांचा असा समज झाला की, डोनाल्ड घाबरतोय; कारण त्याला वाटतंय की, कदाचित या ट्रीटमेंटचा काही वाईट परिणाम झाला, तर त्याच्या आयुष्याची वाताहत होईल. तिथल्या लोकांनी असाही निष्कर्ष काढला की, डोनाल्डला पॅरनॉइया नावाचा एक मानसिक आजार झाला आहे. यामध्ये रुग्णामध्ये अशी भावना निर्माण होते की, आजूबाजूचे लोक आपले शत्रू आहेत आणि ते आपला खूप छळ करणार आहेत. तेव्हा त्याला दुसरे कुठले तरी वेगळे उपचार देण्याऐवजी आणि

त्याच्या भीतीचे कारण जाणून घेण्याचा प्रयत्न करण्याऐवजी त्याची केस रॉयल एअरफोर्सच्या वैद्यकीय समितीकडे पाठवण्यात आली. तिथे मानसोपचारतज्ज्ञांकडून निदान केले गेले की, तो पॅरनॉइयाचा रुग्ण आहे आणि तोच त्याच्या कारकिर्दीचा शेवट होता. एप्रिलमध्ये त्याला घरी पाठवण्यात आले आणि पुढील सूचना मिळेपर्यंत वाट पाहण्याचा आदेश देण्यात आला. तिथेच त्याला सांगण्यात आले की, तो त्याची नोकरी करायला लायक राहिलेला नाही. त्याची चार महिन्यांची रजा शिल्लक होती. दि. ६ ऑक्टोबर १९४८ ला ती रजा संपली आणि त्याने रॉयल एअरफोर्सला कायमचा निरोप दिला.

एक गोष्ट मात्र स्पष्ट होती की, डोनाल्ड हा छावणीमधील त्याच्या वाईट अनुभवांनंतर आपले मानसिक संतुलन पूर्णपणे गमावून बसला होता. तो मनोरुग्ण झाला होता. व्हिएतनामच्या युद्धानंतर या प्रकारचा मानसिक आजार पहिल्यांदा लक्षात आला. त्या आजाराची प्राथमिक लक्षणे होती– मागच्या आठवणी येणे, एकाग्रता भंग पावणे, निद्रानाश, अतिकाळजी वाटणे आणि कधी कधी आक्रमक होणे. अमेरिकन मानसोपचारतज्ज्ञांनी 'द डायग्नोसिस अँड स्टॅटिस्टिकल मॅन्युअल ३'मध्ये या अवस्थेचे वर्णन करताना म्हटले आहे की, एखादी व्यक्ती सतत प्रचंड ताणाखाली असेल, तर अशा प्रकारची लक्षणे तिच्यात आढळतात. वियोग झाला असेल किंवा एखादा जुनाट दीर्घकालीन आजार त्या व्यक्तीमधे असेल किंवा धंद्यामध्ये प्रचंड नुकसान झाले असेल किंवा वैवाहिक संबंध बिघडले असतील; तर व्यक्तीमध्ये अशा प्रकारचा प्रचंड ताण येऊ शकतो. जर का रोगी कोणत्याही आपत्तीचा बळी ठरला असेल, तर ह्या रोगाची तीव्रता जास्त आणि दीर्घकाळ टिकणारी असते. भूकंप, गाडीचे अपघात, शारीरिक जखमा त्याचप्रमाणे बॉंबहल्ले, युद्धकैद्यांच्या छळछावण्या यासारख्या मानवनिर्मित आपत्तींना बळी पडलेले लोकदेखील या मानसिक आजारांना बळी पडतात, असे लक्षात आले आहे. त्यामध्येसुद्धा त्यांनी एक गोष्ट स्पष्ट केली आहे की, जर ही कारणे नैसर्गिकपेक्षा मानवनिर्मित असतील, तर या आजाराची तीव्रता अधिक असते.

अशा प्रकारच्या मानसिक आजारावर उपचार करताना रुग्णाला वाटणारी भीती आणि त्याला बसलेला धक्का यातून त्याला थोडेसे सावरण्याचा प्रयत्न केला जातो. त्यामध्ये गट करून थेरपी सेशन्स घेतले जातात. कधी कधी रुग्णाला बोलायची संधी दिली जाते आणि त्याचे बोलणे ऐकून घेतले जाते. सन १९८३ मध्ये असे लक्षात आले की, जपानी युद्धकैदी म्हणून ज्या लोकांनी जीवन व्यतीत केले, त्यांना ब्रिटिश सरकारने मोफत उपचारांची सोय केली होती. पण त्या उपचारांचे दुष्परिणाम काही जण आजही भोगत होते. नंतरच्या पंधरा वर्षांमध्ये रॉयल एअरफोर्सचे मानसोपचारतज्ज्ञ डॉ. केरॉन फ्लेचर यांनी त्यांच्याकडे उपचाराकरता आलेल्या

जवळजवळ शंभर जणांच्या मुलाखती घेतल्या होत्या. त्या १९९८ मध्ये 'चॅनल ४' वर दाखवण्यात येणाऱ्या एका माहितीपटाकरता घेण्यात आल्या होत्या. त्यानंतर त्यांना जे काही आढळले, ते त्यांनी सांगितले. ''हे खरोखरच खूप विलक्षण होते. युद्धानंतर पंचेचाळीस वर्षांनतरही जेव्हा मी प्रश्न विचारला की, युद्धाच्या काळामधील तुमचा सर्वांत वाईट अनुभव कोणता होता; तर त्यावर ते ढसाढसा रडायला लागायचे. ते आजही इतक्या वर्षांनंतरही त्या अनुभवांमुळे कित्येक रात्री जागून काढत. मला त्यांच्यामध्ये जवळजवळ त्या आजाराची सगळी लक्षणे आजही दिसत होती.''

पण १९४८ मध्ये अशा प्रकारच्या आजाराच्या लक्षणांबाबतही लोकांना माहीत नव्हते आणि साहजिकच त्यामुळे या आजारावर कोणतेही उपचार उपलब्ध नव्हते. त्या उन्हाळ्यामध्ये डोनाल्ड आणि आपल्या बाळाला घेऊन टनब्रिज वेल्सला पामेला आली. तो अक्षरश: त्या आजारामध्ये बुडाला होता. त्यामध्ये काही काळ असाही होता, जेव्हा तो एकदम बरा असल्यासारखा वाटायचा. पण त्याच्या विचित्र वागण्यामुळे सगळे जण मोडून गेले होते. जोआना तर बाळ होती, त्यामुळे तिच्याकडे लक्ष द्यावेच लागायचे; पण त्याबरोबर डोनाल्डही कधी कधी वेडेपणा करायचा, त्यामुळे त्याच्याकडेसुद्धा तिला तितकेच लक्ष द्यावे लागे, युद्धानंतरच्या लगेचच्या काही वर्षांमध्ये बाळासाठी जे जेवण बनवावे लागे. ते तयार बेबीफूड मिळायचे नाही. त्यामुळे तिने सर्वांत पहिल्यांदा जेव्हा जोआनाला जेवण द्यायला सुरुवात केली, तेव्हा ती बटाटे कुस्करून द्यायची आणि दूध द्यायची.

''तू हे तिला काय खायला घातले आहेस? हे विष आहे! हे कसे तू तिला घालू शकतेस?'' एकदा संतापाच्या भरात डोनाल्ड तिच्या अंगावर ओरडला. ''तुला माहीत नाही, बटाट्यांमुळे कॅन्सर होतो? तू मारते आहेस माझ्या बाळाला.''

तिने त्याला शांत करण्याचा प्रयत्न केला. तिने त्याला समजावले की, बाळांसाठी डॉक्टर जे जेवण द्यायला सांगतात, त्या यादीमध्ये हेसुद्धा लिहिले आहे. तरीही त्याला ते पटले नाही. बटाटे हे माणसाला मारतात, हे त्याचे पक्के मत होते आणि त्याचा वास्तवाशी काडीमात्र संबंध नव्हता. नंतरच्या काही आठवड्यांमध्ये देखील त्याने अशाच प्रकारचा दंगा केला. तिला कळले की, याचे मानसिक संतुलन पुन्हा बिघडले आहे आणि तिला प्रचंड भीती वाटायला लागली. त्यामुळे तिला एकदम रडू आले. त्याने जेव्हा तिला रडताना पाहिले, तेव्हा त्याच्या रागाचा पारा अजूनच चढला आणि तो रागाने बेभान झाला.

''मी माझ्या आईकडे मदतीकरता धावले.'' तिला अजूनही चांगले आठवत होते. ती त्याच्याशी बोलायचा खूप प्रयत्न करायची. बाकीच्या लोकांशी वागताना मात्र तो खूप व्यवस्थित वागायचा. ''मी धर्मगुरुंशीसुद्धा या विषयावर बोलायला गेले

होते. त्यांना विचारले, तर ते म्हणायचे की, बाकीचे जे लोक युद्धावरून परत आलेत, तेसुद्धा थोड्या फार फरकाने जरा विचित्र वागतात.''

डोनाल्डला हा पण विचार कायम छळत असे की, आपल्या वागण्यावर आपला ताबा राहिलेला नाहीये. त्याला कळायचे, पण त्याच्या हातात काहीच नव्हते. एकदा तर त्याची अवस्था जरा जास्तच बिकट झाली.

''माझ्यावर जरा जास्तच ताण आला होता. नंतर माझ्या डोळ्यांमधून अश्रू वाहायला लागले. मला कळत नव्हते की, हे काय चालले होते. नंतर मला एकदम हलके-हलके वाटायला लागले. मला असे वाटले की, कोणी तरी खूप जड ओझे माझ्या खांद्यावरून काढून घेतले आहे. मी विचार केला की, अशा प्रकारच्या काळज्या करण्यात काहीच अर्थ नाहीये आणि त्या क्षणापासून माझ्यामध्ये विश्वास यायला लागला. मी या मानसिक आजारामधून अगदी स्वयंस्फूर्तीने बरा झालो. हा बदल माझ्यामध्ये अचानक कसा घडून आला, हे माझे मलाच कळले नाही.'' डोनाल्डला निदान वाटायला तरी लागले होते की, त्याचा आजार बरा होत आहे; आता भूतकाळ सरून गेला आहे. त्याच्या सत्तरीच्या आसपास त्याने आपल्या मुलाला त्याच्या आयुष्याची कथा सांगण्याकरता आयुष्यामधील सर्व घटना रेकॉर्ड करून ठेवल्या. त्या वेळेला तो एक वाक्प्रचार सतत वापरत असे– ''आता मागे वळून पाहण्यात काहीच अर्थ नाही. भूतकाळ तर सरून गेला आहे.'' पण तरीही जेव्हा जेव्हा तो त्याच्या आयुष्याच्या त्या काळाचा विचार करत असे, तेव्हा कधी कधी बेचैन होत असे. ''मला वाटतं की, मी युद्धकैदी असताना काय काय घडले, हे तुला सांगितले आहे.'' शेवटी एकदा तो म्हणाला. थोडा वेळ शांत झाला आणि परत ठामपणे म्हणाला, ''मला माहितीये, मी सांगितले आहे.'' युद्धाचा विषय निघाला की त्याची वाचा जणू बंद होत असे. तुसडेपणाने तो युद्धाचा विषय टाळत असे, ''मला माहितीये. मी त्या विषयावर पडदा टाकून आता आनंदी राहण्याचा प्रयत्न करत आहे.''

त्याच्यामध्ये भावनिक बदल झाला होता आणि हा बदलच त्याला त्याच्या आजाराशी लढा देण्याचे सामर्थ्य देत होता. त्याची एके काळची बहरलेली कारकिर्द खूप सुखावणारी होती. त्याच कारकिर्दीने आज आयुष्याच्या या वळणावर त्याला अतिशय दुःखही दिले होते. त्याला नैराश्याचा झटका आला होता. त्यामुळे कधी कधी त्याच्याकडून अतिशय वेड्यासारखी वागणूक व्हायची. काही वेळा ते दुःख इतके पराकोटीचे असे की, त्यातून हा वेडेपणा अचानकपणे उफाळून येत असे. त्याच्या डोळ्यांतून अश्रू वाहू लागत– जणू ते त्याच्या यातनांनी आणि अपमानाने भरलेल्या सहनशक्तीपलीकडच्या भूतकाळाला धुऊन काढत आहेत! तो आणि पामेला दोघे मिळून अशा स्थितीतही आयुष्यातील आनंद शोधण्याचा प्रयत्न करायचे.

त्या वेळेसही पामेलाला प्रकर्षाने वाटायचे की, युद्धकैद्यांच्या छावणीमध्ये नेमके काय झाले होते, हे जाणून घ्यावे. कारण त्यामुळे केवळ डोनाल्डचीच नाही, तर तिच्या अख्ख्या कुटुंबाचीच फरफट होत होती. ती काही त्याचा भूतकाळ जाणून घेण्याविषयी काही खूप उतावीळ होती, अशातला भाग नव्हता. तिने त्याला एकदा ज्या वेळेस युद्धाविषयी विचारण्याचा प्रयत्न केला होता, त्या वेळेस त्याने झट्कन विषयच बदलून टाकला. ''मला वाटतं की, दुसऱ्या कोणत्या तरी चांगल्या विषयावरतीही आपण बोलू शकतो.'' तिने तो विषय काढल्यानंतर त्याने एकदम बचावात्मक पवित्रा घेतला आणि त्याच्या डायरीपर्यंत पोहोचायचा तिचा प्रयत्न एकदम रोखला गेला.

कदाचित तोपर्यंत खूप उशीर झाला होता. विलक्षण मानसिक थकवा आणि त्यानंतर त्याचे ढसाढसा रडणे– ही सगळी लक्षणे त्याच्या ढासळलेल्या आत्मविश्वासाचीच होती. भूतकाळातील असह्य आणि भयानक अनुभवाने डोनाल्ड पूर्णपणे कोलमडून गेला होता. युद्धकैद्यांच्या छावणीमध्ये तो सतत दहशतीखाली वावरत होता, सतत अपमानित होत होता, उफाळून येणारा राग मनामध्ये सतत दाबून ठेवत होता. त्यामुळे आता त्या सगळ्याचा प्रक्षोभ होत होत; स्फोट होत होता. भूतकाळाचे ते भयंकर सावट त्याच्या सुखी संसारावर पडले होते. 'द रेल्वे मॅन' या पुस्तकात एरिक लोमॅक्स लिहितो की, त्याने मनाशी पक्के ठरवून टाकले होते की, जपानी युद्धकैद्यांच्या छावणीमध्ये असतानाच्या त्याच्या कटू आठवणी आणि छळाचा अनुभव मनामधून पूर्णपणे काढून टाकायचा. 'पण मला हे कुठे कळत होते की, आयुष्यामधले काही अनुभव आणि प्रसंग असेही असतात की, ते तुम्ही नाही विसरू शकत. ते तुमच्या हातात नसते. तुमचे नंतरचे आयुष्य हे कितीही सुखामध्ये आणि आनंदामध्ये गेले, तरी भूतकाळातील कटू आठवणी तुमचा पिच्छा कधीच सोडत नाहीत. भोगलेल्या त्या छळांमुळे जो त्रास होतो, तो खरंच मर्यादेपलीकडचा असतो.'

डोनाल्ड आता छत्तीस वर्षांचा झाला होता. बायको आणि मुलगी असा त्याचा संसार होता. पण त्याला आता काहीही काम नव्हते. त्यामुळे कुटुंबाचा उदरनिर्वाह तो करू शकत नव्हता. खूप पूर्वी त्याने अकाउंटंटचे काम केले होते. त्यामुळे तेच एक कौशल्य पैसा मिळवण्याकरता त्याच्यापाशी होते. एकदा तो वर्तमानपत्रामधील नोकरीच्या जाहिराती पाहत होता आणि जोआना त्याच्या पायाशी खेळत बसली होती. युद्धाचा प्रभाव १९४८ मध्ये कमी झाला होता. उत्पादनांचे प्रमाण घटले होते. त्यामुळे कुशल आणि अकुशल कायमस्वरूपी कामगारांना कारखाने कामांवरून कमी करून कंत्राटपद्धतीवर कामगारांची भरती करत होते. लष्करामधील माजी अधिकारी आता विक्री, व्यवस्थापन यामध्ये रोजगाराच्या संधी शोधत होते. या

सगळ्या परिस्थितीमध्ये अकाउंटंटसाठी मात्र जाहिराती नव्हत्या. डोनाल्ड त्यामध्ये आता खूप कुशल होता अशातलाही भाग नव्हता, कारण हे काम सोडून आता बरीच वर्षे उलटली होती. त्याचा या कामाशी जवळजवळ बारा वर्षे काही संबंध राहिला नव्हता.

तो युद्धानंतर पूर्वेकडून ज्या वेळेस परत घरी आला, त्या वेळेस तीन वर्षांचा त्याचा साठलेला पगार त्याला मिळाला. नंतर हळूहळू त्याची पुंजी संपत आली. युद्धापूर्वी ते एकदम सुस्थितीमध्ये राहत होते. पण लग्नानंतर सगळेच खर्च वाढू लागले. चांगल्या उच्चभ्रू जीवनशैलीची पामेलाला सवय होती आणि घरामध्ये आता छोटे बाळही होते. त्यामुळे हा सर्व खर्च तर करावाच लागायचा. त्यामध्ये कुठेही काटछाट करणे शक्य नव्हते. त्यामुळे लग्नानंतर त्याला पैशाची गरज आणखीनच भासू लागली होती.

''मला खरं तर कुठेही कुकचे काम मिळू शकले असते.'' पामेला एकदा म्हणाली. पण त्याला बायकोच्या जिवावर नुसते बसून खायचे, ही कल्पनाच रुचत नव्हती. त्यामुळे दोघे जण दिवसेंदिवस जास्तच चिंताग्रस्त व्हायला लागले होते. त्याच वेळेस वर्तमानपत्रामध्ये एक जाहिरात आली होती. इराक पेट्रोलियम कंपनीमध्ये अगदी त्याला हवी तशी नोकरी होती. त्याने लगेच अर्ज केला आणि तिथे त्याला मुलाखतीकरता बोलावण्यात आले. त्याच्या जुन्या कमांडिंग अधिकाऱ्याची शिफारस आणि त्याचा पूर्वानुभव त्याला उपयोगी आला. ही तर पात्रता ग्राह्य धरलीच, पण त्याचबरोबर त्याच्या बाबतीत ही पण गोष्ट विचारात घेतली गेली की, तो उष्ण हवामानात बरीच वर्षे राहून आला आहे. त्यामुळे या वातावरणाची त्याला सवय आहे. म्हणून इराकमधील उष्ण हवामानाशी जुळवून घेणे त्याला अवघड वाटणार नाही. तिथे त्याला निवासाची जागा कंपनीकडून फुकट मिळणार होती. पगारही आकर्षक होता आणि मुख्य म्हणजे पगार करमुक्त होता. त्या दिवशी तो घरी आला आणि त्याने पामेलाला खिन्नपणे ही बातमी दिली. तिला जेव्हा कळले की, त्याला नेमके काय म्हणायचे आहे, तेव्हा ती अक्षरश: किंचाळली.

त्याची नोकरी मध्य-पूर्वेमध्ये होती आणि पहिली दोन वर्षे तो प्रोबेशनवर असणार होता. त्यामुळे हा दोन वर्षांचा काळ संपेपर्यंत त्याला त्याच्या बायकोला आणि मुलीला आपल्याबरोबर नेता येणार नव्हते.

''माझ्या मनात लगेच विचार आला की, हे सगळं नशिबी येण्यात आम्ही अशी काय चूक केली होती? अनेक वर्षं एकमेकांपासून वेगळे राहून काढली. लग्न होऊन जेमतेम दोन वर्षं झाली, म्हणजे फक्त दोन वर्षं एकत्र राहिलो आणि आता पुन्हा दोन वर्षं एकमेकांना सोडून राहायचे? हे मला सहनच होणारे नव्हते.'' पामेला म्हणाली.

जेव्हा प्रसंग बाका असेल, तेव्हा तो अतिशय थंड राहून परिस्थिती हाताळायचा. त्याला जे काय करायचेय, ते शांत डोक्याने करायचा आणि त्या वेळेस त्याने भीती किंवा दडपण स्वत:वर कधीच येऊ दिले नाही. आतासुद्धा शांतपणे त्याने तिला धीर दिला आणि तिला कल्पना दिली की, हे करणे भाग आहे; याशिवाय दुसरा कोणताही मार्ग नाही.

तो निघणार त्याच्या आधी काही आठवडे ती एकदम त्याला बिलगली आणि रडायला लागली. त्याने तिचे सांत्वन केले. सप्टेंबर १९४८ मध्ये तो उत्तर इराकला रवाना झाला. तो तिला एकटीला सोडून गेला. या वेळेस तिने आपल्या मनाची समजूत घातली की, आपल्या आणि आपल्या बाळाच्या भल्यासाठीच तो तिला सोडून गेला आहे.

या वेळची परिस्थिती वेगळी होती. या वेळेस कमीत कमी त्याच्या मरणाचे तरी तिला भय नव्हते, जे तो हाँगकाँगला गेला त्या वेळेस होते. ते दोघे जण रोज रात्री फोनवर एकमेकांशी बोलू शकायचे आणि दररोज संपर्कात होते. शिवाय या वेळेस ती एकटी नव्हती, तर छोटी जोआनादेखील तिच्याबरोबर होती. त्याच सुमारास तिला पुन्हा दिवस गेले होते. तिचे आई-वडील तिच्याचजवळ राहायचे. तिच्या घरामध्ये तीन पिढ्या नांदत होत्या आणि दिवसभर त्यांच्या समवेत तिचा वेळ जात असे. ह्याच गावामध्ये ती लहानाची मोठी झाली होती. त्यामुळे तिचे भरपूर मित्रमैत्रिणीपण तिथे होते. तरीही मनामध्ये अजूनही एक पोकळी राहिली होती. हे सगळे तर होते, पण काही गोष्टी ती कोणालाच सांगू शकायची नाही. रात्री झोपताना तिच्या शेजारी कोणी नसे. ती एकटी असे.

''मी मनातून खूप खिन्न असायचे. मला कायम त्याची आठवण येत असायची, प्रत्येक क्षणाला. अगदी प्रकर्षाने त्याची आठवण यायची. दिवस संपला आणि संध्याकाळ झाली की, खूप वाईट वाटायचे. इतके की, मी कधी कधी खूप रडायची. पण काहीच करता येत नव्हते. जे काही वाट्याला आलंय, ते स्वीकारून आयुष्याची मार्गक्रमणा करत राहायचे, एवढेच काय ते हातात होते.''

इराकमधील तेलाचे उत्पादन होणारा जो प्रदेश होता, त्याच्या मध्यभागीच किर्कुक हे गाव वसले होते. बगदादपासून हे गाव उत्तरेकडे १५० मैलांवर होते. टिग्रीसयुफ्रेटस या जलाशयापासून हे गाव बऱ्यापैकी दूर होते. या भागामध्ये १९२० च्या आसपास तेलाचे स्रोत सापडले आणि त्यामुळे या भागाला अनन्यसाधारण महत्त्व प्राप्त झाले होत; अन्यथा हा भाग म्हणजे एका रुक्ष आणि उजाड वाळवंटाखेरीज दुसरे काहीच नव्हते. इथे तेलाचे साठे प्रचंड प्रमाणात होते. खनिज तेल जमिनीतून काढण्याकरता मोठमोठे पंप होते. तिथे गॅसचा एक विशिष्ट प्रकारचा वास सतत यायचा. त्या गावाच्या आसपासच कित्येक लोक राहायला आले होते. हे सगळे

तेलाच्या कंपनीमध्ये कामाला होते. हा सगळा भाग इराक पेट्रोलियम कंपनीच्या ताब्यात होता. ही कंपनी स्टँडर्ड ऑईल कंपनीचाच एक भाग होती. स्टँडर्ड ऑईल कंपनी ही खनिज तेलाची जगातील सर्वांत मोठी कंपनी होती. इराक पेट्रोलियम कंपनीचा प्रचंड फायदा ती कंपनी आणि इराकी सरकार यांच्यामध्ये विभागून घेतला जात असे. या कंपनीचा इराकच्या राजकारणावरदेखील प्रचंड प्रभाव होता. राजा दुसरा फैजल याची सत्ता १९५८ मध्ये संपुष्टात आली. तोपर्यंत ब्रिटनच्या आंतरराष्ट्रीय धोरणांमध्ये इराकबाबत धोरण होते की, राजा फैजलला पूर्णपणे पाठिंबा द्यायचा, म्हणजे इराकमधील खनिज तेल त्यांना सहजपणे उपलब्ध होईल. इराक पेट्रोलियम कंपनीला सरकारी कंपनी होऊ द्यायचे नाही, असासुद्धा ब्रिटनचा प्रयत्न होता.

पेट्रोलियम साम्राज्याच्या या पसाऱ्यामध्ये डोनाल्डचे काम तसे अगदीच मामुली होते. कंपनीच्या इराकी हिशेबनीसाने तयार केलेले हिशेब आणि लेजरबुके तपासण्याचे काम डोनाल्डकडे होते. के ३ नावाच्या कंपनीच्या वसाहतीमध्येच डोनाल्डला राहायला जागा मिळाली. थोड्या दिवसांनी मात्र त्याच्या जबाबदाऱ्या वाढल्या. मुळात हे काम त्याला मनापासून कधीच आवडत नव्हते. जितके मनापासून आणि आवडीने तो रॉयल एअरफोर्समध्ये काम करायचा, तितके मन लावून हे काम तो करू शकत नव्हता. तरीसुद्धा थोड्याच दिवसांत तो तिथे सगळ्यांना चांगलाच आवडू लागला. तो टेनिस खूप छान खेळायचा. मुळातच तो शांत होता. पण त्याच्या या शांतपणामध्येच असे काही तरी विलक्षण होते की, लोकांना त्याच्याबद्दल मनातून विश्वास वाटायचा. खनिज तेलाच्या व्यापारी जगतामध्ये कित्येक संघर्षही निर्माण व्हायचे, पण त्यामुळे तो कधीही खचून जायचा नाही. त्याला स्वत:लाच कधी नव्हे ते खूप हलके-हलके वाटायला लागले होते. त्याने कधीही कुठली जबाबदारी मुद्दाम अंगावर घेतली नाही, की बढती मिळावी म्हणून कधी वरिष्ठांची हांजी-हांजी केली नाही. असे वाटायचे की, त्याला कोणतीच महत्त्वाकांक्षा उरली नव्हती. मुख्य गावापासून दिडशे मैलावर वैराण वाळवंटामध्ये वसलेल्या के ३ मधील वातावरण सरहद्दीवर असते तशा प्रकारचे होते. हपापलेले असण्यापेक्षा अर्थात जास्त महत्त्वाकांक्षी असण्यापेक्षा एक चांगली व्यक्ती असणे त्याच्या दृष्टीने महत्त्वाचे होते. तो एका बॅचलर ब्लॉकमध्ये राहत होता. तिथे मेजवान्या म्हणजे त्यांच्या एका विधीचा भाग होता. कॉकटेल्स कचराकुंडीमध्ये टाकली जायची. बिछाने अगदी व्यवस्थित असायचे. तेथे कायम काही ना काही तरी दंगामस्ती चाललेली असायची. दरवाज्यावरती कायम काही तरी ठेवलेले असायचे की, जेणेकरून दार उघडल्यावर ते आत येणाऱ्याच्या अंगावर आपटायचे.

डोनाल्डला बारा महिन्यांतून एकदा एक महिना रजा मिळायची. त्यात त्याला घरी जायला परवानगी मिळायची. दुसरी रजा संपवून परत येताना त्याने आपली पत्नी

पामेला, थोरली चार वर्षांची जोआना आणि धाकटी दोन वर्षांची कॅरोलिन यांनाही आपल्याबरोबर इराकला आणले.

विमानामधून ते जेव्हा बगदादला उतरले, त्या वेळेला बगदादमधील प्रचंड उकाड्याने पामेला हैराण झाली होती. त्यातच तिच्याबरोबर त्यांच्या दोन छोट्या मुली होत्या. या विमानप्रवासानंतर एवढ्या प्रचंड उन्हामध्ये त्यांना सहा तासांचा प्रवास अजून करायचा होता. पामेलाला सुरुवातीला तो रखरखीत भाग अगदी घाणेरडा वाटला. पण इराक पेट्रोलियम कंपनीला होणारा प्रचंड फायदा पाहता, या अशा रखरखीत वाळवंटामध्ये आणि प्रचंड उष्ण प्रदेशामध्येही राहण्यास लोक तयार असायचे. त्या वातावरणाशी त्यांना जुळवून घ्यावेच लागायचे. ते एका बंगल्यामध्ये राहत होते. तिथे सर्व प्रकारच्या सोई-सुविधा होत्या. त्यामुळे ब्रिटनच्या तुलनेमध्ये इथले आयुष्य खूपच आरामदायी होते. मुलींना सांभाळण्याकरता त्यांनी एक अम्मा ठेवली होती आणि घरातील बाकीची कामे करण्याकरता एक मुलगा होता. कंपनीने त्यांना बागेची देखभाल करण्याकरता एक माळी दिला होता आणि खरेदीला जाण्याकरता त्याचप्रमाणे क्लब आणि स्विमिंग पूलला जाण्याकरता कंपनीकडून टॅक्सी पण दिली जायची. त्यांच्या मुलींकरता एका अतिशय उत्तम शाळेमध्ये प्राथमिक शिक्षणाची मोफत सोय केली होती. तिथे तक्रार करण्यासारखे काहीच नव्हते. सर्व उत्तमच होते. त्यामुळे मागील काही दिवसांमध्ये ते जे एकमेकांपासून शारीरिक व मानसिकदृष्ट्या दूर गेले होते, ते आता पुन्हा खऱ्या अर्थाने जवळ आले.

पामेला इथे अगदी सुखात होती. पण आयुष्यात पहिल्यांदाच ती तिच्या आई-वडलांपासून एवढी लांब राहत होती. ती त्यांच्यापासून एवढी दूर असल्यामुळे तिला त्यांना भेटणे शक्य नव्हते. त्यामुळे तिला त्यांची खूप आठवण यायची. असे असले, तरी तिचे सर्वांत प्रेमाचे माणूस तिच्या जवळ होते आणि एक सुखी व आनंदी आयुष्य ती त्याच्याबरोबर जगत होती. त्यापुढे आईवडलांची आठवण येणे किरकोळ बाब होती. आठवड्याच्या शेवटी बहुतेक वेळा तिथल्या क्लबमध्ये नृत्य आयोजित केले जाई आणि त्या वेळी त्याच्या बाहुत स्वत:ला झोकून देऊन ती धुंद व्हायची आणि पूर्वी अनुभवलेला आनंद पुन्हा एकदा ती अनुभवायची.

वरवर पाहता, हे सगळे खूप छान-छान वाटत असले तरी वस्तुस्थिती लक्षात यायला फारसा काळ लागला नाही. उन्हाळ्याच्या झळा आता चांगल्याच जाणवायला लागल्या होत्या. मध्य-पूर्वेतला उन्हाळा अतिशय कडक असतो. इतका कडक की, दिवसाचे तापमान सरासरी ११० डिग्री असायचे. त्यांच्या बेडरूममध्ये एअरकंडिशनर होता, पण त्यातून फार आवाज यायचा आणि एवढ्या प्रचंड उकाड्यात त्याचा काहीच उपयोग नव्हता. सकाळी साडेपाचच्या सुमारासच उजाडायचे आणि सर्व माणसे त्याच वेळी कामाला निघायची. आपले नवरे कामाला गेले की, बायका

सकाळी कॉफी घ्यायच्या आणि मग स्वत:ची आवराआवर करण्यातच दुपारचे दोन वाजायचे. दोन वाजता तेलाच्या खाणीवरील काम संपायचे आणि मग थोडीशी वामकुक्षी घेऊन लोक टेनिस खेळायला जायचे. कधी कधी शनिवार-रविवारी तिथे टेकडी चढण्याची एक मोहीम, कधी तरी उत्तर आफ्रिकेच्या समुद्रकिनाऱ्यावरील त्रिपोली या ठिकाणी सुट्टी घालवली जायची. काही लोक मात्र के ३ सोडून सहसा कुठे जात नसत.

पामेला आणि डोनाल्ड हे जोडपे सगळ्यांचे लक्ष वेधून घ्यायचे. तिचे रूप, तिचा मनमिळाऊ व पट्कन मिसळण्याचा स्वभाव आणि त्याचा शांत व धीरगंभीर स्वभाव लोकांना आवडे. जोआनादेखील आता कंपनीच्याच शाळेमध्ये जायला लागली होती. कॅरोलिनकडे अम्मा लक्ष द्यायची. पामेलाला पुन्हा एकदा दिवस गेले. बऱ्याच दिवसांनी म्हणजे दोन वर्षांनी ते एकमेकांच्या पुन्हा जवळ आले होते. त्यामुळे त्यांच्या उत्कट प्रेमाचेच हे प्रतीक होते.

आता तिचे वय झाले होते. आता सुखाच्या वरवरच्या आवरणाखाली दडलेल्या त्या सावटाविषयी ती विचार करू लागली. कातड्याच्या रंगाचे कव्हर असलेली ती वही म्हणजे हाँगकाँगमध्ये असताना त्याच्या सामानातील एक वस्तू होती. तिने इराकला येताना ती वहीदेखील आपल्याबरोबर आणली होती. एकदा संध्याकाळी आपल्या दोन्ही मुलींना तिने झोपवले आणि तिने त्याला विचारले की, मी ही डायरी वाचू का?

"का? तुला कशाला वाचायची आहे ती डायरी? त्या वाईट दिवसांबद्दल आता वाचून तू काय करणार आहेस?" त्याने आश्चर्याने विचारले. तिने जरा साशंकपणे आणि थोडेसे चाचरतच सांगितले, "मला ती वाचायचीय. माझ्या दृष्टीने ते फार महत्त्वाचे आहे. युद्धाच्या वेळी तुझ्या आणि माझ्याही आयुष्यामध्ये काय काय घडले, याविषयी आपण यापूर्वी कधी बोललोच नाहीये."

एकाएकी त्याला राग अनावर झाला आणि तो एकदम तिच्या अंगावर ओरडला, "युद्धाच्या वेळेस तू एरिकबरोबर नाचत फिरायचीस आणि मी युद्धकैदी म्हणून तुरुंगात खितपत पडलो होतो; समजले?"

तिला हा धक्का अनपेक्षित होता. त्यामुळे ती पुरती गांगरून गेली आणि त्याला म्हणाली, "हे बरोबर नाही. तुझी काय अपेक्षा होती की, मी घराबाहेरदेखील पडायला नको होते?"

आता तिचा राग पाहून त्याने अचानक आपला सूर बदलला आणि तिला तो म्हणाला, "हे बघ, माझ्या बोलण्याचा अर्थ असा नव्हता. मला एवढेच सांगायचंय की, झाले-गेले जाऊ देत ना. कशाला आता नको त्या आठवणी काढायच्या? आता युद्ध संपले आहे आणि ते स्मृतीमधूनही गेले आहे. माझी डायरी सोडून या जगामध्ये

दुसऱ्या चांगल्या वाचण्यासारख्या पुष्कळ गोष्टी आहेत ना?''

शब्दाला शब्द वाढवून भांडण करण्यापेक्षा अशा मार्गाने त्याने तो विषय बदलून टाकला. तिला खात्री होती की, डायरीमधील मजकूर काही तरी वेगळा आहे की, जो तिला माहीत नाहीये. त्याने त्याविषयी तिला काहीच सांगितले नाहीये. तो अजूनही तिच्यापर्यंत पोहोचू शकला नाहीये.

इतर पुष्कळ जोडप्यांप्रमाणेच त्यांच्याविषयी जे काही समज होते, ते अगदी तंतोतंत खरे होते. म्हणजे ती एकदम मोकळ्या स्वभावाची होती, तर तो अबोल आणि थोडासा शिष्ट होता. पण हा फरक तिथेच होता. जर पामेलाच्या शाळेतील मित्रमैत्रिणींना विचारले असते, तर त्यांनी सांगितले असते की, पामेलाचा मोकळा स्वभाव हा वरवरचा आणि दिखाऊ होता. शाळेमध्ये असताना तीदेखील थोडीशी लाजाळूच होती. तर, रॉयल एअरफोर्समधील लोकांना चांगलेच माहीत होते की, वरून जरी डोनाल्ड शांत दिसत असला तरीदेखील त्याच्या मनामध्ये विमान चालवण्याची जबरदस्त आवड होती. तो शांत आणि अबोल असला तरी याचा अर्थ असा नव्हता की, तो महत्त्वाकांक्षीच नव्हता.

तिला नृत्याची प्रचंड आवड होती. त्यामुळे ती क्लबमध्ये गेली की, तिथे तिला नृत्याकरता कायमच कोणी ना कोणी तरी जोडीदार मिळायचा. क्लबमध्ये स्त्रियांपेक्षा पुरुषमंडळीच जास्त होती. कित्येक अविवाहित तरुण तिच्याबरोबर नृत्य करण्याकरता अक्षरश: रांगेत उभे रहायचे. एके दिवशी ती हसतच डान्सफ्लोअरवर आली आणि अगदी अभिनय केल्याच्या आविर्भावामध्ये त्याला आपल्याबरोबर नृत्य करण्याची तिने विनंती केली. खरं तर त्याला तिने विनंती करण्याचा प्रश्नच येत नव्हता, कारण ते दोघे अगदी पहिल्यापासून नृत्यामध्ये एकमेकांचे साथीदार असायचे; त्याचप्रमाणे त्या दोघांनी किती तरी नृत्ये एकत्र केली होती. तो तिच्या आयुष्याचाही सखा होता. पण ती विनंती म्हणजे, थोडासा विनोदाचा भाग होता. पण आता तिने विनंती केल्यावरही त्याने एकदम त्याची मान हलवली आणि नकार दिला. ती त्याच्या या आकस्मिक नकाराने दुखावली गेली.

''का रे, का नाही?'' तिने त्याला विचारले.

''मला नाही आवडत नृत्य करायला.'' तो म्हणाला.

त्याने किंचितही प्रतिसादसुद्धा का देऊ नये, हे काही तिला उमजले नाही. ''का रे? काय झालंय तुला?'' तिने त्याला विचारले.

''–काही नाही. काहीही झालेले नाही.'' तो तुटकपणे म्हणाला. ''पण मला आत्ता नृत्य नाही करायचंय– बास.''

तो काहीच नीट सांगत नाही म्हटल्यावर तिला वाटले की, तो मुद्दामच आपल्याला त्रास देण्याकरता आणि कसली तरी शिक्षा देण्याकरता असे वागत आहे.

"मी काही चुकीचे वागलीय का? सांग ना." आता मात्र ती रडवेली झाली होती. पण त्याच्यामध्ये काहीही फरक पडला नाही. तो एकदम गप्प होता.

त्याच्या नकाराचे एकच कारण होते आणि ते म्हणजे त्याला वाटणारी असूया, असे तिला वाटले. पण केवळ असूया हेच एकमेव कारण नसून त्याच्या घडीघडीला बदलणाऱ्या स्वभावाला अजूनही काही गुंतागुंतीची कारणे होती. युद्धकैद्यांच्या छावणीमध्ये जे काही त्याच्या बाबतीत घडले होते, त्यामुळे त्याच्यामध्ये अजूनही वैफल्याची भावना होती. तो पूर्णपणे त्यातून बाहेर पडू शकला नव्हता. ती फक्त असूया नव्हती, तर युद्धकैदेमध्ये असताना कित्येक वर्षं त्याच्या मनामध्ये जो राग धुमसत होता, तो आता या ना त्या प्रसंगाने बाहेर पडत होता. हा राग त्याच्या असहायतेचा होता. राग आणि अपमान मनात दाबून ठेवण्याखेरीज त्या वेळेस त्याच्या हातात काहीच नव्हते. तो रॉयल एअरफोर्समध्ये असताना त्याला आलेल्या वैफल्याने त्याच्या मनावरचा त्याचा ताबा सुटला होता. त्याला जे वैफल्य आले होते, त्याच्या मुळापासूनच जेव्हा त्याने स्वत:ला दूर केले, तेव्हा तो त्या वैफल्यावर ताबा मिळवू शकला आणि ते मूळ होते रॉयल एअरफोर्समधील त्याची नोकरी– जी त्याला सतत त्या दिवसांची आठवण करून देत असे. पण या मुळापासून स्वत:ला दूर करण्याचा तो क्षण फार दु:खद होता. त्याला खिन्न आणि अस्वस्थ करणाऱ्या घटनांपासून दूर राहणेच त्याच्या दृष्टीने गरजेचे होते. तो या घटना व्यवस्थितपणे टाळू शकायचा; पण ज्या वेळेस तो पामेलासोबत असायचा, तेव्हा तिच्या वागण्यामुळे त्याच्या कटू भावनांचा अचानक उद्रेक होत असे आणि मग तो स्वत:ला काबूत ठेवू शकत नसे. त्याचा राग मग अगदी सहजपणे उफाळून यायचा.

त्याच्या रेकॉर्ड केलेल्या जीवनकथेमध्ये त्याने सांगितले आहे की, पामेला जेव्हा तिथे नसायची, तेव्हा तो कोर्टवर उत्तमपणे टेनिस खेळायचा. "मला माझ्या आयुष्यामध्ये इतके हलके-हलके कधीच वाटले नव्हते. मी इतकी छान सर्व्हिस करायचो आणि फटकेबाजी पण इतकी सुरेख करायचो की, मी एक उच्च प्रतीचा टेनिसपटू झालो होतो."

पण जेव्हा पामेला पण बाहेर खेळायला येऊ लागली, तेव्हा त्याची खेळण्यामधली सहजता हळूहळू लोप पावू लागली. त्याच्यामध्ये रॉयल एअरफोर्समध्ये असतानाची वैफल्याची लक्षणे पुन्हा एकदा जाणवायला लागली. "माझे चित्त विचलित झाले आणि माझी एकाग्रता भंग पावू लागली. माझा आत्मविश्वास ढासळायला लागला." त्यामुळे त्याचा परिणाम त्याच्या टेनिस खेळण्यावर झाला. उगाचच त्याने समज करून घेतला की, आजूबाजूचे लोक त्याच्याकडे पाहून हसत आहेत आणि त्याची चेष्टा करत आहेत, कारण तो खूपच वाईट खेळतो आहे. "ती गोष्ट मला सर्वांत

अपमानास्पद वाटत होती. मला सारखे असे वाटत होते की, पामेला माझ्याकडे पाहत आहे आणि मी एक उत्तम टेनिसपटू असूनदेखील अतिशय घाणेरडे आणि काही तरी मूर्खासारखे खेळत आहे ... तो अनुभव खरंच खूप-खूप वाईट होता.''

तिच्याशी संबंध आला की, तो जणू काही असहाय होऊन जायचा. त्याचमुळे ती जेव्हा डान्सफ्लोअरवर डान्स करण्याकरता आली, तेव्हाही त्याला असेच काही तरी झाले. तो फक्त मत्सर नव्हता, तर त्याच्यात न्यूनतेची भावनादेखील निर्माण होत असे. या भावनेमुळे त्याच्यामधला समजूतदारपणा एखाद्या पत्त्याच्या बंगल्याप्रमाणे क्षणात कोलमडून पडत असे.

ख्रिस्तोफरचा जन्म १९५२ मध्ये झाला आणि त्याच्या जन्मानंतर त्यांच्या नात्याचा अजून एक पैलू निर्माण झाला. डोनाल्डला आपल्याला मुलगा व्हावा, असे खूप वाटत होते आणि ख्रिस्तोफरलादेखील लहानपणापासूनच एका गोष्टीची आतून जाणीव होती की, आपल्या पित्याचे प्रेम हे परिस्थितीनुरूप बदलते. मुलांशी वागताना तो नेहमी स्वत:ला काबूत ठेवायचा, पण त्यांना कधी कोणत्या प्रकारे त्याने प्रोत्साहन दिले नाही. पामेला तर त्याच्या भावनिक आयुष्याचा केंद्रबिंदूच होती. ख्रिस्तोफरच्या जन्मानंतर त्यांनी ते वाळवंट लगेचच सोडले आणि ते किर्कुकच्या उच्चभ्रू वस्तीमध्ये राहायला गेले. ते जीवन आणि त्या राहणीमानाशी मुले खूप समरस होऊन गेली. त्यांना तिथे राहणे अगदी सुखद वाटायला लागले. त्यांना वाटत होते की, जणू काही ते अशा एका नंदनवनामध्ये आले आहेत की, जिथे संपूर्ण दिवस सूर्य चमकत असतो. तिथे त्यांचे मित्र स्विमिंग पूलवर त्यांची वाट पाहत असायचे. तिथे दर आठवड्याला पार्ट्या होत असत.

''आम्ही तिथे खूप मोकळ्या वातावरणामध्ये वाढत होतो.'' कॅरोलिनने तिची आठवण सांगितली आहे. ''ब्रिटिश राजवटीमध्ये ज्या प्रकारचे मोकळे आणि स्वतंत्र आयुष्य असते तसे आम्ही उपभोगले. आमची काळजी घेण्याकरता आमच्याकडे नोकरचाकर होते आणि तिथे सर्वच गोष्टींचे स्वातंत्र्य होते.''

पण त्या स्वातंत्र्यालासुद्धा काही कडक मर्यादा होत्या. वयाच्या सहाव्या-सातव्या वर्षानंतर मुलींना शिकण्याकरता परत ब्रिटनला पाठवण्यात आले. त्यानंतर उन्हाळ्याच्या सुट्ट्यांमध्ये मुली इराकला यायच्या, तेव्हा मात्र नुसती धमाल करण्यात सर्व सुट्टी निघून जायची. ब्रिटनमध्ये हिथ्रोच्या कुंद वातावरणात शाळेच्या गणवेशामध्ये त्या जायच्या आणि सुट्ट्यांमध्ये बगदादच्या स्वच्छ सूर्यप्रकाशामध्ये अवतरायच्या. मग काय, मजाच मजा असायची! स्वच्छ सूर्यप्रकाशात स्विमिंग पुलावर मित्रमैत्रिणींसमवेत जमणे, पार्ट्या करणे आणि नुसती धमाल करणे.

मुलांचा बराच वेळ बाहेर खेळण्यातच जात असे, त्यामुळे घरामध्ये कधी त्यांनी फारशी दंगामस्ती केली नाही. मुली परत गेल्या की, सगळा बंगला पुन्हा शांत-शांत

वाटायला लागायचा. मुली असल्या की, दोघा नवरा-बायकोंमधील अंतर कमी व्हायचे आणि दोघे जवळ यायचे. नंतर मात्र पुन्हा हे अंतर वाढत जायचे. एका बाजूला एक माणूस होता– जो स्वत:वर ताबा ठेवण्याकरता दूर-दूर राहायचा, आणि दुसऱ्या बाजूला एक स्त्री होती– जी त्याच्या प्रेमाची भुकेली होती. दोघेही एकमेकांच्या प्रेमाला खोटे ठरवण्याचा प्रयत्न करत होते. ती म्हणजे त्याच्या आयुष्यामधील अशी स्त्री होती की, जी त्याच्या मनामध्ये दाबून ठेवलेल्या दु:खद भावनांना पुन: पुन्हा जागृत करून जणू त्याच्या जखमेवर जाणीवपूर्वक मीठ चोळायची आणि तिला मात्र फक्त तोच हवा असायचा.

आपला देश सोडून दुसऱ्या देशामध्ये आलेल्या लोकांच्या समुदायामध्ये दारूला अनन्यसाधारण महत्त्व असते. किर्कुकमध्ये एका जीनची किंमत फक्त सहा शिलिंग एवढी होती. मनाचा कोंडमारा कमी करण्याकरता ते दोघेही दारू घेत असत. पण दारूमुळे त्यांच्यातला दुरावा आणखीनच वाढला. त्यातूनच एकमेकांवर चिडचीड सुरू झाली. काही वर्षं अशीच गेली. सुट्टीसाठी आलेल्या मुलांना घरामधील थंड वातावरण स्पष्टपणे जाणवत असे. कधी कधी वादविवादही व्हायचे आणि मग त्याचे रूपांतर रडारडीमध्ये व्हायचे. डोनाल्ड त्याला स्वत:ला सावरायचा; नव्हे, त्याला स्वत:ला सावरावे लागायचे. पण पामेला मात्र दारू प्यायल्यावर अनिर्बंध व्हायची.

"मी त्याला सारखी डिवचायची. मी असं का करायची, हे मलाही माहीत नव्हते," पामेला गतकाळातील आठवणी सांगत होती. "आमच्या दोघांच्या भावना एकमेकांमध्ये गुंतल्या होत्या. आम्ही दोघे एकमेकांच्या खूप जवळ असायचो आणि त्याचा शेवटही भांडणातच होत असे."

ते एकमेकांच्या जवळ आले की, त्यांच्यामध्ये पुन्हा आरडाओरडा व्हायचा. भांडणे थांबली की, परत जवळीकही निर्माण होत असे. तिने नुकतीच चाळिशी ओलांडली होती, तेव्हा तिला पुन्हा दिवस गेले. तिला त्यांच्या दोघांमधील दुरावा संपवण्याकरता या बाळाची खूप गरज वाटत होती. पण त्याच वेळेस तिचे वडील खूप आजारी पडले. तिला जशी ही बातमी मिळाली तसे तिला ब्रिटनला जाणे भाग पडले. त्या वेळेस १९६० मधील उन्हाळ्याचे दिवस होते. त्यांची प्रकृती सुधारली तसे तिने कॅरोलिनला घेऊन इराकला परतायचे ठरवले. कॅरोलिनही आता अकरा वर्षांची झाली होती. तिच्या उन्हाळ्याच्या सुट्ट्या नुकत्याच सुरू झाल्या होत्या. वडलांबद्दलची आणि तिच्या स्वत:च्या वैवाहिक आयुष्याची अशा दोन्ही काळज्यांचे ओझे परतीचा प्रवास करताना तिच्या डोक्यावर होते. ती अजून विमानातच होती आणि प्रवासातच तिच्या पोटामधून अचानक कळा यायला लागल्या. चार महिन्यांच्या तिच्या बाळाचा गर्भपात झाला. तिच्या आयुष्यामधला अत्यंत अमूल्य ठेवा– तिचे

न जन्मलेले बाळ– ती कायमचे हरवून बसली. ह्या दु:खाविषयी तिने तिच्या एका रेकॉर्डमध्ये नमूद केले आहे. ती रेकॉर्ड लंडनहून परत येताना ती आपल्याबरोबर घेऊन आली होती. तो साऊथ पॅसिफिकचा एक साऊंड ट्रॅक होता. कॅरोलिन कायम पाहायची की, तो विशिष्ट ट्रॅक ती दिवसातील एका विशिष्ट वेळेस ऐकायची.

"ते जवळजवळ माझेच होते, अशी ती धून होती." तिला ती धून आठवत होती. "मी ती खूप वेळा ऐकली आहे, आणि ती माझ्या चांगलीच लक्षात आहे." ही तीच धून होती, जी कायमच्या गमावलेल्या तिच्या बाळासाठी ती वाजवत असे.

त्यानंतर सर्व गोष्टी त्यांच्याकरता संकटेच घेऊन आल्या. आपल्या बाळाचे दु:ख विसरण्याकरता ती जास्तच दारू प्यायला लागली आणि मग त्यांची भांडणे आणखीनच विकोपाला जायला लागली. त्यांना बगदादमधून १९६१ मध्ये बाहेर पडावे लागले. रिपब्लिकन सरकारने इराकच्या राजाला हुसकवून लावले आणि त्याआधी तीन वर्षे इराक पेट्रोलियम कंपनीचे राष्ट्रीयीकरण झाले. त्यामुळे दुसऱ्या देशामधून तिथे येऊन राहिलेले परकीय नागरिक इकडे-तिकडे विखुरले. पामेलाच्या आग्रहावरून डोनाल्डने टनब्रिज वेल्समध्ये घर घेतले. ती खूप वर्षे तिच्या आई-वडलांपासून दूर राहिली होती. त्यांच्या आठवणींमध्ये तिने बरीच वर्षे काढली होती आणि त्यामुळे आता त्यांच्या जवळ राहून रोज ती त्यांना पाहू शकणार होती. पण ते जेव्हा टनब्रिजला राहावयास आले, तेव्हा पामेलाचे वडील स्वर्गवासी झाले. त्यांच्या निधनानंतर त्यांच्या प्रॉपर्टीवरून तिच्यामध्ये आणि ब्रिजीटमध्ये कडाक्याची भांडणे झाली व दोन बहिणींमधील संबंध दुरावले.

डोनाल्डला तेलाच्या कंपनीमधल्या अनुभवामुळे लगेचच दुसरी नोकरी मिळाली. ट्रॅफॅल्गार हाऊस या कंपनीमध्ये त्याची नोकरी होती. ही कंपनी लिबीयामध्ये पाण्याच्या विहिरी खोदायचे काम करत होती. तो कंपनीमध्ये रुजू झाला आणि लगेचच त्याने त्याच्या कंपनीला एका मोठ्या नुकसानीतून वाचवले. त्या कंपनीमध्ये फसवाफसवीचे प्रकार चालू होते आणि या बनावट कारभाराचे पार बाहेरच्या देशांमध्येही जाळे पसरले होते. हे फसवाफसवीचे प्रकार डोनाल्डने उजेडात आणले. त्यामुळे त्याचे खूप कौतुक झाले आणि त्याला बढतीदेखील मिळाली. इराकमध्ये कधीही मिळाला नसेल इतका मानसन्मान त्याला इथे मिळाला. तो लंडनला जा-ये करत असे आणि अशा प्रकारे दहा वर्षांनंतर सर्व कुटुंब पुन्हा एकदा एकत्र आले. पण या सगळ्यामध्ये पामेलाबरोबरचे त्याचे संबंध बिघडले तर होतेच, पण त्याचबरोबर मुलींशी असलेलेही संबंध खराब झाले.

त्यांच्यामध्ये जोआना अशी होती की, जी थेट त्याच्या विरोधात उभी राहायची. त्यांच्यामधला संघर्ष म्हणजे १९६० मधील जुन्या पिढीचा नव्या पिढीबरोबर असणारा संघर्ष होता. तिचा संपूर्ण दृष्टिकोन आणि तिचा स्वभाव हा तिच्या

पित्याच्या स्वभावाच्या पूर्णपणे विरुद्ध होता. तो कायम स्वत:वर निर्बंध लादून जगला; पण तिचे तसे नव्हते. ती तिच्या वडलांना थेट आव्हान द्यायची. अण्वस्त्रबंदीबाबत तिची मते ती अगदी परखडपणे बोलून दाखवी. तिला नव्या ढंगाचे पॉप संगीत खूप आवडायचे आणि डोनाल्डला मात्र ते संगीत म्हणजे थिल्लरपणाचे वाटायचे. ती खूप घट्ट अन् अगदी अंगालगतचे स्वेटर्स आणि आखूड स्कर्ट्स वापरायची की, जेणेकरून लोकांच्या नजरा तिच्याकडे वळतील. आईशी विचित्र वागतो म्हणूनही ती आपल्या बापाला धारेवर धरत असे. तो घरातल्या कोणावरही जरी रागवला, तरी ती त्यालाच सुनावत असे.

"मी कायम तिच्या मागे लपायची." कॅरोलिनने कबूल करून टाकले. "जोआना मात्र बाबाला कधीच घाबरायची नाही."

या दिवसांमधील ख्रिस्तोफरच्या आठवणी मात्र पूर्ण वेगळ्या होत्या. त्याच्या आणि त्याच्या वडलांमध्ये एक प्रकारची जवळीक होती. त्यांच्यामध्ये अव्यक्त पण तरीही घट्ट नाते होते. त्या वेळी ख्रिस्तोफर बारा वर्षांचा होता. त्याने डोनाल्डला एकदा 'डायरी वाचू का?' असे विचारले होते. त्या दोघांमधल्या नात्यामुळे डोनाल्डने त्याला खूप कडाडून विरोध केला नाही, अन्यथा ती डायरी म्हणजे घरामध्ये एक त्याज्य विषय होता. कोणीही त्या डायरीविषयी काहीही चर्चा करायला धजायचे नाही.

"अरे, तुला कशाला वाचायचीय ती डायरी? तिच्यात तर काहीच विशेष नाही आणि तिचे शब्दांमध्ये रूपांतर करणेसुद्धा खूप अवघड काम आहे." एकदा दोघे बाप-लेक बोलत बसलेले असताना ख्रिस्तोफरने डोनाल्डकडे डायरी वाचण्यासाठी हट्टच धरला आणि आश्चर्य म्हणजे, डोनाल्डने त्याला डायरी वाचायला चक्क संमती दिली. ती कशी वाचायची, हेदेखील त्याला सांगायचे मान्य केले. कातड्याच्या रंगाचे कव्हर असलेली ती डायरी पुन्हा एकदा बाहेर काढली गेली. पण शेवटी डोनाल्डला ती डायरी बाजूला ठेवून द्यावी लागली, कारण ती डायरी लिहिताना त्याने काय सांकेतिक लिपी वापरली होती, हे आता त्यालाच आठवत नव्हते. फिलिप ऑस्टनने ते संकेत उलगडेपर्यंत ती डायरी तशीच रहस्यमय राहिली. त्यालाच आठवत नसल्यामुळे तिच्यातले रहस्य उकलणे तूर्तास तरी शक्य नव्हते.

तरीही ख्रिस्तोफरला त्या डायरीचे महत्त्व मात्र आता कळले होते. त्यांच्या घरामध्ये तो आणि त्याचे वडील हे कायम एका बाजूला असायचे; तो कायम वडलांची बाजू घ्यायचा. नंतरच्या त्याच्या आयुष्यामध्ये जेव्हा तो त्याच्या बहिणींबरोबरीच्या भांडणाविषयी सांगायचा; त्या वेळेस त्याने कधीही हे सांगितले नाही की, त्याचे वडील घरातल्यांना छळायचे. उलट, तो सांगायचा की, त्याची आई आणि त्याच्या बहिणीच एकत्र येऊन त्याच्याशी भांडायच्या. "माझा बाबा हा कायम भांडणामध्ये

एकटा पडायचा आणि या तिघी मिळून कायम त्याच्या विरोधात काही ना काही खुसपटे काढत राहायच्या. त्याला काही नको होते, तर घरात फक्त शांतता हवी असायची.'' त्याने अगदी मुद्दाम हे सांगितले आहे की, जेव्हा घरामध्ये कडाक्याची भांडणे होत असत, तेव्हा तो कधीही प्रतिहल्ला चढवायचा नाही; उलट कायम तोच माघार घेत असे. हे तर त्याच्या मुली पण सांगतात की, त्याने कधीही वाद घातला नाही, की कधी कांगावा केला नाही.

तोच असे नाही, तर युद्धकैदी म्हणून राहून परतलेल्या बऱ्याच लोकांमध्ये हीच लक्षणे दिसत होती. एरिक लोमॅक्स या त्यातल्याच एकाचे लग्न याच परिस्थितीमुळे मोडले. ''स्वत:ची खिन्नता, नैराश्य हे एका जाड कवचाच्याखाली मला झाकून ठेवावेसे वाटे. त्या दिवसांच्या आठवणी बेजार करायच्या आणि त्या मला कधीच कोणाला सांगता येत नसत. सर्वांत वाईट गोष्ट म्हणजे, त्या आठवणी मला माझ्या बायकोलादेखील मोकळेपणाने सांगता यायच्या नाहीत.''

डोनाल्डला छावणीमध्ये लागलेली आणखी एक विचित्र सवय म्हणजे, तो भरपूर खायचा. तो खूप हावरटपणा करत असे. कधी कधी दुसऱ्याने खाऊन उरलेले जेवणसुद्धा तो खाऊन टाकायचा आणि ही त्याची सवय आयुष्यभर राहिली. ही प्रवृत्ती त्याच्याप्रमाणेच अर्धपोटी आयुष्य काढलेल्या इतर कैद्यांमध्येही बळावली होती. पामेलाविषयीच्या त्याच्या भावना जर एवढ्या उत्कट नसत्या, तर कदाचित तो त्याच्या या आठवणीसुद्धा विसरून गेला असता. पण पामेलाबद्दलच्या त्याच्या भावना एवढ्या उत्कट होत्या की, त्याला कायम असे वाटायचे की, ही काहीही जरी बोलली तरी त्याचा रागाचा उद्रेक होईल. कॅरोलिनने तिची आठवण सांगितली आहे– ''घरामध्ये जेव्हा आरडाओरडा चालू होई आणि भांडणाचा आवाज वाढायला लागे, तेव्हा मी खूप भेदरून जायची आणि मी घराच्या जिन्याच्या एकदम वरच्या पायरीवर जाऊन अंगाचे मुटकुळे करून बसून राहायची. मनातल्या मनात प्रार्थना करायची की, हे भांडण लवकर संपू देत.''

साधारणपणे १९७० च्या आसपास त्यांना दोघांनाही कळून चुकले होते की, ते दोघे आता फार काळ एकत्र नाही राहू शकणार. पामेलाने टनब्रिज वेल्समध्येच माऊंट एफ्रेमवर एक फ्लॅट भाड्याने घेतला आणि डोनाल्डपासून वेगळे राहून एक स्वतंत्र आयुष्य जगायला सुरुवात केली. तिच्याबरोबर अर्थातच तिच्या मुली होत्या आणि तिचा मित्रपरिवारदेखील बराच मोठा होता. त्यांच्यासमवेत आपले आयुष्य घालवायला तिने सुरुवात केली. डोनाल्ड मात्र पूर्णपणे एकाकी पडला. पामेलाचा स्वभाव एकदम मोकळा आणि पट्‌कन सगळ्यांच्यात मिसळणारा होता; तर त्याउलट डोनाल्ड मात्र खूप एकलकोंड्या स्वभावाचा होता. तो रोज लंडनपर्यंत कार चालवत जायचा आणि रात्री खूप उशिरा परत यायचा. पण तो एकटा-एकटाच

राहायचा. ती मात्र एकटे राहण्याच्या कल्पनेनेच भेदरून जात असे. दोघेही एकमेकांपासून दूर राहिल्याने सुखी मात्र अजिबात नव्हते. ख्रिस्तोफरने त्यांच्या दोघांच्या अवस्थेबद्दल म्हटले आहे, "हे खरे असेलही की, ते दोघे एकत्र आयुष्य काढू शकत नव्हते; पण त्याबरोबर हेही खरं होते की, ते दोघे एकमेकांपासून दूर जाऊनही सुखाने राहू शकत नव्हते."

त्यांना दोघांना एकत्र येण्याची एक पहिली संधी चालून आली. जोआनाचे लग्न १९७१ मध्ये झाले. तिच्या लग्नाची तयारी करण्याकरता ते दोघे एकत्र आले आणि त्या निमित्ताने का होईना एकमेकांशी बोलायला लागले. एकमेकांशी बोलता-बोलता त्या दोघांमध्ये जवळीक कशी निर्माण झाली, हे कळलेच नाही; पण काहीच बदलले नव्हते. त्यांचे सूर काही जुळले नाहीत. पुन्हा एकदा वादळ आले आणि पुन्हा ते एकमेकांना दुरावले. एकमेकांपासून आणखी दूर राहाण्याकरता ते त्यांची राहण्याची ठिकाणे बदलायचे, पण कायम एक तर टनब्रिजमध्ये किंवा फार फार तर टनब्रिजपासून काही अंतरावर राहायचे. "मला वाटते की, आम्ही अंदाजे पंचावन्न घरे बदलली असावीत." ती बेतालपणे म्हणाली. दुःख विसरण्याकरता पामेला दारू प्यायची, पण नंतर मात्र ती दारूच्या आहारी गेली आणि तिला व्यसन लागले. त्यामुळे ती खूप आक्रमक झाली आणि तिचा तोल ढासळू लागला. त्याचे घरामधले वागणे एकदम अनियंत्रित झाले आणि तो अधिकाधिक हिंसक व्हायला लागला. ही वृत्ती तिच्याकरता नव्हती; तर ती ज्या दारूवर खूप प्रेम करायची, त्याच्याकरता होती. तिने फोटो, पत्रं जाळून टाकली. तिला अमूल्य असणारे चिनी दागिनेही तिने देऊन टाकले. तिच्या भूतकाळामधील किती तरी स्मृतिचिन्हेही मोडून टाकली.

ते पुन्हा एकदा दूर गेले. या वेळेस पामेला जोआनाबरोबर राहू लागली. जोआना त्या वेळेस आपला नवरा रिचर्ड विल्किन्सन याच्याबरोबर ऑस्ट्रेलियामध्ये राहत होती. त्यांचे दोघांचे या वेळचे वेगळे राहणे ते पहिल्यांदा विभक्त झाले होते, त्याच्यासारखेच भयानक होते. ती आता खूप दारू प्यायला लागली होती. ऑस्ट्रेलियामधील उत्तम वातावरणामध्येही तिला काही काही वेळेला असह्य वाटायचे. पण तिचे हे दुःख तिने कधीही दिसू दिले नाही. मनाने पूर्णपणे कोलमडलेली असतानादेखील ती लोकांसमोर खूपच हसून-खेळून राहत असे. "तिच्यामध्ये लोकांना आपलेसे करायचे आणि लोकांवर आपला प्रभाव टाकण्याचे विलक्षण कौशल्य होते. तिने जर एखाद्या खोलीमध्ये प्रवेश केला, तर त्याच क्षणी तिथले वातावरण एकदम बदलून जात असे. ती खूपच स्टायलिश होती. त्याबरोबर खूप विनोदीही होती. तिच्याकडे विलक्षण विनोदबुद्धी होती आणि त्यामुळे ती लोकांची मने झटक्यात जिंकायची. मात्र तिच्या विनोदामध्ये काही वेळेला खोचकपणा आणि उपहासदेखील असे." जोआनाने तिची आठवण अशी सांगितली आहे. सौंदर्य आणि

विनोदबुद्धी यांचा विलक्षण मिलाफ तिच्यामध्ये होता.

काहीही असले तरी एक मात्र खरे की, ती डोनाल्डशिवाय राहू शकत नव्हती, म्हणूनच ती जेव्हा ऑस्ट्रेलियाहून परतली, त्या वेळेसही त्या दोघांनी परत एकत्र येण्याचा प्रयत्न केला. त्यांची दोघांचीही आता साठी जवळ आली होती. आता काय घडतेय, हे कळण्याइतपत ते प्रगल्भ व अनुभवी नक्कीच होते आणि एकमेकांना काही बाबतींत मोकळीक दिली पाहिजे, हे आता दोघांनाही समजत होते.

स्वत:च्या माणसांमध्ये त्याचा जीव कायमच अडकलेला राहिला. डोनाल्डमध्ये दुसऱ्याला जिंकून घेण्याचे कौशल्य होते. त्याच्या दुसऱ्या मुलीचे– कॅरोलिनचे लग्न १९७४ मध्ये झाले आणि त्याला दुसरा जावई आला. कॅरोलिनने स्टुअर्ट मॉरिस नावाच्या माणसाशी लग्न केले. त्याला डोनाल्ड 'लांब दाढीचा केसाळ प्राणी' असे संबोधत असे. खरं तर डोनाल्डला तो माणूस फारसा आवडायचा नाही, पण स्टुअर्ट मात्र डोनाल्डला फार मानत असे. त्याला डोनाल्डमध्ये एक आदर्श वडील दिसायचे.

डोनाल्डविषयी बोलताना स्टुअर्ट म्हणाला होता, ''ते भरपूर उंच होते आणि त्यांचे व्यक्तिमत्त्व खूप आकर्षक व रुबाबदार होते. कधी कधी त्यांचे वागणे अगदी पायलटला साजेसेच असायचे. ते खूप वेगात गाडी चालवायचे. तसेच एका पायलटच्या स्वभावाप्रमाणेच त्यांच्यावर जुन्या रूढींचा प्रभाव होता. तरीही काही वेळेला काही नियम ते धाब्यावरही बसवत असत. ते एकटेच लांबवर फेरफटका मारून यायचे. ते मुळातच थोडेसे एकलकोंडे होते. पण तरीही एका नेत्यामध्ये आवश्यक असते, ते कौशल्य त्यांच्यामध्ये होते. ते एक असे आदर्श अधिकारी होते की, ज्यांचे दुसऱ्याने कधीही आणि कुठेही अनुकरण करावे.''

पण ते दोघे जेव्हा एकत्र आले, तेव्हा पामेलासारखी एक विलक्षण देखणी व आकर्षक स्त्री आणि डोनाल्डसारखा एक नेतृत्वकौशल्य असलेला माणूस हे दोघेही भावनिकदृष्ट्या मात्र पूर्णपणे खचलेले होते. त्या दोघांना एकमेकांविषयी काय वाटत होते, हे समजण्याकरता बुद्धीपेक्षाही भावना उपयोगी पडल्या असत्या. त्यांना समजून घेण्याकरता भावनिक पातळीवरच जाणे गरजेचे होते. ते दोघेही एकमेकांचा स्वभाव जाणून घेण्याचा प्रयत्न करायचे. ती त्याच्या अलिप्तपणाचा शोध घ्यायची, तर त्याला तिचे चार लोकांमध्ये सहजपणे मिसळायचे कौशल्य अचंबित करायचे. थोडक्यात काय, तर दोघेही एकमेकांच्या स्वभावाचा खोलवर जाऊन शोध घ्यायचा प्रयत्न करत असत. ते दोघे एकमेकांच्या सहवासामध्ये कोणत्याही प्रकारचा नाटकीपणा करू शकत नसत. पामेला मात्र या काळामध्ये तिच्यामधील सगळा जोश, उत्साह हरवून बसली होती.

''तो मला फोन करायचा आणि मीसुद्धा त्याने फोन केल्यावर जायची. मी त्याच्यावर खूप प्रेम करत होते ना, त्यामुळे मी काहीच करू शकत नव्हते. असहाय

होते मी त्याच्या प्रेमापुढे!'' पामेलाने कबूल केले.

डोनाल्ड त्या वेळेस ट्रॅफॅलगर हाऊस या कंपनीमध्ये नोकरी करत होता. तिथल्या कामाचा त्याच्यावर प्रचंड ताण होता. त्यामुळे मुलीच्या लग्नाकरता वेळ काढणे त्याच्यासाठी खरोखरच अवघड होते. ते दोघे जरी एकमेकांपासून दूर राहत होते, तरीही तिने त्याच्याकडे मदत मागितल्यावर तो तिला नाही म्हणू शकत नव्हता. ''ती मला फोन करायची आणि मग मीदेखील तिच्या फ्लॅटवर राहायला जायचो. ती संपूर्ण रात्र मी तिच्याकडेच घालवत असे. तिला मी दिलासा देण्याचा प्रयत्न करायचो आणि दारू पिण्यापासून परावृत्त करायचो. मग तिथूनच सकाळी उठून लंडनला माझ्या कामाकरता मला पळावेच लागायचे.'' ख्रिस्तोफरला तो एकदा सांगत होता.

पामेला एकदा आजारी पडली. तिला कोणाची तरी मदत लागणार होती. तेव्हा तिच्यापुढे फक्त डोनाल्डच उभा राहिला. त्यानेच तिला ससेक्स येथील एका अतिशय उत्तम चिकित्सा आणि निदान केंद्रामध्ये दाखल केले. तिला तिथे एका फारशी सुविधा नसणाऱ्या एका खोलीमध्ये ठेवण्यात आले. ती खोली म्हणजे त्याला एका तुरुंगासारखी वाटली आणि त्याच्या कैदेमधल्या जुन्या आठवणी पुन्हा जाग्या झाल्या. त्याला भीती वाटली. तिथले डॉक्टर आणि पामेलाचा एक भाऊ या दोघांनी त्याला खात्री दिली की, तू काळजी करू नकोस; तिची इथे योग्य ती काळजी घेतली जाईल. नंतर त्या दिवशी रात्री पामेलाने त्याला फोन केला. ती खूप अस्वस्थ वाटत होती. तिने त्याला विनंती केली की, तिला त्याने परत घरी घेऊन जावे. तो लगेचच तिथे गेला. तेथील परिचारिकेने 'इथे काय करत आहात,' असे विचारले, तेव्हा तो म्हणाला, ''मी माझ्या बायकोला घरी परत घेऊन जायला आलेलो आहे.'' काही वर्षांनंतर जेव्हा त्याने ती कहाणी टेपवर रेकॉर्ड करताना सांगितली, तेव्हाही त्याच्या अंगावर शहारा आला. त्या परिचारिकेनेही त्याला अगदी थंडपणे सांगितले, ''तुम्ही त्यांना घेऊन नाही जाऊ शकत. तशी आम्ही परवानगी देणार नाही.'' त्याचाही पारा चढला आणि तो म्हणाला, ''का? का नाही घेऊन जाऊ शकत मी तिला? तुम्ही कोण अडवणार मला?'' आता आवाज वाढला तसे परिचारिकेने डॉक्टरांना बोलावून घेतले आणि पामेलाची जबाबदारी सरते शेवटी डोनाल्डकडे सुपूर्द करण्यात आली. ते दोघेही एखाद्या हीरो-हिरोईनसारखे किंवा एखादा सरदार आणि त्याची प्रेयसी असल्यासारखे वागत होते. कॅरोलिन म्हणाली त्याप्रमाणे शेवटी तिच्या आईला राहायला योग्य ठिकाण मिळाले. तिची जागा कितीही, काहीही झाले तरी डोनाल्डपाशीच होती. ती त्याच्यापासून दूर राहूच शकत नव्हती. पामेलाच्या आजाराचा डोनाल्डच्या कामावरदेखील परिणाम होऊ लागला आणि त्याच्या कामामध्ये चुका होऊ लागल्या. त्या निस्तरण्यामध्येही त्याचा वेळ जायचा. त्या चुका दुरुस्त

करण्याकरता मग त्याचा ऑफिसमध्येच खूप वेळ जायचा. ''मी माझे काम पुन:पुन्हा तपासून पाहायचो, कारण माझे काम बिनचूक आहे, असा मला विश्वासच नसायचा. त्यामुळे कित्येक वेळा मी रात्र-रात्र ऑफिसमध्ये काम करत बसायचो. मग तपासता-तपासता माझ्या लक्षात यायचे की, मी कित्येक ठिकाणी अगदी साध्या-साध्या चुका केलेल्या असायच्या. मग मी अगदी अस्वस्थ व्हायचो, कारण मला दुसऱ्या दिवशी ते काम मला दाखवावे लागे.''

त्यानंतरही त्याच्या कामामध्ये बऱ्याच लोकांनादेखील कित्येक चुका दिसल्या होत्या. त्याला आता कामामधून निवृत्त व्हावे, असे वाटायला लागले आणि त्याने तसा प्रस्तावही ठेवला. व्यावसायिक दृष्टीने पाहिले, तर तो निर्णय बरोबर होता. पण त्यामुळे त्याच्या आयुष्यामधला एक मजबूत ढाचा होता, तो कुठे तरी ढासळला गेला. पामेलालासुद्धा त्यांच्या नातेसंबंधांमध्ये पुन्हा एकदा तणाव येईल का, अशी भीती वाटत होती. त्यामुळे ती पुन्हा आपल्या लेकीकडे– जोआनाकडे ऑस्ट्रेलियाला निघून गेली. मग ससेक्स येथील मेफिल्डमध्ये– ते दोघे राहत असलेल्या घरामध्ये पुन्हा एकदा तो पूर्णपणे एकटा पडला. डोनाल्डने बागकाम सुरू केले. कॅरोलिन आणि स्टुअर्टच्या घरापुढे त्याने त्यांच्या मदतीने कोबी लावले. त्याच्या कुत्र्यांबरोबर तो पायी पुष्कळ रपेट करायचा. पण तेवढेच. ते सगळे वरवरचे होते. मनातून तो एकटेपणाने खचला होता. एकदा कॅरोलिन त्याला भेटायला गेली आणि तिला धक्काच बसला.

''माझा बाबा एका खोलीमध्ये एका बैराग्याप्रमाणे राहत होता. त्याच्याकडे बिछाना, कपडे, स्वयंपाकाचे साहित्य सगळे होते. सगळे त्याच्या जवळ होते. ते सगळे व्यवस्थितपणे ठेवले होते, पण कधीही धुतलेले नव्हते. त्यामुळे त्याला एक प्रकारचा वास येत होता. घराचा तो अवतार पाहून असे वाटत होते की, जणू काही तो परत युद्धकैद्यांच्या छावणीतले जीवनच जगत आहे!''

त्याला त्याचा एकाकीपणा असह्य होत होता आणि त्यामुळे एकाकी जीवन जगणाऱ्यांसाठी जोडीदारांच्या जाहिराती येतात, त्या तो सतत वाचायचा आणि त्या जाहिराती वाचून त्याने एका बाईला प्रतिसादही दिला होता. ती पन्नाशीच्या आसपासची एक विधवा होती. नंतर १९७८ च्या सुमारास त्याने पामेलाला ऑस्ट्रेलियाला फोन केला.

''तो मला म्हणाला की, मला घटस्फोट हवा आहे.'' हे सांगताना पामेला किंचाळलीच. त्या विचारांमुळे आजही वीस वर्षांनंतरदेखील तिला तेवढ्याच वेदना झाल्या. ''माझा माझ्या कानांवर विश्वासच बसत नव्हता. जेव्हा तो मला पुन्हा तेच वाक्य म्हणाला, तेव्हासुद्धा मला ते खरेच वाटले नाही.''

त्याने तिला अशा प्रकारे फोन करायचे कारण होती अर्थातच सिंथिया– तीच

विधवा, जिला डोनाल्डने प्रतिसाद दिला होता. सिंथिया खूप श्रीमंत होती आणि तिने एका जोडीदारासाठी जाहिरात दिली होती. तिच्याबरोबर डोनाल्डची खूप जवळीक निर्माण झाली आणि तिच्याशी त्याचे शारीरिक संबंधही सुरू झाले. पामेला ताबडतोब ऑस्ट्रेलियाहून परत आली, पण तोपर्यंत फार उशीर झाला होता. ती आली आणि त्यानंतर तीन दिवसांनी त्याने तिला सांगून टाकले की, मी सिंथियाशी लग्न करणार आहे.

सिंथियाशी लग्न करण्यामागचा त्याचा हेतू म्हणजे केवळ त्याला त्याचा भूतकाळ विसरायचा होता, हा होता. त्याचे युद्धकैदी म्हणून जगलेले आयुष्य, त्याचे पामेलावरचे निरतिशय प्रेम, त्याच्या सगळ्या भावना... सगळं-सगळं विसरायचे होते त्याला. आपले सिंथियावर प्रेम आहे, असे ढोंग त्याने कधीही केले नाही. पण सिंथियाच्या सहवासात त्याला बरे वाटायचे. स्टुअर्टबरोबरसुद्धा तो आपला वेळ चांगला घालवायचा. त्याने सुरुवातीला त्यांच्या संबंधांबद्दल जेव्हा सांगितले, तेव्हा त्याचे वागणे तिला खूप असभ्यपणाचे वाटले. पूर्वी त्याचे त्याच्या दारू पिण्यावर नियंत्रण होते, तेही आता राहिले नव्हते. तो भरपूर दारू प्यायला लागला होता.

पहिल्यांदा असे वाटले होते की, पामेला या सगळ्या प्रकाराने पार कोलमडून जाईल. पण तिने घटस्फोटाला विरोध केला नाही; मात्र ती अतिशय दु:खी झाली होती. तिने स्वत:ला दारूमध्ये अजूनच बुडवून घेतले. तिचा प्रत्येक दिवस नशेमध्ये आणि दु:खाच्या खोल गर्तेमध्ये बुडत होता. तिच्याकडे आता नैराश्य आणि दु:ख यांच्याखेरीज दुसरे काहीच उरले नव्हते. तिच्या वाट्याला गरिबीदेखील आली होती. त्यामध्येसुद्धा तिला एक अनपेक्षित आणि थोडासा सुखद दिलासा डोनाल्डने दिला– डोनाल्डने तिच्या राहत्या फ्लॅटचे भाडे भरलेले होते. दुसरा सुखद धक्का तिला तेव्हा बसला, जेव्हा तिच्या वाढदिवसाच्या दिवशी त्याने तिला फुले पाठवली आणि त्याबरोबर एक छानशी चिठ्ठी पाठवली. अधूनमधून तो तिला फोन करून तिची विचारपूसही करत असे. तिला जाणवायचे की, त्याच्या बोलण्यामध्ये अजूनही कुठल्या तरी भावना दडलेल्या आहेत. तिच्या मनामध्ये सिंथियाविषयी असूया होतीच; त्यामुळे तिला असेही वाटायचे की, सिंथियाला या भावनांची जाणीव व्हावी. पण जेव्हा ती या भावनेपासून दूर व्हायची, तेव्हा डोनाल्डची वागणूक तिला परत त्या भावनेकडे ढकलत असे.

डोनाल्ड आणि सिंथिया दोघे जण सॉमरसेटमधील येओव्हिलमध्ये एका कॉटेजमध्ये राहत होते. ते ठिकाण डेव्हॉन गावापासून जवळच होते आणि डेव्हॉन तर डोनाल्डचेच गाव होते. तिथेच तो लहानाचा मोठा झाला होता. तिथे त्याच्या आयुष्यामध्ये लवकरच नव्या वादळाला सुरुवात झाली. त्याची नवी बायको सिंथिया खूप दारू प्यायची आणि त्यामुळे तिच्या नादाने त्याचाही स्वत:वरचा ताबा सुटला होता. तोही

बेसुमार पीत असे. कॅरोलिन आणि स्टुअर्ट हे दोघे जण त्यांच्या संपर्कामध्ये सतत असायचे. त्यांना समजत होते की, हे दोघेही आपली अपरिमित हानी करून घेत आहेत. सततच्या दारू पिण्यामुळे त्याला आता स्वत:चाही विसर पडायचा. तो जास्तच लहरी आणि स्वच्छंदी झाला होता. बुद्धिभ्रष्ट झाल्याप्रमाणे त्याची स्थिती झाली होती.

तो १९८१ मध्ये ऑस्ट्रेलियाला गेला. जोआनाला लगेच समजले की, त्याच्या मनाचा तोल ढळला आहे. तो खूप म्हातारा दिसत होता. असे भासत होते की, जणू काही तो आपल्या मुलांच्या बाबतीत केलेल्या चुकांचे आता परिमार्जन करत होता.

''त्याची ही भेट म्हणजे मला त्याने केलेली यात्राच वाटत होती.'' जोआना म्हणाली. ''त्याला आता समजून चुकले होते की, तो आता फार काळ जगणार नाहीये आणि म्हणून सगळ्या गोष्टी जाण्यापूर्वी त्याला मार्गी लावायच्या होत्या.''

डोनाल्डचा मुलगा ख्रिस्तोफर हा १९७४ मध्ये ऑस्ट्रेलियाला जोआना आणि रिचर्ड यांच्याबरोबर राहायला आला होता. केटरिंग तसेच पब्लिशिंगच्या या क्षेत्रांमध्ये काम करत-करत तो आता त्यामध्ये चांगल्यापैकी स्थिरस्थावर झाला होता. वयाच्या अठ्ठाविसाव्या वर्षी त्याला वैमानिकाचा परवाना मिळाला. ऑस्ट्रेलियाच्या स्वच्छ सूर्यप्रकाशामध्ये त्याने एकदा आपल्या वडलांना विमानप्रवासाला नेले. अशा विमानप्रवासाचा अनुभव डोनाल्डने अगोदरच घेतला होता. कॉकपिटवर बसून खाली जमिनीकडे पाहण्याचा अनुभव डोनाल्डला होताच. विमान चालवताना आकाशाच्या सर्व कक्षा वैमानिकाला सर्व दिशांनी स्वातंत्र्याचा अनुभव देतात. किती तरी वर्षांनंतर हा आनंद त्याने पुन्हा घेतला होता. नंतर एकाएकी त्याच्या आनंदाची जागा दु:खाने व नैराश्याने घेतली आणि त्याने एकाएकी खाली परत नेण्याचा आग्रह ख्रिस्तोफरकडे धरला.

जमिनीवर आल्यानंतर त्याने स्वत:ला सावरले. मग ख्रिस्तोफरकडे वळून तो म्हणाला, ''एके दिवशी तू मला इंग्लंडहून ऑस्ट्रेलियाला तुझ्या स्वत:च्या विमानाने घेऊन येशील.''

''मला खूपच आनंद आणि आश्चर्य वाटत होते,'' ख्रिस्तोफरने सांगितले, ''कारण विमान चालवणे हा माझा फक्त एक छंद होता. मी कधीच कल्पना केली नव्हती की, ते माझ्या उदरनिर्वाहाचे साधन होईल.''

पित्याने दिलेल्या मानसिक आणि आर्थिक पाठबळामुळेच त्याला खासगी आणि व्यापारी अशा दोन्ही परवान्यांवर विमान चालवत मध्य-पूर्वेतील सर्व आखात ओलांडणे शक्य झाले. विमान चालवण्याचे कौशल्य त्याला पित्याकडून वारसा-हक्कानेच मिळाले होते. डोनाल्डला ते जाणवले, कारण त्यालाही जेव्हा अकाउंटंटच्या नोकरीमधून वैमानिकाची नोकरी मिळाली, तेव्हा असाच आनंद झाला होता. विमान

चालवणे हा त्याचा अपार आनंदाचा भाग होता. कमर्शियल पायलट म्हणून त्याने प्रावीण्य मिळवले, त्यानंतर ब्रिटिश एअरवेजमध्ये पहिल्या वरिष्ठ पायलटच्या स्पर्धेमध्येही होता; त्या वेळेस त्याने खूप लांब अंतरावर जंबोजेट चालवण्याचा अनुभव घेतला होता.

"मला माझ्या डॅडने जे सांगितले होते, ते मी कधीच विसरलो नाही," तो त्याची आठवण सांगत होता. "आणि ज्या वेळेस मी लंडन-सिडनी या मार्गावर विमान चालवत होतो, तेव्हा मला सारखे वाटत होते की, माझा डॅडच माझ्याबरोबर माझ्याशेजारी बसलेला आहे. पण तसे नव्हते, कारण त्या वेळेस डॅड दुर्दैवाने माझे हे यश बघायला या जगामध्ये नव्हता."

जोआनाबरोबर जुळवून घेणे डोनाल्डला जड जात होते. डोनाल्डचा तिच्या जवळ जाण्याचा पहिला प्रयत्न खरोखरच पूर्णपणे अपयशी ठरला होता, कारण त्याने त्याची नेहमीचीच पद्धत वापरली. तिने तिचे आयुष्य कसे जगले पाहिजे, याविषयी फुकटचे सल्ले तिला तो द्यायचा. पण जोआना लहानपणापासून बंडखोर होती आणि आता ऑस्ट्रेलियन पद्धतीच्या जीवनशैलीलादेखील ती चांगलीच सरावली होती. त्यामुळे ती त्याच्या तोंडावर त्याला सांगायची की, तिला तिच्या वडलांनी काहीही शिकवण्याची गरज नाही आणि त्यामुळे त्याचा प्रयत्न फसला. तिने त्याला असेही सुनावले होते की, इतकी वर्षे तो तिच्याबाबतीत थंड होता. ज्या वेळेस सवयी लावायच्या, त्या वेळेस त्याने अंग काढून घेतले होते. तेव्हा तो तिच्याबाबतीत नको एवढा कटू आणि कडक होता. ती मोठी होत असताना तो तिच्यावर नको ते कडक निर्बंध लादू पाहायचा. त्याने कधीही तिला मानसिक आधार दिला नाही, तिने मिळवलेल्या प्रावीण्याचे वा यशाचे कधी तोंडभरून कौतुक केले नाही. त्यामुळे स्वत:चा सन्मान मिळवण्याकरता तिला खूप झगडावे लागले. हे सगळे तिने बोलून दाखवले, त्या वेळेस बराच आरडाओरडा झाला. ते रागारागानेच एकमेकांपासून दूर गेले आणि त्या प्रकाराचा जोआनाला एवढा मनस्ताप झाला की, संपूर्ण दिवसभर तिने काही खाल्लेदेखील नाही. संध्याकाळी ती जेव्हा घरी परत आली, तेव्हा डोनाल्ड थरथरतच तिची वाट पहात होता. झाल्या प्रकारामुळे त्या दोघांचा त्यानंतर एकमेकांशी बोलताना पवित्रा सावधच होता.

"खूप वाईट प्रसंग होता तो. खूप मनस्ताप झाला होता सगळ्या गोष्टींचा. आम्ही सगळ्या नाही, तरी बऱ्याच गोष्टी सोडवण्याचा प्रयत्न केला होता. सरते शेवटी आमच्या दोघांमध्ये सामंजस्य निर्माण झाले." जोआनाने सांगितले.

त्या दोघांमध्ये समेट झाला, पण त्याला फार उशीर झाला होता. जेव्हा तिचे वडील तिला दुसऱ्या दिवशी सोडून गेले, तेव्हा तिला कल्पना आली होती की, ते पुन्हा तिला भेटणार नाहीत. त्या वर्षाच्या शेवटी त्याने

ख्रिस्तोफरकरता एक रेकॉर्ड बनवली. त्यात त्याच्या आयुष्याची कहाणी त्याने सांगितली होती. त्यातला त्याचा आवाज शांत, संयमी आणि सुस्पष्ट होता. त्यामध्ये भावनांचा अवास्तव उद्रेक नव्हता. त्याने जो काही शेवट केला होता, तो निर्विवादपणे तर्कशुद्ध होता. ''कोणाचाही दोष नव्हता. जेव्हा युद्धापूर्वी तुझ्या आईने मला शेवटचे पाहिले, तेव्हा मी प्रकृतीने खूप उत्तम आणि विलक्षण हरहुन्नरी होतो. सात वर्षे निघून गेली आणि जेव्हा ती मला पुन्हा भेटली, त्या वेळेस माझ्यामध्ये काहीच स्वत्व उरलेले नव्हते. अशा परिस्थितीमध्ये तिचे दारू पिणे वाढले, तर ते काही चूक नव्हते. कोणालाच दोष देता येणार नाही. पण आता परत मागे वळून पाहण्यातही काही अर्थ नाही.'' ते अगदीच रास्त होते, पण अर्धसत्य होते.

डोनाल्डच्या शोकांतिकेचा शेवट खूपच लवकर घडून आला. त्याच्या पाशवी वर्तणुकीचा १९८३ च्या ऑक्टोबर महिन्यात विस्फोट झाला आणि त्याच्या डॉक्टरांनी त्याला मानसिक उपचाराकरता येओव्हिल मनोरुग्णालयात हलवण्यास सांगितले. जेव्हा तो तिथे गेला, तेव्हा एकसुद्धा बेड उपलब्ध नव्हता. त्यामुळे त्याला पुन्हा घरी पाठवण्यात आले. दि. २ नोव्हेंबर १९८३ रोजी त्याच्या विनंतीवरूनच एका मानसोपचारतज्ज्ञाने त्याला तपासले आणि तो या निर्णयाप्रत आला की, डोनाल्डला तातडीच्या उपचारांची गरज आहे. पण या निदानानंतरसुद्धा त्याला इस्पितळामध्ये जागा मिळाली नाही. दोन दिवसानंतरचीच गोष्ट... चिसलबरो गावातील त्याच्या शेजाऱ्यांनी त्याच्या कॉटेजमधून किंचाळण्याचे आवाज ऐकले आणि त्यांनी पोलिसांना बोलावले. जेव्हा पोलीस आले, तेव्हा त्यांना दिसले की, सिंथिया खोक पडून जखमी झाली होती आणि तिला रक्तस्राव झाला होता; तर डोनाल्ड असंबद्धपणे जोराने ओरडत होता. हे स्पष्टच होते की, त्याने पिऊन भांडण करून तिच्यावर हल्ला केला होता. त्यांच्यामध्ये असे नेमके काय झाले की, त्याने तिच्यावर प्राणघातक हल्ला करावा, हे मात्र काही कळले नाही. बायकोला जीवे मारण्याचा प्रयत्न केल्याबद्दल पोलिसांनी त्याला अटक केली. कॅरोलिनला सॉमरसेट पोलिसांकडून फोन गेला की, त्याला कोठडीमध्ये ठेवण्यात आले आहे. ती लगेचच त्याला भेटायला गेली.

''त्याला पोलिसांच्या ताब्यात असलेले पाहणे माझ्यासाठी खूप क्लेशकारक होते.'' ती म्हणाली. ''तो पूर्णपणे कोसळून गेला होता. त्याला हेही माहीत नव्हते की, तो कुठे आहे आणि तिथे तो कशासाठी आला आहे! मला वाटतं की, त्या वेळी त्याला असं वाटत होते की, तो शामशुईपोलाच परत आलेला आहे!''

दुसऱ्या दिवशी पोलिसांनी त्याच्यावर खटला भरला आणि पोलिसांच्या

सल्ल्यावरून त्याला जामीनही नाकारण्यात आला. यामध्ये एक उपरोधाचा भाग होता. तो म्हणजे, त्याच्या उंच अंगकाठीमुळे कैद्यांच्या छावणीमध्ये असताना तो जपानी सैनिकांच्या दृष्टीने धोका होता; नेमके हेच या ठिकाणीही घडले. त्याच्या अंगकाठीमुळे पोलिसांचीही खात्री पटली की, या माणसाला मोकळे सोडले तर त्याच्या बायकोला त्याच्यापासून धोका आहे. त्याची सुनावणी करण्यात आली. त्यानंतर कॅरोलिन आणि स्टुअर्ट त्याचा निरोप घेण्याकरता त्याच्याकडे आले, तेव्हा त्यांना सिंथिया भेटली. तिने डोनाल्डचे चुंबन घेतले. पामेलाने त्याला पत्र पाठवले. त्यामध्ये तिने त्याला पूर्ण पाठिंबा दिला होता. तिला एक्सेटर तुरुंगामधून एक कार्ड आले. या एक्सेटर तुरुंगामध्येच त्याला ठेवले होते. त्याला युद्धाच्या वेळच्या पत्रांची आठवण तिला करून द्यायची होती. त्यामुळे त्या कार्डमधला जो मजकूर होता, तो कॅपिटल लेटर्समध्ये लिहिला होता. तो मजकूर वाचणाऱ्याला असेच वाटेल की, जपानी छावणीमधूनच हे कार्ड आले आहे; कारण त्याच पद्धतीने ते लिहिले होते. पण नैराश्याचा झटका आल्यानंतर आणि मानसिक संतुलन बिघडल्यानंतर जशी विसंगती दिसेल तशी आता त्यामध्ये दिसत होती.

'मला तुझे पत्र मिळाले. त्यामध्ये खूप ओलावा आणि प्रेम जाणवले. कधी वाटले नाही... पण आज खूप छान वाटतंय. तुझा फ्लॅट रिकामा केला आहे. मी आता कॉटेजमध्ये राहायला गेलो आहे. तुझे कायमचे घर– जिथे आम्हाला सर्वांना तू खूप आवडायचीस. मी तुझ्यावर प्रेम करतो, पण सिंथियाची मला काळजी वाटते.'

एका आठवड्यानंतर त्याला न्यायालयासमोर हजर करण्यात आले. सिंथियाने सांगितले की, तिची त्याच्याविरुद्ध काहीच तक्रार नाही आणि त्याला शिक्षा व्हावी, असे तिला अजिबात वाटत नाही. नंतर मात्र तो गोंधळला, कारण त्याला पुन्हा नेण्यात आले. त्याच्याबाबतीत काय करायचे, हा निर्णय मॅजिस्ट्रेटकडून घेतला गेला. वस्तुस्थिती अशी होती की, १९४८ प्रमाणेच त्याची मानसिक स्थिती १९८३ मध्येही झाली होती. त्याची मन:स्थिती पुरती ढासळून गेली होती. आपले वडील युद्धकैद्याचा अनुभव विसरू शकणार नाहीत आणि त्यातून बाहेर येऊ शकणार नाहीत, हे माहीत असूनही त्याच्या कुटुंबीयांनी ठरवले की, कितीही खर्च झाला तरीही त्याच्या मानसिक आजारावर उपचार करायचेच. ख्रिस्तोफरने टाइसहर्स्ट नावाचे ससेक्समधील एक खासगी इस्पितळ शोधून काढले. त्या इस्पितळाने त्याची काळजी घ्यायची तयारी दाखवली आणि न्यायालयानेदेखील बारा महिन्यांकरता डोनाल्डला तिथे दाखल करण्याची परवानगी दिली. त्याच्यावर तिथे योग्य ते उपचार सुरू झाले आणि थोड्याच दिवसांमध्ये

तिथल्या कर्मचाऱ्यांची खात्री पटली की, आता या माणसापासून इतरांना धोका नाही.

टनब्रिज वेल्सपासून हे इस्पितळ फक्त अर्ध्या तासाच्या अंतरावर होते. एका दुपारी साठीच्या आसपास असणारी एक अतिशय ऐटबाज स्त्री त्या दवाखान्याच्या रिसेप्शन काऊंटरपाशी आली. तिचा पेहरावदेखील खूप उच्चभ्रू वाटत होता. तिने आपले नाव पामेला हिल असे सांगितले आणि आपल्याला स्क्वाड्रन लीडर डोनाल्ड हिल यांना भेटायचे आहे, असे सांगितले.

''प्रश्नच नाही; मला त्याला भेटायचेच आहे. कारण मी त्याला भेटूच शकले नव्हते.'' ती संतापाने म्हणाली.

ती त्याला काय म्हणाली, हे काही तिला आता आठवत नव्हते. त्यानंतर ती जोआनाला भेटायला ऑस्ट्रेलियाला गेली. जेव्हा ती नव्हती, तेव्हा काही तरी विपरीत घडले. टाइसहर्स्ट हे खूपच महागडे इस्पितळ होते आणि एका वर्षामध्येच डोनाल्डची जमवलेली सगळी पुंजी त्या हॉस्पिटलच्या खर्चावर संपून गेली. त्याला परत न्यायालयाच्या कोठडीमध्ये पाठवण्यापेक्षा ख्रिस्तोफर, कॅरोलिन आणि स्टुअर्ट यांनी ठरवले की, त्याला कोणत्या तरी स्वस्तामधल्या इस्पितळामध्येच उपचार द्यायचे. न्यायालयीन आदेश बदलणे शक्य नव्हते. त्याचबरोबर पैसा आणि वेळ वाचवणेही गरजेचे होते, म्हणून ख्रिस्तोफरने चक्क त्याला पळवून नेले. तो जिथे काम करत होता तिथे, अर्थात स्कॉटलंडला तो डोनाल्डला घेऊन गेला. नंतर पुन्हा तो त्याला दक्षिण दिशेला घेऊन गेला. तिथे कॅरोलिन आणि स्टुअर्टने त्याच्याकरता नॉर्दम्प्टन येथे व्यवस्था लावून ठेवली होती. शेवटी डोनाल्डच्या बिघडलेल्या प्रकृतीनेच त्याला मदत केली. सरते शेवटी सर्व गोष्टींचा विचार करून त्याच्या बदलीच्या सर्व कागदपत्रांचे काम पूर्ण झाले. बारा महिन्यांमधून एकदा तपासणी करण्याचा कस्टडीचा आदेश होता, ते काम पूर्ण झाले. मग त्याच्या कुटुंबीयांना त्याला घेऊन जायची परवानगी मिळाली.

पामेला जेव्हा ऑस्ट्रेलियाहून परत आली, तेव्हा तिला समजले की, डोनाल्ड टनब्रिज वेल्समध्येच अगदी चालण्याच्या अंतरावर असलेल्या एका नर्सिंग होम-मध्ये होता. त्यामुळे कुठेही जाताना ती त्याला भेटायला जायचीच. ज्या माणसावर तिने कित्येक वर्षांपूर्वी निरतिशय प्रेम केलेले होते, आयुष्यामध्ये फक्त त्याच्यावरच तिने आपला जीव ओवाळून टाकला होता; त्या माणसाला ती रोज भेटायची.

''त्याला त्या ठिकाणी बघून मला खूप यातना व्हायच्या. पण त्याला मात्र तिथे राहणे आवडायचे.'' ती म्हणाली, ''कधी कधी तिथली ती परिचारिका फोन करायची की, तो खूप अस्वस्थ आहे आणि तुम्हाला पाहायची त्याची इच्छा आहे. त्याला फक्त मला भेटायचे असायचे आणि मी त्याला भेटले की, त्याला कोण आनंद व्हायचा!''

...आणि त्यांच्यामधली जवळीक दिवसेंदिवस पुन्हा एकदा वाढायला लागली. त्याने १९८४च्या शिशिर ऋतूमध्ये हट्टच धरला की, आपण दोघे स्पा हॉटेलमध्ये जाऊ. रस्त्यावरून ते रमत-गमत चालले होते, तेव्हा तो एके ठिकाणी थांबला. एका फुलवाल्याकडून तिच्यासाठी त्याने काही फुले विकत घेतली आणि थोडासा अवघडूनच तो तिला म्हणाला, ''पामू, खूप आवडतेस गं तू मला. तुला माहितीये की, आयुष्यामध्ये मी फक्त तुझ्यावरच प्रेम केले!''

त्या वेळी ते वर्ष १९३९ नव्हते की १९४६ सुद्धा नव्हते. ''मला माहितीये डॉन, पण आता त्याला फार उशीर झाला आहे,'' ती अतिशय दुःखाने म्हणाली.

''नाही गं... नाही राणी.. उशीर नाही झालेला. मला तुझ्याशी लग्न करायचंय.''

''हो रे राजा, मी समजू शकते. पण आता ते शक्य नाही. तुझे तर आता दुसरे लग्न झाले आहे.'' ती म्हणाली. त्याच्या चेहऱ्यावर विलक्षण उदासी पसरली. ते पाहून तिच्या मनाला अक्षरशः पाझर फुटला आणि तिने त्याला समजावले. ''आपण असे समजू की, आपल्या दोघांचे लग्न झालेच आहे.''

त्याबरोबर त्याचा चेहरा एकदम उजळला. ''हो पामी, आपल्या दोघांचे लग्न झालेलेच आहे!'' तो एकदम उत्साहाने म्हणाला.

स्पा हॉटेलच्या विश्रांतिगृहामध्ये ते समोरासमोर बसले होते. तो पुटपुटला की, पामेलाच माझी बायको राहील. आमच्या दोघांच्या अखेरच्या श्वासापर्यंत तीच माझी बायको, माझी प्रेयसी असेल... तीच मला माझ्या आजारामध्ये सांभाळेल आणि माझी काळजी घेईल. त्याने आपल्या छोट्या बोटामधून तिने त्याला दिलेली अंगठी बाहेर काढली. ही अंगठी तिने त्याला सेहेचाळीस वर्षांपूर्वी साखरपुड्याच्या वेळेस दिली होती. ती अंगठी त्याने तिच्या बोटामध्ये हळूच सरकवली आणि तिला म्हणाला, ''ही अंगठी आज तुझ्या बोटात घालून मी तुझ्याशी पुन्हा लग्न केले आहे.''

हॉटेलमधील विश्रांतिस्थानाच्या तिथे कोपऱ्यामध्ये बसून एक म्हातारे जोडपे प्रेमालाप करत होते, एकमेकांची चुंबने घेत होते, हे पाहून कोणालाही भलताच संशय येण्याची शक्यता होती. पण त्यांनीसुद्धा हाच विचार केला असता की, ते विवाहित दाम्पत्य आहे. त्यांच्या चेहऱ्यावर एक वेगळाच आनंद आणि समाधान होते.

हिवाळ्यामधील गोठवणाऱ्या थंडीमध्ये डोनाल्डची प्रकृती ढासळली. तो वरून चांगला ठणठणीत वाटत होता. पण छावणीत असताना अर्धपोटी राहिल्याने त्याची भूक वाढलेलीच होती. त्याचा हावरटपणा वाढला होता. त्याच्या नातीची– लॉरेनची– सँडविचेस आणि पेपरमिंट तो नकळतपणे खाऊन टाकायचा. तो त्याचे जेवणही असेच अधाशीपणे खाऊन टाकायचा. त्याचे हृदय हळूहळू काम देईनासे झाले होते. ख्रिस्तोफर स्कॉटलंडहून त्याला पाहण्यासाठी आला. त्याने आपल्या वडलांना आरामखुर्चीत बसलेले पाहिले. त्या वेळी डोनाल्ड खूपच अशक्त दिसत होता.

"परत जाताना डॅडला निरोप देण्यासाठी मी दारापाशी गेल्यावर मागे वळून पाहिले, तेव्हा डॅड माझ्याकडेच पाहत होता. त्याच्या डोळ्यांमध्ये कमालीची उदासी होती. जणू काही ती आमची शेवटची भेट होती आणि त्यानंतर तो मला पुन्हा कधीही पाहू शकणार नव्हता." ख्रिस्तोफर म्हणाला.

दुसऱ्या दिवशी म्हणजेच २५ फेब्रुवारी १९८५ रोजी इस्पितळातील परिचारिकेने पामेलाला बाजूला बोलावून सांगितले की, डोनाल्डचे हृदय निकामी झाले आहे आणि आता त्याच्या जगण्याच्या फारशा आशा नाहीत. डॉक्टर तिथे आले, त्यांनीही तेच सांगितले. त्यामुळे आता एक गोष्ट स्पष्ट होती की, डोनाल्ड आता खूप कमी दिवसांचा सोबती होता. कॅरोलिनने आपल्या मुलीला– लॉरेनला तिच्याच एका मैत्रिणीकडे ठेवले होते, त्यामुळे ती घरी गेली. डोनाल्डच्या जवळ त्याच्या खांद्याभोवती हात टाकून पामेला बसली होती. तिच्या डोळ्यांदेखत त्याची प्राणज्योत हळूहळू मालवत होती.

"मी त्याच्या वाईट दिवसांमध्ये त्याला जे काही बोलले असेन, ते मी खरे तर त्याला बोलायला नको होते. मी त्याला सांगितले की, मी त्याच्यावर खूप प्रेम करते आणि आपण दोघे कायम नवरा-बायको होतो आणि आहोत. मी त्याला हेही सांगितले की, मी आयुष्यात त्याच्याशिवाय दुसऱ्या कोणावरच प्रेम केले नाही. जेव्हा आपण पहिल्यांदा नृत्यसमारंभामध्ये भेटलो आणि एकत्र नृत्य केले, त्या वेळेस मी त्याच्या प्रेमात पडले; तेव्हापासून त्याच्याशिवाय कोणताच पुरुष मला भावला नाही." हे सांगताना पामेलाने मोठ्या कष्टाने आपले रडू आवरले. "मला असे कळले की, मरणारा माणूस अखेरपर्यंत सर्व काही व्यवस्थित ऐकू शकतो. ऐकण्याची क्रिया सर्वांत शेवटी संपते. त्यामुळे मला खात्री आहे, मी त्याला शेवटी हे जे सांगितले आणि माझ्या प्रेमाची कबुली त्याला दिली, ती त्याने नक्की ऐकली. माझे हे बोलणे आपल्या कानांमध्ये, मनामध्ये साठवूनच त्याने या जगाचा निरोप घेतला."

कॅरोलिन परत आली. सर्वांनी मृत डोनाल्डचे हात हातात घेतले आणि त्याच्याशी बोलत राहिले की, जेणेकरून त्याच्या आत्म्याला ही शांती मिळावी की, जिवंत असताना एकाकी जीवन जगला तरी आयुष्य संपल्यानंतर मात्र त्याच्यावर प्रेम करणारी त्याची सगळी माणसे त्याच्या जवळ होती. त्याचे शरीर खूप हलके-हलके झाले होते. जणू काही त्याने हे ऐकले आणि म्हणूनच त्याच्या मनावरचा भार हलका झाला होता. डोनाल्डचा निष्प्राण देह तिथे पडला होता. डोनाल्ड गेला होता– कायमचा.

डोनाल्डच्या डायरीचा रहस्यभेद

माझ्या प्रेमा, माझ्या प्रेमा, जागे व्हायचे कशासाठी?
त्या लांबलचक बिछान्यावरून आणि त्या झोपेतून
माझ्या प्रेमा, माझ्या प्रेमा, हृदय आहे इथेच, घेण्यासाठी
आपण घेऊ शकू रे, पण नाही चालणार त्याला इथे ठेवून

जॉर्ज बेकर, 'वाइल्ड ड्रीम्स ऑफ समर, व्हॉट इज युवर ग्रीफ?'

डोनाल्डच्या अंत्यसंस्कारानंतर डोनाल्डच्या वस्तूंचे छोटेसे पार्सल पामेला घेऊन आली. त्यामध्ये डोनाल्डची ती कातड्याच्या रंगाची डायरी होती. त्याच्या पायलटच्या लॉगबुकशिवाय त्याच्या आयुष्याबाबत सांगणारा दुसरा कोणताही लिखित पुरावा नव्हता. बऱ्याच संकटांना सामोरे जाताना तो स्वत:च्या बऱ्याच गोष्टी गमावून बसला होता. त्यामुळे त्याच्या आयुष्यामधील घटनांबद्दल सांगणारे एकमेव कागदपत्र म्हणजे ही डायरी होती. पण त्याने ती डायरी जपानी पहारेकऱ्यांच्या हाताला शेवटपर्यंत लागू दिली नव्हती. ती त्याने सुरक्षित ठेवली होती. तो कैदेमध्ये असताना सतत एका जागेवरून दुसऱ्या जागेवर गेला. त्याने खूप जागा बदलल्या. कधी कधी त्यांच्या सामानाची जपानी सैनिक खूप तोडफोड आणि नासधूस करत असत. ती डायरी म्हणजेच त्याचे सर्वस्व होते आणि त्यामध्ये जे काही होते, ते त्याच्या दृष्टीने खूप महत्त्वाचे होते.

त्या डायरीचे कव्हर पुठ्ठ्याचे होते. त्याला तपकिरी रंगाचा कागद लावला होता आणि कोपऱ्यांमधून तो फाटला गेल्याने त्यातून पुठ्ठा बाहेर आला होता. पामेलाने ती हातात धरली आणि मनाशी निश्चय केला की, काहीही झाले तरी ही डायरी वाचायचीच. डोनाल्डचा न समजलेला भूतकाळ वाचून काढायचा. त्या डायरीमध्ये जे काही होते, त्यामुळे त्याच्या आयुष्यावर कायमच एक प्रकारचे सावट राहिलेले होते आणि त्यामुळे पर्यायाने तिच्याही आयुष्यावर त्या काळ्या भूतकाळाची सावली कायम राहिली. त्यामधील मजकूर कदाचित तिच्या दृष्टीने महत्त्वाचा नसेलही, पण ते रहस्य मात्र तिला उलगडायचे होते. त्या रहस्यानेच त्यांच्या वैवाहिक आयुष्याला झपाटलेले होते. हे भूतकाळाचे मानगुटीवर बसलेले भूत तिला कायमचे घालवायचे होते.

डोनाल्डच्या मृत्यूच्या आधीची त्यांच्या वैवाहिक आयुष्यामधील काही वर्षे पामेलाकरता अतिशय कठीण गेली. या काळात तिने पराकोटीचा त्रास सोसला. त्याला रॉयल एअरफोर्सकडून मिळणारे निवृत्तिवेतन आणि अन्य मालकही सिंथियाकडे गेले. त्याचप्रमाणे मुलांकडून होणारी मदतही पुरेशी नव्हती. त्यामुळे तिला स्वत:च्या गरजा भागवणेही कठीण जात होते. गरिबीमुळे आणि आजारापायी ती असहाय झाल्यासारखी होती. डोनाल्डने त्या डायरीमध्ये कोणते रहस्य दडवून ठेवले आहे, ते जाणून घेण्यासाठी तिला मदत करणारा माणूस काही तिला भेटत नव्हता. मोठी अडचण हीच होती की, ते रहस्य उकलणे म्हणजे कठीण काम होते. जेव्हा तिने ती वही इंपीरियल वॉर म्युझियममध्ये पाठवली, तेव्हा तिथल्या कर्मचाऱ्यांनी तर निष्कर्षच काढला की, ही डायरी गणिताशिवाय आणि आकडेमोडींशिवाय दुसरे काहीही नाही. त्यांच्याप्रमाणेच हेंडनच्या रॉयल फोर्सच्या लोकांनीसुद्धा हाच निष्कर्ष काढला की, ही म्हणजे अंकांची खुबीने केलेली मांडणी आहे आणि त्याखेरीज त्यामध्ये दुसरा कोणताही अर्थ दडलेला नाही. त्यामुळे त्या डायरीचा अभ्यास करण्यात आणि तिच्यावर वेळ घालवण्यामध्ये काहीही अर्थ नाही.

'साफा' ही रॉयल एअरफोर्समधील निवृत्त ब्रिटिश सेवकांना मदत करणारी एक संस्था होती. कर्नल क्वाईल तिचा एक सभासद होता. तो डॉ. ॲस्टन यांना भेटला. प्रथम तिने डॉ. ॲस्टनकडून फारशी काही अपेक्षा केलेली नव्हती. पण जेव्हा त्याने सांगितले की, ही डोनाल्डची रोजनिशी आहे, तेव्हा ती फारच उतावीळ झाली. त्यानंतर १९९६ चा उन्हाळा आला तरी काही विशेष घडले नव्हते. तिला चिंता वाटायला लागली होती. फेब्रुवारी महिन्यामध्ये तिला ऐंशीवे वर्ष लागले होते. आता जर डायरीचे गुपित जाणून घेण्याचा प्रयत्न निष्फळ ठरला असता, तर मात्र तिला तिच्या वयामुळे अजून शोध घेण्याची उमेद राहिली नसती. तिला त्या वेळी फिलिप ॲस्टनच्या मनाची अवस्था समजली असती, तर तिच्या या चिंतेचे रूपांतर वैफल्यामध्येही झाले असते.

एखादे काम अर्ध्यावर टाकून देणे ॲस्टनच्या स्वभावातच मुळी बसत नव्हते. पण जुलैच्या शेवटपर्यंत त्याला त्या डायरीमधील रहस्याचा भेद करायचा होता, कारण त्या दिवसानंतर त्याला नवीन सेमिस्टरसाठीची पुष्कळ तयारी करायची होती. नवीन वर्ष सुरू होणार होते, नवी मुले येणार होती. त्यामुळे कामेही नव्याने वाढणार होती. त्यात त्याचे शोधनिबंध, संशोधन ही सगळी कामे अगदी रांगेने त्याच्यापुढे उभी होती. तोपर्यंत डायरीचे काम नाही झाले, तर त्याला पुढचे सहा महिने किंवा कदाचित त्यापेक्षा जास्त दिवसदेखील त्या डायरीला पुन्हा हातही लावता येणार नव्हता.

''मी जर या महिन्याच्या शेवटपर्यंत या डायरीचे काम पूर्ण केले, तर ती मला

लगेच परत पाठवता येईल.'' तो लिंडाला म्हणाला.

तो हे काम करत असताना एका ठिकाणी अडला. ते रहस्य त्याला कोणताही नियम लावून सोडवता येत नव्हते, तर तर्क लावूनच त्याचा अर्थ लावावा लागणार होता. त्या ठिकाणी त्याला त्याच्या संगणकाचा काहीच उपयोग नव्हता. त्यामध्ये मोठ्या प्रमाणावर गणिती रचना होत्या. पण डोनाल्डने ज्या काही रचना तिथे केल्या होत्या, त्या स्वत:च्या डोक्याने आणि मनाने केल्या होत्या. माणसाच्या आशांना धरून ठेवणाऱ्या कोणत्याही सॉफ्टवेअरचा अजूनपर्यंत तरी शोध लागला नाहीये. त्याने 'क्रिप्टोग्राफी' हा शब्द जेव्हा ब्रिटानिकाच्या विश्वकोशामध्ये पाहिला, तेव्हा त्यामध्ये लिहिले होते की, क्रिप्टोग्राफी म्हणजे एक कला आहे; त्याचबरोबर ते एक शास्त्रदेखील आहे.

कित्येक महिन्यांपासून फिलिपने डोनाल्डच्या सांकेतिक अंकाचे एकेक थर अगदी शास्त्रशुद्धपणे बाजूला करायला सुरुवात केली होती. आता तो अशा एका जागेवर येऊन पोहोचला होता की, तिथे त्याला कोणत्याही प्रकारचा तर्क लावणे कठीण होऊन बसले होते. आता त्याच्या मनाने आणि अंत:प्रेरणेने त्याला काही गोष्टींची उकल करायची होती. तिथे त्याला अगदी गणितातील सूत्रे किंवा नियम लावता येणार नव्हते. त्यामुळे त्याची आता थोडी थोडी चिडचिड होत होती. आता शोध खरं तर अंतिम टप्प्यावर येऊन पोहोचला होता.

''तुम्ही जेव्हा सांकेतिक भाषेची उकल करत असता, तेव्हा ती तुम्हाला अर्धी बरोबर आणि अर्धी चूक अशी कधीच मिळत नाही. एक तर ती पूर्णपणे बरोबर तरी असते किंवा ती पूर्णपणे चुकीची तरी असते. तुमच्याकडे येणारा प्रश्न सोडवायला अनेक मार्ग अवलंबावे लागतात. त्यातून वेगवेगळे अर्थही निघू शकतात. तरीही त्याचे उत्तर मात्र एकच होते; आणि ते कोणते उत्तर आहे, हे मला शोधायचे होते.'' ती गणिती रचना त्याला खुणवायची आणि मग ती सोडवायला त्याला त्याचे सगळे प्रयत्न पणाला लावावे लागत होते. त्यामधूनच त्याला डोनाल्डने आपले लपवलेले खरे व्यक्तिमत्त्व अचानकपणे हळूहळू उलगडत होते.

जून महिन्यामधील एका सकाळी फिलिप अचानक उठला तोच एक चित्र डोक्यात घेऊन. ते चित्र होते पुस्तकाच्या आतील कव्हराचे. पानाच्या खालच्या बाजूला डोनाल्डने आपले संपूर्ण नाव लिहिले होते. हे नाव कॅपिटल अक्षरांमध्ये होते. DONALD SAMUEL HILL आणि त्याच्या बाजूला त्याच्या प्रेयसीचे नाव लिहिले होते, PAMELA SEELY KIRRAGE. आता नादावलेल्या फिलिपने त्यांच्या नावांमधील अक्षरे मोजायला सुरुवात केली. ती चौतीस होती आणि वेड्यावाकड्या अंकांचे डोनाल्डने जी ठोकळेवजा मांडणी केली होती, त्याच्यासुद्धा प्रत्येक ओळीमध्ये चौतीस अक्षरे होती. नंतर त्याच्या अचानक लक्षात आले की, दोन्ही नावे एकत्र लिहिण्यामागे कदाचित हेच कारण असावे.

त्यांची पुन्हा व्यवस्थितपणे मांडणी करण्याकरता त्याने याच अक्षरांच्या बेरजेचा उपयोग केला असावा.

त्याने ज्या सांकेतिक शब्दांचा– अर्थात की वर्डचा– उपयोग केला होता, त्याचा उपयोग त्याला सांकेतिक लिपीतील वेगवेगळे भाग वाचण्याकरता झाला. तो ख्रिस्तोफरला हे सांकेतिक शब्द समजावण्याचा प्रयत्न करत होता, तेव्हा त्याच्या लक्षात आले की; डोनाल्डने त्या दोघांच्या नावांच्या अक्षरांच्या खाली एक आकडा लिहिला होता. डोनाल्डच्या पहिल्या A खाली १ हा आकडा होता, तर सॅम्युअल या नावाच्या A खाली २ आकडा टाकला होता आणि याप्रमाणेच पुढच्यादेखील रचना तशाच होत्या. हे असे किराज या नावाच्या पाचव्या A पर्यंत होते. या A खाली त्याने ५ हा आकडा टाकला होता. तिथे कुठेही Bs किंवा Cs ही अक्षरे नव्हती. परंतु डोनाल्डमधल्या Ds खाली अनुक्रमे ६ आणि ७ हे आकडे होते. फिलिपच्या डोक्यात एकदम प्रकाश पडला. ते रहस्य त्याला वाकुल्या दाखवतंय, याच्याशी त्याला आता काहीही देणे घेणे नव्हते. त्याला कोड्याची उकल करण्याकरता सांकेतिक शब्द मिळाला होता, याचाच आता आनंद झाला होता. त्यामुळे क्लिष्ट वाटणारे ते शब्दांचे जाळे तो आता उलगडू शकणार होता. ओळीमधील चौथे अक्षर हे पहिल्यांदा घ्यायचे होते आणि नंतर आठवे अक्षर घ्यायचे होते. जेव्हा त्याने याप्रमाणे कोडे सोडवले, तेव्हा ते खाली दिल्याप्रमाणे सुटले होते.

१ २ ३ ४ ५ ६ ७ ८ ९ १० ११ १२ १३ १४ १५ १६ १७ १८
१९ २० २१ २२ २३ २४ २५ २६ २७ २८ २९ ३० ३१ ३२
३३ ३४

DONA L DSAMUELHI LLPAME LASEEL E
KIRRAGE

६ २७ २६ १ १८ ७ ३१ २ २४ ३३ ८ १९ १४ १५ २० २१ २८ ३
२५ ९ २२ ४ ३२ १० ११ २३ ३४ १७ १६ २९ ३० ५ १३ १२

वरची जी ओळ होती, त्यामधील अंकाचा क्रम हा मूळचाच होता आणि खालची जी ओळ होती, त्यामध्ये त्याची त्याने परत मांडणी केली होती. त्याने ती क्रिया उलटी करण्यासाठी एक प्रोग्राम लिहिला होता. त्याने रकान्यांची पुनर्मांडणी केली होती. ती अशा प्रकारे केली होती की, सहावे अक्षर पहिल्यांदा घेतले जाईल, सत्ताविसावे अक्षर दुसऱ्यांदा येईल आणि याप्रमाणे पुढील क्रम असेल. जेव्हा तो वाचत गेला, तेव्हा त्याला आढळले की, अक्षरांच्या रकान्यांची वेगवेगळ्या क्रमाने

एकमेकांमध्ये सरमिसळ केलेली आहे. नंतर कसलीशी आंतरिक प्रेरणा त्याला मिळाली. संकेतांची प्रत्येक पायरी अतिशय तर्कसंगत होती. मुद्दामहून काही तरी लपवण्याचा प्रयत्न केला आहे, असे भासत होते. पण कोडे उकलण्याकरता मिळालेला सांकेतिक शब्द हाच त्याच्या अव्यक्त हृदयाला व्यक्त करत होता.

त्याची श्रद्धा इतकी गाढ होती की, पहिल्यांदा त्याने असा विचार करायचे धाडस केले की, डोनाल्डने काही तरी चूक केली आहे. जेव्हा तो ख्रिस्तोफरला ह्या सांकेतिक डायरीचा खुलासा करत होता, तेव्हा ती चूक त्याच्या लक्षात आली. प्रत्येक विभागामध्ये तेहतीस ओळी होत्या. प्रत्येक ओळीमध्ये डावीकडून उजवीकडे अक्षरांची मांडणी करण्याऐवजी अशीसुद्धा शक्यता होती की, त्यांची मांडणी वरून खाली अशी केली असावी. फिलिपने मोठ्या कष्टाने परत ती सगळी अक्षरे टाईप केली. या वेळी अशी रचना केली की, ती अक्षरे नेहमीसारखी आडवी नाही, तर वरून खाली वाचता येतील.

आणि काय आश्चर्य! संगणकाच्या पडद्यावर 'जपान', 'युद्ध', यांसारखे सुसंगत शब्द उमटायला लागले. त्याने त्या अक्षरांकडे विस्फारलेल्या नजरेने पाहिले. त्याचा पहिल्यांदा विश्वासच बसत नव्हता की, काही सुसंगत शब्द त्याला सापडले आहेत. मग जणू काही जग जिंकल्याचा आनंद त्याला झाला; कारण सरते शेवटी त्याला या कामामध्ये यश आले होते. 'अखेर मी करून दाखवले!' त्याला खूप आनंद झाला होता. 'एवढे सगळे प्रयत्न केल्याचे चीज झाले. आता आपण डोनाल्डची डायरी वाचू शकतोय.' आता त्याला दुसरे कोणतेही काम करायचे नव्हते. मात्र, त्या दिवशीही नेहमीप्रमाणे शिकवायला त्याला वर्गावर जावेच लागणार होते. तो अनिच्छेनेच उठला. दिवसभराची नेहमीची कामे कशीबशी आटोपली आणि संध्याकाळी मात्र त्याला धीर धरवत नव्हता. त्याने ती सगळी डायरी त्याच्या संगणकावरून त्याच्या लॅपटॉपवर घेतली. त्यामुळे आता त्याला ती घरी नेऊनही वाचून काढता येणार होती.

"मी अखेर यशस्वी झालो लिंडा!" घरात पाऊल ठेवताक्षणी तो आनंदाच्या भरात जोरात ओरडला. "ते शब्द इतके दिवस हुलकावण्या देत होते, पण आज मला त्यांचा अर्थ शोधता आला. मी अखेर यशस्वी झालो."

दुसऱ्या दिवशी सकाळीही त्याने काम चालूच ठेवले. तो प्रत्येक पानावरील प्रत्येक अंक टाईप करत होता आणि प्रत्येक पायरी करून पाहत शेवटी डोनाल्डच्या मूळ मजकुरापर्यंत पोहोचत होता. अशा प्रकारे त्या गुंतागुंतीच्या रचनेचे रूपांतर एका अतिशय साध्या आणि सोप्या भाषेमध्ये झाले. आता डायरीतला तो मजकूर सर्व जण वाचू शकणार होते. त्याला प्रत्येक शब्दामध्ये थोडीशी जागा ठेवावी लागत होती. पूर्णविरामाकरता X हे अक्षर वापरले होते. शेवटचा विभाग मात्र अपूर्ण होता. काही

काही शब्दांचे अर्थ अंदाजाने आणि तर्काने लावावे लागत होते. सरते शेवटी आता त्याच्या हातामध्ये त्या डायरीची केवळ तेरा पाने होती.

डायरीमध्ये ७ डिसेंबर १९४१ पासून ते ३१ मार्च १९४२ पर्यंतच्याच काळाबद्दल लिहिले होते. त्यामध्येही शांततेच्या शेवटच्या दिवसापासून अर्थात युद्ध सुरू होण्याच्या आदल्या दिवसापासूनचे लिहिले होते. हाँगकाँगमधील युद्धाच्या वेळची गोंधळाची स्थिती आणि पराभवामुळे खचलेले धैर्य याविषयी डोनाल्डने लिहिले होते. त्याची शैली अगदी स्पष्ट आणि तपशीलवार होती. त्याने सगळे अगदी स्पष्ट लिहिले होते. छावणीमध्ये पसरलेली रोगराई, कैद्यांचे झालेले कुपोषण आणि कैद्यांना क्रूरपणे झालेली मारहाण... या सर्व गोष्टी अगदी व्यवस्थित लिहिल्या होत्या. शामशुईपो छावणीमध्ये युद्धकैद्यांना या सर्व संकटांना सामोरे जावे लागत होते. या सर्वांमध्ये एक गोष्ट फिलिपला चटका लावून गेली. ती म्हणजे, अत्यंत कठीण आणि हलाखीच्या परिस्थितीमध्ये डोनाल्डने आणि त्याच्या सहकाऱ्यांनी टिकवून ठेवलेली स्वत:ची स्थितप्रज्ञता. ती खरोखरच अभेद्य होती. डोनाल्ड कोणत्या परिस्थितीमध्ये राहत होता, काय काय दु:खे त्याने सहन केली आणि कोणत्या परिस्थितीमध्ये ती डायरी सांकेतिक भाषेमध्ये बंदिस्त करून ठेवली, याचा आता मात्र डॉ. ॲस्टनला अंदाज आला होता.

डोनाल्ड हिलची डायरी

रविवार ७-१२-४१. जपानबरोबरच्या युद्धाविषयी खूप बोलले जात आहे; पण तरीही कोणालाच कल्पना नाहीये की, काय घडणार आहे. हाँगकाँगमध्ये रॉयल एअरफोर्समध्ये आम्ही संख्येने खूप थोडे लोक आहोत. सात ऑफिसर्स, साठ माणसे आणि पाच विमाने– एवढेच काय ते आहे. त्यामध्ये दोन वॉलरस आणि तीन विल्डबिस्ट विमाने आहेत. ग्रुप कॅप्टन हॉरी सिंगापूरला युलिसिसमधून निघाला आहे. त्याने विंग कमांडर सुलिव्हनला आमचा प्रमुख बनवला आहे. माझ्यासमवेत आणखी तीन फ्लाइंग ऑफिसर्स आहेत. पहिला ग्रे अर्थात डॉली. तो सिग्नल ऑफिसरसुद्धा आहे. फ्लाइंग ऑफिसर बॉग अर्थात विंपी, इक्विपमेंट ऑफिसर, पायलट ऑफिसर क्रॉसले अर्थात ज्युनिअर. न्यूझीलंडचा एक जण नुकताच सिंगापूरहून आला आहे. त्याला खूप कमी अनुभव आहे. फ्लाइंग ऑफिसर कर्नल थॉमसन. रॉयल एअरफोर्सची धुरा व्यवस्थित सांभाळण्यासाठी असलेले स्वयंसेवक. हे स्वयंसेवक मागच्या जूनमध्ये सिंगापूरहून माझ्याबरोबरच काइ ताकला आले आहेत. आणखी आमच्यासोबत हेनेसी नावाचा एक ऑस्ट्रेलियन पायलट ऑफिसरही आहे. फायटर ऑपरेशन रूम चालवण्याकरता तो नुकताच सिंगापूरहून आला आहे. यामध्ये विनोदाचा हा भाग आहे की, सर्व काही फायटर्सच्या आगमनाची तयारी म्हणून केले जात आहे, पण अजून एक महिना तरी ते येणार नाहीयेत. फक्त पाच विमाने आणि एक विमानतळ यावर अवलंबून राहिलो, तर आमचे भवितव्य काही चांगले नाही. आता तर असे वाटतेय की, जर का युद्ध हाँगकाँगपर्यंत आले तर आम्ही आमच्या आर्मीसमवेतच संपून जाऊ. त्या दिवशी तर एकदम वाईट बातमी आली आणि तशी शक्य तेवढी खबरदारी घेतली गेली. प्रत्येक जण छावणीमध्येच अडकून पडला आहे. मी एक विल्डबिस्ट विमान घेतले आणि त्यामध्ये भरपूर बॉंब भरून टेस्ट घेण्यासाठी विमान वर उडवले. मला आता हे पाहायचे आहे की, बॉंब टाकण्याकरता कोणती जागा उत्तम ठरू शकेल. या प्रकारामध्ये जर माझ्यावर हल्ला झाला, तर माझी वाचण्याची आणि सुटण्याची शक्यता किती असेल. पण सर्व काही अगदी शांत आहे आणि आकाशामधून खालचे हाँगकाँग कमालीचे सुंदर दिसत आहे.

आम्ही पाण्यावर वॉलरस उभे केले आणि बिस्ट्ससुद्धा इकडे-तिकडे पांगली. पण ते कोणते लक्ष्य पूर्ण करणार आहेत? दुसरी बटालियन रॉयल स्कॉट्स आणि दोन राजपूत बटालियन्स या न्यू टेरिटरीमध्ये आपापल्या जागा घेऊन तयार आहेत. दोन कॅनेडियन बटालियन्स बेटाचे रक्षण करत आहेत. त्या नुकत्याच आल्या आहेत. किनारपट्टीच्या संरक्षणाकरता मिडलसेक्स बटालियन आणि शेवटी हाँगकाँगचे स्वयंसेवक, चार हजार युरोपियन्स, चिनी, पोर्तुगीज हे सगळे होते. आमच्या नौदलाकडे एक विध्वंसक, दहा मोटर टोर्पेडो बोटी आणि काही गनबोटी आहेत. आमचा बाहेरच्या जगाशी संपर्क तुटला, तर मात्र एवढे लष्करी बळ पुरेसे नाही आणि आमचा शस्त्रसाठा केवळ शंभर दिवस पुरेल एवढाच आहे. असे असले तरीसुद्धा प्रत्येक जण खूप आनंदी दिसतोय. मी ड्युटी ऑफिसर आहे आणि माझी मात्र झोप उडालेली आहे.

सोमवारी, ८ तारखेला कर्नल सेक्रेटरीने फोन केला आणि त्यामुळे मी खूपच अस्वस्थ झालो. तो मला म्हणाला की, आता जपानबरोबरचे युद्ध अटळ आहे आणि लवकरात लवकर ते सुरू होण्याची शक्यता आहे. अरे बापरे! माझी तर झोपच उडाली. मी बाकीच्या ऑफिसर्सना उठवले. ब्रेकफास्टच्या वेळेस आम्हाला सांगण्यात आले की, आम्हाला आता जपानी सैनिकांबरोबर युद्ध करायचे आहे. आम्ही आमच्या विमानांच्या दिशेने त्वरेने निघालो. विमानांच्या घरघरीचा अशुभ आवाज येत होता. आम्हाला नऊ बॉंबर्स आणि त्यांच्या रक्षणाकरता तीस फायटर्स वर आमच्या डोक्यावरून वेगाने जाताना दिसत होती. आता काहीही करायला वेळ नव्हता; संरक्षणासाठी शक्य तेवढे प्रयत्न करणे, एवढेच हातात होते. बॉंबर्स आमच्या डोक्यावर घरघरत होती, पण फायटर्स सुरकांडी मारून हवेतून आमच्यावर झेप घेत होती. आमच्या विमानांमध्ये आगीचा लोळ टाकत होती. आम्ही आमच्याकडून जे शक्य होते ते सगळे केले आणि तेसुद्धा मोलाचे होते. काही भारतीय दलांची भीतीने अक्षरशः गाळण उडाली होती. गर्भगळीत होऊन ती आसरा शोधत होती. एकदम अति उतावीळ होऊन त्यांनी त्यांच्या लेविस बंदुकीने मारा करायला सुरुवात केली. संरक्षणासाठी वेड्यासारखी पळापळ चालू झाली. फायटर्सने वीस मिनिटे अव्याहत हल्ला सुरू ठेवला. त्यामुळे बॉंबच्या वर्षावामुळे बिस्ट जळून खाक झाले आणि दोन वॉलरस आगीत होरपळून गेली. आम्ही नंतर काय काय नुकसान झाले, हे तपासत होतो. आम्हाला आशा आहे काही तरी बचावले असेल; पण नाही, वॉलरस तर गेले. एक बिस्टसुद्धा आगीत होरपळले आणि दुसऱ्याचीही खूप मोडतोड झाली आहे. एकच बिस्ट तेवढे काही न होता शाबूत राहिले आहे. आम्ही आग विझवण्याचा प्रयत्न करत आहोत आणि एकच आशा करतोय की, बॉंबचा स्फोट होऊ नये. आग अतिशय भयानक आहे आणि दोन शक्तिशाली बॉंबबरोबर ती जळतेय. एक विमान

उरलंय. जीवितहानी मात्र झाली नाही. अमेरिकन क्लीपरसहित आठ नागरी विमाने जळाली होती. दुपारच्या वेळी बॉंबर्स पुन्हा आली आणि पुन्हा गोदीवर तसेच काऊलूनवर त्यांनी बॉंबवर्षाव करायला सुरुवात केली. विमानतळावर हल्ले होत होते. सरहद्दीवर मोठ्या प्रमाणात बॉंबवर्षाव होण्याच्या बातम्या येत आहेत. एक डिव्हिजन राखून ठेवून दुसऱ्या डिव्हिजनचा जपान वापर करीत आहे.

मंगळवार, तारीख ९. शांत, नीरव रात्र; पण सर्वांची झोप उडालेली. रात्रीनंतर जी सकाळ उगवली, तीच मुळी अफवांचे पेव घेऊन. काऊलूनमध्ये भरपूर प्रमाणामध्ये बॉंबवर्षाव झाला. गोदींवर आणि जहाजावर मोठी आग लागली. कॅसल पीक रोडवर जपान्यांनी फळी फोडली होती. चियांग काइ शेकची चिनी सेना जपानी लोकांच्या मागे येत होती आणि आम्हाला कळून चुकले की, दोन विभागांच्या विरुद्ध केवळ दोन ब्रिगेडसमवेत लढून मेनलँड वाचवण्याची ही आमची एकमेव संधी आहे. लाइ ची कोक येथे असलेला तेलाचा साठा बॉंबवर्षावामुळे आगीच्या भक्ष्यस्थानी पडला होता.

बुधवार, तारीख १०. मेनलँडवर युद्धाची वाईट बातमी आली. जनरल ऑफिसर कमांडिंग मेजर जनरल माल्टबे याने बेट रिकामे करण्याचे आदेश दिले. आम्ही आमच्या किमती सामानाचा चुराडा केला आणि आमची गुप्त कागदपत्रे जाळून टाकली. सर्व शस्त्रास्त्रे, दारूगोळे आमच्याबरोबर घेतले. लायटर बोटी पथके घेऊन ॲबरडीन येथे पोहोचल्या आणि त्यानंतर ॲबरडीन इंडस्ट्रियल स्कूल येथे निघाल्या. मी दुपारी उशिरा शेवटच्या लायटर बोटीतून निघालो. माझ्याबरोबर बावीस लोक, त्याचप्रमाणे शस्त्रास्त्रे आणि दारूगोळा होता. हवाई तळावर बरेच अडथळे निर्माण करून ठेवले होते की, जेणेकरून शत्रूला तो वापरता येऊ नये. आमची लायटर्स जेव्हा तिथून गेली, त्यानंतर चिनी लोकांनी भोजनगृह लुटून नेले. आम्ही पाण्यात शिरल्यानंतर बॉंबर्स आली आणि आमच्या कप्तानाने जबरदस्त धास्ती घेतली. पुढे जाण्यापूर्वी आम्हाला आमचे बळ वापरावे लागणार होते. स्टोनकटर्स या बेटावर बॉंबचा धुवाधार मारा करत जपानी सैन्य कॅसल पीक रोडपर्यंत येऊन पोहोचले होते. आमच्याच किनारपट्टीवरील सैनिकांनी आमच्यावर मारा सुरू केला; पण जेव्हा आम्ही युनियन जॅक उंच करून दाखवला, तेव्हा त्यांना समजले की, आम्ही शत्रू नाही आणि मग सर्व काही व्यवस्थित झाले. आम्ही ॲबरडीन येथे पोहोचलो. अंधार पडण्यापूर्वी सगळ्यातून सहीसलामत बाहेर पडलो. ॲबरडीन इंडस्ट्रियल स्कूल हे नौदलाच्या लोकांनी गजबजून गेले आहे. सर्व जण राहण्याची आणि जेवणाची सोय पाहत आहेत. बऱ्याच झोंबाझोंबीनंतर आणि गोंधळानंतर आम्हाला कशीबशी टेकायला जागा मिळाली. भुकेलेल्या आणि अति श्रमाने थकलेल्या सर्वांना झोपा लागल्या.

गुरुवार, तारीख ११. ॲबरडीन इंडस्ट्रियल स्कूलचा कमांडिंग ऑफिसर मिलेटने मला ॲबरडीनसाठी विमानविरोधी यंत्रणा आणि संरक्षक चौक्या उभ्या करण्यास सांगितल्या आहेत, कारण फक्त रॉयल एअरफोर्सच्या लोकांकडेच मशिनगन्स आहेत. मी चार चौक्या उभ्या केल्या आहेत. ॲबरडीन इंडस्ट्रियल स्कूलने एक व्यवस्थित लक्ष्य केले आहे. ते जहाजबांधणीच्या गोद्यांपासून अर्ध्या मैलाच्या अंतरावर आहे. शस्त्रागाराच्या जवळच एक दवाखाना उघडण्यात आला आहे. आम्हाला नाश्त्यामध्ये एक ब्रेडचा स्लाईस आणि थोडेसे लोणी देण्यात येते. दुपारसाठीचे जेवणसुद्धा असेच असते. एखाद्या वेळेस चांगले नशीब असेल तर आम्हाला रात्रीच्या जेवणाकरता शिजवलेले मांस मिळते. जोरदार बॉंबहल्ल्यांमुळे ॲबरडीन बंदराची फार मोठ्या प्रमाणावर हानी झालेली आहे. आम्ही बॉंबर्सना अक्षरशः शिव्या देतोय. आमच्याकडे जर थोडेसे अधिक प्रशिक्षित योद्धे असते, तर या लोकांना आम्ही कधीच लोळवले असते. काहीही म्हणा; पण जपानी बॉंबर्स खूपच मंद वाटतात.

शुक्रवार, तारीख १२. सकाळी लवकर उठलो आणि हॉंगकॉंगच्या दिशेने निघालो. अन्न विकत घेतले. चेक वटवला आणि जिमीकडून माशाचा एक तुकडा घेतला. आईला आणि पामला तार केली. काऊलून वरून हॉंगकॉंगवर हल्ले होत होते. आमच्या सर्व तुकड्या हॉंगकॉंगवरून हलवल्या. वॉल्टर रोजा, डिक स्टॅटन, हॉस्टल बॉसवॉल, आणि बेल कैताकलाच आमच्यासोबत वेळ घालवत होते. पण दुर्दैवाने ते आता मारले गेले आहेत. डेव्हिलच्या शिखरावर भारतीय लोक अजूनही भांडत बसले होते. चिनी लोकांनी स्वयंचलित शस्त्रास्त्रांनी रॉयल स्कॉटच्या लोकांवर नाथान रोडवर फैरी झाडल्या; पण स्कॉट लोकांनी त्या परतवून लावल्या. हे चिनी लोक मोठ्या प्रमाणावर जपान्यांना मदत करत असल्याचे कळले. प्रिन्स ऑफ वेल्स ॲड रिपल्स हे जहाज बुडताना पाहून त्यांना आनंद होत होता. जपानी अमेरिकेवर मात करण्यात यशस्वी झाले होते. तरीसुद्धा अंतिम परिणामाबद्दल सर्वजण साशंक होते आणि आम्हाला कळले होते की, हॉंगकॉंग म्हणजे एका मोठ्या परिणामाचा एक लहानसा हिस्सा होते.

शनिवार, तारीख १३. मी, बेनेट, आणि रिझर्वार टेकड्यांवर विमानवाहू जहाजाच्या उलट्या दिशेने माझी जागा घेतली. माझ्याबरोबर रॉयल एअरफोर्सचा एक माणूस होता. कमांडर ऑफिसर सुलीव्हन हेड क्वार्टरला गेला होता. जाताना त्याने त्याची जबाबदारी माझ्याकडे सोपवली. डॉली लिटील सैवानला गेला तर कर्नल स्टॅनलीला गेला. बऱ्याच परिश्रमानंतर आम्ही आमच्या बंदुकी व्यवस्थित योग्य जागेवर आणून ठेवल्या. व्हिपीने रिझर्वार हिलची जबाबदारी घेतली तर मी बेनेट टेकडीची. मी ॲबरडीन इंडस्ट्रियल स्कूलला रात्री परत आलो. मध्यरात्री तिथे

सर्वत्र गोंधळ आणि क्षोभ उसळला. जपानी ॲबरडीनच्या बेटावर येणार असल्याचे समजल्याने सर्वजण खडबडून जागे झाले. पण नंतर कळले की, या सर्व थापा होत्या आणि सर्व लोक परत झोपायला गेले.

रविवार, तारीख १४. बेनेटला आम्ही आमच्या आमच्या जागा घेतल्या आणि टेकडीच्या एका बाजूला निवाऱ्याकरता बिळे पाडायला सुरुवात केली. मी तर वेड्यासारखा खणत बसलो होतो. मध्ये मध्ये खडकांचे अडथळे होत होते त्यामुळे आमचे काम संथ गतीने चालले होते. हवेतले काही हल्ले सोडले तर एकूण दिवस शांततेत गेला. आमचे पलंग गाद्या खूपच कडक आहेत आणि पाऊस आतपर्यंत येतोय.

सोमवार, तारीख १५. बेनेट टेकडीच्या पायथ्याशी असलेल्या कॅनेडीयन लोकांना संपर्क केला. त्यांची खूप मदत झाली. त्यांनी गरम चहा आणून दिला आणि आम्हाला खणायलादेखील मदत केली. मी आता आर्मीमध्ये मेजर बाईली यांच्या आदेशाखाली काम करत आहे. हे इ. बटालियन विनेपेगे ग्रॅनेडियर्सचे मेजर आहेत आणि त्यांची मुख्य छावणी वांचाय गॅपला आहे. ॲबरडीन बंदरावर भरपूर बॉंबहल्ले झाले आहेत. या हल्ल्यामुळे नौदलाची कितीतरी माणसे कामी आली.

मंगळवार, तारीख १६. जपान्यांनी ली मूनमध्ये प्रवेश करायचा प्रयत्न केला. पण दलाने त्यांना सहा इंची बंदुकीने प्रतिकार केला. वांचाय गॅपवरील जपान्यांनी तुफान बॉंब वर्षाव केला. स्टॅनलीवरदेखील बॉंबहल्ले झाले. स्टाफ कार हॉंगकॉंगकडे रवाना झाली. मी अगदी नशिबाने वाचलो. खोल समुद्रामध्ये असलेल्या त्रासियानला उडवण्याकरता जे बॉंब फेकण्यात आले ते माझ्या मागेच काही अंतरावर जमिनीवर पडले.

बुधवार, तारीख १७. हेनेसी कर्नल स्युटक्लिफच्या लोकांसमवेत कॅनेडियन हेडक्वार्टरला गेला. प्रचंड बॉंबहल्ले गोळीबार हा चालूच आहे. आमच्यावर नेम धरलेला चुकला. अपार कष्ट आणि अन्नाचा प्रचंड तुटवडा अशी परिस्थिती असलेला आणखी एक दिवस. रात्रीच्या वेळेस बेटावर शत्रूचे हल्ले चालूच आहेत हे बॉंबचे वर्षाव आमच्या डोक्यावरून चालू आहेत आणि आम्ही खूपच अस्वस्थ आहोत. आदल्या दिवशीच्या रात्रीच्या सुमारास दोन युद्धनौका आणि एक डिस्ट्रॉयर दिसली होती. ब्रिटिशांचा सहा इंची तोफेचा गोळा ॲबरडीन इंडस्ट्रियल स्कूलला धडकला आणि एका दुकानाच्या भिंतीमध्ये एक मोठे भगदाड पडले. मी माझी कार पूर्णपणे सोडून दिली आहे.

गुरुवार, तारीख १८. कालच्या रात्री शत्रू बेटावर येण्यामध्ये यशस्वी झाले आणि एवढ्या विध्वंसानंतरदेखील हॅपी व्हॅलीकडे आपला मोर्चा वळवला. स्कॉटीश आणि कॅनेडियन त्यांना घालवून देण्यामध्ये अपयशी ठरले. जपानी संख्येने भरपूर

आहेत आणि सैन्याची पाचवी तुकडी त्यांना मदत करत आहे. सर्व भूमी बॉंबहल्ल्यांमुळे गोळीबारांमुळे भरून गेली आहे. चहूबाजूने हल्ले होत आहेत. सर्व प्रकारच्या अफवांना पेव फुटले आहे.

शुक्रवार, तारीख १९. अजूनही मिळणारी बातमी ही खरी आहे की नाही, हे ठाऊक नव्हते. त्यामुळे थोडेसे गोंधळाचे वातावरण होते. पण वॉंग नेई चॉंगच्या खिंडीमध्ये जपानी घुसले होते. मी पश्चिम दिशेने येणाऱ्या हल्ल्यांचा सामना करण्याकरता सज्ज होतो. आता आम्हाला नवी सीमारेषा निश्चित करायची होती. लेफ्टनंट कॅम्पबेलने काही लोकांची तुकडी घेतली आणि वॉंग नेई चॉंग येथे अडकलेल्या कॅनेडियन सैन्याच्या मदतीला निघाला. त्यामुळे त्यांची जागा आता चिनी स्वयंसेवकांनी घेतली होती. रॉयल मरिन्सचा मेजर गाइल्स एका छोट्याशा तुकडीबरोबर आला. त्यामुळे चिनी स्वयंसेवक गेले. आम्हाला खूपच बरं वाटलं, कारण हे चिनी लोक खूपच घाबरट आहेत. ज्युनिअर हा आता बेनेट्सला सांभाळतो आहे. त्याच्याबरोबर गाइल्स आणि मी आहे. बेनेटच्या पायथ्यापासून ते माऊंट निकोल्सनपर्यंतच्या भागाची जबाबदारी घेतली आहे. परिस्थिती खूपच बिकट होती आणि आम्ही रात्र जागूनच काढली. संपूर्ण रात्रभर पाऊस पडत होता आणि कडाक्याची थंडी वाजत होती. सकाळी आम्ही सर्व जण अक्षरश: अर्धमेले झालो होतो, कारण अशा वातावरणापासून संरक्षण करण्याकरता आमच्यापाशी काहीच नव्हते. अर्धी रात्र आम्ही अशीच काढली. जे अर्धवट बेशुद्धावस्थेत होते, त्यांच्या अंगावर रम ओतत होतो. हे सगळे लोक कित्येक रात्री झोपलेले नव्हते आणि कित्येक दिवस अर्धपोटी होते. आमच्याकडे अन्नाचा साठा नाहीये आणि आम्ही सर्व जण अतिशय भयानक अवस्थेमधून जात आहोत. मध्यरात्री आमच्या खंदकामध्ये एक कॅनेडियन आला. तो शारीरिक तसेच मानसिकदृष्ट्या पूर्णपणे कोलमडून गेला होता. त्याने आम्हाला बातमी दिली की, त्याची सगळी माणसे मारली गेली. काही तासांनंतर अजून एक कॅनेडियन आला. तोही तशाच अवस्थेमध्ये होता. त्यानेसुद्धा तेच सांगितले. मी अनुभवलेली ती सर्वांत वाईट रात्र होती. त्या रात्रीनंतर आलेली पहाटसुद्धा काही नवी आशा घेऊन नाही आली.

रविवार, तारीख २१. गोदीच्या रक्षणाकरता नौदलाच्या सैनिकांना कमोडोरनी बोलावून घेतलंय. आमच्यापाशी सत्तर कॅनेडियन लोक आहेत. आमच्याकडे पुरेसा दारूगोळा आहे. आम्हाला कल्पना आहे की, जपानी फार हुशार आणि कुशल आहेत. कधी ते आमच्या जवळ येऊन आम्हाला हेरतील, याची काहीच कल्पना येऊ शकत नाही. जपानी सैनिक रबराचे बूट घालतात आणि एखाद्या मांजराप्रमाणे लपत-छपत येतात. ते त्यांच्याबरोबर दारूगोळा, स्वयंचलित शस्त्रे आणि पाव इंच कॅलिबरच्या बंदुका यांनी भरलेली बॅग घेऊन येतात. ते साधारणपणे रात्री हल्ला

करतात आणि तो चहूबाजूंनी असतो. त्यांचे बंदुकधारी सैनिक सर्व दिशेला आहेत, असे वाटते. जपानी आता दारूगोळा आणि छोट्या तोफांचा भरपूर वापर करायला लागले आहेत. शुशुनच्या टेकड्यांवरती ते खंदक खणून बसले आहेत. आमच्या लोकांनी त्यांच्यावर मस्तपैकी तोफांचा भडिमार केला आणि ते सर्व दिशांना पळायला लागले. कोणालाच अंदाज बांधणे शक्य नाही की, ते नक्की कुठे आहेत आणि किती जण आहेत. हाय क़मांड आम्हाला त्याविषयी काहीच सांगत नाही. खरे तर त्यांनाच काही माहीत नसते. चियांग काइ शेकच्या सैनिकांनी जपान्यांवर हल्ला केल्याची बातमी ऐकू येतेय. आम्हाला सांगण्यात येतेय की, ते काही दिवसांमध्येच आमच्याबरोबर असतील.

सोमवार, तारीख २२. जपान्यांनी मधली फळी तोडली आहे आणि ते आता आमच्या खूप जवळ आहेत. स्कॉट लोकांचे बरेच नुकसान झाले आहे. त्यांनी आपापल्या जागा घेतल्या आहेत. पण जपानी लोक कायम पूर्ण तयारीनिशी आणि पूर्ण शक्तिनिशीच येतात. जपान्यांचे प्रचंड सैन्य संपूर्ण बेटावर पसरले आहे. त्यांच्याकडे भरपूर शस्त्रसाठा आहे आणि त्यांच्या सैनिकांनी गनिमी काव्याचे कौशल्य उत्तमपणे आत्मसात केले आहे. आमची ही रात्र पूर्णपणे हेरगिरी करण्यामध्येच गेली. होणारा छोटा आवाजसुद्धा आम्हाला घाबरवून टाकत होता. काही लोक खूपच घाबरट आहेत. बऱ्याच ठिकाणी त्यांनी खंदकामध्ये चोरून प्रवेश केला व तिथे बॉंब टाकून तेथील सर्वांना मारून टाकले.

मंगळवार, तारीख २३. आमच्या येथे आलेल्या कॅनेडियन लोकांनी अशा खूप काही कथा सांगितल्या. खूप भारतीयसुद्धा आमच्या सीमेपाशी आले होते. बेनेटवर बॉंबचा भरपूर वर्षाव होत होता. संध्याकाळ होते न होते तोच शत्रू बॉंबचा अक्षरश: भडिमार करत. मध्यरात्री दोन वाजता मेजर बेली आम्हाला आदेश देई की, आमच्या जागा आम्ही रिकाम्या कराव्यात आणि ॲबरडीनला परतावे. आम्ही या आदेशाने गोंधळून गेलो होतो. माऊंट निकोल्सनमधून जपानी आले होते आणि आमच्या डाव्या बाजूला होते. आम्ही आमची छोटी फौज घेऊन निघालो. वांचाइच्या खिंडीमधून बॉंबचा धुवाधार मारा होत होता. तिथे तुंबळ युद्ध चालू होते. आम्ही रात्रीच्या अंधारामध्ये कशीबशी वाट काढत शेवटी एकदाचे ॲबरडीनला पोहोचलो. कॅनेडियन सैन्य गाऊ पर्वतावर चढत होते. मी माझ्या माणसांना ॲबरडीन इंडस्ट्रियल स्कूलमध्ये नेले. वातावरण खूप खराब होते. सर्व जण इतके थकलेले होतो की, अंगात त्राणच उरलेले नव्हते. सगळ्यांना विलक्षण झोपा आल्या आहेत. पहाटे मी सुदैवी ठरलो, कारण शत्रूने टाकलेला बॉंब माझ्या बिछान्याशेजारी पडला आणि तेव्हा मी माझ्या खोलीमध्ये नव्हतो. बाहेर पडताना मी माझे सामान आणि किटही माझ्याबरोबर ठेवले होते. ॲबरडीन इंडस्ट्रियल स्कूलमध्ये बॉंबचा भडिमार झाला होता आणि त्यामध्ये

भयंकर नुकसान झाले होते.

बुधवार, तारीख २४ आणि गुरुवार नाताळचा दिवस. आम्हाला ॲबरडीनला जाण्याचे जे आदेश दिले होते, ती एक चूक होती. त्यामुळे आम्ही परत आमच्या शस्त्रास्त्रांसोबत बेनेटला गेलो. जेव्हा आम्ही वर पोहोचलो, त्या वेळेस जपानी सैनिकांनी आमच्यावर हल्ला केला. आम्हाला कोणतेच संरक्षण नव्हते आणि त्यामुळे आम्ही आडवे झोपलो. बॉंब आमच्या बरोबर मधे पडत होते. माझ्या शेजारच्या माणसाला एक जोरदार फटका बसला आणि त्याच्याबरोबर बाकीच्या बऱ्याच जणांनादेखील मारा बसला. धातूचे अणुकुचीदार तुकडे माझ्या हेल्मेटवर आपटले आणि त्या तुकड्यांचा इतका खच झाला की, त्यामध्ये मी जवळजवळ अर्धा गाडला गेलो. आम्ही सगळे तिथे असतो, तर सर्वच्या सर्व जण मेलो असतो. त्यामुळे मी माझ्या लोकांना विखुरण्याचे आदेश दिले. आम्ही विखरून स्वत:ला अगदी आश्चर्यकारकपणे वाचवण्यात यशस्वी झालो. तोफांच्या अखंड भडिमारामध्ये माझ्या लक्षात आले की, आमच्या चौकीमध्ये काही कॅनेडियन सैनिक अजूनही होते, कारण त्यांना चौकी सोडायचे आदेश अद्याप मिळाले नव्हते. माझ्याबरोबर ब्लुमन ए. सी. हा कॅनेडियन स्वयंसेवक आला होता. आम्ही त्या सर्वांना सोडवण्याकरता निघालो होतो. झाडेझुडपे तुडवत आम्ही तिकडे चाललो होतो. जपानी लोकांनी आमच्यावर खूप वेळा गोळीबार केला. शेवटी आम्ही अगदी हाकेच्या अंतरावर पोहोचलो आणि त्यांना खंदकामध्ये घेऊन गेलो. आम्हाला जी शक्य नव्हती, तीसुद्धा सर्व शस्त्रे आम्ही आमच्याबरोबर घेतली. ती एकत्र बांधून खंदकामध्येच ठेवली आणि खंदकामध्ये दोन-चार हातबॉंब फेकले. आम्ही परत निघालो. अखेरीस आम्ही ॲबरडीन इंडस्ट्रियल स्कूलमध्ये व्यवस्थितपणे पोहोचलो. कोणालाच माहीत नसावे की, जपानी कुठे आहेत, म्हणून आम्ही पुन्हा ॲबरडीन जलाशयाच्या पुलावर जाऊन बसलो.

माझ्या तुकडीमध्ये बारा कॅनेडियन होते आणि रॉयल एअरफोर्सचे दहा जण होते. मध्यरात्रीपर्यंत सर्व काही ठीक होते. मध्यरात्रीनंतर पुलाच्या पलीकडे जोरदार बॉंबवर्षाव सुरू झाला. हल्ला करण्याच्या वेळेस जपानी विचित्र आवाजामध्ये ओरडायचे. तो आवाज आता अगदी स्पष्ट ऐकू येत होता. त्या आवाजापाठोपाठ कॅनेडियन लोकांची एक लहान तुकडी पुलापलीकडे गेली. जपान्यांनी त्यांच्यावर तुफान हल्ला चढवला. जपानी दबा धरून बसलेच होते आणि अचानक ते त्यांच्यावर तुटून पडले. आम्हीही आता सज्ज झालो होतो. कॅनेडियन लोकांना अतिशय वाईट रीत्या मारले होते. त्यांच्या अधिकाऱ्याचेदेखील आपल्या माणसांवर नियंत्रण राहिले नव्हते. जपान्यांनी आमच्यावरही हल्ला चढवला आणि सर्वत्र गोंधळ माजला. लोक आपापल्या चौक्या सोडायला लागले. ह्या दारुण पराभवाचे दृश्य

मला खरंच पाहवत नव्हते. माझी अवस्था बिकट झाली होती. माझेदेखील कॅनेडियन लोकांवर काही नियंत्रण राहिले नव्हते.

जेव्हा त्यांनी रस्त्यावर चालायला सुरुवात केली, तेव्हा मेजर बेलीसुद्धा त्यांच्या बरोबर खाली गेला. त्याच्या हातामध्ये बंदूक होती. ती रोखून त्याने सर्वांना पुन्हा त्यांच्या चौकीवर जाण्याचे आदेश दिले. काही जणांनी ते आदेश पाळले, तर काही जणांनी धुडकावून लावले. मेजर बेलीच्या अंगामध्येही आता वेगळेच बळ संचारले होते. तो त्या रात्रीमध्ये त्याच्या माणसांपैकी ज्यांची नावे आठवतील, त्यांची नावे घेऊन जोरजोरात हाका मारत होता. जपान्यांना आमच्या जागा चांगल्याच माहीत झाल्या असल्या पाहिजेत. वाट्टेल ते तोंडात येईल त्या नावांनी त्याने ओरडायला सुरुवात केली. स्वयंसेवकांनादेखील पूल ओलांडायला तो सांगत होता. कॅनेडियन आणि मीदेखील नमते घ्यायला तयार नव्हतो. आम्ही एका सुरक्षित ठिकाणी आमची जागा घेऊन बसलो आणि नंतर लक्षात आले की, आमच्या मेजरने भरपूर दारू ढोसलेली होती. कामाच्या प्रचंड ताणामुळे तो पार कोलमडून गेला होता आणि आता त्याला त्याच्या जबाबदारीमधून मुक्त व्हायचे होते.

आम्ही अजूनही शाबूत होतो. जपान्यांचा हिंस्त्र आणि विचित्र ओरडण्याचा आवाज येत होता. तेवढ्यात ते दुसरीकडे कुठे तरी गेल्यासारखे वाटले. बरेच कॅनेडियन कुठे तरी नाहीसे झाले. जे थोडेफार उरले होते, त्यांची आम्ही एक पलटण केली. त्यांनी पहिला बॉंब एका झाडावर टाकला. बॉंब फेकणाऱ्याच्या उजव्या हातावर एकदम भडका उडाला. दुसऱ्या माणसाचे पाय जवळजवळ गेलेच. जमिनीमध्ये आश्रयाकरता तात्पुरत्या बांधलेल्या एका चरामध्ये त्यांना ठेवले. आणखी काही जण गंभीररीत्या जखमी झाले. त्यांच्या जखमांमधून खूप रक्तस्राव होत होता. ते तो थांबवण्याचा प्रयत्न करत होते. आमच्याकडे फक्त बॅंडेज होती. त्यांतील खूप जण एवढे जखमी झाले होते की, वाटत होते, आता ते काही वाचत नाहीत. वेदनांनी ते आक्रोश करत होते. त्यांचा हा आक्रोश काळजाचा थरकाप करणारा होता. मी रुग्णवाहिका बोलवण्याचा प्रयत्न सतत करत होतो, पण त्याचा काही उपयोग होत नव्हता. कोणीही आले नाही. किती भयंकर आणि बाका प्रसंग होता तो! मी वर्णनच नाही करू शकत. मी परिस्थिती सुधारण्याचा प्रयत्न करत होतो. त्यानंतर ते सर्व जण कसेबसे सरकत-सरकत पुढे चौकीकडे जायचा प्रयत्न करत होते. परमेश्वरकृपेने शेवटी एकदाची रुग्णवाहिका आली. त्याच्याबरोबर लेफ्टनंट कॅम्पबेल आणि लेफ्टनंट पार्क हे देखील तेथे पोहोचले. कॅम्पबेलने मेजरला अटक करण्याची धमकी दिली. मेजर बेलीनेदेखील सर्व कॅनेडियन्सना अटक करायची धमकी दिली.

पहाट झाली, जेव्हा बरेचसे कॅनेडियन नाहीसे झाले होते. तो नाताळचा दिवस

होता. काय पण आमचा नाताळ! पोटामध्ये अन्नाचा कणही नव्हता आणि विलक्षण थकलेलो होतो आम्ही. परमेश्वरालाच ठाऊक, काय काय चालले होते ते. सकाळी दहा वाजता एक निरोप आला की, दुपारपर्यंत युद्धबंदी होण्याची शक्यता आहे. त्या बातमीनंतर लगेचच आमच्या जागांवर धुवाधार बाँबवर्षाव झाला. युद्धबंदीची माझी तरी काही इच्छा नव्हती. खूप कॅनेडियन्स बेपत्ता झाले होते. त्यामुळे आमची फळी मोडकळीस आली होती. मी राहिलेल्या बाकीच्या सर्वांना एकत्र घेतले आणि माऊंट वाऊ चढायला लागलो. जेव्हा आम्ही टोकावर पोहोचलो, तेव्हा आम्हाला आशा होती की, आम्ही आमच्या मुख्य तुकडीला येऊन मिळू. जेव्हा आम्ही टोकावर पोहोचलो आणि रस्त्याने चालू लागलो, तेव्हा तिथे बरेच कॅनेडियन्स दिसले. ते वांचाईच्या खोऱ्यामध्ये होते. हे खोरे म्हणजे सर्वांत महत्त्वाचा भाग होता, म्हणजे तो शेवटच होता. आम्हाला सांगण्यात आले की, बेटाने तीन वाजून तीस मिनिटांनी, म्हणजे एका तासापूर्वी शरणागती पत्करली आहे. त्या कॅनेडियन लोकांकडे शस्त्रे नव्हती आणि त्यांची अगदी दैनावस्था झालेली होती. एक दृश्य तर मी कधीच विसरणार नाही. संपूर्ण दारूगोळा उलटा होऊन खाली सांडला होता आणि इतस्तत: विखुरला होता. जपानी सैन्य शेकडोंनी बाँब फेकत होते. घरांवर बाँब पडत होते. थोड्या वेळाने हा दंगा बंद झाला आणि सर्व घरांमधून पांढऱ्या रंगाचे झेंडे बाहेर फडकायला लागले. जपानी सैन्याकडे बऱ्याच प्रमाणावर बिअर होती आणि ती पिऊन ते जोरजोरात गात होते.

मी थिजून गेलो होतो. माझ्या भावना कशा व्यक्त कराव्यात, हेच कळत नव्हते. पण मी ठरवले की, काहीना काही प्रयत्न करायचा आणि तिथून सुटायचे. युद्धकैदी न बनवणे अशी जपानी लोकांची ख्याती होती. ज्युनिअर आणि माझ्या इतर तीन साथीदारांसमवेत मी पळून जायचे ठरवले. आम्ही ऑस्टिन सेव्हन मिळवली त्याने ॲबरडीनला पहिल्यांदा थडकायचे आणि तिथून एखादी बोट घ्यायची, असे ठरवले. इंजिन चालू होत नव्हते, पण नाही तरी पुढे सगळा उतारच होता. रात्रीची अंधाराची वेळ होती आणि पुढचा सगळा रस्ता अतिशय अरुंद व खूपच अवघड होता. आम्ही आमची शस्त्रास्त्रे फेकून दिली. गाडी कशी चालवत होतो, हे आमचे आम्हालाच माहीत. तारेच्या कुंपणामधून तसेच मोठमोठ्या दगडांमधून आम्ही वाट काढत होतो. त्या जुन्या ऑस्टिन गाडीने मात्र आमची चांगली साथ दिली. आम्ही ॲबरडीनला पोहोचलो आणि सुदैवाने आम्हाला रस्त्यामध्ये एकसुद्धा जपानी दिसला नाही. आम्ही सरळ ॲबरडीन इंडस्ट्रियल स्कूलमध्ये गेलो. तिथे एका चिनी मुलाला पकडले. त्याने आम्हाला सांगितले की, तो आम्हाला अन्न आणि पाणी असलेली एक बोट मिळवून देण्याचा प्रयत्न करेल. नंतर जे काही झाले, तो आमच्याकरता एक फार मोठा धक्का होता. त्या इमारतीचा दरवाजा बंद करून घेण्यात आला होता

आणि आम्ही बाहेर पडू शकत नव्हतो, कारण बाहेर जपानी होते. आम्ही अगदी असहाय झालो. आता आमच्या हातात एवढेच होते की, कुठे तरी जागा पाहून झोपून जायचे. आम्हाला जवळजवळ दहा दिवस झोप मिळाली नव्हती आणि झोपेची आम्हाला आता नितांत गरज होती. माझी खोली म्हणजे एखाद्या कत्तलखान्याप्रमाणे होती. शेवटी मी तिथेच जमिनीवरच झोपलो.

शुक्रवार, तारीख २६. उठलो तेव्हा खूप प्रसन्न सकाळ होती. खूप शांत आणि बरे वाटत होते. मागचे काही आठवडे खरोखरच फार भयानक गेले होते. आम्हाला सर्वांना गोद्यांवर पाठवले होते. आम्ही सकाळी बिअरच्या आणि स्पिरिटच्या बाटल्या फोडून टाकल्या. नाही तर जपान्यांनी त्या पिऊन टाकल्या असत्या. आम्ही एक कार मिळवली आणि गोद्यांपाशी जाण्यास निघालो. आमच्या मार्गात बरेच चिनी लोक भेटले. त्यांनी बरीच लूट केलेली होती. आम्ही जेव्हा गोदीपाशी आलो, तेव्हा कैद्यांना डांबून ठेवण्यात येते त्या ठिकाणी आम्हाला जाण्यास सांगितले. बऱ्याच लोकांना वेगवेगळ्या भागांमध्ये ठेवण्यात आले होते. आम्ही चिनी कमांडकडे गेलो. मी अंघोळ केली आणि पंधरा दिवसांची वाढलेली दाढी केली. कर्नल थॉमसन दवाखान्यामध्ये होता. त्याच्या मानेमधून गोळी गेली होती. आमच्या माणसांपैकी आठ जण तर मेले होते आणि कित्येक जण बेपत्ता होते.

आमच्याजवळ आमचे किट नव्हते. मी ॲबरडीन इंडस्ट्रियल स्कूलमध्ये जाऊन ते घेऊन यायचे ठरवले. तिथे जायचे तर गाडी पाहिजे. मला त्या क्षणी फक्त एकच वाहन दिसत होते आणि ती म्हणजे एका दुग्धालयाची गाडी. विंपी आणि फ्रँक माझ्याबरोबर आले. नंतर आम्ही हजारो जपानी लोकांमध्ये घुसलो. आम्ही दमलेलो आणि थकलेलो होतो. एका अधिकाऱ्याचे आमच्याकडे लक्ष गेले. त्याने मला गाडी वळवून घेण्यास सांगितली. त्यानंतर गाडीमध्ये बरेच जपानी लोक बसले. त्याने मला खुणेनेच सांगितले की, त्या लोकांना मला हाँगकाँगला पोहोचवायचे आहे. ते सर्व जण आमच्या निळ्या रंगाच्या गणवेशामुळे गोंधळून गेले होते, तरीही आमच्याशी चांगले वागत होते. त्यांना पोहोचवले आणि मग परत आम्ही ॲबरडीन इंडस्ट्रियल स्कूलचा रस्ता धरला. वाटेत शेकडोंनी जपानी दिसले. सरते शेवटी आम्ही ॲबरडीन इंडस्ट्रियल स्कूलला येऊन पोहोचलो. आमचे सामानसुमान तिथे अगदी व्यवस्थित होते. मी स्वत:चेच कौतुक करत होतो, कारण दिवसभरात एक चांगले काम पार पडले होते. तेवढ्यात एक जपानी अधिकारी आला आणि त्याने मला गाडीत जाण्याचा आदेश दिला. फ्रँक व विंपी यांना तिथेच सोडले आणि त्याने मला गाडी चालू करण्यास सांगितली. तो मला हाताच्या इशाऱ्याने रस्ता दाखवत होता. जपानी लोकांनी ताब्यात घेतलेल्या कोर्टलँड हॉटेलमध्ये त्यांना जायचे होते. आसपासचे काही नागरिक खूप भेदरलेले होते. आणखी काही जण गाडीमध्ये बसले. मी केनेडी

टाऊनकडे गाडी नेत होतो. तिथे गाडी चालवणे अवघड होते. शेवटी आम्ही सेंट लुईस इंडस्ट्रियल स्कूलला पोहोचलो. तिथे ते सर्व जण खाली उतरले. शेकडो तुकड्या आम्हाला रस्त्यामध्ये दिसल्या, त्याचप्रमाणे चिनी लोकांचे मृतदेहही रस्त्यावर पडले होते.

मला वाटले की, चला, आता माझे काम झाले. तेव्हा त्यांचे बरेच अधिकारी आपापसात काही तरी वाद घालत होते. ते माझ्याकडे बोटे दाखवत होते. ते खूपच आक्रमक वाटले. अचानक त्यांच्यामधल्या एका अधिकाऱ्याने चपळाईने आपली तलवार बाहेर काढली. मला आता खात्रीच पटली की, हा माणूस आता त्या तलवारीने मला संपवणार. पण काही तरी वेगळेच घडले. त्या माणसाने एका बिअरच्या बाटलीचे झाकण तलवारीने काढले आणि मला ती बिअरची बाटली दिली. मला फार आश्चर्य वाटले. नंतर त्यांनी मला एक ब्रेडचा तुकडा दिला. एक-दोन सैनिक सोडले तर बाकीचे सर्व जण माझ्याशी अगदी चांगले वागत होते. माझ्या शर्टावर असलेल्या विंग्जचे त्यांना खूप कुतूहल वाटत होते. आता मला हे सगळे थांबवावेसे वाटत होते. पण दुसरा एक अधिकारी गाडीत बसला आणि आम्ही सर्व जण त्या हॉटेलमध्ये गेलो. त्या दोन अधिकाऱ्यांनी बिअर घेतली. मला बिअरच्या बाटल्यांची झाकणे उघडायला सांगितले. मी गाडी थांबवली आणि मी त्या बाटल्या मडगार्डमध्ये ठेवून जोरात ओढल्या. या गोष्टीची त्याला खूप गंमत वाटली आणि त्यानेही तसे करण्याचा प्रयत्न केला.

पुन्हा एकदा गाडी जपान्यांच्या जमावाने भरली. त्यामध्ये एक अधिकारी होता, तो मात्र खूपच दुष्ट होता. त्याने माझ्या पार्श्वभागात जोरात संगीन खुपसली, कारण मी गाडी खूप सावकाश नेत होतो. नंतर परत स्कूलमध्ये आल्यावर जोरदार वादावादी आणि भांडणाला सुरुवात झाली. मला त्या क्षणी त्या व्हॅनबरोबर खरं तर जायचे होते. पण त्यांच्यामध्ये दोन अधिकारी होते, त्यांनी मला फोर्ड टेनला घेऊन जाण्याचा निर्णय घेतला. ते हेडलाईट्स वापरत नव्हते, त्यामुळे त्या अरुंद रस्त्यावरून चालताना कित्येक वेळा आम्ही विजेच्या खांबांना धडकत होतो. अचानक पुढे मी पाहिले, तर रस्त्याच्या मध्यभागी असलेल्या एका बेटाच्या दिशेने आम्ही जात होतो. मी जोरात ओरडलो आणि सावध करण्याचा प्रयत्न केला, पण काही फायदा झाला नाही. आमची गाडी त्या बेटावर जोरात जाऊन धडकली आणि आम्ही पाठीवर पडलो. आता मात्र मी फार हैराण झालो होतो. मी त्यांच्यापुढे मान झुकवून त्यांना सलाम ठोकला आणि मी दोन मैल चालत-चालत चायना कमांडला पोहोचलो.

शनिवार. आम्ही पाच जण एका छोट्याशा ऑफिसमध्ये झोपलो. कोणालाच काहीच अंदाज बांधता येत नव्हता की, आमचे काय होणार आहे. आम्ही सगळे जण

भविष्यामध्ये आम्हाला कुठे जायचे आहे, कुठे राहायचे आहे यासंबंधी तर्क करत होतो. काही जपानी ऑफिसर्स आमच्याजवळ होते आणि आमच्यावर नजर ठेवत होते.

रविवार, दि. २८. स्टॅन्लेहून अजून काही लोकांची तुकडी आली. त्यांच्याकडून आम्हाला कळले की, सेंट स्टिफन्स हॉस्पिटलमधील परिचारिकांवर बलात्कार करून जपान्यांनी त्यांना भोसकले. त्याचप्रमाणे त्यांनी काही लोकांना मारले आणि काही जणांना जखमी केले. कर्नल स्मिथची बायकोही त्यांच्यामधील एक होती. त्यामुळे तो खूप चवताळला आणि जवळ असलेल्या एका जपान्यावर धावून गेला. जपान्यांनी मांडलेल्या अतोनात छळाच्या आणि आतंकाच्या एकेक गोष्टी समोर यायला लागल्या आणि वातावरण खूप गढूळ होऊन गेले. दोन डिस्ट्रॉयर युद्धनौका आणि एक युद्धनौका गोदीच्या आवारात ठेवण्यात आली होती. त्यानंतर तिथे विजयाच्या जल्लोषाची परेड काढण्यात आली. त्यांच्या या सोहळ्यामध्ये साठ बॉंबर्स आणि फायटर्ससुद्धा होती. हे सगळे असह्य वाटत होते.

सोमवार, दि. २९. आम्हाला उद्या पहाटे मेनलॅंडला हलवण्यात येणार आहे, अशी बातमी आम्हाला मिळाली आहे. तिथे जाण्याकरता आम्हाला कोणतेही वाहन देण्यात येणार नाही. आम्हाला फक्त उचलता येईल एवढे सामान आमच्याबरोबर घेऊन जाण्याची परवानगी आहे. जनरल ऑफिसर कमांडिंग तसेच कमोडोर यांना-सुद्धा बाकीच्यांप्रमाणेच वागणूक देण्यात येणार आहे. म्हणजे उघडच आहे की, त्यांनी आमचा खूप अपमान करण्याचे ठरवले आहे. आम्ही आमची अन्नाची टिनची पाकिटे काढली आणि जेवण घेतले. बिअर आणि शॅंपेन घेतली. जे काय थोडेफार सामान होते, ते बरोबर घेतले– अगदी माझे टिनमधील उरलेले जेवणदेखील बरोबर घेतले.

मंगळवार, दि. ३०. भल्या पहाटेच आम्ही तिथून निघालो. फ्रॅंक आणि मी आम्ही दोघांनी हमालांप्रमाणे आमच्या सामानाच्या बॅगा एका काठीला लटकवलेल्या होत्या. आम्ही आमची ब्लॅंकेट आमच्या मानेभोवती गुंडाळली होती. जी काही धिंड काढली जाईल आणि त्यामुळे जो काही अपमान होणार आहे, तो चकार शब्द न काढता शांतपणे सहन करायचा, असे आम्ही ठरवले होते. कधी तरी आमचाही दिवस येईल. आम्हाला एका गटामध्ये उभे केले होते आणि दोन तासांच्या प्रतीक्षेनंतर आम्ही निघालो. जवळजवळ सहा हजार तगड्या सैनिकांची अशा प्रकारे धिंड काढली गेली. होडी जिथून निघते, त्या ठिकाणावर आम्ही येऊन थांबलो. पुन्हा एकदा दीर्घ अशा प्रतीक्षेनंतर तिथे आम्हाला पुन्हा एकदा गटांमध्ये विभागण्यात आले. ते ठिकाण ओलांडून आम्हाला काऊलूनला नेण्यात येत होते. तेथून आम्ही परत निघालो; कुठे ते मात्र माहीत नव्हते. साधारणपणे एक मैल अंतर चालून

गेल्यानंतर आम्ही परत नाथान रस्त्यावर आलो. आम्हाला खूप थकवा जाणवायला लागला आणि विश्रांती हवी आहे असे वाटायला लागले. प्रत्येक गटाला जपान्यांनी एकेक पहारेकरी नेमून दिलेला होता. हजारोंच्या संख्येने चिनी लोक रस्त्यावर आलेले होते. त्यांच्यापैकी काही जण आमची टिंगल करत होते, पण बरेच जण मात्र शांत होते आणि काही जणांच्या डोळ्यांमध्ये अश्रू होते.

असे दिसत होते की, आम्ही बहुधा शामशुईपोला चाललो आहोत. ते किती तरी मैल दूर होते. आमचा पहारेकरी मात्र भला माणूस होता. त्याला जेव्हा कळले की, आम्हाला खूप वजन होतेय आणि वजनामुळे आम्ही चालू शकत नाहीये; तेव्हा त्याने आम्हाला आमचे सामान वाहून नेण्याकरता एक हमाल घेण्यासाठी परवानगी दिली. चायना कमांडहून निघाल्यापासून आठ तासांच्या प्रवासानंतर आता आम्ही एसएसपी बराकला पोहोचलो आहोत. राहण्याच्या जागेवरून आता जोरदार मारामाऱ्या चालू आहेत. लुटारूंनी छावणीमधील आवश्यक गोष्टी कधीच लुटून नेल्या आहेत. तिथे बॉंब टाकण्यात आले होते. सर्व दारे, खिडक्या, फर्निचर– सगळे काही लुटून नेण्यात आले आहेत. उरले आहे ते फक्त घरांचे सांगाडे. शांततेच्या काळात म्हणजे ज्या वेळेस युद्ध सुरू झाले नव्हते, तेव्हासुद्धा ती जागा भयानकच असावी. पण आता ही जागा म्हणजे टायफून वादळ आल्यानंतर घरांची छपरे उडून कसे सांगाडे राहतात, तशी दिसत आहे. आम्हाला एक छोटी झोपडी मिळाली आहे. बिछाना तयार करण्याकरता ज्या काही गोष्टी मिळतील, त्या शोधून गोळा करण्याकरता आमची बरीच धावाधाव झाली. आम्हाला घोड्याचे काही केस मिळाले. ते माझ्याकडे असलेल्या एका ब्लँकेटमध्ये गुंडाळून मी बिछाना तयार केला. आमच्या आधीही इथे बरेच लोक आले आहेत. त्यांना आमच्या कित्येक दिवस आधी आणून ठेवण्यात आले आहे. दोन वॉरंट ऑफिसर्सना एका तारेने बांधून ठेवण्यात आले होते. त्यांचे सगळे काही काढून घेण्यात आले होते आणि त्यांना अन्नपाण्याशिवाय तीन दिवस ठेवण्यात आले होते. त्यांच्या सहकाऱ्यांना संगिनीने भोसकण्यात आले होते. आम्हाला दिवसातून दोन वेळा भात दिला जातो. त्याची चव आणि वास खूपच घाणेरडा असतो. तो भात आम्हाला पुरत नाही आणि आमची भूक अजिबात भागत नाहीये, त्यामुळे अर्धपोटीच राहावे लागत आहे.

बुधवार, तारीख ३१. आम्ही आता पहिल्यापेक्षा थोड्या जास्त मोठ्या एका झोपडीमध्ये राहायला गेलो आहोत. विंग कमांडर सुलिव्हनदेखील आमच्याबरोबर आहे. इथे छावणीमध्ये जवळजवळ सहा हजार लोक राहत आहेत. सगळीकडे अस्वच्छता पसरली आहे आणि कुजलेले अन्न आहे. आमच्या इथे लाईटची व्यवस्था नाही, त्यामुळे अंधार पडला की आम्ही झोपायला जातो. आम्हाला दिवसातून दोनदा जेवण मिळते. एक नऊ वाजता आणि दुसरे पाच वाजता. जेवण

म्हणजे तोच पाणचट भात. तो पुरत नाहीये, त्यामुळे आम्ही सदान्‌कदा भुकेलेलोच असतो. अशा प्रकारे हे १९४१ वर्ष संपले.

जानेवारी, तारीख १. नवे वर्ष एक नवी आशा मनात घेऊन आले की, आता तरी हे जीवघेणे युद्ध संपेल. आम्हाला काहीच बातम्या कळत नाहीयेत. फक्त काही ना काही तरी अफवा पसरतात. आम्ही अगदी असहाय झालो आहोत. आमच्या घरच्या लोकांना आमच्याविषयी काहीच संदेश नाहीये. त्यांना काय वाटत असेल? आम्ही जिवंत आहोत, हे तरी त्यांना कसे कळेल? लवकरच सभोवतालच्या परिस्थितीशी आम्ही स्वत:ला जुळवून घेतले आहे आणि जगण्याची धडपड चालू आहे. आमच्या आजूबाजूला अत्यंत वाईट अवस्थेमध्ये असणाऱ्या सर्व गोष्टींना त्यातल्या त्यात चांगले बनवण्याचा प्रयत्न चालू आहे. इथेच असलेल्या काही लाकडांपासून आम्ही खिडक्या बनवल्या आहेत. कोणत्याही प्रकारची वस्तू टाकून दिली जात नाहीये. टाकाऊपासून टिकाऊ वस्तू बनवल्या जात आहेत. आम्हाला खाण्याकरता काही ताटे किंवा इतर भांडी नव्हती, ती आम्ही पत्र्यापासून बनवली. कुठलेही जुने टिन भांडे बनवण्यासाठी पुरेसे आहे. सिगारेटींचा इथे तुटवडा आहे. सुदैवाने आमच्याकडे त्या भरपूर आहेत.

जानेवारी, तारीख २. आमची छावणी मुख्य रस्त्याच्या जवळ आहे आणि चिनी लोक तिथे येऊन आम्हाला मोठ्या प्रमाणावर अन्न विकतात. ते अन्न खूपच महाग असते. आमच्याजवळ तीनशे डॉलर्स आहेत आणि त्यामुळे आम्हाला अन्नाचा साठा करून ठेवणे शक्य आहे. एक पोरगं आहे, त्याचे नाव आहे आ चुंग. तो मला अन्नाची कटोरी घेऊन येतो आणि त्याला मी जरा जास्त पैसे दिले की तो अजून आणतो.

जानेवारी, तारीख ३. कधी कधी कुंपणाबाहेरचे हे चिनी लोक आमच्याकडून अन्नाच्या बदल्यामध्ये पैसे घेतात आणि अन्न न देताच पैसे घेऊन पळून जातात. ज्युनिअरकडे जेवणाची सर्व जबाबदारी दिली आहे आणि आम्ही दिवसाला आमचे टिन बॉक्स उघडतो.

जानेवारी, तारीख ४. आमचा अजून एक मोठ्ठा शत्रू म्हणजे माश्या. त्या सर्वत्र घोंघावत असतात आणि त्यामुळे छावणीमध्ये जुलाबाची साथ सुरू झाली आहे. त्यात भरीस भर म्हणून कॉलऱ्याचीदेखील साथ आली आहे. आम्हाला खरोखरच कोणत्याही प्रकारची वैद्यकीय मदत नाही. कारण सगळ्या डॉक्टरांना जपान्यांनी त्यांच्याबरोबर त्यांच्या जखमी सैनिकांवर उपचार करण्याकरता नेले आहे. त्यांचीही संख्या काही हजारांमध्ये आहे. आम्ही झोपायला निघालो आणि तेवढ्यात आम्ही एका ट्रकचा आवाज ऐकला. आम्ही झोपायचा प्रयत्न करत होतो, पण डुकरांच्या ओरडण्यामुळे आम्हाला काही झोप येत नव्हती. सहा हजार माणसांकरता तीस डुकरे

आणली होती. आम्ही त्यांना पकडण्याकरता मदत केली आणि शेवटी त्यांना एका झोपडीमध्ये आणून ठेवले.

जानेवारी, तारीख ५. आमच्यापैकी प्रत्येकाला डुकराच्या मांसाचा एकेक तुकडा भातातून मिळाला. पण त्यामुळे भूक आणखीनच बळावली.

जानेवारी, तारीख ६. एक फिटर होता, माऊल्टन. तो चोरटा आहे. आणि डल्ला मारण्यात पटाईत आहे. कुंपणाच्या तिथे त्याने दहा डॉलरला आम्हाला एक बिछाना मिळवून दिला. त्याने बऱ्यापैकी आराम मिळायचा, पण त्याचे कॅनव्हॉस खराब झाले होते. रात्रीच्या वेळेस मी त्यावरून खाली जमिनीवर पडतो.

जानेवारी, तारीख ७. माऊल्टनने माझा बिछाना तर तयार केला, पण माझी भात खाण्याची टिनची ताटली तोडली. मी कॉफी आणि भाजीपाल्याच्या काही टिनबॅग विकत घेतल्या आहेत. आमच्या तुकडीमध्ये बऱ्याच लोकांच्या चिनी बायका आणि मैत्रिणी होत्या, त्या त्यांच्याकरता जेवण घेऊन येत असत. जपानी आता खूप कडक झाले आहेत आणि त्यांनी कुंपणाबाहेर अन्नाच्या विक्रीवर बंदी आणली आहे. अन्न विकणाऱ्या बऱ्याच चिनी लोकांना त्यांनी खूप मारहाण केली. बायकांना सगळ्यांसमोर नग्न करण्यात आले. भारतीय लोक खूपच बेशिस्त आहेत. जुलाबामुळे छावणीमध्ये बरेच जण मृत्यू पावले.

जानेवारी, तारीख ८. फ्लोरी आणि तिची आई माझ्याकरता जरा जास्तच जेवण घेऊन आल्या. तिने रस्ता ओलांडायचा प्रयत्न केला, पण मी तिला मागे जायचा इशारा केला. आतमध्ये कोणतेही पार्सल यायला बंदी घातली होती, कारण जपान्यांचा जनरल छावणीला भेट देण्याकरता येणार होता. मला जेवण देणारं पोरगंसुद्धा आलं होतं. खरोखरच किती दुःखदायी घटना होती!

जानेवारी, तारीख ९. बारा मोटारींच्या ताफ्याबरोबर जपानी जनरल छावणीमध्ये आला. त्याच्या बरोबर ट्रकमध्ये बरेच सैन्य आणि मशिनगन्स होत्या. तो पहारेकऱ्यांच्या झोपड्यांमध्ये गेला, काही वेळाने बाहेर आला आणि काही न बोलता निघून गेला. काय पण नाटक केले होते त्याने! त्यानंतर नेहमीप्रमाणेच अफवांचे पेव फुटले... पण शेवटी त्या अफवाच. त्यांत काही तथ्य नाही.

जानेवारी, तारीख १०. रात्रीच्या वेळी माझा बिछाना पुन्हा कोलमडला. एका बॉंबमुळे आमच्या झोपडीच्या छपराला मोठे भगदाड पडले होते. आता हवा स्वच्छ आहे. सर्वत्र माशा घोंघावत आहेत, कारण छावणीमध्ये सगळीकडे घाणीचे साम्राज्य पसरले आहे आणि या घाणीमुळेच माश्यांचा उपद्रव वाढला आहे. कुंपणाजवळची विक्री आता बंद झाली आहे. एखादा चिनी कुंपणाबाहेर आलाच, तर जपानी लोक त्याचा खूप छळ करतात.

जानेवारी, तारीख ११. फ्लोरी पुन्हा एकदा आली. ती माझ्याकरता ब्रेड,

लोणी, दूध आणि टोमॅटोंचे पाकीट घेऊन आली आहे. आमचे जणू काही भाग्यच उजळले म्हणायचे! एवढ्या रुचकर जेवणावर आम्ही सहा जण तुटून पडलो. अफवांचे पेव आता अजूनच पसरले आहे. टोकियोला बॉंब पडला, जपान्यांचा सागरी युद्धामध्ये पराभव झाला, हिटलरने आत्महत्या केली आणि जपान्यांनी मलाया बेट सोडले! आम्हाला कॉफी, ब्रेड, लोणी आणि जाम यांचे सुग्रास जेवण मिळाले.

जानेवारी, तारीख १२. सर्व प्रकारची अन्नाची खरेदी-विक्री बंद झाली आहे. खूप चिनी लोकांना मारहाण करण्यात आली आहे.

जानेवारी, तारीख १३. इथे बरेच जण पोटाच्या विकाराने आजारी पडले आहेत. आम्ही चांगले आहोत, पण आमच्यामधील शक्ती पूर्णपणे गळून गेली आहे. फॅन लिंगहून वीस स्कॉटिश आले. त्यांच्यापैकी एक आहे पोटॅटो जोन्स आणि दुसरा आहे लेफ्टनंट थॉम्सन. शिंग मून रेडाऊट येथे जोन्स हा कंपनीचा कमांडर होता, तर लेफ्टनंट थॉम्सन याच्या डोळ्याला बंदुकीची गोळी लागून तो आंधळा झाला आहे आणि जपान्यांनी त्याला दवाखान्यामध्ये नेऊन त्याच्यावर उपचार करायला साफ नकार दिला आहे. खर ं तर दवाखान्यामध्ये नेऊन त्याच्यावर वेळीच उपचार केले, तर त्याला त्याची दृष्टी परत मिळणार आहे. फ्लोरी दुसरे पार्सल घेऊन आली आहे. मी तिला सिगारेटच्या पाकिटातून एक निरोप पाठवला.

जानेवारी, तारीख १४. सर्वांचा अन्नाचा साठा कमी व्हायला लागला आहे. अफवांचे पेव फुटतेच आहे. पण येणाऱ्या अफवा सर्व चांगल्याच आहेत आणि आम्हाला आशादायी ठेवण्याकरता खूपच चांगल्या आहेत.

जानेवारी, तारीख १५. फ्लोरी पुन्हा एकदा आली. पण जपान्यांनी पार्सल आत देण्यास परवानगी नाकारली आहे. थोडेसे सोयाबीन आणले. ज्युनिअर खाली पडला आणि त्याचा पाय मोडला आहे.

जानेवारी, तारीख १६. मी जपानी शिकायला सुरुवात केली आहे. फ्लोरी पुन्हा एकदा आली. आणि या वेळेस मी सुदैवी आहे. विंपी आज खूप उदास वाटत होता. तो कोणाशीच बोलायला तयार नव्हता.

जानेवारी, तारीख १७. फ्लोरीची आई आज अजून जेवण घेऊन आली.

जानेवारी, तारीख १८. पहारेकऱ्यांनी कुंपणावरचा पहारा अजून कडक केला आहे. कुंपणापलीकडे अन्न विकणाऱ्या स्त्री-पुरुषांना त्यांनी मारून टाकले आहे. फ्लोरी आज पण जेवण घेऊन आली, पण तिला ते जेवण देता आले नाही. काय पोरगी आहे! कुंपणाच्या शेजारी दोन चिनी लोकांची जळालेली प्रेते पडली होती. अपुऱ्या अन्नापायी आम्ही सगळे जण मरतुकडे झालेले आहोत. चांगल्या आणि वाईट अशा सर्व प्रकारच्या इतक्या अफवा पसरल्या आहेत की, माझा आता कशावरच विश्वास राहिलेला नाही. काही खरं कळले, तरच अर्थ आहे.

जानेवारी, तारीख १९. आता आम्हाला तीन वेळेला भाताचे जेवण मिळत आहे; अर्थात भाताचे प्रमाण मात्र तेवढेच आहे, फक्त तीन वेळांमध्ये ते वाटून दिले आहे. भात म्हणजे इतके भयानक खाणे आहे! आम्ही आमचा दुधाचा आणि साखरेचा साठा करून ठेवला आहे, त्यातून आम्ही आमचा संध्याकाळचा चहा पितो. क्वीन्स मेरी हॉस्पिटलमधून शंभराहून अधिक माणसे आली.

जानेवारी, तारीख २०. ट्रकमधून अजून काही लोक आले. त्यांच्यापैकी काही जणांमध्ये तर चालण्याचेदेखील त्राण नव्हते. त्यांनी फक्त पायजमा आणि मोजे घातले होते. जपान्यांच्या तुकडीने बँड वगैरे वाजवून त्यांना थाटामाटात आणले आहे. सिगारेटींचा खूप तुटवडा जाणवत आहे.

जानेवारी, तारीख २१. मिडलसेक्स आणि भारतीय यांच्यामध्ये मारामारी सुरू आहे. तांदूळही मिळेनासा झाला आहे.

जानेवारी, तारीख २२. सर्व भारतीयांना छावणीमधून हलवण्यात आले आहे. कॅनेडियन लोकांनादेखील तिथून उद्या हलवणार आहेत. कुठे हलवणार आहेत, हे मात्र माहीत नाही.

जानेवारी, तारीख २३. काइ ताकला काही तुकड्यांना कामावर पाठवले आहे. इथून तीन मैलांच्या अंतरावर काइ ताक आहे. अर्धपोटी असताना हे लोक एवढे अंतर पार करून कसे काय जाणार आहेत, देव जाणे!

जानेवारी, तारीख २४. छावणीमधून आरमार हलवण्यात आले आहे. आम्ही ज्युबिली बिल्डिंगमध्ये जाणार आहोत. नेहमीप्रमाणे जागा मिळवण्याकरता लठ्ठालठ्ठ्या आणि मारामाऱ्या चालू आहेत. मॅकक्लेऑडवर विंग ब्रिगेडियर जाम वैतागलेला आहे आणि तो त्याला काही तरी समज देतो आहे. बातमी अशी आहे की, मलायामधून आम्ही माघार घेतली आहे. मलाया आणि हाँगकाँगबाबत खूप गदारोळ चालू आहे आणि बरोबरच आहे; कारण दोन्ही ठिकाणे लष्करीदृष्ट्या खूपच मोडकळीस आली आहेत. अत्यंत अडचणींना तोंड देत तिथे लढा देणे लढाऊ विमाने आणि सैनिकांना खरोखरच अगदी अवघड होऊन बसले आहे. आम्ही फक्त एवढीच आशा करू शकतो की, ही परिस्थिती लवकर बदलो.

जानेवारी, तारीख २५. आम्ही ज्युबिलीला पोहोचलो आहोत. हे ठिकाण पाण्याच्या जवळ आहे आणि आधीच्या ठिकाणापेक्षा खूपच चांगले आणि आरामदायी आहे. आम्हाला सर्वांना मिळून तीन खोल्या आहेत आणि त्याच्यामध्येच बाथरुम आहे. त्या घाणेरड्या ओंगळ झोपड्यांपेक्षा हे खूपच चांगले आहे. ज्युनिअरने बाकीच्या बऱ्याच जणांबरोबर सुटून जाण्याची योजना केली आहे. मिर्सच्या उपसागरामधून जाऊन त्यानंतर जमिनीवरचा पन्नास मैलांचा प्रवास करून वाइचाऊला जायची योजना त्यांनी केली आहे. हे ठिकाण अजूनही चीनच्याच ताब्यात आहे.

जानेवारी, तारीख २६. ज्युनिअर एका चिनी माणसाला भेटण्याकरता पाच वाजता उठणार आहे. तो चिनी त्यांना एका गलबताची व्यवस्था करून देणार आहे. त्यामुळे उद्या या योजनेची अंमलबजावणी होणार आहे.

जानेवारी, तारीख २७. ज्युनिअर पाच वाजता उठला आणि त्या गलबताची चौकशी करू लागला. फ्रँक आणि मी– आम्ही दोघे सहा वाजता उठलो आणि जेटीच्या तिथे गेलो. आता फक्त याच ठिकाणी आम्हाला जेवण मिळण्याची सोय होऊ शकतेय. आम्हाला जवळजवळ सात पौंड साखर मिळाली. मिट्ट काळोख होता. आम्हाला गलबतापर्यंत काही अंतर चालून जावे लागणार होते. चिनी लोक पहारेकऱ्यांची नजर चुकवण्यात चांगलेच तरबेज आहेत. ते खूप चाणाक्ष आहेत. पण असे असले, तरी त्यांच्यापैकी बरेच जण बंदुकीच्या गोळ्या लागून मारले गेले आहेत.

जानेवारी, तारीख २८. मनोधैर्य कसे वाढवायचे याबद्दल जनरल ऑफिसर इन कमांडिंग बाकीच्या सर्व अधिकाऱ्यांशी तसेच नॉनकमिशन ऑफिसर्सशी बोलला आहे. सर्वांचे मनोधैर्य खचून गेले आहे. त्याने आम्हाला रोगराईबद्दलदेखील इशारे दिले आहेत. आम्ही रात्री उशिरापर्यंत जागे होतो. पळून जाणाऱ्या लोकांबरोबर आम्हीदेखील उशिरा जेवण घेतले. ज्युनिअर, कॅप्टन स्क्रीव्हन आणि कॅप्टन हेविट हे सगळे आज स्वत:ची सुटका करून घेणार आहेत. विंपीदेखील जाण्याच्या तयारीमध्ये आहे. त्यांच्यापैकी एका तुकडीने ऐनवेळी माघार घेतली आहे. त्यांनी अगोदर ठरवले होते की, समुद्रामधून पोहून मेनलँडपर्यंत जायचे आणि त्यानंतर वाइ-चाऊपर्यंतचे अंतर पायी पार करायचे. चांदणी रात्र आहे. आकाशात पूर्ण चंद्र उगवला आहे आणि सगळीकडे कशी स्मशानशांतता पसरलेली आहे. आम्ही रात्री दोन वाजेपर्यंत जागे होतो आणि त्या छान चांदण्या रात्री पत्ते खेळत होतो. शेवटी ते सगळे गेले आणि आम्हीसुद्धा झोपायला परतलो.

३१ तारखेपर्यंत. ज्युनिअर आणि विंपी यांचे सुटकेचे प्रयत्न काही सफल झालेले नाहीत. त्यांना घेऊन जाणारे ते गलबतच आले नाही. विंपीची होडी मोडली. खूप चिनी तसेच युरोपियन लोक निसटले. त्यांच्यापैकी बऱ्याच जणांना परत पकडून आणण्यात आले. छावणीमध्ये सर्वत्र जुलाब आणि टायफॉईडची साथ आलेली आहे.

फेब्रुवारी, तारीख १. जपान्यांनी छावणीमध्ये येणारे जेवण बंद करून टाकले आहे. विंपी आणि ज्युनिअर आज निसटण्याकरता पुन्हा प्रयत्न करणार आहेत. आम्ही चौघे जण व्यापारी गलबत येण्याची वाट पाहत आहोत. शेकडो लोक रांगेमध्ये उभे आहेत. सँपन चार वाजता आला आणि तेव्हा आम्ही साखर, दूध आणि मासे खरेदी केले. मघाशी मध्यरात्रीच विंपी गेला आहे. त्यानंतर लगेचच बंदुकांच्या गोळ्या झाडल्याचे आवाज आम्ही ऐकले. आम्ही प्रार्थना केली की, त्याला निसटण्यात

यश येऊ देत. गोळ्या आमच्या व्हरांड्यामधून गेल्या. ज्युनिअर मध्यरात्री दोनला एका व्यापारी गलबतामधून गेला.

फेब्रुवारी, तारीख २. आज आम्हाला चांगले जेवण मिळाले आहे, कारण आम्हाला सहा दिवसांचे रेशन मिळाले आहे.

फेब्रुवारी, तारीख ३. फ्रँक व मी चार वाजता उठलो आणि समुद्राच्या धक्क्यावर गेलो. त्याच वेळी पहारेकऱ्यांना चाहूल लागली आणि गोळ्यांचे आवाज यायला लागले. हे जवळजवळ अर्ध्या-अर्ध्या तासाच्या अंतराने होतच राहिले. दोन तासांनंतरही कोणतीच होडी आली नाही. गोळ्यांचे आवाजही खूप जवळून आल्यासारखे वाटत होते. आम्ही परत झोपायला परतलो.

फेब्रुवारी, तारीख ५. कैदी निसटल्यामुळे जपानीसुद्धा आता हुशारी दाखवत आहेत. आम्हाला आठ वाजता तब्बल दोन तास परेड करावी लागली. दुसरी परेड दुपारी एक वाजता होती, ती चार तास चालली. सगळे जण जाम चिडले आहेत. आमची संख्या मोजण्याच्या बाबतीत जपानी लोक अजिबात हुशारी दाखवत नाहीयेत. ते सुटका रोखण्याकरता प्रयत्नदेखील करत नाहीयेत. जेव्हा कोणी निसटून जातंय, तेव्हा मात्र त्यांना फार नवल वाटतंय. सुटका करून घेणे म्हणजे विश्वासघात केला, असे जपानी लष्करामध्ये समजण्यात येते.

फेब्रुवारी, तारीख ६. आज जागा झालो आणि पाहिले की, बाकीचे सर्व जण आवराआवरी करत आहेत. त्यांना येथून निघून जाण्याचे आदेश आले आहेत. पण या सगळ्यांमध्ये मी नाहीये. मला एकट्याला इथेच राहायचे आहे. कोणालाच काहीच माहीत नव्हते की, असे आदेश का दिले आहेत? खूप कमी वेळात आम्ही एकमेकांना निरोप दिला आणि ते निघून गेले. एका कारमधून ते गेले आणि त्यांच्यामागे एक दुसरी गाडी त्यांचे सामान घेऊन गेली. आता येथे रॉयल फोर्सचा मी एकटाच अधिकारी राहिलो आहे. माझ्यासाठी हे सगळे पचवणे खूप जड जात आहे. माझ्या सर्व सहकाऱ्यांना अशा प्रकारे ते अचानक घेऊन गेले आणि आता मला खूप एकटे-एकटे अन् उदास वाटत आहे. सगळ्यांमध्ये मला विंगची सर्वांत जास्त आठवण होते. कोणी तरी मला फ्लोरीने दिलेले पार्सल आणून दिले. जपान्यांनी आता थोड्या प्रमाणावर बाहेरच्यांना जेवण आणायला परवानगी दिली आहे. पार्सलमध्ये कोकोआचा एक मोठा डबा, दूध, लोणी, साबण आणि काही बिस्किटे आहेत. माझ्याबरोबर बाकीच्यांनीसुद्धा हे जेवण किती आवडीने खाल्ले असते! मी खालच्या बाजूला कुंपणाच्या शेजारी गेलो. तिथे फ्लोरी होती. तिच्याबरोबर बराच वेळ गप्पा मारल्या. ती गेल्या पंधरा दिवसांपासून स्टॅन्ले येथील कारावासामध्ये होती. ती खूप आनंदी वाटत होती. ती उद्यासुद्धा येणार आहे. काय मुलगी आहे ही! मी एका पहारेकऱ्याला माझे सोनेरी घड्याळ आणि माझ्या बहिणीने दिलेल्या एका

भेटवस्तूच्या बदल्यात त्याने मला सिगारेटी देण्याचे कबूल केले होते; पण मी या वस्तू देण्यास नकार दिला, तेव्हा त्याने माझ्या हातातल्या अंगठीकडे पाहिले. त्याने त्या अंगठीची मागणी माझ्याकडे केली. मी या कोणत्याही वस्तू कोणत्याही परिस्थितीत त्याला देणार नाही. त्यामुळे आमच्यामध्ये काही देवाणघेवाणीचा संबंधच उरला नाही. नकोच मला त्याच्या सिगारेटी. रॉय हेवर्ड व केन ग्लॅसगाऊ आले आणि संध्याकाळी आम्ही कोकोआ घेतले. आम्ही या काही दिवसांत कित्येक तास गप्पा मारण्यात घालवले. आपल्या घराच्या, कुटुंबाच्या आठवणी काढत बसलो. मला पामची आठवण प्रकर्षाने येत आहे. खरंच पामू, तुझ्या आठवणी माझ्याबरोबर आहेत. तुझा फोटो अजूनही माझ्याकडे आहे, तू दिलेली अंगठी पण माझ्या सोबत आहे... आणि तू दिलेली सिगारेटची केससुद्धा आहे. मी या गोष्टींना खूप जपून ठेवेन.

फेब्रुवारी, तारीख ७. आठ अधिकारी आमच्या खोलीमध्ये आले. त्यांच्याबरोबर एक चिनी माणूसदेखील होता. त्याचे नाव होते इव्हान्स. माझ्या खोलीमध्ये कॅप्टन चिपीवुड आणि लेफ्टनंट ट्रेसीडर हेसुद्धा होते. इयान ब्लेअर आणि मॅथर्स यांनी पंजाबी रोट्या आणल्या होत्या. त्या आम्ही लोणी आणि संत्र्याच्या मुरंब्यासोबत खाल्ल्या. रॉय हेवर्ड आणि केन ग्लॅसगाऊसुद्धा आमच्यामध्ये आले अन् आम्ही संध्याकाळ खूपच आनंदात घालवली. केन एका वर्किंग पार्टीमध्ये काइ ताकला गेलेला होता. त्याला एका पहारेकऱ्याने जाम सतावले, पण एक अधिकारी होता तो भला माणूस होता. त्याने एका टिनमध्ये मनुका घालून दिल्या.

फेब्रुवारी, तारीख ८. मी आज किती दिवसांनी दाढी केली आहे. खूपच ताजेतवाने वाटत आहे. फ्लोरी आली आणि मला आणखी एक पार्सल मिळाले. मी तिला सांगितले की, माझ्याकरता काही निरोप द्यायचा असेल, तर साबणाच्या वडीमध्ये एक भोक पाडून त्यामध्ये चिठ्ठी ठेव. तिने ते काम पण अगदी बेमालूमपणे केले. बिच्चारी! जपान्यांनी तिला तिच्या खोलीमधून बाहेर हुसकावले आहे. मी तिला किती समजवायचा प्रयत्न करतो आहे की, तू माझ्याकरता तुझा जीव धोक्यात घालून पार्सल नकोस आणत जाऊ; तर मला म्हणते की, त्याच्याशी तुला काय करायचंय? माझं मी पाहून घेईन.

फेब्रुवारी, तारीख ९ आणि १०. एक जपानी जनरल भेटीला येणार होता. दोन तासांच्या प्रतीक्षेनंतर तो आला आणि काही मिनिटांमध्येच निघून गेला. फ्लोरी पुन्हा आली. मी तिच्यापासून दहा यार्डांच्या अंतरावर होतो. ती रडवेलीच झाली. मी तिला निरोप पाठवला की, आता जेवण नको आणूस. पण ती फक्त हसली आणि म्हणाली की, ती रविवारी पुन्हा येणार आहे. बातमी वाईट आहे. सिंगापूर बेटावर जपानी आले आहेत. परिस्थिती परत बिकट होतेय, असे वाटतेय.

फेब्रुवारी, तारीख ११ आणि १२. अजून एक परेड आणि आम्हाला दोन तास उभे केले होते. आम्ही अक्षरश: गोठून जाऊन मरू, असे वाटायला लागले. बरेच लोक होते. स्वत:ला उबदार राहण्याकरता अंगभर कपडे घालायची गरज आहे. चिपी काही ना काही विनोद करून आमची चांगली करमणूक करत असतो.

फेब्रुवारी, तारीख १३. वीज आली आहे आणि आम्हाला एक बल्ब मिळाला आहे. काय आराम वाटतोय! अजूनही खूप थंडी आहे. बातम्या वाईटच येत आहेत. पोटात थोडासा विषबाधेचा त्रास होत आहे. माझ्या माणसांसमोर शिस्तीविषयी मी भाषण झोडले आहे. छावणीमधील काही तुकड्या फारच बेशिस्त आहेत, पण रॉयल एअरफोर्स मात्र त्याला अपवाद आहे. माझी माणसे खूप व्यवस्थित वागत आहेत. संध्याकाळच्या परेडीला कँप कमांडंटने विचारले की, मला बाकीच्या सहकाऱ्यांची आठवण येतेय का, म्हणून. मी सांगितले की, कदाचित पुढील दोन महिन्यांनंतर मी त्यांच्याबरोबर असेन. इथे मरणाची थंडी आहे आणि कितीही प्रयत्न केला तरी शरीर गरम राहतच नाहीये.

फेब्रुवारी, तारीख १४ आणि १५. फ्लोरी एक मोठे पार्सल घेऊन आली होती. तिने आपल्याबरोबर एक ब्लँकेट, बेडशीट आणि उशीचे कव्हर आणले. ती जेवणही घेऊन आली. ती खरंच माझ्यासाठी एक परी आहे– मला मदत करणारी एक परी. माझी मनापासून इच्छा आहे की, तिने केलेले हे उपकार फेडण्याची संधी मला मिळावी. अजून एक जण जुलाबाने मेला आणि बरेच जण खूप आजारी आहेत.

आठवडा गेला आणि बावीस तारीख आली. आज जरा उबदार वातावरण आहे. फ्लोरीने दिलेल्या ब्लँकेटसाठी तिचे खरंच आभार मानावेत तेवढे थोडेच आहेत. सिंगापूरचा पाडाव झाला आहे आणि हा खरंच फार मोठा तडाखा आहे. संपूर्ण वसाहतीमध्येच कॉलऱ्याची साथ आलेली आहे. आम्हाला आता भीती वाटतेय की, ती कधीही छावणीमध्ये पोहोचू शकते. कारण इथे सर्वत्र अस्वच्छता आणि घाणीचे साम्राज्य पसरलेले आहे. खूप हलाखीत सगळे जण दिवस काढत आहेत. सर्वांत वाईट परिस्थिती आहे ती स्कॉट लोकांची. डोंगर उतारावर मोठ्या प्रमाणावर दगड-मातीची घसरण झाली आहे; त्यात दोन माणसे मेली. जनरल ऑफिसर कमांडिंगच्या सर्वसाधारण सभेमध्ये तो आम्हाला बीबीसीच्या बातम्या देत आहे. कारण अजूनही रेडिओ सेट चालू झालेले नाहीत. जपानी लोकांनी छावणीमध्ये फिरणाऱ्या दोन चिनी लोकांच्या पाठीत बंदुकीच्या गोळ्या घालून त्यांना ठार केले. अन्नाचा साठा परत एकदा कमी झाला आहे आणि सर्वांत वाईट म्हणजे वैद्यकीय मदत मिळणे दुरापास्त झाले आहे.

आठवडा गेला आणि २९ तारीख आली. फ्लोरी दर काही दिवसांनी चक्कर मारते. तिने मला सांगितले की, जपान्यांनी तिला तिच्या फ्लॅटमधून बाहेर काढले

आणि तिचे सगळे दागिनेदेखील हिसकावून घेतले. मला तिला मदत करता आली असती, तर किती बरे झाले असते! मी तिला छावणी सोडायचा सल्ला दिला. छावणीची पाहणी करण्याकरता गव्हर्नरच्या कर्मचाऱ्यांचा प्रमुख आपल्या लवाजम्यासह आला होता. त्यानंतर पुढचे दोन तास परेड करायची होती. खूपच उबदार वातावरण होते. चिपी, ट्रेसीडर व मी आम्ही तिघांनी एकमेकांचे केस कापले. आम्हाला खूपच मजा वाटली आणि खूप थंड पण वाटले. दोघे स्कॉटिश पळून गेले, त्यामुळे जपान्यांनी संध्याकाळची परेड खूपच कडकपणे घेतली. आम्ही घामाने ओले झालो होतो आणि पुन्हा थंडी वाजायला लागली होती. पायांत काही न घालताच आम्ही पळत होतो. जपानी लोकांना संशय येतोय की, आमच्याकडे बिनतारी संदेशयंत्रणा आहे. जनरल ऑफिसर कमांडिंगने ती नष्ट करण्याचे आदेश दिले आहेत. पावसामध्ये दोन तास परेड केली. त्यानंतर जपान्यांनी आमच्या खोल्यांची झडती घेण्यास सुरुवात केली. त्यांना दोन तारा मिळाल्या. आता बीबीसीची कुठलीच बातमी कळत नाहीये; फक्त अफवा वेड्यासारख्या पसरत आहेत. पळालेल्या दोन स्कॉटिश लोकांना जपान्यांनी ठार मारले. सुटका करून घेतली, तर सगळ्यांवर कठोर कारवाई करण्याचा फतवा आम्हाला वाचून दाखवला आहे. जे कोणी सुटकेच्या प्रयत्नात सापडतील, त्यांना मारून टाकले जाईल. आमच्या सहकाऱ्यांवर खूप वाईटरीत्या सूड घेण्यात आला. आता कुपोषणाची स्थिती आणखीनच भयानक झाली आहे. पण तुलनेने मला खूपच ताजेतवाने वाटते आहे आणि याचे सगळे श्रेय मी फ्लोरीलाच देईन.

आठवडा गेला आणि ७ मार्च तारीख आली. बिनतारी यंत्रणा बनवणाऱ्या माझ्या सर्व माणसांच्या चौकश्या जपान्यांनी सुरू केल्या. पण मी त्यांना चौकशीला सामोरे जाण्याकरता चांगले तयार करून ठेवले होते. त्यामुळे जपान्यांना त्यांच्या चौकशीमधून काहीच माहिती मिळू शकली नाही. फ्लोरी अजूनही पार्सल पाठवते. चिपीलासुद्धा त्याच्या बायकोकडून जेवणाचे पार्सल मिळते. हाँगकाँगमधील बायका खरंच खूप पुण्याचे काम करत आहेत. त्यांच्या जेवणाच्या पिशव्या या आमच्याकरता फार मोठ्या भेटवस्तू आहेत, हे मात्र त्यांच्या खिजगणतीतही नाही. दररोज दोन वेळा परेड होते. आयुष्य कंटाळवाणे वाटू लागले आहे. जपान्यांनी मला बोलावणे धाडले होते. माझ्याबरोबर एक जपानी अधिकारी आणि एक पोर्तुगीज दुभाषा आहे. मला छावणीतील कमांडंटच्या कचेरीमध्ये नेण्यात आले. तिथले अधिकारी खूपच भले वाटले. त्यांनी मला काही सिगारेटी दिल्या. मी इंग्रजी बोलणाऱ्या एका पहारेकऱ्याला रॉयल एअरफोर्सच्या अधिकाऱ्यांबद्दल विचारले. त्याने मला सांगितले की, ते लवकरच परत येतील. ते कदाचित हाँगकाँग किंवा शांघायमध्ये असतील. त्या अधिकाऱ्याने मला त्याच्या खोलीवर नेले. तिथे त्याने मला दुभाषाच्या मदतीने रॉयल

एअरफोर्सबद्दल प्रश्न विचारायला सुरुवात केली. त्याने मला विचारले की, आम्ही आमचा साठा कुठे ठेवला आहे? तसेच त्याने मला विचारले की, रॉयल एअरफोर्सची तुलना करता त्यांचे एअरफोर्स कसे आहे? त्याने मला माझे उत्तर एका कागदावर लिहायला सांगितले. मी बऱ्याच प्रश्नांची उत्तरे देण्यास नकार दिला. पण मी त्यांच्या हवाईदलाविषयी मात्र माझे प्रांजळ मत त्यांना दिले की, रॉयल एअरफोर्सशी त्यांची तुलनाच होऊ शकत नाही. मला त्यांनी नंतर विचारले की, आम्ही जर मागचापुढचा विचार न करता हाँगकाँगवर बाँबचा वर्षाव सुरू ठेवला असता, तर आम्ही या आधीच हाँगकाँगवर विजय मिळवू शकलो असतो का? मी लंडनवरील छाप्याविषयी काही वेड्यासारख्या ओळी लिहिल्या. e**.[1] छावणीमध्ये परत जाण्याआधी हाताची मूठ भरून सिगारेट घेण्याचे मात्र मी काही विसरलो नाही. सिगारेटी संपल्या आणि त्यानंतर आम्ही चहाची पाने सिगारेटीमधून ओढायला लागलो. ती अर्थात भयानक लागायची. दुसरे पार्सल मिळाले, त्यामध्ये सिगारेट आणि पातळ कालवण होते.

आठवडा गेला आणि १४ मार्च तारीख आली. बऱ्यापैकी उकाडा जाणवू लागला आहे. कुपोषणाचा परिणामही आम्हाला जाणवू लागला आहे. खूप लोकांना बेरीबेरीचा त्रास होऊ लागला आहे. काही जणांच्या घोट्यांना सूज यायला लागली आहे. त्यामुळे त्यांना चालणेही कठीण होऊन बसले आहे. त्यामानाने मी बरा आहे, पण माझ्यामधली ताकद खूप कमी झाल्याचे मला जाणवते आहे. समुद्रामध्ये आम्ही रोज खूप प्रेते पाहतो, पण आता त्याची सवय झाली आहे. काही वाटत नाही आता त्याचे. जॉर्जने सर्व श्रेणीच्या लोकांना त्याला सॅल्युट मारायला सांगितले. *a*sh**ep**sent**hem**k**o*we.

तारीख २१. फ्लोरी आली. सुंदर दिसण्याकरता काय काय करून आली होती ती! रंगूनचा पाडाव झाला आणि जपान्यांनी मोठा जल्लोष केला. एकंदर रागरंग काही चांगला दिसत नाहीये. सैनिकांनी मोठा समारंभ केला आहे आणि जॉर्ज तिथे उपस्थित राहण्याकरता गेला आहे. द्राक्षाच्या दारूचा आस्वाद सर्व घेत आहेत. जपान्यांनी अधिकाऱ्यांना पैसे द्यावे लागतील, असे सांगितले. **e*ow***t*n*f*ur**sm**tada**ith*u**i*ex***a*f*n*as-**cr** आता छावणीतील आमच्या लोकांची निंदा करण्यास सुरुवात केली आहे. लाकडापासून मी बुटाचा जोड तयार केला आहे. कारण माझ्याकडे आता एकच जुना जोड उरला आहे.

तारीख ३१. जपानी लोकांना आणखी एक शोध लागला आहे. त्यांनी आमचे इलेक्ट्रिकचे सर्व सामान जप्त केले आहे. त्यामध्ये चिपीचा एक हीटर पण आहे.

एक आठवडाभर आम्हाला मांस मिळालेले नाही. प्रत्येकाला फक्त एक भांडेभर भात मिळतो. आज रे आणि टी चा चोविसावा वाढदिवस साजरा करत आहोत.

विशेष टिप्पणी : *वर काही ठिकाणी चांदण्या दाखवल्या आहेत. डायरीमधील बाक्या या अपूर्णच आहेत आणि काही अंकांचा अर्थ लावता आलेला नाही.*

समारोप

फिलिप ॲस्टन यांनी अनुवादित केलेली डोनाल्डची ही डायरी १९९६ च्या एका सुंदर स्वच्छ दिवशी विद्यापीठामध्ये पामेलाला सुपूर्द केली. ती डायरी तिने आपल्या घरी जाऊन एकांतात बसूनच वाचली. सर्वांत प्रथम त्यातील काही वस्तुस्थिती दर्शवणाऱ्या गोष्टी वाचून तिला खूप आश्चर्य वाटले. तिला वाटले की, त्यामध्ये लपवण्यासारखे काहीच नव्हते. त्याच्या आयुष्यामध्ये आलेल्या फ्लोरीमुळे ती मुळीच अस्वस्थ झाली नाही. युद्धानंतर तिने त्याच्याकडूनच फ्लोरीविषयी ऐकले होते. खरं तर त्या परिस्थितीमध्ये त्याला जर कोणी जीवाभावाची सखी मिळाली नसती, तरच विशेष होते. उलट, तिला जेव्हा हे कळले की, ती डोनाल्डच्या खाण्यापिण्याची आणि कपड्याची शक्य तेवढी काळजी घेत असे; तेव्हा तिला खूप आनंद झाला. तिने जेव्हा शामशुईपो येथील कैद्यांची भुकेने होणारी तडफड, त्यांना मिळणारी अमानुष वागणूक ह्याविषयी वाचले; तेव्हा मात्र तिला समजले की, डोनाल्डने कोणत्या पातळीवर सहन केले होते.

वाट्टेल ते झाले तरी त्याला त्याची उमेद खचून द्यायची नव्हती. 'आम्ही तोंडातून चकार शब्द न काढता जो अपमान होईल तो सहन करायचा, असे ठरवले होते.' असे तो म्हणायचा अन् त्याने तसे ठरवूनच टाकले होते. कधी न कळलेल्या गोष्टी तिला समजल्या होत्या. त्या भयंकर वर्षांमध्ये त्याला शत्रूची भीती वाटत नव्हती, तर त्याला स्वतःचीच भीती वाटत होती. त्याने सहन केलेला अपमान, नाचक्की आणि त्यामुळे त्याला झालेल्या प्रचंड मानसिक यातना याची कोणालाही कल्पना येणे शक्य नव्हते. त्याचा स्वतःवरचा प्रचंड ताबा हीच त्याची सर्वांत मोठी ताकद होती. जर त्याच्यामधील प्रचंड मनोधैर्य खचून गेले असते, तर मात्र तो पार कोलमडून गेला असता.

व्हॅलेंटाईन डेच्या आधी एक आठवडा तिने त्याच्या डायरीतील खालील वाक्ये वाचाली– 'या सगळ्या दिवसांमध्ये घरची खूप आठवण येतेय. आपल्या माणसांची आणि विशेषतः माझ्या पामीची खूप आठवण येतेय. पामी राणी, तुझ्या आठवणी सतत माझ्यासोबत आहेत आणि त्याबद्दल मी खरोखरच परमेश्वराचा आभारी आहे.' त्याने काळजीपूर्वक दडवून ठेवलेल्या तिच्याविषयीच्या या भावना वाचून पामेलाला

रडायला आले.

''जर त्याने त्याच्या या भावना बोलून दाखवल्या असत्या, तर या गूढ वाटणाऱ्या गोष्टींमधूनही आम्ही काही तरी मार्ग काढू शकलो असतो. आणि आम्ही एकमेकांच्या दुःखाचे ओझे दोघांनी मिळून एकत्र पेलले असते.'' ती म्हणाली.

आता तिला रडू येत होते आणि ती समजू शकत होती की, त्याला तिला या सगळ्या गोष्टी सांगणे का जड जात होते. युद्धकैद्याचे जीवन जगल्यानंतर ज्या वेळेस घरी परत आला, त्या वेळेस तो युद्धकैद्याचे ह्या रहस्याचे वलय कायम आपल्याभोवती ठेवूनच जगला. त्याचे रहस्य सांगणे म्हणजे पुन्हा पूर्णपणे मोडून जाण्यासारखे होते.

तिने ज्या वेळेस ती डायरी संपूर्णपणे वाचून काढली, तेव्हा एक अनपेक्षित अशा सुखाचा आणि शांतीचा ती अनुभव घेत होती. तिने जी काही कल्पना केली होती, त्यापेक्षा खूप काही वेगळे असे त्या डायरीने तिला सांगितले होते. त्या सांकेतिक शब्दांमध्ये रहस्य दडलेले नव्हते, तर त्याच्यावर नियतीने जो काही क्रूरपणे सूड उगवला होता, त्याचे वर्णन त्यामध्ये होते. त्याच्या मूळ व्यक्तिमत्त्वाच्या वर त्याने घातलेला बुरखा या डायरीमुळे अचानकपणे गळून पडला होता. तिला आता प्रकर्षाने जाणवत होते की, तिने ज्या माणसावर प्रेम केले, तोच माणूस आज तिने परत मिळवला आहे.

...आणि या सगळ्यामध्ये फिलिप ॲस्टनने तिला केलेली मोलाची मदत ती कधीच विसरू शकत नव्हती. त्याने त्या डायरीमधील लावलेल्या शोधाबद्दल ती त्याची आजन्म ऋणी राहणार होती. त्या रहस्याचा भेद करण्याकरता त्याला गुरुकिल्ली मिळाली होती– डोनाल्ड आणि पामेला या दोन नावांच्या एकत्र येण्यातूनच. या दोन एकमेकांमध्ये घट्ट बांधलेल्या नावांनीच त्या विखुरलेल्या शब्दांना एकत्र आणले आणि त्या शब्दांना बोलते केले होते. या दोन नावांनीच त्यांच्या दोघांच्या आयुष्यामधला खूप मोठा गुंता सोडवला होता.